சாணக்கியரின் நெறிமுறைகள் மற்றும் கௌடில்ய பொருளாதாரம்

மேலாண்மை முறைகள் மற்றும் ஆளுமைக் கலை

மேலாண்மை கலையை சாணக்கியரிடமிருந்து பெற்று, ஒரு வெற்றிகரமான தலைவராகி சுயக்கட்டுபாடு பெற்று ஒரு குழுவின் தலைவராக இருப்பது.

ராணக்கிய நீதி, சாணக்கிய சூத்திர
மற்றும்
கௌடில்ய அர்த்தசாஸ்திரத்தின் முழுமை

நிகரற்ற பொருளியலர்;
தொழில் மேலாண்மை குரு
பேரரசுகளை அழிப்பவர் மற்றும்
தேசத்தின் வடிவமைப்பாளர்
நன்னடத்தையாளர் மற்றும் நெறிமுறை மதிப்புகளை வரையறுப்பவர்
சக்திவாய்ந்த இயக்குனர் மற்றும் தலைவர்
மிகப்பெரிய மனோதத்துவ நிபுணர்
எதிரிகளை வென்றடக்குபவர் மற்றும் வீறாப்பான அரசியல் செயல்திட்ட நிபுணர்
அதிகாரமுள்ள சாணக்கியரின் போதனைகளை பெற்று,
உங்கள் ஆற்றலை அறிந்து அறிவுநுட்பம், விஞ்ஞானம், மற்றும் மேலாண்மைக் கலையை பெறவும்!

பேராசிரியர் ஸ்ரீகாந்த் பிரசூன்

V&S PUBLISHERS

Published by:

V&S PUBLISHERS
VALUE & SUBSTANCE

Head Office
F-2/16, Ansari Road, Daryaganj,
New Delhi-110002 ☎ 23240026, 27, 28
✉ info@vspublishers.com
🌐 www.vspublishers.com

Regional Office
5-1-707/1, Brij Bhawan (Beside Central Bank of India Lane) Bank Street, Koti,
Hyderabad - 500 095 ☎ 040-24737290
✉ vspublishershyd@gmail.com

Online Brandstore: amazon.in/vspublishers

Buy Books Online: amazon • Flipkart | **Follow us on:**

ISBN 978-93-579408-6-3
New Edition

Cataloging in Publication Data--DK
Courtesy: D.K. Agencies (P) Ltd. <docinfo@dkagencies.com>

Prasoon, Shrikant, 1945- author.
Cāṇakkiyariṉ neṟimuṟaikaḷ maṟṟum kauṭilya poruḷātāram : mēlāṇmai muṟaikaḷ maṟṟum āḷumaik kalai = Chanakya rules of governance by the guru of governance / Pērāciriyar Srīkānt Piracūṉ.
pages cm
In Tamil.
Study of Cānakya's Arthaśāstra, classical work on Hindu state craft, economics, political science, and public administration.
ISBN 9789357940863
1. Kauṭalya. Arthaśāstra. 2. Political science--India--History. 3. Statesmen--India--Biography. 4. India--Politics and government--To 997. I. Kauṭalya. Arthaśāstra. Tamil & Sanskrit. II. Title. III. Title: Chanakya rules of governance by the guru of governance.
LCC HC434.P73 2023 | DDC 934.04092 23

Printed at : Param Offsetters, Okhla, New Delhi–110020

வெளியீடு

நாங்கள் "சாணக்கிய நீதி மற்றும் கௌடில்ய அர்த்தசாஸ்திரம்" என்னும் ஒரு விலைமதிப்பற்ற நூலை வாசகர்களுக்கு அளிப்பதில் அளவற்ற பெருமையும், கௌரவமும் அடைகின்றோம். இந்த புத்தகம் அறிவிற்கும், கற்பதற்கும் ஒரு பொக்கிஷ புதையலாகும். வாசகர்கள் இந்த புத்தகத்தை படிப்பதால் அன்றாட வாழ்க்கையில் மாற்றங்களை கொண்டு வர முடியும். நாங்கள் இந்த புத்தகத்தில் நவீன கால சொற்கள் மற்றும் சம்பவங்களை கொண்டு வர முயற்சி செய்திருக்கின்றோம். இந்த புத்தகத்தை படித்தபின் வாசகர்களால் சாணக்கியரின் சிறந்த எண்ணங்கள் மற்றும் சிந்தனைகளை எளிதாக புரிந்துக்கொள்ள முடியும்.

இந்த புத்தகம் சாணக்கியரின் தத்துவங்கள் மற்றும் கௌடில்ய அர்த்தசாஸ்த்திரத்தின் விரிவான விளக்கங்களை கொண்டுள்ளது. இதன் பொருளடக்கம் முழுவதும் சுலபமாக புரிந்துக்கொள்வதற்கு எளிமையான மொழியில் விளக்கப்பட்டுள்ளது. சாணக்கிய நீதி இந்திய வரலாற்றில் விலைமதிப்பற்ற செல்வமாகும். இதில் பதினேழு அத்தியாயங்கள் உள்ளன. இந்த புதுமையான சாணக்கிய நிதீயில் உட்பட்டிருக்கும் தேர்வுசெய்யப்பட்ட பதினேழு அத்தியாயங்களும் சிறந்த நீதிசாரம் கௌடில்ய அர்த்தசாஸ்த்திரத்திலிருந்து மதிப்பிற்குரிய சாணக்கியரால் தேர்வு செய்யப்பட்டு சாணக்கிய நீதி என்று அவராலேயே பெயரிடப்பட்டது.

கௌடில்ய அர்த்தசாஸ்த்திரம் உலக புகழ்பெற்ற பண்டிதர் சாணக்கியரின் பணியாகும். இந்த புத்தகத்தில் நிர்வாக கோட்பாடுகளின் விளக்கங்களுடன் நிர்வாக மேலாண்மையின் சிறப்பான சாரமும் இணைக்கப்பட்டுள்ளது. இந்த இலக்கிய தொகுப்பின் மிகச் சிறந்த சிறப்பம்சமானது, கோட்பாடுகள் மற்றும் அவற்றின் பயன்பாட்டுக்கு இடையிலான, இலச்சியவாதம் மற்றும் யதார்த்தத்திற்கு இடையிலான, மற்றும் அறிவிற்கும் செயலுக்கும் இடையிலான இனிமையான தொடர்பாகும்.

இந்த புத்தகம் சாணக்கியரின் வாழ்க்கை மற்றும் அவரது வாழ்க்கையின் முக்கியமான சம்பவங்களைக் கொண்டுள்ளது. இதில் அவர் ஈட்டிய அறிவாற்றலின் உதாரணம் மற்றும் மகிழ்ச்சியான மற்றும் நிறைவான வாழ்க்கையை வாழ்வதற்கு அவரது சிந்தனை மற்றும் அதை பற்றிய சில ஆலோசனைகள் உள்ளன. இந்த புத்தகத்தில் ஒரு ஆட்சியாளராவது எப்படி, ஒரு ஆட்சியாளரை உருவாக்குவது எப்படி, ஒரு அரசாங்கத்தை எப்படி உருவாக்குவது, அந்த அரசாங்கத்தை எப்படி பலப்படுத்துவது, அந்த அரசாங்கத்தை எப்படி நிர்வகிப்பது, மற்றும் அதன் பொருளாதாரத்தை எப்படி உயர்த்துவது என்ற சிந்தனைகள் நிறைந்துள்ளன.

இந்த புத்தகம் எளிமையான ஆனாலும், தெளிவான மொழியில் எழுதப்பட்டுள்ளது அதனால், இதை படிப்பவர்கள் இதிலிருந்து வெகுவாக பயனடையலாம். இதை மிகுந்த ஆர்வம் மற்றும் கவனத்துடன் படிப்பவர்கள் அதைவிட சிறப்பான பலன்களை பெற முடியும்.

வெளியீட்டாளர்

சமர்ப்பணம்

சாணக்கியர் – நிர்வாகம் மற்றும்
அரசாளும் முறையின் விதிமுறைகள்

இந்த புத்தகம் மனஉறுதி மற்றும் தீர்மானத்துடன் இணைந்த விடாமுயற்சி மற்றும் ஆழ்ந்த ஈடுபாட்டுடன் சிகரத்தின் உச்சிக்கு சென்று நிலைத்திருக்க விரும்புகின்றவர்களுக்கு சமர்ப்பணம்.
எனக்கு மிகவும் நெருக்கமான இந்திய பதிப்பக சேவைகளின் இரண்டு பதிப்பாளர்கள்

திரு. அமிதாப் வர்மா
திரு. ஏ.கே. உபாத்யை

பேராசிரியர். ஸ்ரீகாந்த் பிரகூன்

உள்ளடக்கம்

மூன்றாம் பாகம்

(தான், நேரம், நல்வளம்)

நான்காம் பாகம்

(நிர்வாகத்தின் சிந்தனைகள், கௌடில்ய அர்த்தசாஸ்திரம்)

ஐந்தாவது பாகம்

(அமரத்துவம் மற்றும் இரட்சிப்பு, எஞ்சிய கதை)

முகவுரை/அறிமுகம்

சாணக்கியர் அவரது சிறுவயதில் எதுவும் எழுதவில்லை. அந்நாட்களில் அப்படிப்பட்ட ஐதிகம் கிடையாது. முதலில் ஒருவர் அறிவாற்றலின் முழுமையான அனுபவம் மற்றும் ஆராய்ச்சிக்கு பின்தான் அதை பற்றி எழுதுவார். சாணக்கியர் மந்திரி பதவியிலிருந்து இறங்கிய பின்தான் நான்காவது கட்டத்தில் தனது வாழ்க்கையை பற்றி எழுத துவங்கினார். அவர் அரசியலின் விஞ்ஞானம், அரசியல் கொள்கை, மற்றும் பொருளாதாரத்தின் விஞ் ஞானம் பற்றி எழுதினார். அவர் நிறைய எழுதினார், எல்லோருக்கும் எழுதினார் மற்றும் மிகவும் நன்றாக எழுதினார். இந்த புத்தகத்தை வெளியிடுவதின் நோக்கம், வாசகர்கள் தனது சொந்த நிர்வாகத்தை மட்டுமல்லாமல் உலகளாவிய நிர்வாகத்தின் தரத்தை முன்னேற்றுவதற்காகவும் தான்.

சாணக்கியர் முன்னேறிய தேசத்தின் முக்கியத்துவம் கருதி, வாழ்க்கையின் பாதுகாப்பு மற்றும் முன்னேற்றத்திற்கு ஆய்வுக்கட்டுரை எழுதினார். ஆதலால், இந்த புத்தகம் ஒவ்வொரு சிந்தனையாளர், பயிற்சியாளர், நிர்வாகம், மாணவர், அரசாங்க அதிகாரி மற்றும் பொது வாசகர்களுக்கானது.

நவீன நிர்வாக முறையின் வார்த்தைகள் மற்றும் உதாரணங்கள் சாத்தியமான இடங்களிலெல்லாம் வாசகர்கள் சுலபமாக புரிந்துகொள்ளும் வகையில் பயன்படுத்தப்பட்டுள்ளன.

இந்த புத்தகம் வர்த்தக நிர்வாகம் மற்றும் நிர்வாக மேலாண்மை என்று இரண்டு வகைகளாக வாசகர்கள் சுய உணர்வு பெற்று அதனால் பயனடைவதற்காக பிரிக்கப்பட்டுள்ளது.

இந்த புத்தகத்தில் சாணக்கியரின் வாழ்க்கை, அவரது வாழ்க்கையின் முக்கியமான சம்பவங்கள், அவரது சாதனைகள், ஒரு நிறைவான, தேற்சியடைந்த, சந்தோஷமான வாழ்க்கைக்கு அவரது சிந்தனைகள் மற்றும் அவர் காட்டிய பாதைகள் அடங்கியுள்ளன.

இந்த புத்தகத்தில் ஒரு ஆட்சியாளராவது எப்படி, ஒரு ஆட்சியாளரை உருவாக்குவது எப்படி, ஒரு அரசாங்கத்தை எப்படி உருவாக்குவது, அந்த அரசாங்கத்தை எப்படி பலப்படுத்துவது, அந்த அரசாங்கத்தை எப்படி சாமர்த்தியமாக நிர்வகிப்பது, மற்றும் அதன் பொருளாதாரத்தை எப்படி உயர்த்துவது என்ற சிந்தனைகள் நிறைந்துள்ளன.

இதை வாசகர்கள் எந்த அளவு ஆர்வத்துடன் கற்றுக்கொள்கின்றனர், எவ்வளவு ஒன்றிப்போகின்றனர், மற்றும் எவ்வளவு நேர்த்தியாக பயன்படுத்துகின்றனர் என்பது அவர்களை பொருத்தது. அவர்கள் பெற்ற அறிவாற்றலின் தன்மை அவர்கள் அதை எவ்வாறு, எவ்வளவு தெளிவான முறையில் பயன்படுத்துகின்றனர் என்பது மட்டும் தான் வெளிப்படுத்தும்.

இது எல்லோரது முழுமையான வளர்ச்சி, நிறைவான வளம் மற்றும் இணையில்லாத மகிழ்ச்சிக்கானதாகும்.

எல்லோருக்கும் நல்வளம் வந்து சேரட்டும்.

பேராசிரியர். ஸ்ரீகாந்த் பிரசூன்

சாணக்கியரின் பிரார்த்தனை

प्रणम्य शिरसा विष्णुं त्रैलोक्याधिपतिं प्रभुम्।
नानाशास्त्र उद्धृतं वक्ष्ये राजनीतिसमुच्चयम्।

பல்வேறு சாஸ்திரங்களின் கருத்துகளை தொகுத்த பின், அரசாங்க விஞ்ஞானத்தை நான், பூமி, சொர்க்கம் மற்றும் நரகமான மூவுலகையும் ஆட்சி செய்யும் எங்கும் நிறைந்த, எல்லாம்வல்ல இறைவன் விஷ்ணு பகவானை பணிவன்புடன் வணங்குவதாக கருதுகிறேன்.

❖❖❖

अधीत्येदं यथाशास्त्रं नरो जानाति सत्तमः।
धर्मोपदेश विख्यातं कार्याकार्य शुभाशुभम्।

சிறந்த மக்கள் செய்யக்கூடிய மற்றும் செய்யக்கூடாத மற்றும் செயலின் இலாப, நஷ்டத்தை பற்றி முறையாக கற்றுப், புரிந்துக்கொள்வார்கள்.

❖❖❖

तदहं सम्प्रवक्ष्यामी लोकानां हित-काम्यया।
यस्य विज्ञान मात्रेण सर्वज्ञत्वं प्रपद्यते।

ஆதலால், மனித இனத்தின் நலனை கருதி, மனிதன் இன்னும் அறிவாளியாக உதவும் வகையில், நான் இந்த அறிவாற்றலை பற்றி ஆழமாக விளக்க விரும்புகிறேன்.

❖❖❖

नमः शुक्र-बृहस्पतिभ्याम्।

கற்றறிந்த மேதை சாணக்கியர் பொருளாதாரத்தின் விஞ்ஞானம் [அர்த்தசாஸ்திரம்] புத்தகத்தை தேவர்களின் (கடவுள்) வணக்கத்திற்குரிய குருவான பிரகஸ்பதியின் ஆசி மற்றும் தனவாஸ்களின் (அரக்கர்) மதிப்பிற்குரிய ஆசான் சுக்கிராச்சாரியாரின் ஆசியுடன் எழுதத் துவங்கினார். அவர் பூமியில் இருக்கும் செல்வத்தை எப்படி கட்டுப்படுத்துவது, அந்த செல்வத்தை எப்படி பெருக்குவது, அதை பாதுகாத்து அதனால் மகிழ்ச்சியடைய ஒரு நிர்வாகத்தை நிறுவுவது எப்படி, அதனால் முழுமையான வளர்ச்சி பெற்று, பல தலைமுறைகள் மகிழ்ச்சியாக வாழ்வது எப்படி என்பது பற்றி விளக்கியுள்ளார். அதனால் மரியாதையும், மதிப்பும் முக்தியடையும் வரை பாதுகாக்கப்படும்.

❖❖❖

வேத பிரார்த்தனை

अभयं मित्राद् अभयं अमित्राद् अभयं ज्ञाताद् अभयं पुरो यः।
अभयं नक्तं अभयं दिवा नः सर्वा आशा मम मित्रं भवन्तु।

அறியாத மக்களின் அச்சத்திலிருந்து எங்களை விடுவிக்கவும். எங்களை எல்லா அச்சத்திலிருந்தும் விடுவிக்கவும். நாங்கள் பகல் அல்லது இரவில் அச்சமில்லாமல் வாழ்வோமாக. எந்த நாட்டிலும் அச்சத்திற்கான காரணம் இல்லாமல் இருக்க வேண்டும். நாங்கள் எங்கும் நண்பர்கள் மற்றும் நண்பர்களை மட்டுமே காண வேண்டும்!

❖❖❖

भद्रं नो अपि वातय मनो दक्षमुत कर्तुम्।

மக்களின் நலனுக்கு உதவும் ஒரு பணியை எனக்கு தரவும். எனக்கு தரும சிந்தனையுள்ள மிகையான சக்தியை தரவும்.

❖❖❖

वैश्वानरज्योतिः भूयासम्।

ஓ, பகவானே! எங்களை உங்கள் வளம் நிறைந்த காந்தியில் மூழ்கிட செய்யவும்.

❖❖❖

சாணக்கியரின் அமரத்துவம்

❖1❖

செல்வம் சேர்ப்பதிலும் அல்லது பாதுகாப்பு தொடர்பான விஷயங்களிலும், இவ்வுலக குருவான சாணக்கியரின் சிந்தனை தலைச்சிறந்தது. அர்த்தமுள்ள, பண்பட்ட மதிப்பிற்குரிய வார்த்தைகள் நிறைந்த, மற்றும் முதிர்ச்சியான மொழி மற்றும் இன்னும் ஒன்றிணைந்த நாம் செல்வம், கலாச்சாரம், பரம்பரை–அறிவாற்றல், மற்றும் உறுதியான அடிதளத்திலிருந்து விலகி இருந்தாலும், சாணக்கியரின் சிந்தனைகள் நம்மை உச்சத்தில் அமர்த்தி, மிகச் சிறந்த நிர்வாக வல்லுனர்கள் ஆக்குகின்றது.

❖2❖

தக்சிலாவின் மாணவர், ஆசிரியர், குரு, முன்னேற்றமிக்க, ஆயத்தமான மற்றும் புகழ்பெற்றவர். தக்சிலாவை அடைந்து நாட்டை தூய எண்ணம், பேச்சு, மற்றும் செய்கையினால் கணக்கிட்டு ஆராய்ந்து, எதிர்கால செய்கைகளை கணித்தார் சாணக்கியர். ஆனால், தனானந்தால் அவமானப்படுத்தப்பட்டதால், மிகவும் சீற்றம் கொண்டு அவர்களைஅழித்து பழிவாங்குவதாக சபதம் செய்தார்.

❖3❖

சாணக்கியரின் ஆசிரியர் – அவர் ஏன் மகனின் அவமானத்தையும் மற்றும் துர்நடத்தையையும் பொறுத்துக்கொள்ள வேண்டும்? அவர் ஏன் மௌனமாக இருக்க வேண்டும்? சாந்தமாக? ஏன் உண்மையை சரியாக சொல்லக்கூடாது? பேராசை இல்லை, பொருளாசையும் இல்லை, பின் ஏன் கொழுந்துவிட்டெரியும் நெருப்பை நீரில் அமுக்க வேண்டும்? இந்த சீரழிந்த அரசை அழித்தால் என்ன? அவர் ஏன் பேசாமல் இருக்க வேண்டும்?

❖4❖

இப்படி எண்ணங்களில் மூழ்கியிருந்த சாணக்கியருக்கு நிம்மதியும் ஓய்வும் இருக்கவில்லை. சபதத்தை நிறைவேற்றுவது கடினமாக இருந்தது, ஒரே மனோநிலை மட்டும் தான், வேலை மற்றும் மேலும் வேலை.பெரும் அளவில் படைவீரர்கள், செயற்பாடு, ஆயுதம் மற்றும் படைத்தளவாடம் சேகரிக்க தேடல்.பகலும் இரவும் இரண்டறக்கலந்தன, ஆனால், அவர் எப்போதும் முயற்சி, கடும் முயற்சி செய்துக்கொண்டிருந்தார்.

❖5❖

ஆர்வமும், கவனமும் நிறைந்த இளம் வீரர்களை சாணக்கியர் சிறந்த பயிற்சியளித்து ஆயத்தமாக்கினார். பாங்கறியாதவன் அரசனாக தகுதி பெற்றான், அவர் திட்டமிடப்படி நடந்தது. அவர் கொடூரத்தை அண்டாமல், இணையில்லாத மனத்தெம்புடன் கொடூரத்தை பழிவாங்கினார். சாணக்கியர் நந்த இனத்தை அவர்கள் விதைத்ததையே, அவர்கள் அறுவடை செய்யும்படி அழித்தார்.

❖6❖

இப்படி இருந்த முரண்பாட்டில், இப்படி இருந்த போரில், போருக்கு எடுத்துக்காட்டாக இருந்தவர்கள் போர்வீரர்கள் தம் நற்பண்புகள் துளிர்விட்டு, பூக்கள், முட்கள், நறுமணத்துடன் வளர்ந்து, வண்டுகளை கவர்ந்தன. ஆயினும், அவர் எதையும் எடுத்துக்கொள்ளவில்லை, எப்போதும் அவர் கொடுத்து, சேமித்து, உயர்த்தி, விரிவாக்கம் மட்டும் ஒவ்வொரு படியிலும் அளித்தார். துணிச்சலான செயல்கள், புரட்சிகரமான எண்ணங்களால் ஜெயித்தார், சாணக்கியர் அமரர் ஆனார்.

❖7❖

சாணக்கியர் அற்புதமான விஞ்ஞானத்தை உருவாக்கினார், அரசாங்கத்தின் விஞ்ஞானம், அரச தந்திரத்தின் விஞ்ஞானம் உருவாக்கிய பாணி கிளர்ச்சியற்று, கணக்கிட்டு, நஞ்சு நிறைந்த, ஆனாலும், சீரிய நன்னடத்தையுடன், நல்லவர்கள் அச்சமற்றவரானார், மற்றும் தீயவர்கள் அச்சமுற்றனர். எல்லோருக்கும் தெம்பை தூண்டும் வேளையில், வியக்கவைக்கும் அன்பையும் மேம்படுத்தியது.

❖8❖

உடலளவில் மெலிந்திருந்தாலும், மனதளவில் உறுதியாக, சாணக்கியர் அச்சந்தரும் வகையில் உரக்க கர்ஜித்தார். அவரது ஆழம் அளவற்றது, அவரது அகலம் வீச்சளவற்றது. அவரது வெற்றியின் இரகசிய மந்திரம் – பொறுமை, உறுதி, நிலையான தன்மை, நோக்கத்தில் ஒருமனதான கவனம் இருக்கும் வேளையில், நான்கு திசைகளிலும் பார்வை சூழ்ந்திருக்கும்.

❖9❖

தரக்குறைவான எண்ணம், மற்றும் தரக்குறைவான செயல்களை கைவிட எச்சரிக்கை. சாணக்கியர் சிந்தித்து மற்றும் பேசி, செயல்பட்டு, சரியான நேரத்தில், சரியான முடிவெடுப்பார். அவரது சிந்தனை சமமானதாகவும், தீர்மானம்– கணக்காகவும், வெற்றி உறுதியாகவும் இருக்கும் சாமர்த்தியமானவர், நன்நடத்தையுடையவர், அற்புதமான சிந்தனையாளர், அவர் எதற்கு தடுமாற வேண்டும்? அஞ்ச வேண்டும்?

❖10❖

பொது சேவைக்கு சுய ஊக்கத்துடன், நெறிமுறைகளின் விஞ்ஞானத்திற்கு ஒரு எடுத்துக்காட்டை இயற்றுவதில் தன்னை ஈடுபடுத்திக் கொண்டார். திறமை மற்றும் தந்திரம் பொங்க, அவர் கௌடில்ய அர்த்தசாஸ்திரத்தை நிறைவு செய்தார். அனுபவத்தின் இழைகளால் வரையறுத்ததால், வாழ்க்கை பொன்னாக மற்றும் நறுமணத்துடன் மாறியது. தனது மரபுகுலத்தின் கௌரவத்தை அவர் பேணி காத்தார், அவரது மரபுகுலத்தின் இந்த ஒளி விளக்கு.

❖11❖

சாணக்கியர் தனது இறுதி பயணத்திற்கு செல்வதற்கு முன், நமக்கு பாதுகாப்பான முறையை அளித்தார். சுலபமான, இயற்கையான, கல்விசார்–பாதை, அது நமக்கு வியக்க வைக்கும் வெற்றியளிக்கிறது. அவர் தவறு செய்யவில்லை, மற்றும் மற்றவர்கள் தவறு செய்ய அனுமதிக்கவில்லை, பயனற்ற திட்டமிடவில்லை. இந்த மதிப்பிட முடியாத பொக்கிஷமான குரு, லயமாகி, இன்னிசையால் ஈர்க்கப்பட்டார்.

❖12❖

மேதகு சாணக்கியர், தவறான செயல்களுக்கு எதிரியாகவும், விதியை ஆதரிப்பவராகவும் இருந்தார். ஒரு நொடியை கூட வீணாக்காமல், அறிவாற்றலை தொகுத்தார். அரசாங்கம் மற்றும் சமூகத்திற்காக வாழ்ந்தார், சுவாசித்தார், நின்றார் அல்லது இறந்தார். அவர் தனது வாழ்நாளை அர்த்தத்துடன், நேர்மையாகக் காணிக்கையாக்கினார்.

❖13❖

அவர் இந்த தலைமுறைக்கு ஒப்பற்ற, அளவில்லாத, நடைமுறை அறிவாற்றலை அளித்தார். இதை வைத்துக் கொண்டு ஒருவர் அற்புதமான பாதையை பின்பற்றி விவேகமும் விழிப்புணர்வும் மறைந்திருக்கின்றனர். அவர் ஊக்கமுயற்சியை கைப்பற்றுதலின் நன்மைகளை பற்றி எழுதினார், கற்றுக்கொடுத்தார். அவரது அற்புதமான உறுதி நிலையால், தனது வெற்றிகரமான பயணத்தை முடித்தார்.

❖14❖

பாரம்பரியத்தில் எத்தனையோ தீர்க்கதரிசிகளும், ஞானிகளும் பிறந்து மற்றும் மலர்ந்திருக்கின்றனர். சாணக்கியரின் எண்ணங்கள், சிந்தனைகள், மற்றும் அறிவாற்றல் ஒருபோதும் மறையாது. பார்த்து, புரிந்துக்கொண்டு, முடிவில்லாத, முக்தி பாதையை சுட்டிக்காட்டுவதை, அறிந்துக்கொண்டு பின்பற்றுவதால், தானாகவே முன்வந்து, சிறந்த சாணக்கியரின் புகழை முடிவில்லாத மாடத்தில் வைக்கலாம்.

❖15❖

மேதகு சாணக்கியரின் துதி பாட புகழ்ச்சியின் அளவு போதாது. முழுமையான சுற்றளவு, உள்ளிருக்கும் வட்டம் மற்றும் வட்டத்தின் மையம் கூட அவர் தான். அவர்தான் நேரம், நேரம் அவரை ஆதரித்து, பாதுகாத்து, அவருடன் நடந்தது. இவற்றை ஏற்றுக்கொண்டு, பின்பற்றுபவர்களின் விருப்பங்கள் நிறைவேறாமல் இருக்காது.

❖❖❖

முதல் பாகம்

(மனமார்ந்த உறுதிமொழி, தனித்தன்மை, வாழ்க்கை வரலாறு)

சாணக்கியர் - நிர்வாக குரு
வாழ்க்கை, சிந்தனைகள், பகுத்தறிவு
சாணக்கியர் - பன்முகத் திறமையுடன்
நிறைவேற்றல் சாணக்கியரின் மேம்பாடு
மற்றும் தீர்மானம் பொருளாதாரம்
மற்றும் கௌடில்ய அர்த்தசாஸ்திரம்
சாணக்கியரின் கொள்கைக்கு பரிச்சயம்

1

சாணக்கியர் - நிர்வாக குரு

எடுத்துக்காட்டாக விளங்கும் இயற்கை மற்றும் இயற்கைக்கு அப்பாற்ப்பட்ட சக்திகள் மோதிக்கொள்ளும் சக்திவாய்ந்த நேரத்தில், பூமியில் சிறந்த மனிதர்கள் பிறக்கின்றனர். இந்த மனிதர்கள் வரலாறு காலத்தை தங்கள் விருப்பப்படி செலுத்துதற்கு அவர்களது அனுபவப்பூர்வமான திறமையின் மூலமாக பெற்ற நுண்ணறிவினால், சக்திவாய்ந்த அறிவாற்றலை பயன்படுத்தி ஒரு இராஜாங்கத்தை ஏற்படுத்துவதின் மூலம் வரலாறு படைக்கின்றனர். இப்படிப்பட்ட மனிதர்கள் மிகவும் சக்திவாய்ந்த பலசாலிகளாக இருப்பதால், வரலாறு அவர்களின் விருப்பப்படி மாறுகின்றது, அவர்களின் கட்டளைக்கு பணிவதால் பல்வேறு சம்பவங்கள் நிகழ்கின்றன, மற்றும் மக்கள் இவர்களின் கட்டளை/அறிவுரைகளுக்கு பணிகின்றனர்.

இந்த மனிதர்கள் காலத்திற்கேற்ப, அவர்கள் அந்த காலத்தின் மனிதர்களாக செயல்படுகின்றனர். ஆதலால், நேரம்/காலம் அவர்களுடன் ஒத்துப்போகின்றது. இதன் விளைவாக, அவர்கள் தங்களது பூவுடலை விட்டு, மற்றும் இந்த உலகத்தை விட்டுச்சென்ற பின்னரும் அவர்களின் புகழ் அழியாமல் என்றென்றும் நிலைத்து இருக்கும். காலம் அவர்களை தன் மார்பில் தழுவி, பல நூற்றாண்டுளுக்கு உயிருடன் வைத்திருக்கும். அவர்கள் காலத்தில் சமூகத்தை பண்புடன் மற்றும் புகழுடன் வைத்திருந்தது போல, காலத்திற்கும் பொறுப்பாகின்றனர். அதனால், அவர்கள் மக்களின் சொத்தாகின்றனர், மற்றும் மனித சமூகத்தை விட எல்லோருக்கும் பெரிதாகின்றனர். அவர்கள் எதிர்கால தலைமுறைகது விலைமதிப்பற்றவர்களாக ஆகின்றனர். அவர்கள் எதிகாலத்தை அலங்கரித்து மற்றவர்களுக்கு போற்றி பாதுகாக்கின்றனர்.

சந்தேகமில்லாமல், சாணக்கியர் ஒரு புகழ் பெற்ற, வெற்றிகரமான இலக்கிய மேதையாவார். அதனால்தான் அவர் தனது காலத்திலேயே வரலாற்று நாயகனானார். கடந்த காலத்திலும் சரி, இன்று கூட, சாணக்கியரை போல் அறிவாற்றல், உயரிய சிந்தனை, நடத்தை, நல்லொழுக்கம், கண்ணியம், உறுதியான மனம், ஈடுபாடு மற்றும் ஒரு மனதாக தன செயல்களை பின்பற்றுவதில் யாரும் அவரை நெருங்கக் கூட இயலாது.

இதில் ஆச்சரியமானது என்னவென்றால், அவர் ஒரு துறவியாக வாழ்ந்தார். அறிவாற்றலை தவிர, அவர் வேறு எதையும் பெறவில்லை. பெயரும், புகழும் அவருக்கு தானாகவே வந்தது. அவர் எல்லாவற்றையும் மற்றவர்களின் நன்மைக்காகவே செய்தார். அவர் பொதுநலம், முன்னேற்றம், அமைதி, வளமை, பாதுகாப்பு, அறிவாற்றல், மேம்பாடு,

மற்றும் நலனுக்காக, மற்றும் இந்த சமூகம், நாட்டுக்காக பாடுப்பட்டார். இந்த சிறந்தவர் பாரதம் முழுவதையும் ஒரு ஆட்சிக்கு கீழ் கொண்டு வந்து மற்றும் இதை ஒரு மாபெரும், செழிப்பான, அமைதியான மற்றும் மகிழ்ச்சியான நாடாக மாற்றினார்.

சாணக்கியர் அறிவாற்றலின் எடுத்துக்காட்டு. அவர் எளிமையாக வேட்டி அணிந்து, தோளை சுற்றி அங்கவஸ்திரத்துடன், தலை பின்னால் கட்டப்பட்டு தலைக்கு ஒரு அணிகலன் போல், அகன்ற பிரகாசமான நெற்றியுடன், பெரிய ஒளிரும் கண்களுடன், கையில் இரண்டு புத்தகங்களுடன் அடையாளமாக்கப்பட்டார். இப்படிதான் துறவி சாணக்கியரின் மகன் சாயக்கியர், தன்னம்பிக்கையுடன், உறுதியான தீர்மானத்துடன், அறிவாற்றல் மற்றும் திறமையுடன் அவரை வர்ணித்திருக்கிறார். ஆதலால், சாணக்கியர் இன்றும் வாழும் ஒரு முன்னேற்ற சிந்தனையாளராக மற்றும் விரைவாக மற்றும் உறுதியாக சரியான பாதையை காட்டுபவராக கருதப்படுகிறார்.

சாணக்கியர் இந்த மாற்றங்களை ஏற்படுத்திய போது அவருக்கு அந்த இடம் மற்றும் ஜனத்தொகையை பற்றி தெரியாது மற்றும் மக்களுக்கு அவரை பற்றி தெரியாத போது இதை செய்தார். தனியாக! தன்னந்தனியாக செய்தார்! ஒரு இடமோ அல்லது வீடோ கிடையாது! நண்பர்களோ அல்லது பகைவர்களோ கிடையாது! அவரிடம் பணம், படை பலம், போர் வீரர்கள், ஆயுதங்கள், அல்லது தளபதி எதுவும் கிடையாது. அவரிடம் மனத்தெம்பு மற்றும் சுயநினைவு, நன்னடத்தையின் பலம் மற்றும் அறிவாற்றல் இருந்தது. அவரது இப்படிப்பட்ட பண்புகளால் அவர் ஒரு கிராமத்து இளைஞனை அரசனாக்கி, மற்றும் மற்றவர்களை அதே போல் ஆயுதங்கள் மற்றும் யுத்தத்தில் பயிற்சி அளித்து, ஒரு படை மற்றும் தளபதியை உருவாக்கி, சாத்தியமில்லாததை நிஜமாக்கினார்.

ஈடுபாடுடைய நிர்வாகி

சாணக்கியர் ஒரு உயரிய சிந்தனையாளராக மட்டும் இருக்கவில்லை, ஆனால் தனது எண்ணங்களை மிகவும் வேகமாக, விரைந்து செயல்படுத்தினார். அவர் தெளிவான மற்றும் திறமையான பேச்சாளர் மட்டுமல்ல, மிகவும் மூர்க்கமான, வளையாத, பிடிவாதமானவர், அவர் ஒரு ஆசிரியர், குரு, மற்றும் மாநிலத்தின் பொறுப்புமிக்க மந்திரியுமாவார். அவர் புனிதமானவர், மாசற்றவர், அன்பானவர், ஒருமனதான மற்றும் உறுதியான நிர்வாகி. அவருக்குள் அபரிமிதமான அழிக்கும் சக்தி இருந்தாலும், அவர் தனது ஆக்கபூர்வமான சக்தியை தான் வெளிக்காட்டியிருகிறார். அவர் இயல்பறிவு மற்றும் உணர்ச்சிகளின் கலவையாவார். அவர் மற்றவர்களுக்கு மரியாதை கொடுத்ததை விட அதிகமாக பெற்றிருக்கிறார். அவர் மூர்க்கத்தனமானவர், ஆனால், பின்வாங்கமாட்டார். அவர் ஈடுபாடு மற்றும் நன்னடத்தையின் இலக்கு மற்றும் வினச்சொல்லாவார். அதனால் தான் நல்ல நிர்வகிக்கப்பட்ட ஒரு சக்திவாய்ந்த ஒரு இராஜ்ஜியத்தை முற்றிலுமாக அழித்து மற்றும் பல இராஜ்ஜியங்களை இணைத்து, பாரதம் முழுவதையும் ஒரு ஆட்சிக்கு கீழ் கொண்டு வந்தார். அவர் மிக விரைவாக பழிவாங்கி அழித்தாலும் கூட, சீர்திருத்தம் மற்றும் ஒழுங்குமுறையை இன்னும் விரைவாக செய்தார், ஏனென்றால், அவர் அழிப்பதற்கு முன்பே சீர்த்திருத்த பணியை செய்ய தொடங்கிவிடுவார். அவரது ஆழ்ந்த நம்பிக்கையின் உணர்வு, மற்றும் ஞான கண்ணால் அவர் கூறுவதும், விரும்புவதும் தான் நடக்கும் என்று அவருக்கு தெரியும். இப்படிப்பட்ட உறுதியான தீர்மானம் வேறு யாரிடமும் பார்க்க முடியாது.

சாணக்கியர் எதை செய்தாலும் மன உறுதியுடன் மற்றும் பண்பின் சக்தியுடன் செய்தார். அதனால் அவர் எப்போது பொறாமைப்பட வைக்கும் தன்மைகளை காட்டினார். அவர் எந்த பணியையும் பாதியில் விட்டதில்லை. அவர் எந்த பணியிலும் தோற்றதில்லை, ஏனென்றால், அவர் எந்த பணியையும் ஈடுபாடு மற்றும் நேர்மையுடன் செய்து முடித்தார், அதனால் அவை பூரணமாக இருந்தன.

இதற்கு சாணக்கியர் தக்சிலாவில் ஒரு குருவாக அல்லது ஆசிரியரக இருந்தது மட்டும் காரணமல்ல. சொல்லப்போனால், அவர் தனது பதவியை இராஜினாமா செய்துவிட்டு, கீழே தெற்கிலிருந்து, மேலே வடக்கு வரை எல்லா இராஜ்ஜியங்களுக்கும் மாறி, மாறி பயணம் செய்தார். அவர் நந்தர்கள் செய்த அட்டூழியங்களை கண்டு, அவர்களை இனத்துடன் அழிக்க சபதம் எடுத்தார். கடும் தவத்தால் கற்ற மனிதர்களுக்கு கூட சாத்தியமில்லாத வகையில், அவ்வளவு விரைவாக தன்னை மாற்றிக்கொண்டு இந்த முயற்சியில் வெற்றிப்பெற்றார். அவர் எல்லா விதத்திலும் வளம் பெற்று, ஒரு இராஜ்ஜியத்தை அழிக்க திட்டமிடும்போதே, மற்றொன்றை நிறுவதற்கான திட்டம் தீட்டினார்.

அநேகமாக நிறைவேறாத – ஒரு சபதம்

எந்த விதமான அழிவாலும் ஒரு சமூகம் நாசமாகும். ஆனால், சாணக்கியர் திட்டமிட்டு, முறையாக ஏற்படுத்திய மாற்றத்தால், நாச வேலை இல்லை. அதற்கு பதிலாக, இராஜ்ஜியம் மற்றும் நிர்வாகத்தில் மாற்றமும், அத்துடன் வளர்ச்சியும், முன்னேற்றமும் தான் இருந்தது. அவர் இதை செய்வதற்கு, எல்லா துறைகளிலும் எல்லா திசைகளிலும் மாற்றம் செய்த பின் மத்திய நிர்வாகத்தை கடைசியாக அடைந்தார். மூன்றாம் சாமம் முடிந்து, பகல் புலருவதற்கு முன் அவர் முழுமையான மாற்றத்தை ஏற்படுத்தி விடுவார். அவர் எவ்வளவு ஆழமாக மற்றும் விரைவாக இந்த மாற்றங்களை ஏற்படுத்தி அவற்றை எவ்வளவு நல்லெண்ணம் மற்றும் நிம்மதியான மாற்றமாக்கினார் என்பதை மதிப்பிடுவது கூட சிரமமாக இருக்கும். ஒரு முழுமையான நிர்வாக சீர்த்திருத்தின் பலன்! நல்லாசிகள் நிறைந்தது! நேர்த்தியானது! எடுத்துக்காட்டான மற்றும் புகழக்கூடியது! இந்த மாற்றம் முழுமையான ஈடுபாடு மற்றும் நேர்மையுடன் செய்யப்படது.

சாணக்கியர் இந்த மாற்றங்களை ஏற்படுத்திய போது அவருக்கு அந்த இடம் மற்றும் ஜனத்தொகையை பற்றி தெரியாது மற்றும் மக்களுக்கு அவரை பற்றி தெரியாத போது இதை செய்தார். தனியாக! தன்னந்தனியாக செய்தார்! ஒரு இடமோ அல்லது வீடோ கிடையாது! நண்பர்களோ அல்லது பகைவர்களோ கிடையாது! அவரிடம் பணம், படை பலம், போர் வீரர்கள், ஆயுதங்கள், அல்லது தளபதி எதுவும் கிடையாது. அவரிடம் மனத்தெம்பு மற்றும் சுயநினைவு, நன்னடத்தையின் பலம் மற்றும் அறிவாற்றல் இருந்தது. அவரது இப்படிப்பட்ட பண்புகளால் அவர் ஒரு கிராமத்து இளைஞனை அரசனாக்கி, மற்றும் மற்றவர்களை அதே போல் ஆயுதங்கள் மற்றும் யுத்தத்தில் பயிற்சி அளித்து, ஒரு படை மற்றும் தளபதியை உருவாக்கி, சாத்தியமில்லாததை நிஜமாக்கினார்.

முழுமையான அழிவு

சாணக்கியருக்கு, எதிரிகள் முழுமையாக அழிக்கப்பட வேண்டும் என்று கற்றுக்கொடுக்கப்பட்டிருந்ததால் அவரால் இதை செய்ய முடிந்தது. கால்வாசி படை மிஞ்சி இருந்தால் கூட,

அது காலப்போக்கில் பலமடைந்து, அவ களை பழிவாங்கி அழித்துவிடும்.

சாணக்கியரின் வாழ்க்கையில் நடந்த ஒரு முக்கியமான சம்பவம், அவர் எதிரிகளை கொஞ்சம் கூட பொறுத்துக் கொள்ளமாட்டார் என்பதற்கு ஒரு ஆதாரமாகும். அவர் எந்த கஷ்டத்திலும் நேர்மையான வழியை தான் விரும்பினார். நிம்மதி என்றால், பாதுகாப்பாக, எதிரிகள் இல்லாமல், மற்றும் தைரியமாக இருப்பது தான். அப்போது தான் ஒருவரால் ஆன்மீக புகழின் பாதைக்கு செல்ல முடியும். அவர் பாழடைந்து போன ஒரு வீட்டை தரைமட்டமாக இடித்து, முற்றிலும் புதிய கட்டிடத்தை எழுப்பி, அதை மின்னும் பொலிவுடன், பாரம்பரியத்தின் முன்னேற்றத்தில் புதுமை ஏற்படுத்தி, புதியதை உருவாக்கி, அதனால் இலாபமும் வளர்ச்சியும் காண விரும்பினார். ஒரு தெளிவான சம்பவம் அவரது ஆழ்ந்த ஏக்க மற்றும் உறுதியான தீர்மானத்தை பின்வரும் பத்தியில் விவரமாக வெளிப்படுத்தும்.

குஷ் என்ற செடியின் முட்கள் போன்ற வேர்கள் குத்தினால் மிகவும் வலிக்கும், மற்றும் அந்த வலி நீண்டகாலம் நிலைத்திருக்கும். ஆனால், அது மக்களால் சடங்கு, சம்பிரதாயங்களில் பயன்படுத்தப்படும். ஒரு முறை ஒரு குஷ் சுள்ளி சாணக்கியரின் காலில் சிக்கிக் கொண்டது. சாணக்கியரின் தந்தை சாணக்கின் காலில் இந்த சுள்ளி குத்தியதால், அவருக்கு மரணம் ஏற்படதாக சில புத்தகங்களில் கூறப்பட்டுள்ளது. சாணக்கியர் தனது தந்தையின் ஈமச்சடங்குகளை நிறைவேற்றினார், ஆனால் அவர் குஷ் வேரை மறக்கவுமில்லை, மன்னிக்கவுமில்லை.

காரணம் எதுவாயினும், சாணக்கியர் குஷ் வேரை அந்த இடத்திலிருந்து முற்றிலுமாக அழிக்க முடிவு செய்தார். அவர் தினமும் அந்த இடத்திற்கு ஒரு சொம்பு மோரை எடுத்துச் சென்று, செடியை வேருடன் பிடுங்கி, அந்த இடத்தில் மோரை ஊற்றுவார். அதனால் அந்த இடத்தில் ஒரு புதிய செடி துளிர்க்காது.

இந்த முறையை தான் சாணக்கியர் தனது சீற்றம் மற்றும் பழி.யுணர்வை எதிரிகளிடம் பயன்படுத்தினார்.

ஒரு இளைஞர் தினமும் மோருடன் சென்று, குஷ் செடியை பிடுங்கி அந்த இடத்தில் மோரை ஊற்றுவது மக்களுக்கு ஆச்சரியமாக இருந்தது. சிலருக்கு இது பிடிக்கவில்லை, சிலர் இதை எதிர்த்தனர். ஆனால், இவை சாணக்கியரிடம் எந்த மாற்றத்தையும் ஏற்படுத்தவில்லை. ஒரு நாள் சில கிராமப் பெரியவர்கள், மந்திரியுடன் அங்கு வந்தனர். சாணக்கியர் தனது அன்றாட கடமைகளில் ஈடுபட்டிருந்தார். அவரது கவனம் அலைபாயவில்லை. மந்திரி நிதானமாக, "நீ என்ன செய்கிறாய், ஏன்?" என்று நிதானமாக கேட்டார். அதற்கு சாணகியர் தெளிவாக, "மனிதர்கள் அல்லது மனித தன்மையை ஏதாவது எரிச்சலடையச் செய்தால் என்னால் தாங்கிக்கொள்ள முடியாது. அதனால், குத்தும் இந்த முட்களை நான் வேரோடு அழிக்கிறேன். யாராவது மனிதர்கள் அல்லது மனித தன்மைக்கு எதிராக செயல்பட்டால், அவர்ளையும் அழிப்பேன்" என்று பதிலளித்தார்.

அவரது காந்தியும், உறுதியும் மந்திரிக்கு பிடித்திருந்தது. அந்த மந்திரிக்கு அரசர் தனந்தரை பிடிக்காது, அதனால் அவரை அழிக்க திட்டமிட்டிருந்தார். அவரால் அதை செய்ய இயலாதலால், இவர் அந்த சிறந்த வேலையை செய்வார் என்று நினைத்தார். தனந்தருக்கும், சாணக்கியருக்கும் ஒருவரை ஒருவருக்கு பிடிக்காது என்று தெரிந்த மந்திரி, தனந்தர் அளித்த ஒரு விருந்திற்கு சாணக்கியரை அழைத்தார். அவருக்கு அங்கு நிச்சயமாக ஏதாவது நிகழும்,

அதனால், அது அரசரின் அழிவில் முடியும் என்று அவருக்கு தெரியும். சாணக்கியர், தனந்தரின் அரசவைக்குள் நுழைந்தார்.

சாணக்கியர் அவரது எண்ணங்களை தனக்குள்ளேயே மறைத்து வைப்பார் அல்லது வெளிப்படையாக கூறிவிடுவார். அவர் யாரையும் மன்னிக்க மாட்டார். அவர் வேலை முடிவதற்கு முன் வார்த்தைகள் வெளிப்பட்டால், அதனால் சிக்கல் ஏற்படலாம் என்பதற்காக பேசாமல் இருப்பார். அதரு அவர் கூறுவதாவது:

मनसा विचिन्तयेत् वचसा न प्रकाशयेत्।

விளக்கவுரை: ஒருவர் புகழின் உச்சியை எதிரிகல் இல்லாமல் அடைவது என்பது சாத்தியமில்லை. ஏனென்றால், எங்கும் வெறுப்பு அதிக அளவில் இருக்கும் போது, எதிரிகள் இருக்கும் இடத்தில் உச்சியை வெற்றிகரமாக அடைவதென்பது ஒருவருக்கு சாத்தியமில்லை. அதனால், கட்டாயமாக எதிரியை எதிர்கொண்டு சரியான நேரத்தில் அழித்து முன்னேற வேண்டும். ஒருவர் இதில் அதிக நேரம், உழைப்பு மற்றும் சக்தியை செலவிட வேண்டும்.

விளைவு: நிறுவப்பட்ட ஒரு எதிரி மேலும் வலுவடைவார். பிறகு அவர் அதிக பலம் மற்றும் வெறுப்புடன் தாக்குவார். அதனால், சந்தர்ப்பம் எழும்போது எதிரி வேருடன் சாய்க்கப்பட வேண்டும்.

ஒவ்வொரு இரவும் – வேலை மற்றும் வேலை மட்டுமே:

சாணக்கியர், தவறுக்கு தண்டனை மட்டுமே, மன்னிப்பு இல்லை என்று நம்பினார். தண்டனை கடினமாக அல்லது லேசானதாக இருக்கலாம். ஆனால், அவர் யாரையும் தப்பவிட்டதில்லை. சாணக்கியரை கண்டு அஞ்சுவதற்கு இது ஒரு காரணமாக இருந்தது. ஒருவர் ஒருமுறை தண்டனையிலிருந்து தப்பித்தால், அவர் மீண்டும் தவறு செய்வார், குற்றமிழைப்பார். தவறு செய்வதிலிருந்து தப்ப முடியாது என்னும் போது, தவறு செய்யாமல் இருக்கு முயற்சிப்பார்கள் மற்றும் ஒருவர் குற்றமிழைக்க சிந்திக்க கூட மாட்டார். அவரது சிஷ்யர்கள் எல்லோரும் இந்த பாடத்தை கற்றுக்கொண்டனர். அவரது ஆசிரமத்தை கடந்துச் செல்லும் கிராம மக்கள் ஒரு நாள் காலையில் ஒரு சம்பவத்தை கண்டனர்.

மீனவர், சலவைத்தொழிலாளர்கள் மற்றும் தோட்டக்காரர்கள், மீன் பிடிக்க, துணி துவைக்க மற்றும் பூ பறிக்க அதிகாலையில் வீட்டிலிருந்து கிளம்பியவர்கள், அந்த அபூர்வ காட்சியை கண்டு ஆச்சரியப்பட்டனர். அவர்கள் நிசப்தமாக மாந்தோப்பில் நின்றனர். அவர்கள் இந்த ஆசிரமத்தை பற்றி தான் அடிக்கடி கேட்டு மற்றும் விவாதிப்பார்கள். குரு சாணக்கியர் ஆற்றிலிருந்து இரண்டு குடங்களில் தண்ணீர் எடுத்து திரும்பிக்கொண்டிருந்தார். இது வழக்கமான முறை இல்லை. மரம் வெட்டுவது, தண்ணீர் நிரப்புவது மற்றும் சுத்தம் செய்வது சிஷ்யர்களின் வேலையாக இருந்தது. குரு இந்த பணிகளை செய்யமாட்டார். அதனால் தான் இந்த ஆச்சரியம். குரு ஏன் தண்ணீர் கொண்டு வருகிறார் என்பது தான் பதிலளிக்கப்படாத கேள்வியாக இருந்தது.

ஒரு அசாதாரண சம்பவம் நிகழ்ந்தபோது எல்லோரும் தாங்க முடியாமல் சிரித்தனர். குரு முதலில் இரண்டு குடங்களையும் கீழே வைத்தார். பிறகு, ஒன்றை எடுத்துக்கொண்டு அவரது சிஷ்யர்கள் தூங்கிக்கொண்டிருந்த இடத்திற்கு சென்று ஏதோ முணுமுணுத்தபடி அவர்கள்

மேல் தண்ணீரை கொட்டினார். சிஷ்யர்கள் விழுந்தடித்துக்கொண்டு எழுந்து வேட்டி, துண்டு அவிழ ஆற்றை நோக்கி ஓடினர். அங்கு சத்தமாக இருந்தது. குரு இன்னொரு குடத்தை எடுத்துக் கொண்டு சிஷ்யர்கள் படுத்திருந்த இடத்திற்கு சென்றார்.

கிராமத்தினர் விழுந்து, விழுந்து, சிரித்தனர் ஏனென்றால், அங்கு ஒரு சிஷ்யர்கூட இருக்கவில்லை. குரு முணுமுணுத்தபடி குடத்தை கீழே வைத்தார். கிராமத்தினருக்கு கோபம் மட்டும் தான் கேட்டது, வார்த்தைகள் புரியவில்லை.

விளக்கவுரை: வேடிக்கை முடிந்தவுடன், கிராமத்தினர் சிரித்தபடியே, குருவை புகழ்ந்தபடி, தங்கள் வேலை இடத்தை நோக்கி சென்றனர். ஆதாரங்கள் இல்லாதபோதும், உடலில் பலம் இல்லாவிட்டாலும், ஈடுபாட்டுடன் ஒருவர் அயராது உழைத்தால் நிச்சயமாக வெற்றிப் பெறலாம். ஈடுபாட்டுடன் செய்யும் வேலையின் வித்தியாசம் தெரியும். ஒரு மெல்லிய நூலை ஒரு கடினமான கல்லில் மீது உரசினால், அது கல்லின் மீது தனது அடையாளத்தை விடும்.

விளைவு: ஒருவர் அதிகாலையில் எழுந்து வேலை செய்து, இரவு நேரம் கழித்து படுக்க செல்வதால், ஒரு நாளின் நீளத்தை அதிகரிக்க முடியும். அவரால் இரவு பத்து மணியிலிருந்து காலை ஐந்து மணி வரை நன்றாக தூங்க முடியும். இரவு வெகு நேரம் கழித்து படுக்க சென்று, காலையில் வெகு நேரம் கழித்து விழிப்பவர்கள் மந்தமாக, சோம்பேறியாக இருப்பார்கள்.

நவீனமயமாக்கல் – வரப்பிரசாதமா அல்லது அழிவா

சாணக்கியர் எல்லோரது மனதிலும் மரியாதை மற்றும் பயத்தின் உணர்வை ஏற்படுத்தினார். ஏனென்றால், அவர் பேராசை அல்லது பொருளாசை கொள்ளவில்லை, அதோடு, அவர் தனது செயல்களுக்கு மறுபலன் எதிர்பார்க்கவில்லை. ஆதலால், அவர் அச்சமில்லாமல் இருந்தாலும், மக்கள் அவரை கண்டு அஞ்சினர். இதில் ஆச்சரியமானது என்னவென்றால், சாணக்கியர் எப்போதும் எல்லோருக்கும் அச்சமில்லாமல் இருக்க கற்றுக்கொடுத்தார். ஆனால், ஒருவர் நெறிமுறைகள் தவறாமல் இருந்தால்தான் அச்சமில்லாமல் இருக்க முடியும். பிறகு, அச்சமில்லாமல் வாழ வேண்டுமென்றால், நெறிமுறைகளை கடைப்பிடிக்க வேண்டும்.

தீயவர்கள் தங்களது மதிப்பு கெடுவதையும், ஆபத்தை பற்றியும் கவலை படுவதில்லை., नास्त्य मानभयं अनार्यस्य। திறமையும் கடும் உழைப்பும் உள்ளவர்கள் வேலை மற்றும் வல்லமையில் அச்சப்படுவதில்லை. न चेतनवतां वृत्ती-भयम्। தனது உணர்வுகளை கட்டுப்படுத்துபவர்கள் வீழ்ச்சியை கண்டு அச்சப்பட தேவையில்லை. न जीतेंद्रियानां विषय-भयम्। நேர்மையும் கடமை உணர்வும் உள்ளவர்கள் மனிதர் அல்லது மரணத்தை கண்டு அஞ்சுவதில்லை; எதற்கும் அச்சப்படுவதில்லை. न कृतार्थीनां मरणं-भयम्।

இப்படிப்படவர்கள் இருந்து, சமூகம் அச்சமில்லாமல் இருந்தால், எல்லோரும் அச்சமில்லாமல் வாழ முடியும். மற்றும் தீயவர்கள் தவறு செய்பவர்கள் வெட்கி, தலைகுனிந்து, மக்கள் தொகை நிறைந்த இடத்தில் குண்டு வீச மாட்டார்கள். அப்போது தான் கற்பழிப்பு, பெண்களை மானபங்கப்படுத்துவது, தொல்லைகள், திருட்டு, கொலை, விபத்துகள், மற்றும் அகால மரணங்கள் இருக்காது.

சாணக்கியர் ஏழைகள், இல்லாதார்கள் மற்றும் துக்கமானவர்களை தவிர வேறு யாருக்கும் இரக்கப்படவில்லை. எப்படி வேலை வாங்குவது என்பது அவருக்கு தெரியும்.

அவர் கட்டுப்பாடானவர். மற்றும் கட்டுப்பாடற்றவர்கள் அவரை கண்டு அஞ்சினர். ஆசிரியர் எப்போதும் கையில் பிரம்பு வைத்துக்கொண்டு அது தேவைப்படும் போது பிரயோகிப்பார் என்பது தெரிந்த விஷயம். பிரம்பால் அடிப்பது வலிக்கும் அதுவும் தண்டிக்கப்பட்டவருக்கு அது மிகவும் வலிக்கும் ஆனால், அது அவரை காயப்படுத்தாது.

நவீன காலத்தில் மாணவர்கள் எந்த காரண, காரியமும் இல்லாமல் தண்டிக்கப்படுகின்றனர். அதனால், ஆசிரியர்களின் மீது விசாரணையும் நடக்கின்றது. இந்த நிலை கடந்த 30 ஆண்டுகளில் அதிகரித்திருக்கிறது. அதற்கு முன் யாரும் இது போன்ற நாச வேலை பற்றி கேள்விப்பட்டது கூட இல்லை. இன்று நன்நடத்தை இல்லாமல், மற்றும் உறுதியாக பழக்கங்களில் பதிந்து, அதனால் எல்லோரையும் நன்நடத்தையற்றார்களாக மாற்றி, ஒருவர் மற்றவரை வெட்கமில்லை என்று சுட்டிக்காட்ட முடியவில்லை. இப்படிப்பட்டவர்களுக்கு சிறையில் கூட ஐந்து நட்சத்திர உபசரிப்பு கிடைக்கிறது. அதுவும் அவர்கள் தங்களது மனைவியை அதே சிறையில் இன்னொரு அறையில் கூட சந்திக்க முடிகிறது என்று தெரிகிறது. இப்படிப்பட்டவர்கள் சிறையிலும் எப்படி இழவான வாழ்க்கை வாழமால் இருப்பார்? இப்போதெல்லாம் யாரும் கைதாவதை பற்றி அஞ்சுவதில்லை. சாணக்கியர் ஒரு வாக்கியத்தில் கூறி இருப்பது; தீவிரவாதம் அல்லது தீவிரவாத பயம் உள்ள நாட்டில் யாரும் வாழக்கூடாது என்று கூறி இருக்கிறார். இன்று தீவிரவாதம் மலிந்துள்ளது. தீவிரவாதிகள் எல்லா இடத்திலும் இருக்கின்றனர். மக்கள் இந்த அச்சத்துடன் வாழும் நிலையில் உள்ளனர். பொது மக்களுக்கு பாதுகாப்பு இல்லை. ஆனாலும், A-Z வரை எல்லாவற்றிற்கும் பாதுகாப்பு உள்ளது.

முன்காலத்தில் அடுப்பில் நெருப்பு எரியும், ஆனால் இன்று அது குடிசைகளில் எரிகிறது. தீ மின்னல் போல் பரவுகிறது, பாதுகாப்பு முறைகள் இருந்தபோதும் ஆயிரக்கணக்கானவர்கள் இதில் மடிந்து போகின்றனர் மற்றும் கோடிக்கணக்கானவர்கள் உடைமைகளை இழக்கின்றனர். முன்பு டில்லி சாலை விபத்துகளில் இரண்டு பேர்கள் கொல்லப்படுவார்கள், ஆனால், இன்று ஐந்து பேர்கள் கொல்லப்படுகின்றனர்! இன்று எந்த இடத்திலும் பாதுகாப்பு இல்லை மற்றும் எந்த இடத்திலும் ஊழல் இல்லாமல் இல்லை. குற்றம்சாட்டுபவர்களை தவிர, எல்லோரும் ஊழல் செய்கின்றனர் அதுவும் பணத்தாசையால் கேவலமான குற்றம் கூட செய்ய தயாராக இருக்கின்றனர். சுதந்திரத்திற்கு பிறகு நாம் நிறைய முன்னேறி இருக்கின்றோம்! அது, சுதந்திரத்தின் போது கடன் இல்லாமல் இருந்த நாடும், மக்களும் இப்போது கடனில் மூழ்கிக்கிடகின்றனர். தேசிய கடன் நூறு கோடி மக்களிடையே பிரிக்கப்பட்டால் ஒவ்வொருவரும் முப்பத்தி மூன்றாயிரம் கொடுக்க வேண்டியிருக்கும். அது பத்து பூஜ்ஜியங்களை கடக்கும். நாம் கோடிக்கு பிறகு கணக்கிடுவதை மறந்துவிட்டதால், எல்லாம் கோடியில் தான் கூறப்பட வேண்டும்.

அதிலும், வல்லரசு நாடாக கருதப்படும் அமெரிக்கா, ஆண்டுதோறும் நூற்றி தொண்ணூற்றி இரண்டு பில்லியன் டாலர்கள் வட்டியாக கட்டுகிறது. வாவ்! எப்படிப்பட்ட முன்னேற்றம்!

இன்று கல்வித்துறை அல்லது மற்ற துறைகளை பற்றி விவரிப்பது உபயோகமற்றதாகிவிட்டது. சுதந்திரத்தின் போதும் அதற்கு பிறகும் சிந்தித்து கூட பார்க்காத அராஜகம் அங்கு நிலவுவதால் அது நேரம் மற்றும் முயற்சியை வீணாக்குவதாகும்.

ஒருபுறம் மாணவர்களின் மதிப்பெண்கள், பல்வேறு தேர்வுகளின் மதிப்பெண்களை கூட்டுவதால் அதிகரித்து, சீராக இருக்கிறது, ஆனால், மறுபக்கம், ஆண்டுதோறும் பத்தாயிரம் முதல் நாற்பதாயிரம் வரை மாணவர்கள் தேர்வில் தோற்கின்றனர். தேர்விற்கு முன் வினாத்தாள்கள் வெளியாகாத தேர்வுகளே குறைவாக உள்ளன. வேட்புமனு தாக்கல் செய்யும் நிலையானது, நியமிக்கப்பட்டவர் தேவையான சம்பளத்தை தவிர, லட்சக்கணக்கில் மற்றும் கோடிக்கணக்கில் நன்கொடை அளிக்க வேண்டியுள்ளது. பெரும்பாலான பல்கலைக்கழகங்கள் கற்றுக்கொள்ளும் மையமாக இருப்பதற்கு பதிலாக தேர்வு மையமாக இருக்கின்றன. அவர்கள் செய்வதெல்லாம், மனுத்தாக்கல் செய்வது, தேர்வு படிவங்களை நிரப்புவது, தேர்வுத்தாள்கள் மற்றும் பட்டப்படிப்பு நுழைவு தாள்களை வினியோகிப்பது தான். நம் எல்லோருக்கும் இந்த கேடை பற்றி தெரிந்திருக்கும் போது இதை பற்றி விவரிப்பதின் அவசியம் என்ன?

இவற்றில் எல்லாம் ஆர்வம் இல்லாதவர்கள் தான் வளர்ச்சி ஏற்படுத்த வேண்டும். மற்றவர்களுக்கு எந்த விதத்திலாவது பணம் தான் தேவை. யாரிடமாவது வாழ்க்கையில் சிறந்தது என்ன என்று கேட்டால், ஒருவர், "செல்வம்" மற்றவர், "வீடு", அடுத்தவர் "மனைவியை நேசிப்பது" மற்றும் அடுத்தவர் "கார்" என்பார்கள். யாருக்கும் பொதுவான, ஆனால், உண்மையான பதில் தெரியாது. யாரும் வாழ்வில் சிறந்தது உயிர் தான் என்று சிந்திப்பதில்லை. இந்த உடலை விட்டு மூச்சு வெளியேறிய பின், நமது உற்றார், உறவினர்– தந்தை, மகன், சகோதரன் தீயில் எரித்து அல்லது பூமிக்கு அடியில் புதைத்து விடுகின்றனர். இந்த நேரத்தில் செல்வம், வீடு, மனைவி, கார் அல்லது ஆடம்பர பொருட்கள் நமக்கு எப்படி உதவும்? எப்படி வாழ்வும், உயிர் உருவாவதும் நிச்சயமோ, அதே போல் முதுமையும், மரணமும் நிச்சயம். அதை தள்ளிப்போட முடியாது. இருந்த போதிலும், எல்லோரும் மரணமின்மையும், என்றும் இளமையாக இருப்பதும், மற்றும் சுகபோகங்களை அனுபவிப்பதிலும் மூழ்கியிருக்கின்றனர். அவர்கள் சுலபமாக தவறான வழியில் சம்பாதிப்பவர்களின் பிடியில் சிக்குகின்றனர். உண்மையில், நாம் நம்மை ஏமாற்றிக்கொள்கிறோம். இது தெரிந்திருந்தும் யாரும் அதை ஏற்றுக்கொள்ள தயாராக இல்லை. அவர்கள் முக்கி, முனகி மற்றும் சிரமப்பட்டுக் கொண்டு இருக்கின்றனர். மக்கள் தங்களையும், மற்றவர்களையும் கொல்கின்றனர். ஆனால், சந்தோஷமான, நிம்மதியான, வசதியான, நோயற்ற, மகிழ்ச்சியான வாழ்க்கையை வாழும் தகுதி யாருக்கும் இல்லை.

சாணக்கியர் – அறிவாற்றலின் பொக்கிஷ களஞ்சியம்

சாணக்கியரிடம் செல்வம், ஆயுதம், படையின் பலம் இருக்கவில்லை. அவரிடம் அறிவாற்றலின் பலம் தான் இருந்தது. அறிவாற்றல் உள்ளவர்களால் மட்டும் தான் விவேகத்தின் சக்தியை அறிந்து அதை உறுதியாக வெளிப்படுத்த முடியும். बुद्धी: यस्य बलं तस्य; निर्बुद्धेस्तु कुतो बलम्। அறிவாளிகளுக்கு பலம் இருக்கும். முட்டாள்களுக்கு பலம் ஏது? இப்படிப்பட்டவர்கள் தான் நிர்வாகம் மற்றும் நிர்வாகிகளுக்கு குருவாகி, நல்ல சூழ்நிலைகளை அளித்து மற்றும் அந்த அற்புதமான சூழ்நிலை என்றும் நிலைத்திருக்க செய்ய முடியும். ஒரு ஆட்சியாளர் தனது குருவின் ஆலோசனையை எடுத்துக் கொண்டால்தான் அதை அடைய முடியும்.

நந்தாவின் அரசவையில் நடந்த ஒரு சிறிய நிகழ்வு தான் சாணக்கியர் இந்தியாவின் வரலாற்றை மாற்றி மற்றும் அது காலம், காலமாக மக்களின் எண்ணங்களை மாற்றி, புரட்சிகரமாக சிந்திப்பதற்கு காரணமாக விளங்குகிறது.

சபதம்

சாணக்கியரின் சம்பவங்கள் தொடர்பாக பல்வேறு பதிப்புகள் இருக்கின்றன. விவரிப்பவர்கள், அவரது தத்துவமும், போதனைகளும் முன்பிருந்தது போல இன்றும் பயனுள்ளதாக இடையிடையே சம்பவங்கள் மற்றும் அவர்களது கற்பனைகளை விவரிக்கும் போது அளித்துள்ளனர். சாணக்கியர் அவரது சபதத்தை எப்போது, எப்படி எடுத்துக்கொண்டார் என்பதற்கு பல்வேறு பதிப்புகள் உள்ளன. மந்திரியின் விருப்பத்தாலோ அல்லது அவராகவோ, சாணக்கியர் மகத நாட்டு அரசர் நந்தனின் அரசவைக்கு சென்றார். பெரும்பாலும், பொதுவாக விவரிக்கப்படும் சம்பவமாக, அவர் அரசர் நந்தன் அளித்த விருந்திற்கு, மந்திரியின் அழைப்பை மதித்து சென்றார் என்பது தான்.

அந்த நாள் சோகமாக இருண்டு, அல்லது பிரகாசமாகவும் அழகாகவும் இருந்ததா என்று கூறுவது சிரமமானது. ஒருவேளை, அரசர் மற்றும் அவரது இனத்திற்கு அது சோகமான, இருண்ட நாளாகவும், மனித இனத்திற்கு பிரகாசமான, அழகிய நாளாகவும் இருந்திருக்கலாம்.

அழைக்கப்பட்ட பிராமணர்களின் மத்தியில் அமர்ந்திருந்த சாணக்கியரை கண்ட அரசர் நந்தா, "இவர் பிராமணரா? இவர் பிராமண்ராக இருந்தால் கருப்பாக இருக்க முடியாது, கருப்பாக இருப்பதால் பிராமணராக இருக்க முடியாது" என்று சிரித்துக்கொண்டே கூறினார்.

சாணக்கியருக்கு இந்த இகழ்ச்சி பிடிக்கவில்லை. அதை அவர் எதிர்த்தார் ஆனால், யாரும் அதை கண்டுக்கொள்ளவில்லை. மந்திரிக்கு தான் கற்பனை செய்தது போல்வே எல்லாம் நடந்துக்கொண்ருப்பது பற்றி திருப்தியாக இருந்தது. அவர் அரசரின் பக்கம் பேசியது சாணக்கியருக்கு கடும் கோபத்தை ஏற்படுத்தியது. அங்கு குழப்பமான சூழ்நிலை உருவாகியது. பலருக்கு ஒரு பிராமணரை அவமதித்தது பிடிக்காத போதும், அவர்கள் பேசாமல் இருந்தனர். ஆனால், சாணக்கியர் பேசாமல் இருக்கவில்லை. அரசர் அகம்பாவம் பிடித்தவர். ஆனால், இவர் ஏன் அரசரின் அகம்பாவத்தை ஏற்றுக்கொள்ள வேண்டும்? அவர் பிராமணரை ஏளனம் செய்துக்கொண்டிருந்தார். அந்த பிராமணரின் துணிச்சல் கட்டுப்பாடுகளை தகர்த்து வெளிப்பட ஆர்வமாக இருந்தது.

பிறகு தனநந்தர் கோபப்பட்டு, சாணக்கியரை அரசவையிலிருந்து வெளியேற்றும்படி உத்தரவிட்டார். இது சாணக்கியரை பொறுமையிழந்து, கடும் கோபத்திற்கு ஆளாக்கியது. அவர் அரசர் மற்றும் அரசவையினை சரமாரி சபித்தார். யாராலும் இருவரையும் தடுக்க முடியவில்லை. தனநந்தரின் ஏசல்கள் சாணக்கியரின் சீற்றத்தை உச்சிக்கு ஏற்றியது. வீரர்கள் அவரை பிடித்தனர், அது அவருக்கு இன்னும் அவமானமாக இருந்தது. அவர்களிடமிருந்து விடுபட்டு, அவர் தனது கூந்தலை அவிழ்த்துவிட்டு, உரக்க கர்ஜித்தார். “தனாநந்தரே, நான், உன்னை தவறான பாதியிலிருந்து மீட்டு, நல்ல பாதையை காட்டி, மது, மாதுவிலிருந்து மீட்பதற்காக வந்தேன். அது நடக்கவில்லை. நீ தருமத்தின் குரலை கேட்க வில்லை. நீ என்னை அவமதித்துவிட்டாய். நான் உன்னையும், உன் இனத்தையும் அழிப்பேன் என்று இந்த அவையில் எல்லோர் முன்னிலையிலும் சபதம் எடுத்துக்கொள்கிறேன். உன்னை முழுமையாக அழிக்கும் வரை நான் ஓயமாட்டேன். உன்னை முழுமையாக அழிக்கும் வரை என் கூந்தலை முடிய மாட்டேன்". என்றார்.

இதை கூறிவிட்டு சாணக்கியர் சீற்றம் பொங்க அவையிலிருந்து வெளியேறினார். மற்றவர்கள் அதிர்ந்துபோய் மௌனமாக நின்றனர்.

சாணக்கியர் காலப்போக்கில் தனது சபதத்தை நிறைவேற்றினார்.

விரிவுரை: நாம் எந்த சபதமோ, சத்திய பிரமாணமோ எடுத்துக்கொள்ளக்கூடாது. அப்படி எடுத்துக் கொண்டால், அதை எப்பாடு பட்டாவது நிறைவேற்ற வேண்டும். நாம் சத்திய பிரமாணத்தை நிறைவேற்றுவதற்கு முழுமையான அறிவாற்றல் மற்றும் சக்தியை பயன்படுத்த வேண்டும். அப்போது தான் நாம் மதிப்பதற்கு தகுதியானவர்களாவோம். நாம் அதை நிறைவேற்ற தவறினால், கேலிக்குள்ளாவோம். இந்த வெற்றி தன்னம்பிக்கை மலர்வதற்கும், எல்லையில்லா சந்தோஷம் அளிப்பதற்கும் உதவும்.

விளைவு: நாம் உள்ளிருந்து முன்னேறுகிறோம். நமது உறுப்புகள் உள்ளிருந்து வளர்கின்றன. அறிவாற்றல் உள்ளிருந்து அதிகரிக்கின்றது மற்றும் சிந்தனைகள் அங்கு உருவாகின்றன. தன்னை அறிவது என்பது தூய்மையானது மற்றும் முழுமையான சக்தியாகும். நாம் சக்திமிக்கவரானால் தான் முழுமையான வெற்றி உடனடியாக கிடைக்கும்.

இதை செய்யும் போது சாணக்கியர் மலை போல் உயர்ந்தார், அதை அளக்க முடியவில்லை. கடல் போல் ஆழமானார் அள்ள முடியவில்லை, புயல் போல் நகர்ந்தார், நிறுத்த முடியவில்லை. ஒரு சிறந்த மனிதரானார், அவரை வீழ்த்த இயலவில்லை. சாணக்கியர் ஷால்ய மரத்தை போல் பசியுடன், குகையை போல் பாதுகாப்பாக, பாதையை ஒளிமயமாக்கி பாதுகாக்கும் ஒளிக்கதிர்கள் போல் இருந்தார்.

சாணக்கியர் என்றால் அச்சம் மற்றும் போற்றுவது இரண்டு. ஏனென்றால், அவர் மட்டும் தான் கற்றறிந்த அமைதியான கொப்பளிக்கும் ஓடை, மற்றும் பொங்கும் எரிமலையாக இருந்தார். நாம் அவரது போதனைகளை பின்பற்றினால், சிறந்த பயன் பெறலாம்.

தனிப்பட்ட செலவு மற்றும் அரசாங்க செலவு

சாணக்கியரின் வரலாற்று உயரம் மற்றும் ஆழம், அவரது புகழ், செயல்கள் மற்றும் நடத்தையை பற்றி வர்ணிப்பதற்கு ஒரே ஒரு சம்பவம் போதும். அவரது தூய்மை மற்றும் பிரிவு அவரது பெருமை மற்றும் ஆற்றலை பற்றி தெளிவாக வெளிச்சத்திற்கு கொண்டு வர ஒரே ஒரு சம்பவம் போதும்.

ஒரு முறை அவர் ஒரு அன்னியரை தன் வீட்டிற்குள் அழைத்து விட்டு, ஒரு விளக்கை அணைத்துவிட்டு இன்னொரு விளக்கை ஏற்றினார். இந்த சம்பவம் மெகஸ்தீனிஸ்ஸின் அவரது இந்திய பயணத்தை பற்றி விவரிக்கும் இதழில் விவரித்துள்ளார். மெகஸ்தீனிஸூம் இந்த சம்பவத்தின் ஒரு பகுதி. மெகஸ்தீனிஸ் இந்தியா வந்திருந்தபோது அவர் சாணக்கியரை பற்றி நிறைய கேள்விப்பட்டிருந்தார். அவர் இந்த பக்திமானை சந்திக்க விரும்பினார். சாணக்கியரை சந்திப்பது சிரமமாக இருக்கவில்லை. அவர் கோரிக்கை செய்தார், அனுமதி கிடைத்தது. மெகஸ்தீனிஸ் சாணக்கியரின் வீட்டிற்கு வழிக் காட்டப்பட்டார்.

மெகஸ்தீனிஸ் வீட்டினுள் நுழைந்த போது அந்தி சாய்ந்திருந்தது, இருட்டு வீட்டை சுற்றி கவ்விக்கொண்டிருந்தது. சாணக்கியர் பாயில் அமர்ந்து விளக்கு வெளிச்சத்தில் ஏதோ

எழுதிக்கொண்டிருந்தார். அவர் நிமிர்ந்து அவரை வரவேற்று மற்றும் அவரது வருகையின் நோக்கத்தை பற்றி கேட்டார். அந்த அன்னியர் சாணக்கியரை சந்தித்து, அவரை பற்றி இன்னும் தெரிந்துக் கொண்டு அவரிடம் சில சொந்த விவரங்களை பற்றி பேச வந்திருப்பதாக கூறினார்.

சாணக்கியர் அவரை இருக்கும் படி கூறிவிட்டு தான் பயன்படுத்திக் கொண்டிருந்த விளக்கை அணைத்துவிட்டு இன்னொரு விளக்கை ஏற்றினார். அவர் அந்த அன்னியரை உட்காரும்படி கூறினார். மெகஸ்தீனிஸும் அந்த பாயில் அமர்ந்து விளக்கை அணைப்பதும், ஏற்றுவதையும் ஆர்வத்துடன் பார்த்துக் கொண்டிருந்தார். குருவிற்கு மெகஸ்தீனிஸ்ஸின் சிந்தனை புரிந்தது. எனினும், விருந்தாளி இரண்டு விளக்கும் ஒரே மாதிரி வெளிச்சம் அளிக்கும் போது விளக்கை மாற்றியதை பற்றி கேட்டார்.

சாணக்கியர் பதில் அளித்தது, "விளக்கை அணைப்பதற்கு முன், உங்கள் வருகையின் நோக்கத்தை பற்றி கேட்டு நீங்கள் சொந்த விஷயமாக என்னை சந்திக்க வந்திருப்பதை தெரிந்துக் கொண்டேன். ஆதலால், என் சம்பாதியத்தில் வாங்கிய எண்ணை உள்ள விளக்கை ஏற்றினேன், அணைத்த விளக்கில் இருக்கும் எண்ணை அரசாங்க கருவூல செலவில் வாங்கியது. அரசாங்க கருவூலத்திலிருந்து வாங்கியதை என் சொந்த விஷயத்திற்கு பயன்படுத்த முடியாது" என்றார்.

அந்த அன்னியருக்கு எப்படி பிரதிபலிப்பது, பதிலளிப்பது என்று புரியவில்லை. சாணக்கியர் மௌரிய அரசின் மூளை என்பது அவருக்கு தெரியும். எந்த கர்வமுள்ள மனிதரும் அவரது இந்த சிறந்த செயலை இகழ்ந்திருக்கலாம். ஆனால், மெகஸ்தீனிஸ் வணங்கி, அது தான் உங்களுடைய சிறப்பு என்று மெல்ல கூறினார்.

விளக்கம்: வேறு ஒரு வேலையின் நோக்கத்திற்காக எடுத்து வைக்கப்பட்ட பணத்தை பயன்படுத்துவது ஆபத்தானது. அது உள்ளுணர்வு உறவுமுறை மற்றும் செய்யும் வேலையை பாதிக்கும். மற்றும் இருக்கும் வேலையை செய்து முடிப்பது சந்தேகமாகிவிடும். ஒரு திட்டம் முடிக்கப்படாமல் இருந்தால், இன்னொரு திட்டமும் முடிக்கப்படாமல் இருந்துவிடும். ஒரே கஜானாவிலிருந்து நிதியை மாற்றாமல், வெவ்வேறு திட்டங்களுக்கு வெவ்வேறு கஜானாக்கள் உருவாக்கப்பட வேண்டும். அப்போது இரண்டு வேலையும் முடியும்.

விளைவு: நாம் வளம், அறிவாற்றல் மற்றும் முயற்சியை யூகித்து இணைத்தால், நாம் விரும்பிய பலனை பெற்று அதனால் சமூகம் நன்மையடையும். மனிதன், சமூகம் இரண்டிற்கும் சமமற்ற இணைப்பு ஆபத்தானதாகும்.

சொத்தை விற்பது-வளம்-வர்த்தகம்

இக்காலத்தில், பொதுவாக நிலம், கட்டிடம் மற்றும் ஸ்திர சொத்து விற்பது இலாபகரமாக இருக்கிறது. பிரபலமான வர்த்தகர்கள் மற்றும் வர்த்தக நிறுவனங்கள் இந்த தொழிலில் இறங்கியுள்ளனர். இதிலிருந்து மனிதனும், பணமும் ஆழ்ந்து இணைந்திருப்பது தெளிவாகிறது. முப்பது வருடங்களுக்கு முன் நூறு ரூபாய்க்கு கிடைத்த நிலம், இன்று ஒரு லட்சத்திற்கு மேல் ஆகிவிட்டது. தங்கத்தின் விலையேற்றம் இது போல் இருந்ததில்லை மற்றும் அதே ஒப்பீட்டில் உணவின் விலையேற்றம் அவ்வளவாக இல்லை. ஒரு ரூபாய் இருந்த கோதுமை பத்து ரூபாயாக இருக்கிறது.

சாணக்கியர் விற்பனை, ஏலம், நில எல்லை வரையறை, அல்லது வரி கட்டாமல் ஏமாற்றுபவர்களுக்கு தண்டனை விதித்தார்.

ஒரு ஏலத்தின் போது, ஏலம் விடுபவர், சுத்தியலால் மூன்று முறை தட்டி, ஒருமுறை, இரண்டு முறை, மூன்று முறை என்று சொன்ன பிறகு தான் பொருள் விற்றதாக கருதப்படும். ஏலம் விடுவது ஐரோப்பாவிலிருந்து நமது நாட்டிற்கு வந்ததாக சில தவறாக நினைத்துக்கொண்டிருகின்றனர். ஆனால், அடு அப்படி இல்லை. அது சாணக்கியரின் காலத்திலிருந்து இருக்கிறது. அது அர்த்தசாஸ்திரத்தில் 3:65:9 குறிப்பிடப்பட்டுள்ளது. त्रिः आघोषितं व्याहतं क्रेता क्रेतुम लाभेत्।

ஒருவர் வயல் அல்லது நிலத்தை விற்க வேண்டுமென்றால், அவரது அக்கம் பக்கம், கிராம தலைவர், அரசு தூதுவனிடம் தெரிவிப்பது வழக்கமாக இருந்தது. அவர்கள் மறுத்தால் தான் மற்றவர்களுக்கு கூறலாம்.

ஞாதி சாமந்த் தானிக்கா. க்ரமேனா பூமி பரிக்ரஹானா க்ரேதும்பியா பாகேயா ததோ அன்யே ப்ராயே

ஆனால், இப்போது இந்த் நிலை எவ்வளவோ மாறிவிட்டது. மக்கள் தங்களது சொத்தை விற்பது, வாங்குவதை கள்ளத்தனமாக செய்கின்றனர். ஆனால், இன்றும் பல விதிமுறைகள் இருக்கின்றன. ஆனால், யாரும் அதை பின்பற்றுவதில்லை. ஒருவர் கிணறு வெட்டினால், கிணற்றை ஆழமாக்கினால், அல்லது கிணற்றை சுத்தம் செய்தால், அவருடன் யாரும் ஐந்து, நான்கு, மூன்று வருடங்களுக்கு எந்த வர்த்தகமும் செய்யக் கூடாது என்பது சாணக்கியரின் கட்டளை.

தடக் சாந்துபந்தானம் நவ பரவர்த்தனே-பஞ்சம் வர்ஷிகாஹா பரிஹாரா!

சாணக்கியரிடம் தெருக்கள், கிராமம், நிலம், சமூக சேவை, கடன் மற்றும் வரி மற்றும் வாழ்க்கை தரத்திற்கு சிறந்த திட்டங்கள் இருந்தன. அவர் தெளிவாக வரி விகிதத்தை அளித்திருந்தார். புது மக்கள் 1.25 சதவிகிதம், வர்த்தகர்கள் 5 சதவிகிதம், காட்டில் வசித்து வர்த்தகம் செய்பவர்கள் 10 சதவிகிதம், மற்றும் கடல்வழி வர்த்தகம் செய்பவர்கள் 20 சதவிகிதம் செலுத்த வேண்டும்.

सपाद पणा धर्म्या मासवृध्दी-पण शतस्य। पंचपणा व्यावहारिकी।
दश-पणा कान्तारगाणाम्। विंशति पणा समुद्राणाम्।

❖❖❖

2

வாழ்க்கை,சிந்தனைகள், பகுத்தறிவு

சாணக்கியர் ஒரு ஆன்மீக மற்றும் நவீன சிந்தனையாளர், சிந்திக்கின்ற, ஆற்றல் மிகுந்த மற்றும் மிகவும் கடுமையாக உழைக்கும், ஆயினும், பற்றற்ற மந்திரி, அவர் ஒரு புரட்சியாளர், ஒரு பணியை முடிப்பது அல்லது முடிக்க வைக்கும் இயக்குனர், கட்டுப்பாடான பொருளாளர், திறமையான ஆலோசகர், தகவல்கள் இரகசியமாக பரவுவதையும், சேகரிப்பதையும் கட்டுப்படுத்தக்கூடியவர்,ஒரு அனுபவமிக்க செல்வாக்குள்ள அரசியல் அறிஞர். அவர் தானே ஒரு முழுமையான நிர்வாகமாக இருந்தார். அவர் எல்லா துறைகளிலும் இணையற்றவராக இருந்தார். மற்றும் பல நூற்றாண்டுகளாக அவருக்கு எதிராக அல்லது தகுதிக்கு இணையாக எவரும் பிறக்கவில்லை. அவரது மனத்திடமும், சாதனைகளும் இன்றளவும் சிறந்த ஊக்குவிப்பாக இருக்கிறது.

சாணக்கியர் தான் முதல் வெற்றிகரமான நிர்வாகி, அவர் கடந்தகால அரசியல் அறிஞர்களிடமிருந்து அரசியலையும், கடந்தகால வேதாந்தத்திகளிடமிருந்து வேதாந்தத்தையும் கிரகித்து, நிர்வாகத்தை நேர்படுத்தி, அதில் திருப்புமுனை ஏற்படுத்தி, இருக்கும் செயல்பாட்டில் மிகவும் சிறப்பான வளர்ச்சி ஏற்படுத்தியதால் தோல்வி என்ற பேச்சுக்கு இடமில்லை, ஏனென்றால், அதில் ஒவ்வொரு முன்னேற்றம், வீழ்ச்சி, சரிவு, படிப்படியான வளர்ச்சி, மேம்பாடு மற்றும் வளர்ச்சி, மற்றும் நாட்டை சரியாகவும், நேர்த்தியாகவும் நிர்வகிக்கும் கருத்துகளை பயன்படுத்துவது எப்படி என்ற விவரமான விளக்கம் இருக்கிறது. ஆதலால், அவர் எல்லோருக்கும், எல்லா காலத்துக்கும் பொருந்தினார்.

ஆதலால், அவர் சிறந்த மற்றும் உறுதியான சிந்தனையாளர், மந்திரி, எழுத்தாளர், மற்றும் இயக்குனர் ஆனார். அவர் தனது சக்திவாய்ந்த மந்திரி பதவியை துறந்து அதை அவரது விரோதிக்கு பரிசளித்தது தான் அவரது மிகச் சிறந்த சாதனையாகும். அதுவும் அவர் பெயர் மற்றும் புகழின் உச்சியில், எல்லோராலும் மதிக்கப்படும் நேரத்தில். அவர் நாடு முழுவதையும் ஒரு அரசாங்கத்தின் கீழ் பிணைத்து, அதை ஒரு உறுதியான மற்றும் சக்திவாய்ந்த நாடாக ஆக்கிய போது. யாராலும் புகழின் சலுகையை அனுபவிப்பதற்கு முன்பே துறப்பதை கற்பனை கூட செய்ய இயலாது. மக்கள் அடுத்தவரின் இடத்தை பறித்து அதை அனுபவிப்பதில் குறியாக இருக்கும் போது, இது நடப்பது இயலாதது. இதை போன்ற விரோதம் எல்லா நாடுகளிலும் கொலை, வெடிகுண்டு மற்றும் இரத்தக் கிளரியாக நடந்துக்கொண்டிருக்கிறது.

நிர்வாகியை தேடுதல்

சாணக்கியர் தான் ஒரு போர் வீரர் அல்ல, எந்த யுத்தத்திலும் போரிட முடியாது, புத்தகத்தை பிடிக்க முடியும், வாளை அல்ல என்பதை அறிவார். அவரால் பல திட்டங்களை உருவாக்க முடியும், தலையை எடுக்க முடியாது. ஆனால், அவர் நந்த இனத்தை அழிக்க சபதமெடுத்திருந்தார். அவர் நந்த இனத்தை அழிக்க தனக்கு ஆதரவாக இருந்து, வெற்றிப்பெற்ற பின் திறமையான அரசராக நாட்டை ஆற்றலுடன் ஆட்சி செய்ய ஒரு மாவீரனை தேடினார். ஏனென்றால், சாணக்கியரால் பின்னாலிருந்து வழிநடத்த முடியும், ஆனால், ஒரு படையை முன் நின்று தலைமை வகிக்க முடியாது.

அவருக்கு தைரியமான ஆயினும் பணிவுள்ள, கட்டுப்பாடுள்ள சீடர், திறமைசாலி, உறுதியான நல்ல நோக்கமுள்ள, மக்களின் மனதில் என்றென்றும் நிற்கும்படியான ஒரு மாவீரன் தேவைப்பட்டான். இப்படிப்பட்ட ஒருவர் தான் சாணக்கியரின் சபதத்தை நிறைவேற்றி, அவரது திட்டத்தை பயனுள்ளதாக்கி, அவரது சபதத்தினை அறிந்து, அவரது திட்டங்களை செயல்படுத்த உதவி செய்து, அவரது எண்ணங்களை அறிந்து உச்சிக்கு உயர முடியும். சாணக்கியர் இப்படிப்பட்ட ஒருவரை தேடிக்கொண்டிருந்தார். அதிர்ஷ்டம் அவர் பக்கம் இருந்தது.

ஒரு நாள் சாணக்கியர், இன்றைய பீகாரில் பிப்பாரா எனப்படும், என்றும் பசுமையும், வளமும் நிறைந்த, பீகார் பகுதியில் உள்ள சம்பாரனில் உள்ள பிப்பிலிக்காரனில் கங்கை நதிக்கரையில் நடந்துக்கொண்டிருந்தார். அவர் கால்நடைகள் மேய்வதையும், மேய்பவரையும் பார்த்தார். அவரது பார்வை ஒரு உயரமான, ஆஜானுபாகுவான இளைஞனின் மீது நிலைத்தது. அந்த இளைஞன் ஒரு உயரமான பாறையின் மீது நிமிர்ந்து அமர்ந்திருந்தான். அவன் ஒருபுறம், கால்நடைகளை கவனித்துக்கொண்டு, மற்றொரு புறம் இளைஞர்களுக்கு கட்டளையிட்டுக் கொண்டிருந்தார்.

அவன் ஒரு அரசனை போல் நடித்துக்கொண்டிருந்தான். சாணக்கியர் அதை பார்த்து ரசித்துக்கொண்டு இருந்தார். அந்த இளைஞன் அந்த பாறை ஒரு சிம்மாசனம் போல் அமர்ந்திருந்தான். அவன் இளைஞர்களை போர்வீரர்கள் அல்லது தூதுவர்களை போல் இங்கும், அங்கும் அனுப்பிக் கொண்டிருந்தான். அவன் சாணக்கியரை கண்டதும் அவரை தன் அருகில் வருமாறு சைகை செய்தான். சாணக்கியர் அவனை நெருங்கியதும் அவன் அவரிடம், “மதிப்பிற்குரிய, பிராமணரே, உங்களுக்கு என்ன வேண்டும்?” என்றான்.

ஒரு கற்றறிந்த பிராமணரை எப்படி மதிக்க வேண்டும் என்று அந்த இளைஞன் அறிந்திருந்தான். சாணக்கியர் மிகவும் நிதானமாக,”என் சீடர்களுக்கு பால் தேவை அதற்காக எனக்கு பசுக்கள் தேவை” என்றார்.

அந்த இளைஞன் தானத்தின் முக்கியத்துவத்தை அறிந்திருந்தான். அவன் தயக்கமில்லாமல், “இந்த மதிப்பிற்குரிய பிராமணருக்கு 101 பசுக்களை அளியுங்கள்” என்றான்.

சாணக்கியர் அதே நிதானத்துடன், “உங்கள் பாதுகாவலர்களிடம் அனுமதி பெற்றுவிட்டீர்களா?” என்று கேட்டார்.

ஒரு அரசன் யாரிடமிருந்தும் அனுமதி பெற தேவையில்லை. அந்த இளைஞனுக்குக்

அரசனின் அதிகாரத்தை பற்றி தெளிவாக தெரிந்திருந்தது. தான் நல்லது செய்வது பற்றியும் அவனுக்கு தெரிந்திருந்தது. ஒரு மனிதன் இயற்கையில் தர்மவானாக இருக்க வேண்டும். சாணக்கியர் அதே தொனியில், “உன் பெற்றோர் எங்கே?” என்று கேட்டார்.

அந்த இளைஞன் தனது ஆள்காட்டி விரலால் தனது கிராமத்தின் பக்கம் மகிழ்ச்சியுடன் சுட்டிக்காட்டினான். சாணக்கியர் ஏற்கனவே அவனது தலை எழுத்தை படித்து விட்டார். இப்போது அவனது உள்ளங்கையை படிக்கும் சந்தர்ப்பமும் கிடைத்தது. அவரால் தான் தேடிக்கொண்டிருந்ததை பர்க்க முடிந்தது. அந்த இளைஞன் கூறினான், “என் தந்தை இல்லை. என் தாய் அங்கு வாழ்கிறாள்” என்றான்.

சாணக்கியருக்கு முழு விவரம் தேவைப்பட்டது. “உன் தாயின் பெயர் என்ன?” என்று கேட்டர். அவன் சிந்தனையுடன், “என் தாயின் பெயர் முரா” என்றான். சாணக்கியர் அந்த இளைஞனை ஆசீர்வதித்து விட்டு, “அரசர் வாழ, நான் மீண்டும் வந்து பசுக்களை பெற்று செல்கிறேன்”. என்று கூறிவிட்டு அந்த கிராமத்தை நோக்கி சென்றார்.

சாணக்கியர் அந்த இளைஞனின் தாயை சந்தித்தார். அந்த இளைஞனும் அங்கு வந்து சேர்ந்தான். அவர் அந்த இளைஞனின் தாயிடம் அந்த இளைஞனை அரசாக்க அனுமதி கேட்டார். அந்த தாய் தனது ஒரே மகனை அனுப்புவதற்கு முழுமையாக சம்மதிக்கவில்லை. அந்த இளைஞனும் தனது தாயின் பக்கம் இருந்தான். சாணக்கியர் அவர்களை புரிந்துக்கொள்ள வைப்பதில் அந்த மாலை நேரம் மட்டுமல்ல இரவு முழுவதும் எடுத்துக் கொண்டார்.

மறு நாள் காலை மிகவும் பிரகாசமாக இருந்தது. சாணக்கியர் அந்த இளைஞனுக்கு கல்வி போதிக்க தனது ஆசிரமத்திற்கு அழைத்து வந்தார். அவர் ஆசிரமத்தில் வாழும் சிஷ்யர்கள் எல்லோரும் எதிர்காலத்தின் தூதுவர்கள்.

அந்த இளைஞனுக்கு சந்திரகுப்த மௌரியன் என்ற புதிய பெயர் அளிக்கப்பட்டது. அவர் தான் சந்திரகுப்த அரசாட்சியை ஏற்படுத்தியதாக கருதப்படுகிறது. மௌரியர் என்ற பட்டப்பெயர் அவரது தாய் முராவை கௌரவிக்கும் வகையில் அளிக்கப்பட்டது.

விளக்கம்: மன அழுத்தம் மற்றும் சுமையை கடும் உழைப்பு மற்றும் திறமையால் குறைக்கலாம். மனிதனின் செயல்முறை சக்தியுடன் செயல்படுத்தப்படவில்லை என்றால் நிறைய செய்ய வேண்டும். ஆனால், அது உறுதியாக விடாமுயற்சியுடன் செய்யப்பட்டால், நிறைய நேரம் மற்றும் முயற்சியை மிச்சப்படுத்தலாம்.

விளைவு: நீங்கள் ஒரு சிறந்ததை தேர்வு செய்தால், திருப்தியுடன் இருக்கலாம். ஆனால், ஒரு சாதாரமானதை தேர்வு செய்தால் எப்போது குழப்பத்தில் வாழ வேண்டும்.

நிர்வாகத்தின்குரு

எல்லாவற்றையும் சாதகமான முறையில் பெற்ற பின், சாணக்கியர் தன்னை சமூக சேவை மற்றும் ஒரு புத்தகம் எழுதுவதில் ஈடுப்படுத்திக் கொண்டார். ஆனால், அவரது ஒற்றர்கள் நிறுவனத்தை மிகவும் சீரான முறையில் நடத்தி, அங்கிருந்தபடியே எல்லாவற்றையும் கவனித்துக்கொண்டனர். கூடுதலாக, அவர் நிர்வாகிகளுக்கு, நிர்வாகம் கற்றுக்கொடுத்தார்.

அவரே ஒரு சிறந்த நிர்வாகி. எனினும், அவர் இதன் அடிப்படையிலான விதிமுறை மற்றும் ஒழுங்குமுறைகளை சேகரித்து, மற்றும் இன்னும் கண்டிப்பான விதிமுறைகளை செய்து அந்த விதிமுறைகளில் எளிமையான எடை மற்றும் நடவடிக்கையிலிருந்து மிகவும் சிக்கலான மற்றும் தாக்குதல் மற்றும் பாதுகாப்பிற்கான வெற்றிகரமான திட்டங்களை செய்தார். இப்படியாக, அவர், அரசர், அரசாங்கம் மற்றும் நிர்வாகத்தை மிகவும் சக்திவாய்ந்ததாக ஆக்கினார்.

முந்தைய அரசர்கள் மற்றும் இளவரசர்கள் நிர்வாகம் கற்றுக்கொள்ள வேண்டிய நீண்டகால பாரம்பரியம் இருந்த போதிலும், சாணக்கியர், கௌடில்யர் என்ற பெயரில் உலகின் முதல் நிர்வாக குருவாக போற்றப்படுகிறார். அவர் உள்ளும், புறமும் தூய்மையுடன், அநீதியான செய்லகளை பாவம் என்று கற்றுக்கொடுத்தது தான் அவரது சிறப்பாகும்.

சாணக்கியர் அதுவரையில் பின்பற்றப்பட்ட செயல்பாடுகளை சேகரித்து, அதே முறையில் பதிலளித்தார். அவை மிகவும் ஏளனமாக இருந்தன. ஒரு விதிமுறை சமூகம் பின்பற்றுவதற்காக செய்வதற்கு முன், சாணக்கியர் தானே அதை பின்பற்றி, சோதித்த பின் தான் அதை தனது கௌடில்ய அர்த்தசாஸ்திரத்தில் உட்படுத்தினார். அதே ஆயுதங்களை பயன்படுத்தி அவர் மௌரிய அரசாங்கத்தை நிறுவி அதை விரிவாக்கியதில் மற்ற அருகாமையில் உள்ள சிற்றரசுகள் மட்டும் இந்த அரசாட்சியில் சேரவில்லை, தொலை தூரத்தில் இருந்த அரசாட்சிகள் கூட தானாகவே அல்லது கட்டாயமாக இந்த அரசாட்சிக்கு இணங்க வைக்கப்பட்டன. அக்கம் பக்கது நாடுகளும் இணைக்கப்பட்டன. மீண்டும் இந்தியா தனது பழைய புகழின் உச்சியில் நிறுவப்பட்டது.

இதற்கு பின்னணியில் சாணக்கியரின் நிர்வாக முறைகளும் கொள்கைகளும் இருந்தன. கூடுதலாக சாணக்கியர் அவரது சிஷ்யர்களுக்கு பயிற்சி அளித்தார். அவர்கள் அதை எல்லா இடத்திலும் பரப்பி அவரை ஒரு நிர்வாக குருவாக உயர்த்தினர். இந்த நிர்வாக கொள்கை இந்தியாவிற்கு மட்டும் வரையறுக்கப்படாமல் பக்கத்து கிராமங்களுக்கு பரப்பி பஞ்சாயத்துகள் மற்றும் கூட்டுறவு சங்கங்களில் உட்படுத்தப்பட்டு, மேம்படுத்தப்பட்டன. சொல்லப்போனால், துளசிதாசருக்கு பின், அதிகமாக கூறப்பட்டவர் சாணக்கியர். குறிப்பாக மாணவர்களுக்கு அவரது கொள்கைகள் கற்றுக்கொடுக்கப்பட்டன. கடந்த பத்து வருடங்களில் பாடப்புத்தகத்தில் சாணக்கியரின் பாடம் நீக்கப்பட்டது இன்னொரு கதை. அவரது கொள்கையின் பயன்களை நாம் வேறு விதமாக பெறுகின்றோம். தேசிய மற்றும் சர்வதேச மேலாண்மை கல்லூரிகளில் அவரது கொள்கைகள் ஒரு பாடமாக கற்றுக்கொடுக்கப்படுகின்றன. அவரது கொள்கைகள் மீண்டும் பாடபுத்தகத்தில் சேர்க்கப்படும் நாள் வெகு தொலைவில் இல்லை. புத்தகங்கள் இல்லாத காலத்திலேயே யாராலும் சாணக்கியர் அவரது கொள்ககளை பரப்புவதை தடுக்க முடியவில்லை. இப்போது எண்ணிலடங்கா புத்தகங்கள் இருந்து, மற்றும் அவை மக்களின் மனதில் பதிந்திருக்கும் போது இது எப்படி தடுக்கப்பட முடியும்?

மக்களின் மனதில் என்றென்றும் அழியாமல் இருக்க சாணக்கியரின் எளிமையான, மற்றும் தெளிவான மொழி ஒன்று போதும். அன்றைய சிக்கலான சமஸ்கிருத சந்திகள் எளிமையாக்கப்பட்டால், சாணக்கியர் தனது ஆய்வுக்கட்டுரையை எளிமையாக இருந்தபோதிலும், தெளிவாக எழுதிய உலகின் சிறந்த எழுத்தாளர் ஆவார். இதுவரையில், இவ்வளவு சிக்கலான எண்ணங்களை எளிய மொழியில் யாரும் அளிக்கவில்லை.

இவ்வளவு ஆழ்ந்த மற்றும் சிக்கலான கொள்கைகள் இவ்வளவு எளிமையாக மற்றும் தெளிவாக விளக்கப்பட்டிருப்பது வியக்கத்தக்கதாகும்.

சாணக்கியரின் கல்வி

நம்மிடம் மற்ற அறிஞர்கள், ஞானிகள் அல்லது ஆசிரியர்களுடையது போல் சாணக்கியரின் ஆரம்ப கல்வி பற்றிய போதுமான தகவல் இல்லை. மனித உடல் அழியக்கூடியது அதனால், இந்தியர்கள் ஒருவர் தனது வாழ்நாளில் செய்யும் நல்ல காரியங்களுக்கு முக்கியத்துவம் அளிப்பார்கள். கீர்த்திஹி யஸ்யா ஸா ஜீவிதி என்று சொல்வதின் அர்த்தம், நல்ல காரியங்கள் செய்பவர்கள் வாழ்வார்கள் என்பதாகும். மனித உடல் அழியும் ஆனால், ஒருவரின் புகழ் என்றென்றும் நிலைத்திருக்கும்.

சாணக்கியரின் வாழ்க்கையை பற்றி ஏறுக்கொள்ளப்பட்ட உண்மையானது, அவர் தனது கல்வியை தக்சிலாவில் முடித்து, அங்கு ஆசிரியராக தொடர்ந்து பின் தலைமை ஆசிரியராக ஆனார். அந்த பதவியில் இருக்கும் போது அவர் நாட்டை சுற்றி பார்ப்பதற்கு சென்றார். மாணவர்கள் எல்லோரும் இலக்கியம் மற்றும் சமயத்தில் நன்கு தேர்ச்சி பெற்றிருக்க வேண்டும் என்பது தக்சிலாவின் பாரம்பரியம் ஆகும். இவற்றில் தேர்ச்சி பெற்ற பின் தான் மாணவர்களுக்கு மற்ற பாடங்கள் கற்றுக்கொடுக்கப்படும். இவை இரண்டும் இணைந்த கற்றல் இலக்கியம் மற்றும் தத்துவம் ஆகும். இது உலகின் மிகப்பெரிய பல்கலைக்கழகமாகும். மாணவர்கள் கீழே பட்டியலிடப்பட்டுள்ள எல்லா அடிப்படை பாடங்களிலும் பயிற்சி பெறுவார்கள்:

தக்சிலாவில் கற்றுக்கொடுக்கப்பட்ட பாடங்கள்

இலக்கியம்	தத்துவம்
பல்வேறு மொழிகள்	இலக்கணம்
வரலாறு	கணக்கு
பொருளாதாரம்	ஜோதிடம்
பூகோளம்	பிரபஞ்சம்-கடந்தகாலம் மற்றும் எதிர்காலம்
விஞ்ஞானம்	மருத்துவ விஞ்ஞானம்
ஆயுர்வேதம்	அறுவை சிகிச்சை
வேளாண்மை விஞ்ஞானம்	பழமையான விஞ்ஞானம்
வில்வித்தை	போர் விஞ்ஞானம்

இந்த பாடங்கள் எல்லாவற்றையும் கற்ற பின் தான் ஒரு மாணவர் வேறு பாடத்தை தேர்ந்தெடுக்க முடியும். அதிலும், அதிக கிராக்கி இருந்த பாடங்கள், சட்டப்படிப்பு, அறுவை சிகிச்சை, செயல்திட்டத்தை திட்டமிடுவது, புராணங்கள் மற்றும் உபநிஷதுகளுடன் விவாதம் மற்றும் எதிர் விவாதம் போன்ற பாடங்கள் இசை மற்றும் ஓவியம் போன்ற பதினெட்டு வகையில் அளிக்கப்பட்டன. விலங்கியல் விஞ்ஞானம், தாவரவியல், நஞ்சு விஞ்ஞானம் போன்றவற்றிற்கு தனிப்பட்ட வகுப்புகள் இல்லாத போதும் சாணக்கியருக்கு இவற்றிலும் அறிவாற்றல் இருந்தது! ஒருவேளை இதை பற்றி முழுமையான தகவல் கிடைக்காமல்

இருக்கலாம் அல்லது சாணக்கியர் இவற்றை வேறு யாரிடமாவது பயின்றிருக்க வேண்டும்.

எல்லாம் அறிந்தவர்

பல்கலைக்கழகத்தில் நிறைய ஆராய்ச்சிகள் நடத்தும் சாணக்கியர் அதிலிருந்து அறிவாற்றல் பெற்றிருக்கலாம், அல்லது கடமையுணர்வுடன் நாலாந்தாவில் வாழ்ந்த ஆசிரியர்களிடமிருந்து கற்றுக்கொண்டிருக்கலாம். பிற்காலத்தில் அவர் தானாகவே நிறைய கற்றுக்கொண்டிருந்தாலும் அவர் அதிக அளவில் கற்றது தக்சிலாவில் தான்.

இந்த குறிப்புகளை இங்கே குறிப்பிடுவதற்கு காரணம், சாணக்கியரை பற்றிய புத்தகங்கள் அவரது சகலகலாவல்லமையை, அவர் ஒவ்வொரு தலைப்பையும் மிகவும் ஆழமாக புரிந்துக் கொள்வார், மற்றும் அவர் புரிந்துக்கொள்ளும் தனித்திறமையானது அவர் தற்காலத்தை அறிந்து, எதிர்காலத்தை பற்றி அறியும் திறமை கொண்டவர் மட்டுமல்ல, அவர் கடந்தகாலம், நிகழ்காலம் மற்றும் எதிர்காலத்தை பற்றி அறியும் புத்திசாலித்தனம் உள்ளவர் என்று சந்தேகத்திற்கு இடமில்லாமல் நிரூபிக்கின்றன. சாணக்கியர் எல்லாம் அறிந்த பண்டிதர்.

நாகரீகத்தை சார்ந்திருப்பது

அசோகர் போன்ற அரசர்கள் காலம் முதல் நாட்டை ஆளுவதற்கு அரசியல் விஞ் ஞானத்தின் தத்துவங்கள் பின்பற்றப்படுகின்றன. சாணக்கியரின் தத்துவம் புகழ் பெற்று எல்லா இடத்திலும் பின்பற்றப்பட்டு, கற்பிக்கப்படும் போது, எப்படி நவீன நிர்வாகிகள் மக்களின் மனதில் இருக்கும் அச்சத்தை அகற்றி, இயந்திரங்கள், மின்சாரம் கணினியை சார்ந்திருப்பதிலிருந்து எல்லோரையும் பாதுகாத்து ஆளப்போகின்றனர் என்று கவனிக்கப்பட வேண்டும்.

ஐம்பது வருடங்களுக்கு முன் வரை இந்தியா தன்னம்பிக்கையுடன் இருந்தது. பல குடும்பங்கள் ஒன்றிணைந்து நிறைவாக இருப்பதற்கு கிராமங்கள் 22 முதல் 42 பாகங்களாக பிரிக்கப்பட்டன. மற்ற முறைகளை போல் இந்த முறையும் மாறுதலுக்குட்பட்டு, எப்படியோ இயந்திரங்கள் வாழ்க்கையின் ஒரு அங்கமாக மாறியுள்ளது. இயந்திரங்கள் வேலை செய்வதற்கு நிறைய விஷயங்கள் தேவை. அவை கிராமங்களில் கிடைக்காது, ஆனால், தொழிற்சாலையில் கிடைக்கும். இப்போது நிறைவாக இருப்பது பரவலாக இல்லை.

இயந்திரங்கள் அவை உருவாக்கப்பட்ட பணிகளை மட்டும் தான் செய்யும் என்பது தெரிந்த விஷயம். கச்சா பொருட்களை அளித்தால் அவை முழுமையான பொருட்களை கொடுக்கும். இயந்திரங்கள் மனிதர்கள் ஆக முடியாது, அவை பல்வேறு பணிகளை செய்யும் வல்லமையும் பெற முடியாது. அவற்றிற்கு அதிக பாதுகாப்பு அளிக்கும் வேளையில் மனித உயிருக்கு பாதுகாப்பு குறைந்துவிட்டது. கணக்கில்லாமல் பணத்தை செலவழித்தும் கூட மனிதனால் கொசுவை கூட அழிக்க முடியவில்லை கண்டிப்பாக பேசினால், பூமியில் இல்லை. இயந்திரங்கள் வேகமாக உற்பத்தி செய்வதால், நம்மிடம் தேவைக்கு அதிகமான, தேவையற்ற பொருட்கள் மற்றும் ஆயுதங்கள் இருக்கின்றன. உலகம் முழுவதும் குப்பைகள் அகற்றும் பிரச்சனை அடைந்திருக்கும் நிலையில், ஒரு சிறிய நகரத்தை கூட சுத்தமாக வைத்துக்கொள்ள, குப்பைகளை அகற்ற, சாக்கடையை சுத்தம் செய்வதற்கு கோடிக்கணக்கில் பணம் கொடுத்தும் ஒப்பந்தக்காரர்கள் ஒப்புக்கொள்வதில்லை. பல

இயந்திரங்களை பயன்படுத்திய போதும் இவை சாத்தியமாகவில்லை. மாநகராட்சியின் வருடாந்திர ஒதுக்கீடு வெறும் கண் துடைப்பு தான். குப்பை பிரச்சனையை தீர்ப்பதற்குள் மக்களின் மனதில் குப்பை நிறைந்துவிடுகிறது. அதன் துர்நாற்றம் மனதில் நிரம்பிவிடுகிறது அல்லது மனதில் உருவாக்கப்படுகிறது. முன்பு குப்பையை உரமாக மாற்ற முடிந்தது. ஆனால், இப்போது குப்பையை உரமாக மாற்ற முடியவில்லை மற்றும் அவை பூமியின் வளத்தை அழிக்கிறது.

இது நிர்வாகிகள் சந்திக்கும் பெரிய சவாலாகும். முக்கிய சவால்கள் தீர்க்கப்படாமல் இருக்கின்றன. மருத்துவர்கள் மற்றும் மருந்துகள், பழமையானவை அல்லது நவீன செயல்பாடுகள், மருத்துவமனைகள் இருந்தும், சிலரை தவிர, பெரும்பாலான மக்கள் உடல் அல்லது மன நோய்களால் அவதிப்படுகின்றனர்.

இந்நாட்களில் சாணக்கியரின் கொள்கைகளில் எது பயன்படுத்தப்பட வேண்டும் என்று கவனிக்கப்பட வேண்டும். வர்த்தக நிர்வாக முறையில் ஆரோக்கியம் மற்றும் பொழுதுபோக்கை சார்ந்த துறைகள் தொழிலாக பிரிக்கப்படவில்லை. இதில் உள்ளவர்கள் துறைசாராதவர்களாக கருதப்பட்டு அவர்களும் அதை போல் மாறிவிட்டனர். மாட்ச் பிக்சிங் சகஜமாகிவிட்டது. ஒரு துறையை பற்றி பேசும்போது, சூதாட்டம் மற்றும் ஊகம் பற்றிய பேச்சும், வரவு, செலவு பற்றிய பேச்சும் தானாகவே வருகிறது. உதாரணத்திற்கு, இன்று பூமியில் யாராவது ஆரோக்கியமாக, பாதுகாப்பாக, சௌகரியமாக, சந்தோஷமாக மற்றும் திருப்தியாக வாழ முடிகிறதா? விலங்குகள், பறவைகள், மீன்கள், மரங்கள், செடிகள், மருந்துகள், வேர்கள், மற்றும் சத்தான உணவு குறைந்துவிட்டது. செயற்கையான பொட்டல உணவுதான் இன்றைய உணவு முறையாகிவிட்டது. தண்ணீர் மாசுப்பட்டுள்ளது. நகரங்கள் மாசடைந்து மற்றும் மிகவும் நெரிசலாக இருப்பதால் மாசுப்பட்ட காற்று பரவுவதற்கு கூட இடமில்லை. பாதி ஓசோன் படலம் வானிலிருந்து மறைந்துவிட்டது. கட்டிடங்கள், பிளாஸ்டிக், இரசாயன உரங்களின் பெருக்கம் மண்ணின் வளத்தை சேதப்படுத்தியுள்ளது. மனித உயிர் எப்படி பாதுகாப்பாக இருக்க முடியும்? இதை நாம் கண்டிப்பாக கேட்டால் பூமியில் உயிர்கள் இருக்குமா?

சாணக்கியரின் விளக்கவுரைகள்

சாணக்கியரின் விவரமான விளக்கவுரை 15 காண்டங்கள் மற்றும் 180 அத்தியாயங்களில் கிடைக்கும். இவை 4 பாகங்களாக பிரிக்கப்பட்டுள்ளன. அவர் ஒவ்வொரு பாதை, உடன்பாடுகள் மற்றும் தொடர்புகளை விவரித்திருக்கும் முறையில் ஒருவர் நிர்வாகத்துறையிலும், தானும் வளர்ச்சி பெற்று முன்னேறலாம். அவர் குழப்பம் ஏற்படுத்துவது, கொலையில் முடிவது, தன்னை பாதுகாத்துக் கொள்வது, குடும்பம், மற்றும் சொத்து பற்றியும் விவரமாக விளக்கியுள்ளார். கடுமையான தண்டனை மற்றும் தனிக்கும் முறையும் இருக்கிறது. அதில் வாரிசு, இளவரசர், மகன், நண்பன் அல்லது உறவினர் யாரும் விட்டு வைக்கப்படவில்லை. தண்டனை செய்த குற்றத்திற்கு ஏற்றபடி இருக்கும். அது இரக்கமற்றதாக இருப்பதைவிட திருத்துவதாக இருக்கும்.

சாணக்கியரின் அரசியல் தத்துவம் நாம் சுய-வளர்ச்சியடைந்து, சுய-கட்டுப்பாட்டுடன், சுய-ஒழுக்கத்துடன் இருக்க உதவும். ஒருவர் ஒழுக்கத்துடன் இருந்தால் அவர் மற்றவர்களை

ஒழுக்கமாக்கி அவர்களை நல்ல முறையில் பயன்படுத்த முடியும். குறிப்பிட்ட செல்வம், குறிப்பிட்ட காலத்திற்கு பிறகு தான் வரும். ஒருவர் தன் செல்வம் மற்றும் குடும்பத்தை பாதுகாப்பதால், சமூகம் மற்றும் நாட்டை பாதுகாக்க முடியும்.

எதிரியின் எதிரி நண்பனாவான்

எதிரியின் எதிரி நண்பனாவான் என்பது சாணக்கியரின் கொள்கைகளில் ஒன்று. ஆனால், இதனால் என்ன நடக்கும்? ஒருவரின் மேல் முழுமையான நம்பிக்கை வைத்தால் அவர்கள் அளவில்லா ஆதரவு பெறுவது சாத்தியமாகும். அப்போது தான் அவர் எதையும் செய்யவோ, அளிக்கவோ சம்மதிப்பார். இப்படிப்பட்ட மறக்க முடியாத, எடுத்துக்காட்டான சபவம் கீழே கொடுக்கப்பட்டுள்ளது.

மகத நாட்டு அரசர் தனநந்தர் மிகவும் திறமை வாய்ந்த பலசாலி அல்ல. ஆனால், அவர் காமம் மற்றும் ஒழுக்ககேடு நிறைந்தவர். அவரது மூதாதையர்களும் அதே பண்புகள் உடையவர்கள். அவர்கள் கொடுங்கோல் ஆட்சி செய்தனர்.

அரசவையில் சிலரும், பெரும்பாலான மக்களும் அரசனுக்கு எதிராக இருந்தனர். ஆனால், அவர்கள் அவரை வெளிப்படையாக எதிர்க்க அஞ்சினர். யாருக்கும் அஞ் சாமல் பேசும் துணிச்சல் இருக்கவில்லை. தனது ஆணவத்தால், தனாநந்தர் தனது மக்களுக்கு பாதுகாப்பளிக்கும் கடமையை மறந்தார். அவர் மக்களால் அளிக்கப்பட்ட மகுடம் அவர்களால் பறிக்கப்படலாம் என்பதை மறந்தார். சாணக்கியர் இவற்றையெல்லாம் கவனித்தார். அவருக்கு எல்லாம் புரிந்தது. ஆனால், மக்களுக்கு அவரது சபதம் மற்றும் தனாநந்தரை அமுக்கும் விஷயம் தெரிந்தபோது, அவர் வெற்றி பெற்றால் அமைதி நிலவும் என்ற நம்பிக்கை ஏற்பட்டது. சாணக்கியர் ஒரு படையை உருவாக்கி, அக்கம் ப்க்கத்தில் உள்ள இராஜ்ஜியங்களை இணைத்த போது நம்பிக்கை வலுவடைந்தது. மக்கள் அவரை இரகசியமாக வாழ்த்தினர். அவர்கள் அவருக்கு இரகசியமாக ஆதரவளித்தனர். இந்த சம்பவம் அப்போது நடைபெற்றது.

புரோகிதர்கள், வர்த்தகர்கள் மற்றும் சில செல்வந்தர்கள் மூன்று வித்தியாசமான இடங்களான – கயா, மிதிலாஞ்சல், மற்றும் வைஷாலியிலிருந்து தற்செயலாக சாணக்கியரை சந்திக்க வந்தனர். ஒற்றர்கள் அவருக்கு ஏற்கனவே தகவல் அளித்திருந்தனர். சாணக்கியர் மூன்று இடங்களிலிருந்தும் மக்கள் ஒரே நாளில் வந்தடையும்படியான சூழ்நிலையை உருவாக்கினார். அவர்கள் தங்குவதற்கான ஏற்பாடுகள் செய்யப்பட்டு, சந்திப்பிற்கான நேரம் தீர்மானிக்கப்பட்டது.

அவர்கள் வருகையை அறிந்த சாணக்கியர், அவர்களது வருகையின் நோக்கம் மற்றும் அவர்களின் பிரச்சனையையும் அறிந்திருந்தார். அவரது இரகசிய குழு சிறியதாக இருந்தாலும், அது பல மாதங்களாக பணியாற்றிக்கொண்டிருந்தது. அவர் எங்கு சென்றாலும், சில மக்களை தேர்வு செய்து, அவர்களுடன் இரகசியமாக பேசி, அவர்களுக்கு சில இரகசிய பணிகளை அளிப்பார். அவரது விருந்தாளிகளின் முழு விவரமும் அவருக்கு தெரியும். அவர்கள் ஒன்றாக வந்தது, பல்வேறு பகுதிகளில் உள்ள மக்கள் தனாநந்தரிடம் திருப்தி ஏற்படாததால் சாணக்கியரின் உதவி நாடி வந்தது உறுதியாயிற்று.

கயா தலைமை நகரத்திற்கு அருகில் இருந்ததால் சாணக்கியர் அவர்களை முதலில் சந்திக்க முடிவெடுத்தார். அந்த மக்கள் செல்வாக்குடையவர்களாகவும், நிர்வாகத்தில் மிகுந்த

ஆர்வம் உள்ளவர்களாகவும் இருந்தனர். வைஷாலி அருகில் இருந்தாலும் அவர்கள் நிர்வாகத்தால் பாதிக்கப்படவில்லை மற்றும் மிதிலாஞ்சல் சற்று தொலைவில் இருந்தது மற்றும் தனாநந்தர் அதை பற்றி கவலைப்படவில்லை.

அவர்களை தனது இருப்பிடத்திற்கு அழைப்பதற்கு பதிலாக, தானே அவர்கள் தங்கியிருந்த இடத்திற்கு சென்றார். அவர் எல்லோரையும் கரம் கூப்பி வரவேற்றார். அந்த குழுவின் தலைவர் முன்வந்து தன்னை அபேய் ஷராப் என்றும், அவர்கள் பரம்பரை, பரம்பரையாக தங்க வியாபாரி குடும்பம் என்றும் அறிமுகப்படுத்திக் கொண்டார். மற்றவர்களின் பெயர் கூறப்படவில்லை. ஆனால், சாணக்கியருக்கு அவர்கள் ஒவ்வொருவரையும் பற்றி தெரியும். அபேய் ஷராப் எல்லோருடைய பிரச்சனை பற்றியும் கூறினார். "நாங்கள் வாழ்வதை விட தவிக்கின்றோம். ஆதலால், நாங்கள் பாதுகாப்பு, முன்னேற்றம் மற்றும் நிம்மதிக்காக எதையும் செய்ய தயாராக இருக்கிறோம்" என்றார்.

"இது எந்தவிதமான உடன்பாடிற்கும் சரியான நேரமில்லை" என்று சாணக்கியர் பதிலளித்தார். சந்திரகுப்த மௌரியர் சிம்மாசனம் ஏறியதும் நாங்கள் உங்களுடன் சிறந்த உடன்பாடு ஏற்படுத்திக்கொள்வோம் என்று உறுதியளித்தார். உங்களது வேளாண்மை மற்றும் வர்த்தகத்தில் எண்ணற்ற பலன் இருக்கும். நீங்கள் காடுகளால் பலனடைவீர்கள் மற்றும் ஆறுகள் நீர்ப்பாசனத்திற்கு உதவும் என்றார். மக்கள் பாதுகாப்பாக, திருப்திகரமாக இருப்பார்கள்" என்றார்.

சாணக்கியரின் விளக்கம் நம்பிக்கையளிப்பதாக இருந்தது. "நிர்வாகம் என்பதின் அர்த்தம் பாதுகாப்பு மற்றும் முன்னேற்றம். அது எல்லோருக்கும் அளிக்கப்படும். இதுதான் உண்மை, இது வெறும் சொற்களின் உறுதியல்ல. நாளையிலிருந்து மகத நாட்டு வீரர்கள் அல்லது அதிகாரிகள் உங்கள் இடத்திற்கு வரமாட்டார்கள்".

இது சாணக்கியரின் இரண்டாவது அறிவிப்பு. தலைவர் பதிலளித்தார்,"இந்த உறுதியின் அடிப்படையில் நாங்கள் உங்களுக்கு ஆயுதங்களை செய்து அதை நேரத்தில் முடிப்போம். ஆனால் இது எப்படி நடக்கும்?".

"நேற்று இரவு உங்கள் பகுதியின் நான்கு கொடிய அதிகாரிகள் கொல்லப்பட்டனர். உங்கள் பகுதிக்கு செல்லும் இரண்டு பாதைகளும் இப்போது பாதுகாப்பாக உள்ளன. நாங்கள் அதை கட்டுப்படுத்துகிறோம். மேலும், மகத வீரர்கள் அங்கிருந்து செல்ல முடியாது. உங்கள் மக்களே அந்த அதிகாரிகளின் இடத்தை எடுத்துக்கொள்ள திட்டமிட்டுள்ளனர்".

சாணக்கியர் முந்தைய இரவு அவரது விரல் விட்டு எண்ணக்கூடிய வீரர்கள் என்ன செய்தனர் என்று விளக்கினார். அதனால் புதியவர்கள் எந்த கட்டுப்பாடும் இல்லாமல் உடன்பாடு ஏற்படுத்திக்கொள்லாம். ஆச்சரியத்தில் அவர்களின் முகம் மலர்ந்தது. உள்ளுக்குள் இருந்த மகிழ்ச்சி வெடிக்க காத்திருந்தது. தலைவர் சம்மதித்தார். "நீங்கள் வேலையை மிகவும் விரைவாக செய்யவும். அந்த நால்வரும் கொடியவர்கள் மட்டுமல்ல, அவர்கள் அரசருக்கு நெருங்கியவர்களானதால் கொடுங்கோல் ஆட்சி செய்தனர்".

சாணக்கியர் இன்னும் சில உண்மைகளை கூறினார், "நான் மட்டுமல்ல, எல்லோரும் தங்களது கடமையை செய்ய உறுதியாக இருக்கின்றனர். நாட்டு மக்கள் பாதுகாப்பாக இல்லாவிட்டால், நாடு பாதுகாப்பாக இருக்க முடியாது.

"எங்களிடம் சில வண்டிகளில் செல்வம் இருக்கிறது அதை நீங்கள் ஆரம்ப கட்டணமாக

ஏற்றுக்கொள்ள வேண்டும். நாங்கள் இப்போது விடை பெறுகிறோம். நிகழ்வுகளின் விவரமான தகவல்களை தெரிந்துகொள்ள ஆவலாக இருக்கிறோம்" என்றார் தலைவர்.

அவர்கள் விடை பெற்றனர். சாணக்கியர் மற்ற இரண்டு அரசாங்கத்தின் பிரதிநிதிகளை சந்தித்தார். அவர்களுடனும் அவர் கிட்டத்தட்ட இதை தான் பேசினார். ஆதலால், சாணக்கியர் செல்வம், செயல்பாடு அல்லது இளைஞர்களின் சக்திக்கு இல்லாமையை சந்திக்கவில்லை. அவர் அவற்றை வசதியாக சேகரித்து, சிறப்பாக செலவழித்தார்.

சாணக்கியரின் நல்லகாலம் மக்கள் ஆட்சியை இரகசியமாக எதிர்த்தனர். அதனால் மௌரிய படையின் செயல்கள் தனாநந்தரை மெதுவாக சென்றடையும். பொது மக்கள் மட்டுமல்ல, நிர்வாக அதிகாரிகளும் தனாநந்தரை விட்டு சாணக்கியருடன் சேருவதில் ஆவலாக இருந்தனர்.

சாணக்கியருக்கு புதிய இடங்கள், கலைக்கும் கைகள், மற்றும் கடுமையாக உழைக்கும் மக்களின் மதிப்பு தெரியும்.

விளக்கம்: தொழிலாளர்கள் பணி இடத்தில் ஆபத்தின்மை, பாதுகாப்பு, மகிழ்ச்சி மற்றும் சுதந்திரத்தை உணர்ந்தால், அது நிர்வாகத்திற்கு உண்மையில் பலனளிக்கும். கடும் உழைப்பு மற்றும் திறமையில் அதிவேகமான வளர்ச்சி இருக்கும்.

விளைவு: செல்வம், செயல்பாடுகள் மற்றும் தொழிலாளர்களின் முன்னேற்றம் எல்லா சந்தர்ப்பங்களிலும் வளர்ச்சி மற்றும் முன்னேற்றத்தில் உதவி செய்யும்.

❖❖❖

3

சாணக்கியர் - பன்முகத்திறமையுடன் நிறைவேற்றுவது

சாணக்கியரை பற்றி தெரிந்தவர்கள், அவரை பற்றி கொஞ்சம் படித்தவர்கள் கூட அவர் ஒரு பன்முகத்திறமை கொண்ட உண்மையான களஞ்சிய மேதாவி என்பதை சந்தேகம் இல்லாமல் உறுதியளிப்பார்கள். அவருக்கு "வல்லமைமிக்கவர்" என்பதை தவிர வேறு வார்த்தைகளை பயன்படுத்தமுடியாது. அவரை பற்றி தெரிந்தவர்கள் யாரும் அவரது கொள்கைகளால் ஈர்க்கப்பாடாமல் இருக்க முடியாது.

கடமையை பாதுகாப்பது

பொதுவாக இந்த கருத்தில் பயன்படுத்தப்படும் கடமை என்ற சொல்லுக்கு தொழில் என்று அர்த்தம். கடமை என்ற சொல் வழக்கமாக உடல் அல்லது நீதி சார்ந்த வேலையுடன் சம்பந்தப்படுத்தப்படும். தீயின் கடமை எரிவதாகும், அது தன் கடமையிலிருந்து தவறாது என்பது போல். அது தீயாக இருந்தால் எரிந்து தான் ஆக வேண்டும். நான்கு சக்திகளை பற்றி கூறும் போது கடமை தான் முதலில் வரும், செல்வம் பிறகு தான் வரும். மேற்கத்திய தத்துவ ஞானிகள் செல்வத்தை பணத்துடன் சமப்படுத்தியுள்ளனர். நமக்கு நல்லொழுக்கத்தை அளிப்பதும் செல்வம் தான். அது நமக்கு சரியான நிர்வாகம், அல்லது விதிமுறைகளை பின்பற்றுவது, அல்லது மற்றவர்கள் விதிமுறைகளை பின்பற்ற வைப்பதை மட்டும் கற்றுக்கொடுக்கவில்லை. ஆனால், அது நமக்கு சுயக்கட்டுப்பாடு மற்றும் சுய ஒழுக்கத்தை கற்றுக்கொடுக்கும். அது நாம் நமது உடல் மற்றும் ஆத்மாவை பாதுகாத்து மற்றும் இயற்கையின் விதிமுறைகளை பின்பற்ற கற்றுக்கொடுக்கிறது.

பாட்டலிப்புத்ராவில் பெண்களுக்கு பாதுகாப்பு

தக்சிலாவின் திறமையும், ஆர்வமும் நிறைந்த குரு தனது சிஷ்யர்களுடன் மகத நாட்டின் மிகவும் அழகிய தலைநகரமான பாட்டலிப்புத்தரத்தை அடைந்தனர். சாணக்கியர் அந்த நகரத்தை பற்றி மேலும் அறிந்துக்கொள்வதற்கு சந்தைக்கு சென்றார். அது அழகிய கட்டிடங்களும், அலங்கரிக்கப்பட்ட கடைகளுடன் நேர்த்தியான நக்ரமாக இருந்தது. அவர் அந்த நகரத்தின் கட்டிடக்கலைஞரின் நகர திட்டத்தை கண்டு வியந்துக்கொண்டிருந்த போது, அவருக்கு ஒரு பெண் உதவிக்காக அலறுவது கேட்டது. அவர் அந்த குரல் ஒலித்த பக்கம் திரும்பினார். அவர் இரண்டு பலமிக்க ஆண்கள் அந்த் பெண்ணின் விருப்பத்திற்கு எதிராக அவளை இழுத்துச் செல்வதை கண்டார். அவள் போராடிக்கொண்டு, உதவிக்காக அழுதுகொண்டிருந்தாள். அந்த பரிதாபத்திற்குரிய பெண்ணை காப்பாற்ற யாரும் செல்லாததை கண்டு சாணக்கியர் ஆச்சரியப்பட்டார். அவர் அவர்களிடம் விரைந்து சென்று,"என்ன பிரச்சனை? அவளை ஏன் பலிப்பீடத்திற்கு இழுத்துச் செல்லும் ஆட்டை

போல் இழுத்துச் செல்கிறீர்கள்? அவள் உங்களை ஏமாற்றினாளா அல்லது கொள்ளை அடித்தாளா? என்று கேட்டார்.

அவர்களில் ஒருவன் எதிர்த்து,"இது உங்கள் கடமையல்ல. நீங்கள் செல்ல வேண்டிய இடத்திற்கு செல்லலாம். நாங்கள் எங்கள் வேலையை செய்ய விடுங்கள்" என்றான்.

"நடுக்கத்துடன் அலறும் ஒரு பெண்ணை இழுத்துச் செல்வதுதான் உங்கள் வேலையா. நீங்கள் இது போன்ற ஒழுக்கமற்ற, சமூக விரோத செயல்களை செய்வதற்கு தான் வேலையில் அமர்த்தப்பட்டிருக்கிறீர்களா? என்று சாணக்கியர் ஒரு குருவின் தைரியத்துடன் கேட்டார்.

அதே மனிதன்,"போய் விடுங்கள். எங்கள் நேரத்தை வீண் அடித்து எங்களுக்கு ஒழுக்கம் சொல்லிக்கொடுக்க வேண்டாம்" என்றான்.

"உங்களுக்கு கற்றுக்கொடுப்பதுடன் சவுக்கடியும் தேவை. போராடும் ஒரு பெண்ணை இழுத்துச்செல்வது ஒழுக்கமற்ற செயல். அவள் உனக்கு உறவா? அவள் உன் மனைவியா? அவள் உன்னிடம் கடன் வாங்கி இருக்கிறாளா? நீங்கள் நீதிமன்ற அதிகாரிகளா?" என்று சாணக்கியர் உண்மையை அறிவதற்கு கடுமையாக கேட்டார்.

அந்த மனிதன் ஆத்திரமடைந்து,"சென்று விடுங்கள், இல்லாவிட்டால் கொன்றுவிடுவேன் " என்றான்.

சாணக்கியர் இன்னும் கோபப்பட்டார்,"இன்னொரு முறை கூறுகிறேன், அந்த பெண்ணை விட்டுவிடுங்கள் இல்லாவிட்டால் கைது செய்யப்படுவீர்கள்" என்றார்.

அதுவரையில் ஒரு பெண்ணை இழுத்துச்செல்லும் போது யாரும் தலையிட்டதில்லை. யாரும் இது போன்ற செயல்களை எதிர்த்ததில்லை. ஆனால், அன்று வேறுவிதமாக இருந்தது. சிலர் அங்கு கூடி அவர்கள் பேசுவதை கேட்டு, "ஒழுக்கம், சட்டவிரோதம்" என்ற அவர்கள் இதுவரையில் கேள்விப்படாத சொற்களை கவனித்துக்கொண்டிருந்தனர். அவர்கள் இந்த சொற்களை மறந்திருந்தனர்.

எண்ணையில் தோய்க்கப்பட கம்பு/தடியை ஆட்டியபடி அவன்,"சென்று விடுங்கள் இல்லாவிட்டால் அடி விழும்" என்று மிரட்டினான்.

சாணக்கியர் இன்னும் கடினமான தொனியில் எதிர்த்தார்,'நீங்கள் கம்பு/தடியை பயன்படுத்துவது எப்படி என்று கற்றிருக்க மாட்டீர்கள். நான் பலம்வாய்ந்த இளைய மாணவர்களுக்கு கம்பு/தடியை பயன்படுத்தும் கலையை கற்றுக்கொடுக்கிறேன். நீ கம்பு/ தடியை பயன்படுத்துவதற்கு தூக்கும் போது உன் தலை இரண்டாக பிளந்திருக்கும்"என்றார்.

இதை கூறிக்கொண்டே சாணக்கியர் கையில் இருக்கும் புத்தகத்தை துண்டில் சுற்றி இடுப்பில் கட்டிக்கொண்டு சண்டைக்கு தயாராக நின்றார். அவர் தாக்கும் முறையில் வலது காலை முன்னே வைத்தார்.

அவரது நிலையை கண்ட அவர்கள், தங்களிடமிருந்து கம்பு/தடியை பிடுங்கி அவர்களை தாக்குவது அவருக்கு சிரமமான வேலை அல்ல என்பதை உணர்ந்தனர். அவர்கள் ஒருவரை ஒருவர் பார்த்துக்கொண்டு அந்த பெண்ணை விடுவித்தனர். அவர்கள் சந்தையில் அடிக்கப்படுவதை விரும்பவில்லை. காமுகர்களுக்கு உடல் பலம் அல்லது மன பலம் கொஞ்சமும் இருப்பதில்லை. அவர்களால் ஒழுக்கமுள்ள மனிதரை அச்சமில்லாமல் சந்திக்க முடியாது.

விளக்கவுரை: மக்களிடம் உள்ள தப்பிக்கும் மனப்பாங்கு அழிவை ஏற்படுத்தும்.

எல்லோரும் ஆபத்து அல்லது கொடுமையிலிருந்து தப்பிக்க தான் நினைக்கிறார்கள். ஒரு ஆண் அல்லது பெண் ஆபத்திலிருக்கும் போது நாம் கண்டுக்கொள்ளாமல் இருக்க கூடாது. உங்களை பாதுகாத்துக்கொள்வதற்கு தப்பிக்க நினைக்காதீர்கள். ஆபத்தை தைரியம் மற்றும் தன்னம்பிக்கையுடன் எதிர்கொள்ளுங்கள். நீங்கள் அச்சமில்லாமல் ஆபத்தை எதிர்கொள்வதால் அதன் கடுமை தன்மை குறையும். பிறகு அதை எதிர்கொள்வது சுலபமாக இருக்கும்.

விளைவு: நடுங்கும் கரங்கள் பலவீனத்தை காட்டும், அதே நேரத்தில், நிலையான மற்றும் உறுதியான நடை ஆச்சரியப்படும் வகையில் எதிரியை பலவீனமாக்கும்.

பன்முகத்தன்மை உள்ள மனிதர்

சாணக்கியரின் சுபாவம் பலவகையான, ஆழ்ந்த, அகன்ற மற்றும் உயர்ந்த அறிவாற்றலுடன், ஈடுபாட்டுடன் தனது சுபாவத்தை பாராட்டும்படி செய்யும் எட்டு முதல் பத்து வகையான திறமை உடையது. பொதுவாக, அறிவாற்றல் உள்ள மனிதர் நல்ல நிர்வாகி ஆக முடியாது என்று கூறப்படுவதுண்டு. அவர் தனது நேரத்தை அறிவாற்றலின் சுயமுன்னேற்றம், அறிவாற்றலை திரட்டி மற்றும் செலவிடுவதில் செலவழிப்பார். அது உண்மையென்றால், சாணக்கியர் அந்த எண்ணத்திற்கு விதிவிலக்கானவர். அவர் வாழ்நாள் முழுவதும் செயல்முறை கொள்கையின் சிந்தனையும், கொள்கைகளை செயல்முறையாக்குவதையும் செய்தார்.

சாணக்கியருக்கு தற்செயலாக பல பெயர்கள் உண்டு. அவருக்கு ஏற்கனவே இருப்பதை விட இன்னும் அதிகமாக இருந்தாலும் ஆச்சரியமில்லை. வளமிக்க எழுத்தாளர், புலவர், சிறந்த நிர்வாகி, உண்மையான ஆசிரியர், அறிவாற்றல்மிக்க மகான், ஆழ்ந்த தேசபக்தர், நாட்டுப்பற்றுமிக்க பிரஜை, உண்மை விளம்பி, வெற்றிகரமாக சபதங்களை நிறைவேற்றுபவர், ஒழுக்கமான சிந்தனையாளர், ஒரு இராஜ்ஜியத்தின் கட்டிடக் கலைஞர், அரசனை உருவாக்குபவர், அஞ்சாதவர், அமைதியானவர், துணிச்சலானவர், பொறுமைசாலி, நல்லொழுக்கத்தின் சுருக்கம் போன்றவை மற்றும் எல்லா நிலைகள் மற்றும் கோளங்களில் முழுமையாக வெற்றி பெற்றவர். இத்தனை நல்லொழுக்கங்களுடன் சாணக்கியர் பண்புள்ளவராக மட்டும் இருக்கவில்லை. அவர் ஒரு சின்னமாக, சிந்தனையாக, ஒரு உறுதியாளராக, கனவாக, பல்வேறு காட்சிகளின் கூட்டாக இருக்கிறார்.

சாணக்கியர் முழுமையான நம்பிக்கை மற்றும் ஆர்வத்துடன் படிக்கப்பட வேண்டும், மற்றும் அவரது போதனைகள் நம்பிக்கையுடன், நுட்பமாக, அச்சமில்லாமல் பின்பற்றப்பட வேண்டும் அதனால், சந்தேகம் இல்லாமல் இலக்கை அடைந்து, வெற்றி பெறலாம், மற்றும் உட்புறம் மற்றும் வெளிப்புறத்தின் முன்னேற்றமாக மாறுபட்ட சிந்தனை மற்றும் எண்ணங்கள் முன்னேற்றம் அளிக்குமேயேன்றி பின்னடைவையல்ல.

இதன் ஆதாரம் தேவைப்படுவோர் கௌடில்ய அர்த்தசாஸ்திரத்தின் முதல் பாகத்தின் 15வது காண்டத்தின் 19வது அத்தியாயம் நிஷாந்த் பிரநீதிஹி மற்றும் 20ம் அத்தியாயம் ஆத்ம ரக்ஷிதம்படிக்க வேண்டும். ஒரு அரண்மனையை பாதுகாப்பதற்கு எந்த விதமான சாதாரண மற்றும் அசாதாரண முறைகள்செயல்படுத்தப்பட வேண்டும். அதற்கு எத்தனை திட்டங்கள்செய்யப்பட வேண்டும். உள்ளேயும், வெளியிலும் ஆயுதம் ஏந்திய வீரர்கள் இருக்க வேண்டும். ஆபத்தானவர்களை அடையாளம் காணுவது தெளிவாக

விவரிக்கப்பட்டுள்ளது. எவ்வளவு அற்புதமான எச்சரிக்கை! இவற்றை பற்றிய விவரமான விளக்கத்திற்கு பின் சாணக்கியர் மேலும் கூறியிருப்பது, ஒரு அரசன் மற்றவர்களை தாக்குவதற்கு தயாராக இருப்பது போல், அவர் தன்னை எதிரிகள் எந்த நேரமும் தாக்குவதை சந்திக்க தயாராக இருக்க வேண்டும் என்பதாகும்.

யதா ச யோக புருஷை:. அன்ய ராஜா அப்ரதிஷ்டதி;
ததா யயம் அன்ய பாதேப்யோ ரக்ஷேத் ஆத்மானம் ஆத்மவான்।

இது உண்மையில், ஒரு சாதாரண, பலவீனமான மனிதர் தனது சிறிய மூளைக்குள் இத்தனை சிந்தனைகள், பாடங்கள், இரகசியங்கள், பரிசுகள், தண்டனைகள், ஆய்வுக்கட்டுரைகள், ஈடுபாடுகளை இவ்வலவு சிறப்பாக வைத்திருப்பது வியக்கதக்கதாகும். ஒரு சாதாரண மனிதர் அல்லது ஒரு புலமைமிக்க பண்டிதர் சாணக்கியரை பார்த்தால், படித்தல், அல்லது புரிந்துக்கொண்டால் பிரகாசமடைவார்.

முதலில் நல்ல ஆரோக்கியம்

சாணக்கியர் எப்போதுமே ஆரோக்கியத்திற்கு முக்கியத்துவம் அளிப்பார். பாட்டலிப்புத்திரத்திலுள்ள எல்லா ஜாதி மற்றும் பிரிவினரின் ஆரோக்கிய குறைவு சாணக்கியருக்கு கவலை அளித்தது. ஒருவர் சுகமில்லாமல் இருந்தால் பெரிய அளவில் எதையும் பெற முடியாது. உயிர்கள் இல்லையென்றால் தாய்-தந்தை, மனைவி-குழந்தைகள், உற்றார்-உறவினர் என்ற சொல்லுக்கு அர்த்தமில்லை. இவை நம்மை சுடுகாட்டில் எரிக்க அல்லது புதைக்க செய்கின்றன.

சாணக்கியருக்கு இப்படிப்பட்ட ஒரு அனுபவம் பணக்காரர்கள் வாழும் ஒரு பகுதியில் ஏற்பட்டது. அவர் நுழைவாயிலின் அருகில் ஒரு இளைஞன் வலியால் துடித்துக்கொண்டிருப்பதை கண்டார். அந்த இளைஞன் நோயுற்றிருந்தான், ஆனால் அவன் அருகில் யாரும் இல்லை என்பது தெளிவானது. அந்த இளைஞனின் முனகல் சாணக்கியர் அவனை கவனிக்க வைத்து. அந்த இளைஞனுடைய வலியில் கடுமையை அறியவும் மற்றும் அவனது வலிக்கு என்ன காரணமாக இருக்கும் என்று வியந்தபடி சாணக்கியர் அவன் அருகில் சென்றார். அவருக்கு அது என்னவாக இருக்கும் என்று தோன்றியது. ஆனால், உறுதியாக அல்ல. அவன் அருகில் சென்று கனிவுடன், "உனக்கு என்ன ஆயிற்று? நீ ஏன் வலியில் துடிக்கிறாய்? நீ ஏன் மருந்து எடுத்துக்கொள்ளவில்லை? என்று கேட்டார்.

அந்த இளைஞன் சாணக்கியரை பார்த்துவிட்டு முகத்தை திருப்பிக்கொண்டான். அவன் முகத்தை திருப்பிக்கொண்டாலும் அவனது வலி குறையவில்லை. சாணக்கியர் அனுதாபத்துடன் பேசியது ஆதரவும், உறுதியும் அளிப்பதாக இருந்தது. "கவலைப்படாதே, தெளிவாக சொல். நான் உனக்கு உதவி செய்கிறேன்" என்றார்.

அந்த இளைஞன் நடுங்கிய படி கூறினான்,"இதற்கு குணம் கிடையாது. இது பால்வினை நோய். என்னுடைய ஆணவத்தின் பலனை அனுபவிக்கிறேன்" என்று அவன் மிகுந்த சிரமத்துடன், வலியால் அவதிப்பட்டுக்கொண்டு பேசினான்.

சாணக்கியர் ஆயுர்வேதத்திலும் தேர்ச்சி பெற்றிருந்தார். அந்த இளைஞனை கண்டவுடன் அவனது நோயை அடையாளம் கண்டார். ஆனால், அதை வெளியில் கூறுவது சரியல்ல என்று எண்ணினார். இதற்கான காரணம் மிகவும் அதிகமான, பாதுகாப்பில்லாத, பல பெண்கள் மற்றும் விலைமாதுகளுடனான உடல் உறவுதான் என்பது அவருக்கு

தெரியும். இப்போது அது தெரிந்துவிட்டதால், அதற்கு தீர்வு காண வேண்டும்.

இயற்கை நோய்களை கொடுத்திருந்தால் அதற்கு வைத்தியமும் அளித்திருக்கிறது. அதை பற்றி தெரியாமல், அடையாளம் காணாமல், அதை பயன்படுத்தாமல் இருப்பது நமது தவறு. ஒழுக்கம் கெட்டதற்கான தண்டனையை அனுபவிக்க வேண்டுமென்பதில் சந்தேகம் இல்லை. சிரைத்தாவின் கசப்பு வலியின் கசப்பை விட லேசானது. சிரைத்தாவை தண்ணீரில் கொதிக்க வைத்து ஒரு நாளுக்கு மூன்று முறை குடிக்க வேண்டும். அது மாசுபட்ட உன் இரத்தத்தை சுத்தமாக்கும். உன் மர்ம உறுப்பை தினமும் பலமுறை சுத்தம் செய்ய வேண்டும். அது இதை சரியாக்கும் மற்றும் இந்த குறிப்பிட்ட சிகிச்சையால் ஒரு மாதத்தில் நீ பழைய ஆரோக்கியத்தை பெறுவாய். உணவுடன் கதிரரிஷ்ட்டா சாப்பிட வேண்டும் அது உன் நோயை நீக்கும். நீதான் உன் உடலை பாதுகத்து இந்த நோய் மீண்டும் ஏற்படாமல் பார்த்துக்கொள்ள வேண்டும். ஒவ்வொரு வருடமும் ஒரு மாதத்திற்கு கதிரரிஷ்ட்டாவை தொடர்ந்து சாப்பிட வேண்டும்".

அவன் ஐயத்துடன், "இது சாத்தியமாகுமா?" என்று கேட்டான்.

சாணக்கியர் உறுதியாக,"கண்டிப்பாக, என்னை நம்பு" என்றார்.

சாணக்கியர் செல்லும் வழியில் இந்த சம்பவத்தை பற்றி சிந்தித்துக்கொண்டிருந்தார்.

விளக்கவுரை: வெற்றிகரமான வாழ்க்கைக்கு சுயகட்டுப்பாடு மற்றும் சமநிலை தேவையான ஆயுதங்களாகும். நமக்கு நம் மீது, சூழ்நிலைகள், செல்வம், பொருட்கள், மற்றும் தொழிலாளர்கள் மீது கட்டுப்பாடு இல்லாவிட்டால் எதையும் அடைய முடியாது. ஒருவர் வளர்ச்சியடைந்து, செல்வந்தர்களாகி, நிம்மதியான வாழ்க்கை நடத்த வேண்டுமானால், உணவு பழக்கம் முதல் வேலை, வேலை செய்யும் இடம், சொல் மற்றும் செயலில் சுய கட்டுப்பாடு இருக்க வேண்டும்.

விளைவு: முன்னேற்றம் மற்றும் அழிவிற்கு இடையில் குறைந்த இடைவெளி தான் இருக்கிறது.நிலையான மற்றும் உறுதியான நடை முன்னேற்றத்திற்கும் மற்றும் நிலையற்ற, தள்ளாடும் நடை அழிவிற்கும் வழிவகுக்கும்.

ஒரு சமூகத்தின் சீர்திருத்தம் மற்றும் முன்னேற்றம்

சாணக்கியர் பாட்டலிபுத்திரத்திற்கு வந்தவுடன், அந்த சமூகத்தை சீர்திருத்துவதில் தன்னை அர்ப்பணித்துக்கொண்டார். இந்த பணியால் அவரால் ஒரு நொடிகூட வீணாக அல்லது ஓய்வாக செலவழிக்க முடியவில்லை. இந்த சீர்திருத்தம் சிக்கலான மற்றும் வெற்றிக்கு பின்னால் உள்ள காலத்தில் கூட தொடர்ந்தது. அவர் இந்த சீர்திருத்தங்களை குறிப்பிட முறையில் மற்றும் சிறிய அளவுகளில் தொடங்கினார். இதை போன்ற பல சிறிய அளவிலான பணிகள், பணியாட்கள் இல்லாத பகுதிகளில் கூட சீராக செயல்பட்டன. அறிவுரைகள் உடனடியாக ஏற்றுக்கொள்ளப்பட்ட திறமையான, ஒழுக்கமுள்ளவர்களுக்கு தான் முக்கிய பதவிகள் அளிக்கப்பட்டன. இப்படி சமூகத்திலுள்ள சீர்கேடு அகற்றப்படது. ஒழுக்கக்கேடு நின்று, மருந்துகல் எடுத்துக்கொள்வதற்கு பதில் நல்ல எண்ணங்கள், நல்ல உணவு, மற்றும் ஆரோக்கியமான வாழ்க்கை முறை மக்களால் ஏற்றுக்கொள்ளப்பட்டு அவர்கள் ஆரோக்கியமான வாழ்க்கை வாழ்ந்தனர்.

மௌரிய ஆட்சி நிறுவப்பட பின் இந்த பணி முக்கியத்துவம் பெற்றது. மக்கள் ஒற்றை மணவாழ்க்கையை பின்பற்றி அவர்களுடைய துணையுடம் மட்டும் உறவு வைத்துக்கொள்வதற்கு அறிவுருத்தப்பட்டனர். பாலின நோயால் அவதிப்பட்டவர்கள் இந்த

செயலை மனமார வரவேற்றனர். இத்தனை நோய்கள் இல்லாமலிருந்தால், மக்கள் திருமணத்தின் புனிதத்தை பின்பற்றி இருக்க மாட்டார்கள்.

சாணாக்கியர் கௌடில்ய அர்த்தசாஸ்திரத்தில் ஒற்றை மணவாழ்க்கையை விவாதிப்பதற்கு இதுவும் ஒரு காரணம். அதை இங்கு விவாதிப்பது பொருத்தமாக இருக்கும்.

ஏற்றுக்கொள்ளப்பட்ட திருமண முறைகள்

1. பிரம்ம விவாகம்: कन्या दानं कन्या मंगलं कृत्य ब्रह्मो विवाह:।

ஒரு பண்புள்ள, ஆரோக்கியமான, அடக்கமான, கடுமையாக உழைக்கும், சிறந்த மணமகனுக்கு ஒரு மணமகளை கன்யா தானமாக (பெண்ணை பரிசாக அளிப்பது) அளிப்பதற்கு பிரம்ம விவாகம் (திருமணம்) என்று பெயர். இதில் எந்த விதமான முன் அமைப்புகளும் கிடையாது. தேவைப்பட்டால், ஒரு பெண்ணின் தந்தை அவரது தகுதி மற்றும் அந்தஸ்திற்கு ஏற்ப அவரது விருப்பப்படி பரிசுகளை அளிக்கலாம்.

2. தெய்வ விவாகம்: अन्त: वेदा अमृतबीजे दानाद दैव्य:।

ஒரு தந்தை தனது மகளை ஒரு அறிவாற்றமிக்க மகானுக்கு செல்வம் மற்றும் ஆபரணங்களுடன் திருமண பரிசாக அளிப்பது தெய்வ விவாகம் எனப்படும். இது இன்னொரு யக்ஞத்தின் போது தற்செயலாக நடைபெறும்.

3. ஆர்ஷ் விவாகம்: गोमिथूनाद नाद आर्श:।

பரம்பரை வழக்கத்தின்படி, பொருள் அல்லது செல்வம் எதுவும் அளிக்காமல் செய்யப்படும் திருமணம் ஆர்ஷ் விவாகம் எனபபடும்.

4. பிரஜாபதி விவாகம்: सह-धर्माचार्या प्रजापत्य।

ஒரு மணமகன், மனமகளை திருமணம் செய்யும் போது இருவரும் ஒழுக்கமான வாழ்க்கை வாழுவதாக உறுதியளிக்கப்படும். இது பிரஜாபதி விவாகம் எனப்படும்.

5. அசுர விவாகம்: भुल्क-दानाद आसुर:।

ஒரு திருமணத்தின் போது மணமகனின் பெற்றோர் மற்றும் உறவினருக்கு அதிகமாக பரிசுகளை வழங்கும் திருமணம் அசுர விவாகம் எனப்படும்.

6. காந்தர்வ விவாகம்: मिथ: सम्वायाद् गान्धर्व:।

ஒரு பெண்ணும், ஆணும் ஒருவரையொருவர் சந்தித்து, விரும்பி, இரகசியமாக ஒரு கோவில் அல்லது வேறு இடத்தில் மாலை மாற்றி திருமண செய்துக்கொள்வது காந்தர்வ விவாகம் எனப்படும்.

7. ராக்ஷச விவாகம்: प्रसयाद आनाद् राक्षस:।

ஒரு பெண்ணின் உறவினர்களை அடித்துவிட்டு அவளை கட்டாயப்படுத்தி கொண்டு சென்று திருமணம் செய்வது ராக்ஷச விவாகம் எனப்படும். இங்கு இரக்க உணர்ச்சி இருக்காது.

8. பைசாச விவாகம்:सुप्त आदानाद् पैशाच:।

உடல் நலமில்லாமல் அல்லது சுய நினைவில்லாமல் உறங்கிக்கொண்டிருக்கும் பெண்ணிடம் பலாத்காரமாக உடல் உறவு வைத்துக் கொள்வது பைசாச விவாகம் எனப்படும்.

வழக்கமாக இப்படிப்பட்ட செயல்கள் துர்தேவ்வதகளால் (பிசாசு) தான் செய்யப்படும். அஹ்டனால் தான் இது இப்படி அழைக்கப்படுகிறது.

நாகரீகம் என்ற பெயரில் கண்ணை மூடிக்கொண்டு ஓடுவதால் யாருக்கும் தெளிவு பிறக்கவில்லை. மனிதன் திருமணம் என்ற அமைப்பை உதறிவிட்டு, காமுகனாகிட்டான். மனிதன் ஒழுக்கம் கெட்டு மிகவும் கேவலமான நிலைக்கு சென்று ஓரினச்சேர்க்கையை பரப்புவது பேரழிவில் முடியும். மக்கள் பாலின நோய் மட்டுமல்ல, கொடிய நோயான எயிட்சாலும் அவதிபடுகின்றனர். இப்போது அசுர மற்றும் பிசாசு திருமணங்கள் தான் நடைமுறையில் உள்ளன. இதன் விளைவாக மனைவிமார்கள் உயிருடன் எரிக்கப்பட்டு, விவாகரத்து செய்யப்பட்டு, ஆண்கள் இந்த உறவிலிருந்து எப்படியாவது வெளியேற நினைக்கின்றனர். பாலின நோய், ஊனமுற்றவர்களுக்கு மற்றும் மனநிலை குன்றியவருக்கு தொடர்ந்து மருத்துவமனைகள் திறக்கப்படும் போதும் யாருக்கும் புத்தி வரவில்லை. அவமான படுகுழியில் விழுந்தபின் மனிதனால் எப்படி பழைய நிலைக்கு வர முடியும் என்று நினைத்து கூட பார்க்கமுடியவில்லை. நல்ல ஆரோக்கியம் இல்லாமல் வாழ்வதில் பிரயோசனம் இல்லை.

❖❖❖

4

சாணக்கியரின் தனித்தன்மை மற்றும் உறுதி

விழிப்புணர்வு மற்றும் ஆழ்ந்த அறிவு

ஒருமுக சிந்தனை மற்றும் ஆழ்ந்த அறிவால், அரசியல் மேதை சாணக்கியர் இயற்கை, சமூகம் மற்றும் வாழ்க்கையை பார்த்தார். அவரது உள்ளார்ந்த திறமையால் மற்றவர்களால் காண முடியாததை அவரால் எதிலும் உள்ள பொதுவான ஒற்றுமையை காண முடிந்தது, அவர் முடிவுகளை திறமையாக மற்றும் பயனுள்ளதாக எடுப்பார். இதனால், மற்றவர்களின் அகக்கண்கள் திறந்து அவர்களால் அரசியல் மற்றும் வர்த்தகத்தை புரிந்துக்கொள்ள முடிந்தது. இப்படிப்பட்ட திறமையால் மக்களால் வித்தியாசமான பாதையை கண்டு புதிய ஆதாரங்களை அறிந்துக்கொள்ள முடியும். இதை புரிந்துக்கொள்வதற்கு பயனற்ற எண்ணங்களிலிருந்து உயிர்காக்கும் முறையை பற்றி கலந்துரையாட வேண்டும்.

ஒருமுறை மௌரிய படை சூழப்பட்டதால் அவர்கள் குகைகளில் ஒளிந்துக்கொள்ள வேண்டியிருந்தது. மௌரிய படையினருக்கு பசியாக இருந்தது. ஆனால், அங்கு உணவில்லை. அந்த குகை மகத படையினரால் சூழப்பட்டிருந்ததால் அவர்களால் வெளியில் செல்ல முடியவில்லை.

ஒரு நாள் சாணக்கியர் ஒரு எறும்பு ஒரு அரிசியை எடுத்துச்செல்வதை கண்டார். அங்கு அரிசி இருப்பதற்கான சாத்தியமில்லை. அந்த அரிசி சமைக்கப்பட்டிருந்ததை அவர் கண்டார். அவர் அதை எடுத்து பரிசோதித்தார். அது புதியதாக சமைக்கப்பட்டு, சூடாக இருந்தது. சாணக்கியர் வீரர்களை சுற்றி தேடும்படி கூறினார். மகத நாட்டு படையினர் அந்த குகையின் பின்னால் தங்கியிருந்து உணவு சமைத்துக்கொண்டிருக்கும் செய்தி அவர்களுக்கு கிடைத்தது. மகத நாட்டு வீரர்கள் குழுக்களாக வந்து அங்கு உணவு உண்டபின் தங்கள் இடத்திற்குச் சென்றனர். அப்போது பெரும்பாலானோர் அங்கு சாப்பிட்டுக்கொண்டிருந்தனர். வீரர்கள் ஆயுதங்களை இரண்டு, மூன்று இடங்களில் குவித்து வைத்துவிட்டு சாப்பிடுவார்கள். அதனால், அவர்கள் தாக்குதலுக்கு தயாராக இருக்க மாட்டார்கள் என்ற முக்கியமான செய்தி அவருக்கு கிடைத்தது.

சாணக்கியர் தனது படையை மூன்று குழுவாக பிரித்து, ஒரு குழுவை எதிரிகளை தாக்கும்படி கூறினார். மகத நாட்டு வீரர்கள் மௌரிய வீரர்களை கண்டனர். அவர்களுக்கு மௌரிய வீரர்களின் வீரத்தை பற்றி தெரியும் அதனால் தங்களை பாதுகாத்துக்கொள்ள ஓடிவிட்டனர். ஆயுதங்களின் பக்கம் ஓடாமல், தங்களை பாதுகாத்துக்கொள்ள ஓடினர். அங்கு போருக்கு இடமிருக்கவில்லை. அவர்கள் குதிரைகள், ஆயுதங்கள் மற்றும் ரதங்களை விட்டு சென்றிருந்தனர். மௌரிய படையினருக்கு தேவையான ஆயுதங்கள் மற்றும் உணவு கிடைத்தது. அவர்களும் பாதுகாப்பாக இருந்தனர்.

விளக்கவுரை: நம்மை சுற்றியுள்ளவற்றை பற்றி மிகவும் கவனமாக இருந்தால் நமக்கு விவரிக்க முடியாத அறிவாற்றல் இருக்கும். இந்த ஈடற்ற தன்மை உருவாகுவதற்கு மனம்

அலையாமல் ஒரு இடத்தில் நிலையாக இருப்பதற்கு பயிற்சி செய்ய வேண்டும். அப்போதும் இந்த நிலை பெறுவதற்கு காலமாகும். இப்படிப்பட்டவர்கள் ஒவ்வொரு விஷயத்தையும் கவனிப்பார்கள். எதையும் உபயோகம் இல்லை என்று ஒதுக்க மாட்டார்கள். அதனால் அவர் ஏமாற்றப்படுவதில்லை. இந்த முறை உளவியலில் உள்ளுணர்வை நோக்கி செல்லுதல் எனப்படும்.

விளைவு: நடப்பது எதையும் உபயோகமற்றது என்று கூறமுடியாது. அதற்கு ஒரு அர்த்தம் மற்றும் மதிப்பு இருக்கும். ஏனென்றால், ஒவ்வொரு சம்பவத்திற்கும் ஒரு ஆரம்பம் மற்றும் அதற்கு பின்னால் ஒரு அர்த்தமும் இருக்கும்.

எதிரியை பலவீனமாக்குவது

எதிரியை பலவீனமாகுவது என்பது, நமது மக்களை எதிரியின் நிறுவனத்தினுள் தந்திரமாக நுழைத்து, எதிரியின் மக்களை நம் பக்கம் வசீகரிப்பதற்கான சுலபமான வழியாகும். இந்த முறை நடைமுறையில் வெகு காலமாக இருந்துள்ளது மற்றும் இன்று அது தீவிரமாக உள்ளது. இராணுவம் முதல் கல்வி வரை, தொழில் முதல் நிர்வாகம் வரை, அரசாங்க அதிகாரிகள் முதல் ஒவ்வொரு துறையிலும் உள்ள தொழிலாளர் வரை மக்கள் லஞ்சம் கொடுத்து அல்லது வாங்குகின்றனர். ஒவ்வொருவரும் அடுத்தவரை பலவீனமாக்க முயற்சிக்கின்றனர். இந்த சுயநலம் மக்களையும் சமுதாயத்தையும் அழிக்கும். சாணக்கியர் இதை செய்வதில் மிகவும் திறமைசாலி.

ஒரு முறை சாணக்கியர் மகத அரசசபை மந்திரி மாதங்கை பாலத்தில் சந்தித்தார். இந்த சந்திப்பு தற்செயலானது போல் தோன்றியது. ஆனால், அது திறமையாக திட்டமிடப்பட்ட ஒன்றாகும். அது மதிய வேளை, மற்றும் அங்கு வாகனங்கள் குறைவாக இருந்தன. அருகாமையில் மக்கள் யாரும் இருக்கவில்லை. மாதங் மிகவும் அனுபவமிக்க, சக்திவாய்ந்த மந்திரியாவார். ஆனால், அவர் முகஸ்துதி பாடுபவர் அல்ல. அதனால், அவர் மதிக்கப்படமாட்டார். சாணக்கியர் இப்படிப்பட்டவர்களை எடை போட்டு தன் பக்கம் வசீகரிக்கும் திறமைசாலி. இந்த சந்திப்பும் அதில் ஒரு பகுதி தான். மாதங்கிடமிருந்து நிறைய உதவி கிடைக்கும் வாய்ப்பு அதிகமாக இருந்தது. அதில் நிச்சயமாக நிறைய தகவல் இருக்கும். சாணாக்கியர் தனாநந்நரின் பலத்தை பிரித்து அதிக அளவை எடுத்துக்கொண்டு அவரை பலவீனப்படுத்துவதில் இருந்தார்.

சாணக்கியர்: வணக்கம் சக்திமிக்கவரே!

மாதங்: வணக்கம் குரு, மெலிந்தவர்களுக்கு சக்தி இருப்பதில்லை!

சாணக்கியர்: உங்களது சிந்தனை ஒவ்வொன்றும் இரத்தினம் போன்றவை.

மாதங்: நான் இந்த இரத்தினங்களை சேகரித்துள்ளேன் ஆனால், எந்த மதிப்பும் பெறவில்லை.

சாணக்கியர்: நன்மதிப்பு தான் ஒரு மனிதனின் அடிகையில் மின்னும் பிரகாசமான இரத்தினம். என் கைகள் இந்த விலைமதிப்பற்ற இரத்தினத்தை தகுதியானவரின் கழுத்தில் சூடுவதற்கு காத்திருக்கின்றன.

மாதங்: அசுத்தத்தில் விழுந்தவர் மதிப்புடையவராக முடியாது.

சாணக்கியர்: புரட்சிகள் அசுத்தத்தை தனது தாய்பூமியின் நெற்றியில் அலங்கரிக்கின்றன. ஒரு உண்மையான தாய்க்கு இது பிடிக்கிறது.

மாதங்: எனது தலை தேவைப்படும் போது தாய் அதை வாங்கிக்கொள்வாள்.

சாணக்கியர்: ஆனால், தாய் தனது மகனுடையதை தனது மடியில் ஏந்தி பாதுகாப்பாள்.

மாதங்: நான் சூரியோதயத்திற்கு காத்திருப்பேன்.

சாணக்கியர்: இப்படிப்பட்ட மகன்கள் சூரிய அஸ்தமனத்தில் தொலைந்து விடக் கூடாது.

மாதங்: நீங்கள் கூறுவது சரி குருவே, வணக்கம்!

சாணக்கியர்: தேசபக்தருக்கு வணக்கம்!

விளக்கவுரை: *வெற்றி செயல்பாட்டின் எண்ணம் அல்லது திட்டத்தை பொறுத்து இருக்கும். உணர்ச்சிமிக்க, தேசபக்திமிகுந்த, ஆன்மீகமானவர்களிடம் இந்த சக்தி அதிகமாக காணப்படும். அவர்களிடம் பொருள் தேவைகளை பூர்த்தி செய்யும் எண்ணம் இருப்பதில்லை. அவர்கள் வாழ்வா, சாவா என்ற நிலை வரும்போது, பசியை பற்றி கவலைப்படுவதில்லை. ஆனால், தனக்கும், மற்றவர்களுக்குமான பொதுநலம் மற்றும் நாட்டின் பாதுகாப்பு பற்றி கவலைப்படுவார்கள்.*

விளைவு: *வெற்றியை விரும்புகின்றவர்கள் கடுமையாக உழைக்க வேண்டும். ஏனென்றால், தோல்வி என்றால் கடுமையாக உழைக்கவில்லை என்றும் அர்த்தம்.*

அறிவாற்றல் அனுபவத்தின் மூலம் சோதிக்கப்படும்

* நகரவாசிகளுக்கு கிராமிய முறைகள், கிராம மக்கள் மற்றும் அவர்களது உற்பத்தி இல்லாமல் அடையாளம் கிடைக்காது. வளர்ச்சியின் பாதை கிரமத்திலிருந்து தான் தொடங்கும்.

* பணியை சமநிலையாக திட்டமிடுவதால் வாழ்வில் சமநிலை கிடைக்கும். உற்பத்தியாளருக்கு உற்பத்தியில் 1/8 பங்கு தான் அளிக்கப்படுகிறது. இதிலிருந்து உற்பத்தியாளருக்கு கொடுக்கப்படும் மதிப்பு புரிகிறதல்லவா? இன்று ஒரு நிர்ணயிக்கப்பட உழைப்பு இல்லை. தொழிலாளிகள் தேவை மற்றும் வினியோகத்தை பொறுத்து வேலை கொடுக்கப்படுகின்றனர். ஆதலால், வேலை நிறுத்தம் அல்லது திருப்தியின்மை அதிகரித்துள்ளது. உழைப்பு பணத்துடன் சமப்படுத்தப்படுவதால், இதன் பணவீக்கத்தின் தாக்கம் பொருட்களிலும் தெரிகிறது.

* இன்று மாதாமாதம் இரண்டாயிரம் ரூபாய் முதல் இரண்டு கோடி ரூபாய் வரை அளிக்கப்படும் தொழிலாளர்கள் இருக்கின்றனர்.

* தொழிலாளர்கள் வேலைக்கு தகுந்தபடி அமர்த்தப்படவேண்டும். அவர்களுக்கு தங்களது வேலையை பற்றிய முழுமையான அறிவாற்றலும், பொறுப்பும் இருக்க வேண்டும்.

* தொழிலாளர்களுக்கு சரியான நேரத்தில், சரியான தகவல் அளிக்கப்பட வேண்டும். அவர்கள் தகவலுக்காக காத்திருக்க கூடாது. 1962 இந்தோ-சீன போரில், இந்திய இராணுவம் போர் அறிவிப்பிற்காக காத்திருந்தது தான் இந்தியர்களின் தோல்விக்கு முக்கியமான காரணமாகும்.

* ஒருவருக்கு பகைவர்கள் மற்றும் எதிர்ப்பவர்களை வீழ்த்துவதற்க்கு உரிமையும், தெளிவான நோக்கமும் இருக்க வேண்டும்.

* உள்ளமைப்பு தகவல்கள் முழுமையாகவும், தெளிவாகவும் இருக்கும் விதத்தில், யாரும் அதன் உட்கருத்தை சுட்டிக்காட்டும்படி இருக்க கூடாது.

* ஒரு சங்கத்தை உருவாக்க விரும்பும் ஒருவருக்கு எந்த விதத்திலும் குழப்பம் இருக்க கூடாது. அவருக்கு அந்த பணியை பற்றி முழுமையாக தெரிந்திருக்க வேண்டும் மற்றும் அதை தொடங்குவதற்கு முன் அதில் முழுமையாக பயிற்சி பெற வேண்டும். அவர் அதற்கான ஏற்பாடுகளை அளிக்க அதன் கட்டுப்பாட்டை தன்னிடம் வைத்துக்கொள்ள வேண்டும். அதனால் அவர் உயர்ந்து தனது இடத்தை தக்க வைத்துக்கொள்ளலாம்.

* தொழிலாளர்களின் திறமையும், கடும் உழைப்பும் நிர்வாகிகளே அவர்களுக்கு அளிக்கும் ஊதியம் குறைவு என்று நினைக்கும் அளவிற்கு இருக்க வேண்டும்.தொழிலாளர்கள்

அதிகம் வேண்டும் என்று கோரிக்கை விடுக்க கூடாது.

* வரியை சரியான நேரத்தில் கட்டினால் பிரச்சனைகள் இருக்காது.
* ஒரே சமயத்தில் பல விஷயங்களில் வேலை செய்வது தவிர்க்கப்பட வேண்டும்.
* நிர்வாகி அல்லது மேலாளர் அடிக்கடி புதிய விஷயங்களை கற்றுக்கொள்ள வேண்டும்.
* ஒருவர் தனது துறையில் அனுபவம் பெற்றிருந்தால் வேறு ஒரு நிறுவனத்திற்கு செல்லலாம். ஆனால், நிறுவனங்களை வெறும் பணத்திற்காக மாற்றுவது சரியல்ல.
* ஒரு ஊழியர் பணியில் இருக்கும் போது மரணமடைந்தால், அந்த நிறுவனம் அவரது குடும்பத்தை கவனித்துக்கொள்ள வேண்டும்.
* தகுந்த வாய்ப்பு அடையாளம் காணப்பட்டு பற்றிக்கொள்ளப்பட வேண்டும்.
* சுமை இல்லாதபடி செல்வம் சேர்க்கலாம். காப்பாற்றுபவராக இருங்கள் அதனால், பயம் இருக்காது.
* ஒரு தூய்மையான இதயத்தை கெடுக்கக்கூடாது.
* ஒரு இரகசியத்தை இரகசியமாகவும், பாதுகாப்பாகவும் வைத்துக்கொள்வது தான் வெற்றியின் இரகசியம்.
* யாருக்கும் எந்த தீங்கும் நினைக்கக்கூடாது. இலாபங்களை இரட்டிப்பாக்க வேண்டும்.
* உறுதியான தூண் கட்ட வேண்டும், பலவீனமான உத்திரத்தை அல்ல.
* நீங்கள் சுறுசுறுப்பாக இருந்தால், மற்றவர்களையும் சுறுசுறுப்பாக வைக்கலாம்.

வேலை மற்றும் தாக்குதலுக்கான கட்டளைகள்

சிறிய குழுவாக மக்களின் மத்தியில் வீரனை போல் முன்னேறிச் செல்ல வேண்டும் ஆணவமாக அல்ல. போர்க்களத்தில் இருப்பது போல் சண்டையிட வேண்டாம். எதிரி தயாராக இல்லாத போது தாக்க வேண்டும். ஐந்து திசைகளிலிருந்து தாக்குவதால் எதிராளி குழப்பமடைய வேண்டும். ஒரு குழு காத்திருந்து, சோர்வடையும் குழுவிற்கு பதிலாக செல்ல வேண்டும்.

ஒருவர் எங்கிருந்தாலும் தனது உணர்வுகளை கட்டுப்படுத்த வேண்டும். ஒவ்வொரு ஒலியையும் கேட்டு, ஒவ்வொரு அசைவையும் கவனமாக கண்காணித்து, எல்லோருடைய முகத்தையும் தெளிவாக படிக்கவும். கவனத்தை தவறவிடாமல், அறியும் தன்மையை பாதுகாத்துக்கொள்ளவும். தேவையான போது கடுமையாக போராடவும். ஆனால், எண்ணம் மற்றும் ஆச்சரியத்திற்கு பொறுமையாக இருக்க வேண்டும். எதிராளி போராடக்கூட நேரமில்லாத போது தாக்க வேண்டும்.

முக்கிய பகுதிக்கு அருகில் இருக்க வேண்டும். ஆனால், முக்கிய பகுதியை தவிர, மற்ற பகுதிகளில் கவனமாக இருக்க வேண்டும். தாக்கும் போது கோபத்தை ஆயுதத்தின் மீது காட்ட வேண்டும். ஆழமாகவும், பலமாகவும் காயப்படுத்த வேண்டும். ஓட வேண்டிய போது காலால் ஓடவும், அச்சத்தால் அல்ல.

அரசனையும், எதிர்ப்பவர்களையும் அழிக்க வேண்டும், ஆனால் பொதுமக்களை பாதுகாக்க வேண்டும். நிறுவனங்களையும் அரண்மனைகளையும் அழிக்கலாம், ஆனால், செடிகளை மிதிக்க கூடாது. கோட்டைகளை அழிக்கலாம், சந்தைகளை அல்ல.

இப்படி தான் சாணக்கியர் தனது ஆயுதப்படையில் உள்ள ஊக்கமுள்ள வீரர்கள் மற்றும் தொழிலாளர்களுக்கு ஆலோசனை அளிப்பார். இந்த பயிற்சி நல்ல பயனளிக்கக் கூடியதாக இருந்தது. அவர் இந்த பாடத்தை, ஆரம்பத்தில் மகத அரசு படையிடம் தோற்றதிலிருந்து

கற்றுக்கொண்டார். ஆரம்பத்தில் அரண்மனையை முற்றுகையிடுவதற்கு முக்கிய தலைநகரத்தை தாக்குவதற்கு முயற்சி செய்தார். ஆனால், அரண்மனை பலமாக பாதுகாக்கப்பட்டிருந்தது. இப்படிப்பட்ட தாக்குதல் பயனற்றது மற்றும் ஆபத்தானது என்று புரிந்துகொண்டு அதற்கு தகுந்தாற் போல் தன் திட்டங்களை மாற்றிக்கொண்டு, மக்களுக்கு அறிவுரைத்தார்.

விளக்கவுரை: அறிவுள்ள மனம் எல்லா உணர்வுகளையும் விழிப்புடன் வைத்திருக்கும். இதை யார் முதலில் செய்ய வேண்டும், யார் பிறகு செய்ய வேண்டும் மற்றும் இதை எப்படி செய்ய வேண்டும் என்பது தெளிவாக இருக்க வேண்டும். ஒருவர் எச்சரிக்கையுடன் இருந்தால் தான் அடர்ந்த, இருட்டான காடுகளிலிருந்து வெளியில் வர முடியும்.

விளைவு: வாழ்க்கையில் ஒவ்வொரு விதத்திலும் பாதுகாப்பு முக்கியமானது, ஏனென்றால், வாழ்வதற்கு சுறுசுறுப்பாக இருக்க வேண்டியது அவசியமாகும்.

பெரியவர்களிடமிருந்து அறிவாற்றல் பெறுவது

சாணக்கியர் அமைதியாகவும், கோபத்தையும், உணர்வுகளையும் கட்டுக்குள் வைப்பதற்கு முடிந்த அளவில் முயற்சித்தாலும், ஆச்சரியப்படும் வகையில் அவர் ஏதாவது உணர்வின் உச்சியில் இருப்பார். அவரால் தனது உணர்வுகளை சமநிலை படுத்த முடியவில்லை. ஒருபுறம் அவர் சமநிலை பெறுவதற்கு முயற்சித்தாலும், மற்றொருபுறம் அந்நிலையிலும் அவர் சமப்படுத்திக்கொண்டார். அவர் தடுமாறி அல்லது விழவில்லை. அவரால் தனது வெளிப்புற அதே சமயம் உட்புற கண்களையும் அகல திறக்க சாத்தியமாயிருந்தது அவருக்கு அசாதாரணமான விழிப்புணர்வு ஏற்படுவதற்கு உதவியது. ஏனென்றால், ஒருவர் முடிவின் எல்லையில் இருக்கும் போது நிலை தடுமாறினால், அழிவு நிச்சயமாகும்.

கண்களை திறந்து வைத்திருப்பதின் பயனாக பாதை தெளிவாக தெரிந்தது. சாணக்கியர் எல்லா திசைகளிலிருந்தும் தோல்வியை சந்திக்க வேண்டிய நேரமும் இருந்தது. அவர் தாக்குவார், ஆனால், ஜெயித்ததில்லை. இந்த சம்பவம் அந்த நாட்களை சேர்ந்தது.

சாணக்கியரின் அறிவுரைகளை பின்பற்றி சந்திரகுப்த மௌரியரின் தலைமையில் மௌரிய படை மகத நாட்டை மூன்று திசைகளிலிருந்து தாக்கியது. ஆனால், மூன்று திசைகளிலும் வெற்றி பெறவில்லை. அவர்கள் பெரும் தோல்வியை சந்திக்கும் நிலையில் இல்லை. ஆனால், சந்தித்த தோல்வியே தாங்க முடியாததாக இருந்தது. சாணக்கியர் கவலைப்பட்டார். எங்கு தவறு நடந்தது என்று அவருக்கு புரியவில்லை. அவர் குழம்பிய நிலையில், வழக்கமான அவரது இரவு வலத்திற்கு நிம்மதியற்ற மனதுடன் கிளம்பினார்.

இந்த இரவு வலங்களில் நிறைய பயன்கள் இருந்தன. அவருக்கு வீட்டின் வசதிக்கு வெளியில் நன்கு யோசிப்பதற்கு நேரம் கிடைத்தது மற்றும் வெளிவிவகார தகவல்கள், அவரால் முக்கியமாக நிறுவப்பட்ட ஒற்றர்களிடமிருந்து தகவல் கிடைத்தது, மக்களின் பிரச்சனைகள் மற்றும் கவலைகளை அறிந்துகொள்ள முடிந்தது. தேவையான போது அவர் உடனடி கட்டளைகள் இடுவார். அதனால் அவர் ஒரு வழக்கமான பாதையை பயன்படுத்தமாட்டார்.

ஒரு நாள் அவர் ஒரு கிராமத்தை கடந்து செல்லும் போது அவர் ஒரு குடிசையில் விளக்கு எரிவதை கண்டார். இந்த நேரத்தில் யார், எதற்கு விழித்துக்கொண்டிருக்கிறார்கள்? அவர் விசாரிப்பதற்காக சென்றார். அந்த குடிசையின் படுதா கிழிந்திருந்தது. அதனால், உள்ளே என்ன நடக்கிறது என்று பார்க்க முடிந்தது. உள்ளே என்ன நடக்கிறது என்று தெரிந்துக்கொள்வதற்கு அவர் உள்ளே எட்டிப்பார்த்தார்.

அவர் ஒரு வயதான பெண்ணையும் ஒரு இளைஞனையும் கண்டார். அவர்களின் உரையாடலிலிருந்து அவர்கள் தாயும், மகனும் என்று புரிந்தது. அந்த பெண் ஒரு விதவை. அவளால் மாலையில் கொஞ்சம் கோதுமை கொண்டு வர முடிந்தது. அதனால் சமைப்பதற்கு நேரமாகிவிட்டது.

அவள் கோதுமையை அரைத்து ரொட்டியும், கூட்டும் சமைத்து மகனுக்கு கொடுத்தாள். அவளது மகன் ரொட்டியை நடுவில் பிய்த்தான், அப்போது அதிலிருந்து சூடாக ஆவி வந்ததால் அவன் கையை உதறினான். அந்த பெண் அவனை கடிந்துக்கொண்டாள். "நீயும் சானக்கியரை போல் ஆகிவிட்டாயா, ரொட்டியை நடுவிலிருந்து பிய்க்கிறாய்? உணவு ஓரத்திலிருந்து சாப்பிடப்பட வேண்டும், நடுவிலிருந்து அல்ல".

இதை கேட்டதும் சாணக்கியர் திடுக்கிடார். இவ்வளவு சிக்கலான பிரச்சனைக்கு எவ்வளவு சுலபமான தீர்வு! அதுவும் ஒரு கிராமத்து மூதாட்டியிடமிருந்து! இது நிச்சயமாக ஒரு ஆசி தான்! அவர் வெகுநேரம் அங்கேயே நின்றிருந்துவிட்டு திட்டவட்டமான முடிவுடன் வீடு திரும்பினார்.

அதுமுதல் சாணக்கியர் இராஜ்ஜியத்தின் புற எல்லையிலிருந்து தாக்க துவங்கினார் என்பதை கூற அவசியமில்லை. அவர் தலைநகரின் தாக்குதலை தாமதித்தார். வெற்றிகள் சிறியதாக, குறிப்பிடும்படியாக இல்லாவிட்டாலும், அது மௌரிய படையினரின் மன உறுதியை அதிகரித்தது. இது இறுதி வெற்றிக்கு வழிவகுத்தது.

இறுதி தாக்குதல்

ஒரு அறிவாளிக்கு செயல்பாடுகள் போதாமல் அல்லது செயல்பாட்டின் குறைவால் பிரச்சனைகளை சந்திக்க வேண்டியிருக்காது. அவரிடம் தன்னிடம் இருக்கும் குறைவான ஆதாரங்களை வைத்து அதை முடிக்கும் தன்மை இருக்கும். அவருக்கு கிடைத்திருக்கும் குறைவான ஆதாரத்தை வைத்து பணியை முடிக்கும் வகையில் அவர் உருவாக்கிய நிறுவனத்தை சக்திவாய்ந்ததாக செய்வார்.

சாணக்கியர் நந்த வம்சத்தை அழிக்க பயன்படுத்திய முறையை கவனிக்க வேண்டும். தனாநந்தரின் சக்திவாய்ந்த படையை எதிர்கொள்ள முடியாது என்று சாணக்கியருக்கு தெரியும். அவர் எதை செய்ய நினைத்தாலும், அவரிடம் இருந்த சிறிய படையும், குறைந்த ஆயுதங்களையும் வைத்து தான் செய்ய வேண்டும். அவரது படையை இழக்க முடியாது, ஏனென்றால், பிறகு அவரிடம் படை இருக்காது. அதே போல் அவரால் தனாநந்தரின் படையையும் இழக்க முடியாது. ஏனென்றால், எதிர்காலத்தில், அதன் மூலம் சில காரியங்கள் செய்ய வேண்டியிருந்தது. அவரால் பொதுமக்களின் இழப்பையும் ஏற்றுக்கொள்ள முடியாது. ஏனென்றால், பிறகு நாட்டின் ஆட்சியை மாற்றுவதில் பலனிருக்காது. பிறகு அவர் மக்கள் மற்றும் அவர்களது செல்வம் மட்டுமல்ல, அவர்களது நம்பிக்கையையும் இழந்துவிடுவார்.

அவரது வெற்றி தனாநந்தரின் படை செயலற்று போவதை பொறுத்து இருந்தது. சாணக்கியர் இவை எல்லாவற்றையும் மனதில் கொண்டு தனாநந்நரின் இறுதி தாக்குதலை திட்டமிட்டார். இது எப்படி நடந்தது? இதை நாம் கட்டாயமாக தெரிந்துக்கொள்ள வேண்டும். சாணக்கியர் தனாநந்தரின் இறுதி தாக்குதலை அவர் சபதம் எடுத்த அன்று இரவிலிருந்து திட்டமிடப்பட்டது தெரிந்ததே. அவர் பாதுகாப்பான, வெற்றிகரமான தாக்குதலை திட்டமிட்டார். அவர் தகவல்களை சேகரித்து, அவற்றை செயல்முறைபடுத்தி, ஒவ்வொரு அடியையும் அதன் அடிப்படையில் எடுத்தார். அவர் தனது திட்டப்படி சில ஆட்கள் அல்லது ஒற்றர்களை குறிப்பிட்ட சில இடங்களில் வைத்தார். முதலில் அவர் தலைநகரத்தை தாக்கினார். அதன்பின், தனது திட்டத்தை மாற்றிக்கொண்டு மகத படையினரால் எளிதில் அடைய முடியாத இடங்களை தாக்கினார். இவற்றில் சுலபமாக வெற்றி அடைந்தார் மற்றும் மகத படையினரால் அவர்கல் விரும்பினாலும் எதிர்க்க முடியவில்லை. இதற்கு காரணம், செய்தி அவர்களுக்கு தாமதமாக கிடைத்தது மற்றும் எதிரிகளின் திறமையான தாக்குதல்களை அவர்களால் விரைவாக எதிர்க்க முடியவில்லை.

சாணக்கியருக்கு எல்லை பகுதிகளில் பெற்ற வெற்றியில் திருப்தி இல்லை. அவர் நந்தர்களை முழுவதுமாக அழிப்பதற்கு சபதம் எடுத்திருந்தார். பூர்ணா வினாசம் வாதாயாமி.

சாணக்கியர் தனது ஒற்றர்களை பாட்டலிபுத்திரத்திலும், தனாநந்தரின் அரண்மனையிலும் வைத்திருந்தார். அவர் நான்கு முறைகள் அல்லது நுட்பங்களான – சாம, பேத, தான, தண்டம் மட்டுமல்ல அவருக்கு சொந்தமான மூன்றையும் பயன்படுத்தினார். அவர் இதை அரண்மனை, அரண்மனையில் வாழும் மக்கள் மற்றும் பிரஜைகளை இறுதி தாக்குதலுக்கும் முன் பயனில்லாமல் ஆக்குவதற்கு

செய்தார்.

சாணக்கியர் அரசனால் ஏதோ ஒரு சமயத்தில் பாதிக்கப்பட்டவர்கள் மற்றும் இன்னும் அதை பற்றி வருத்தப்பட்டுக்கொண்டிருப்பவர்களை முறையாக தனாநந்தரிடமிருந்து பிரிக்க தொடங்கினார். தனாநந்தருக்கு தனது அரண்மனை மற்றும் தலைநகரத்தில் என்ன நடந்துகொண்டிருக்கிறது என்பது இம்மியளவும் தெரியாது. தேவை ஏற்படும் போது அவர் செய்தி அனுப்பினார் அல்லது அவரே சென்றார். அதனால், சாணக்கியர் அவருக்கு வேலை செய்வதற்கு பலரை அமர்த்தினார். பெரும்பாலானவர்கள் நிர்வாக உள்ளமைப்பில் ஒற்றர்கள். அவர் வீரர்களை மட்டுமல்ல, அதிகாரிகளுடன், மந்திரிகள், வியாபாரிகள், மற்றும் தாசிகள் மற்றும் அவர்களது மக்களையும் தன் பக்கம் கொண்டு வந்தார்.

அவர் தாசிகளை தன் பக்கம் கொண்டு வந்ததற்கு காரணம், வீரர்களும், குடிமகன்களும் இந்த பெண்களிடம் வழக்கமாக வந்தனர். இறுதி தாக்குதலின் போது இந்த பெண்கள் மகதர்களுக்கு மதுவில் விஷம் கலந்து சாணக்கியரின் வேலையை சுலபமாக்கினர். இந்த செயல்கள எல்லாம் திரைக்குபின் இரகசியமாக மறைக்கப்பட்டு, இதை பற்றி தெரிவிப்பதற்கு யாரும் இருக்கவில்லை.

அவரது ஒற்றர்கள் முறையாக பலமான தூண்களை ஒவ்வொன்றாக அழித்ததில் நந்த இனம் இறுதி தாக்குதலில் சீட்டுக்கட்டை போல் சரிந்தது. எல்லாம் முறையாக நடந்தன.

எல்லா ஏற்பாடுகளும் செய்யப்பட்டபின் சாணக்கியரும், சந்திரகுப்த மௌரியரும் தங்கள் படை முழுவதுடன் ஒரு நாள் பாட்டலிப்புத்திரத்திற்கு சென்றனர். அவர்கள் பிரிந்த வகையில் முக்கியமான மக்கள் கைப்பற்றப்பட்டனர் மற்றும் முக்கியமான இடங்கள் முற்றுகையிடப்பட்டன. மக்கள் உடனையாக கட்டளைக்கு கட்டுப்பட்டனர்.

தயாராக இருந்த மௌரிய படையினர் பாட்டலிப்புத்திரத்தை நடுநிசிக்கு பின் தாக்கியது. அவர்கள் மகத படையினர் எதிர்பதற்கு முன், அல்லது அரண்மனையில் வசிப்பவர்களுக்கு ஏதாவது தகவல் கிடைப்பதற்கு முன் அவர்கள் அரண்மனையினுள் நுழைந்தனர்.பல அதிகாரிகள் மயக்கத்தில் அல்லது உரக்கத்தில் பிடிக்கப்பட்டனர். தனாநந்தர் மகளிர் கூட்டத்தில் மகிழ்ந்துக்கொண்டிருக்கும் போது பிடிக்கப்பட்டார். அவர் அரை நிர்வாணமாக கைப்பற்றப்பட்டார். சில மணி நேரங்களில் அரச குடும்பத்தினர் அதிக இரத்த பெருக்கம் இல்லாமல் பிடிக்கப்பட்டனர். அவ்வப்போது சிலர் கொல்லப்பட்டனர், மற்றவர்கள் தேவையான தகவல் கிடைத்ததும் பிடிக்கப்பட்டனர். இப்படியாக, நந்த இனம் முழுவதுமாக அழிக்கப்பட்டது. மறுநாள் விடிந்த போது, மக்களால் நிறைய மாற்றங்களை காண முடிந்தது. சாணாக்கியர் குளித்து, பிரார்த்தனையை முடித்துவிட்டு, ஒரு கொண்டாட்டமான சூழலில் மீண்டும் தன் கூந்தலை முடிந்தார். அவர் இதை சபதம் எடுத்த இடத்தில் செய்தார். இறுதி தாக்குதல் வெற்றிகரமாக முடிந்தது மற்றும் சாத்தியமில்லை என்று தோன்றிய சபதமும் நிறைவேறியது.

அன்று சூரியன் பிரகாசமாக மின்னியது.

விளக்கவுரை: நமது இரகசிய பணி சிறியதாக இருந்தாலும், பெரியதாக இருந்தாலும் வெற்றி பெறும்போது ஏற்படும் மகிழ்ச்சி விவரிக்க இயலாதது. ஒரு வெற்றிகரமான மனிதர் இப்படிப்பட்ட வெற்றிகரமான சந்தர்ப்பங்களை மீண்டும், மீண்டும் மகிழ்வார். அது அவரை கவனமாக மற்றும் ஈடுபாட்டுடன் புதிய முயற்சியுடன் வேலை செய்வதற்கு தூண்டும். நாமும் கவனத்துடன், உற்சாகமாகவும், ஒருமனதாகவும் கடுமையாக உழைத்து ஒவ்வொரு முறையும் வெற்றி பெற்று வெற்றியின் இன்பம், மகிழ்ச்சி மற்றும் சந்தோஷத்தை அனுபவிக்கலாம். வெற்றி நமது வாழ்வின் காரணமாக இருக்கட்டும்.

விளைவு: ஒரு பணியின் பகுதியில் பெறுவதை விட முழுமையான சாதனையில் தான் சிறப்பு இருக்கிறது. இதில் சந்தேகம் இல்லை. ஒரு முயற்சி முழுமையான பொறுமை மற்றும் ஈடுபாட்டுடன் செய்யப்படும் போது, அதன் பலன் இன்னும் மதிப்புடையதாகும் ஏனென்றால் ஒவ்வொரு ஒரு முயற்சியின் பலனாகும்.

❖❖❖

5

பொருளாதாரம் மற்றும் கௌடில்ய அர்த்தசாஸ்திரம்

சாதனையும் கௌடில்ய அர்த்தசாஸ்திரம் பள்ளிக்கூடங்கள் மற்றும் பல்கலைக்கழகங்களில் கற்றுக்கொடுக்கப்படும் பொருளாதார பாடத்தின் அடிப்படையானது அல்ல. இந்த ஆய்வுக்கட்டுரை பொருளாதாரம், நாடு, இடம் அல்லது இனத்தின் தன்மையின் கோட்பாடுகளுடன் தொடர்பு கொண்டது அல்ல. இது செல்வம் ஈட்டுவது அல்லாது செலவு செய்வது பற்றியது அல்ல. இது கோட்பாடுகள் அல்லது வர்த்தகத்தை பற்றிய மேற்கத்திய புத்தகங்களை போன்றது அல்ல.

கௌடில்ய அர்த்தசாஸ்திரம் கட்டமைப்பு, கருத்து மற்றும் ஆழ்ந்த உட்பொருட்களின் வெளியீட்டை விரிவாக மற்றும் பரவலாக கொண்டது. இதில் மிகவும் குறிப்பிடதக்க விவரமானது, இது நல்ல நிர்வாகத்திற்கு வழிக்காட்டுதலாக செயல்படுகிறது, இது அரசியல் விஞ்ஞானம் மற்றும் அரசியலின் கொள்கைளை முடிவு செய்கிறது மற்றும் விதிமுறைகள் மற்றும் சடங்களை அமைக்கிறது. இதில் எடை மற்றும் அளவீடுகள் முதல் கலவரம், தண்டனை மற்றும் ஆய்வுக்கட்டுரை போன்ற தலைப்புகள் வரை கொண்டுள்ளது. இது இலக்கணத்தில் குறில்களின் கூட்டமைப்பு அல்ல. ஆனால், அரசியலின் இணைப்பு.

இது இரண்டு பக்கங்களை கொண்டது. ஒருபுறம் நெறிமுறைகள் மற்றும் நிர்வாகம் பற்றியும், மறுபுறம் ஆட்சியாளர் மற்றும் அவரது பிரஜைகளின் உரிமைகள் மற்றும் கடமைகளை பற்றி தெளிவாக விவரிக்கிறது. இந்த புத்தகத்தில் பலவழிகளில் வருமானம், பாதுகாப்பு பற்றிய கலந்துரையாடல், வரி விதிப்பு, வரி சேகரிப்பு ஆகியவை உள்ளன.

இந்த புத்தகத்ஹின் கடைசி இரண்டு, மூன்று வாக்கியங்களில் சாணக்கியர் பொருளாதாரத்தின் அர்த்தத்தை விளக்குகிறார்.मनुष्याणां वृत्ति: अर्थ: மனிதனின் வாழ்க்கை செயல்முறை செல்வம் எனப்படும். मन्युष्यवती भूमि: इति अर्थ: மனிதனால் வளமாக்கப்பட்ட பூமி செல்வம் எனப்படும். ஆங்கில சொல் 'எர்த்' இதிலிருந்து எடுக்கப்பட்டதாக யூகிக்கப்படுகிறது, ஆயினும் இதை உறுதி செய்வதற்கு ஆங்கில் அகராதியில் எங்கும் ஆதாரம் இல்லை. तस्या: पृथिव्या: लाभ पालन उपाय: शास्त्रं अर्थशास्त्रम्:।

பூமியின் பயன் மற்றும் அதை பாதுகாக்கும் முறை மற்றும் ஆதாரங்களை பற்றி விளக்கும் விஞ்ஞானம் பொருளாதாரம் எனப்படும். இந்தியாவில் இந்த விஞ்ஞானத்திற்கு அதிக வாய்ப்பு அளிக்கப்படுகிறது. धर्म अर्थ विरोधनकामं सेवेत न् नि: सुख स्यात्। ஒருவர் ஒழுங்குமுறை மற்றும் செல்வத்தின் விதிமுறைகளை பின்பற்ற வேண்டும், அதை எதிர்ப்பவர்கள் சுகத்தை பெற முடியாது.

செல்வத்தின் மூன்று அர்த்தங்கள்

1. வெளிப்படுத்தக் கூடியது, முன்பே அறியக்கூடியது.
2. இலக்கு, உருவகம்.
3. வஞ்சப்புகழ்ச்சி

'செல்வம்' எனும் சொல் சமஸ்கிருதத்தில் நிறைய சிலேடையாக்கப்படுகிறது.

- நாம் யாரிடமாவது பணிவாக கேட்க வேண்டுமானால் – त्वामि मम् अर्थं अर्थयते।
- நாம் எதையாவது பெற முயற்சித்தால் – प्रिया प्रभृत्ति निमित्तं अभ्यथयि।
- அர்த்தம், நோக்கம், விருப்பம் – ज्ञान, अर्थोज्ञान सम्बन्धं श्रोतुं श्रोत:।
- வடிவம், சாரம், நாற்றம், தொடு மற்றும் குரல் மூலமாக அறிய செய்வது –इन्द्रियभ्य: पराह्य अर्थ अर्थेभ्य: चं परं मन:।
- வர்த்தகம், பணி, செயல்பாடுகள், விண்ணப்பம் மற்றும் தீர்வு – अर्थो अयं अथान्तर भाव्य एव।
- பணம், வளம், ஈன்ற செல்வம், நான்கில் ஒரு சக்தி – अप्य अर्थ-कामौ तस्यातं - धर्मेव मनीषिण:।
- பயன்பாடு, நற்பண்புள்ள செயல், இலாபம், மற்றும் அன்பளிப்பு –तथा ही सर्वे तस्य आसन परार्थो फलागुणा:।

अर्थागम – எந்த விதமான சம்பாதியமும் வருமானம் எனப்படும். அது மகிழ்ச்சி அளிக்கும். அர்த்தோபர்ஜன்– செல்வத்தை நல்ல வழிகளில் சம்பாதிக்க வேண்டும். அதன் மூலம் நமது அர்த்த கௌரவம் (பொருளாதார மதிப்பு) மற்றும் அந்தஸ்து உயரும். அர்த்தா தத்வம்– செல்வம் என்பது உண்மை மற்றும் சாரம். ஒருவர் வீணாக செலவழித்து செல்வத்தை தவறாக பயன்படுத்தினால் அவர் அர்த்த தூஷணம் எனப்படுவார். சிலர் அர்த்தம் தேடுகின்றனர். அவர்கள் செல்வத்தின் உண்மையான மாற்று உள்ளார்ந்த ஈடுபாடு, பணியில் நேர்மை, பணியில் வல்லமை என்பதை உணர்கின்றனர். ஏனென்றால், அதில் தான் அர்த்தோத்பதி, அர்த்தோபர்ஜன், அர்த்தோசன்சய், மற்றும் அர்த்தரக்ஷா கிடைக்கும்.

சாணக்கியர் 'செல்வம்' (அர்த்) என்னும் சொல்லுக்கு கிட்டத்தட்ட 32 அர்த்தங்கள் அளித்து அவற்றை அர்த்த சாஸ்திரம் எழுதும் போது பொருத்தமான இடங்களில் பயன்படுத்தியுள்ளார். அதை படித்து எல்லாவற்றையும் புரிந்துக்கொள்வதில் மகிழ்ச்சி உள்ளது. அவர் நமக்கு செல்வம் சேர்ப்பதற்கும், பாதுகாப்பதற்கும் 32 வழிகள் மற்றும் சுருக்கு வழிகளை அளித்துள்ளார்.

செல்வம் என்பது மனித இனத்தின் சக்தியின் ஆதாரமாக ஏற்றுக்கொள்ளப்பட்டுள்ளது. நம்மால் அதை அதிகமாக புரிந்துக்கொள்ள முடியாது. பணம் சேர்ப்பது மட்டும் செல்வமாகாது. அதை இலாபகரமாக பயன்படுத்தி, பயனுள்ளதாக செலவழித்து, அதனால் நமக்கும், மற்றவர்களுக்கும் மகிழ்ச்சியும், அந்தஸ்தும் கிடைத்தால், அதை செல்வம் என்று அழைக்கலாம். சாணக்கியர் செல்வத்தை சம்பாதித்து மற்றும் அனுபவிக்கப்பட வேண்டும். அது சட்டவிரோதமாக அல்லது ஒழுங்கற்ற முறையில் செய்யப்படக்கூடாது.

धर्मं अर्थं च कामं च प्रवर्तयति पाति च।

अधर्म अनर्थ विद्वे ाान इदं शास्त्रं इदं निहन्ति च।

செல்வம் மூன்று வழிகளில் சம்பாதிக்கப்பட வேண்டும். அது 'ஆனந்ததாயகம்', 'தர்மதாரகம்', மற்றும்'மோக்ஷகாரகம்' ஆக இருக்க வேண்டும். மகிழ்ச்சியளிக்கவில்லை என்றால்செல்வத்தின்பயன் என்ன? ஒருவரால் ஒழுங்குமுறையைபாதுகாக்க முடியவில்லை என்றால் செல்வத்தின் பயன் என்ன? அது முக்தியாக இருக்கவில்லை என்றால் மற்றும் முக்தி அளிக்க தடையாக இருந்தால் செல்வத்தின் பயன் என்ன? செல்வம் உணவு, ஆடை, இருப்பிடம், மற்றும் சொகுசிற்கு மட்டும் செலவழிக்கப்பட்டால் அதில் பயன் ஏதும் இல்லை.

இந்த அழிவற்ற சிறப்பம்சம் பிற்காலத்தில் பிரசித்தி பெற்றாலும் அதற்கான உருவம், வடிவத்தை இதற்கு முன்பே பெற்றிருந்தது. ஏனென்றால், இவ்வளவு முறையான பணியை எளிதில் செய்து விட முடியாது.

தற்செயலாக, முறையான மற்றும் துணிச்சலான ஆசிரியர் சாணக்கியர், எல்லா நன்கொடைகளையும் இயற்கையாக பெற்று எல்லோரது சிந்தனையையிலும் விழிப்புணர்ச்சி ஏற்படுத்தி அதை தொடர்ந்து செயல்பட வைத்தார். எத்தனையோ அரசாங்கங்களும், ஆட்சி பகுதிகளும் இருந்த போதும், அவர்களுடன் பணி புரியும் போது அவர்களின் பலவீனத்தை தெளிவாக அடையாளம் காணுவார். அவற்றை அகற்றுவதற்கு பல வழிகளை சிந்தித்தார். அவரது புத்தகம் எப்போது வெளியிடப்பட்டது மற்றும் அதன் எண்ணிக்கை எப்படி அதிகரித்தது என்பது தெரியவில்லை. இந்தியா இலக்கிய தொகுப்புகளின் வளமான பாரம்பரிய அறிவாற்றலின் கூர்மையும் நினைவாற்றலும் கொண்ட நாடு. ஆதலால், அவ்வப்போது மாற்றங்கள் ஒன்றிணைக்கப்பட்டருக்கலாம என்பதை மறுக்க முடியாது.

இந்த புத்தகம் அழிவு, புனரமைப்பு மற்றும் வெற்றி நிலைத்து நிற்கும் வழிமுறைகளை தெளிவாக விவரித்துள்ளது. ஆதலால், அவர் நந்தரின் சபையில் எடுத்த சபதம் அவருக்கு விழிப்புணர்வு ஏற்படுத்தி, நந்தரின் பலவீனத்தை களைந்து, புதியதாக நிறுவப்பட்டிருக்கும் அரசை அது பாதிக்காமல் இருப்பதற்கு உதவியது தெளிவாகிறது. அதனால் தான் இந்த பணி அழிவற்றது. மக்களுக்கு தெரியாமலும் அல்லது அவர்கள் ஒத்துக்கொள்ளாமலும் இருக்கலாம். ஆனால், அழிவற்ற பணிகள் அரிதானவை மற்றும் அது அழிவற்றதாக இருப்பதற்கு அதன் ஆசிரியரின் நீண்டகால முயற்சியும் ஈடுபாடும் காரணமாக இருக்கும்.

அதனால் தான் அவர் தனது பிரஜைகள் மற்றும் எல்லா உயிரினங்களின் நலனுக்காக பாடுபடும் அரசனை – 'सर्वभूत हिते रता:' என்று அறிவித்தார். தனது அரசாங்கத்தை நேர்மையாகவும், சிறப்பாகவும் நிர்வகித்து, தனது கவனத்தை கல்வியில் செலுத்துபவர் நீண்டகாலம் ஆட்சி செய்ய முடியும்.

विद्या विनीतो राजा हि प्रजानाम विनये रत:।

अन्याना पृथवीं भुक्क्ते सर्वभूत हिते रता:।

ஒருவர் ஆறு எதிரிகள் எனப்படும், மோகம், கோபம், பேராசை, அந்தஸ்து, ஆணவம் மற்றும் பொறாமை ஆகியவற்றை கட்டுப்படுத்தினால், எந்த இராஜ்ஜியத்தையும் வெற்றி பெறலாம்.

ஒரு அரசனுக்கு ஆதரவான கைகள் தேவை. வண்டி ஒரு சக்கரத்தில் ஓட முடியாதது போல், அவரால் தனியாக ஒன்றும் செய்ய முடியாது –சஹாய ஆசாத்யம் சக்ரம் ஏகம் ந வைத்ததே. அதனால், அரச சபை அல்லது நிறுவனத்தில் பல விதமான மக்களை பணியில் அமர்த்துவது அவசியமானது.

அர்த்த சாஸ்திரம், குற்றங்களை சமூக மற்றும் சட்ட விரோதம் என்று பிரித்து, தண்டனையை முறைப்படுத்தி நல்ல நிர்வாகத்திற்கு அறிவுரை வழங்கியது. தண்டனையின் கடுமை, குற்றத்தின் கடுமையை பொறுத்து இருக்கும் என்பதை ஏற்றுக்கொண்டாலும், சாணக்கியர் ஒவ்வொரு குற்றமும் தண்டனைக்குட்பட்டவை என்பதில் உறுதியாக இருந்தார். தேவையான போது தண்டிக்காமல் அல்லது நியாயமில்லாமல் தண்டிக்கும் அரசனை யாரும் மதிப்பதில்லை. தண்டிப்பவர் மதிக்கப்படுவார்.

तीक्षण दण्डो हि भूतानां उदेजनीय।

मृदु दण्ड: परिभूयते। यथार्थ दण्ड: पूज्य:।

கௌடில்ய அர்த்த சாதிரத்தின் முழுமையான பணியை பார்த்தால் அதில் 6000–ற்கும் மேற்பட வார்த்தைகள், 380 வாக்கியங்கள், மூன்று பாகங்கள், 15 அத்தியாயங்களாக பிரிக்கப்பட்டு, அவை 150 பகுதிகள் மற்றும் 180 தலைப்புகளாக் உள்ளதை காணலாம். இங்கு கொடுக்கப்படுள்ளதை தவிர மற்ற தகவல்கள் நிறைய உள்ளன.

பணி மற்றும் நிறைவேற்றிய பணிகள்:	ஆலோசனை மற்றும் ஆலோசனையின் பெயரில் செயல்படுவது
அரசியல் நடைமுறை	பணி, நிறுவனம், நிர்வகிப்பவர்
அரசியல்	காலத்தின் நல்லொழுக்கம், பொது கொள்கை
தைரியம், துணிச்சல், செயல்பாடு	உடன்பாடு
பயிற்சி	செல்வம் மற்றும் பணி
வருமானத்தின் ஆதாரம்	தண்டனை
குற்றம்	நடத்தை
பணியின் ஊடுருவல்	மகிழ்ச்சி, தீர்மான, பணியை முடித்தல்
நன்நடத்தை, நல்லொழுக்கத்தை போற்றுதல்	உறவினர்

முக்கியமான அடிதளங்கள்

சாணக்கியர் பல விஷயங்களை நிறுவினார், அவை எல்லாவற்றையும் ஒரே இடத்தில் இடுவது பயன்னுள்ளது அல்லது அவசியமானது அல்ல. அவை பல்வேறு சூழ்நிலைகளில் புரிந்துக்கொள்ளப்பட வேண்டும். ஆனால், அதில் சில குறிப்பாக மற்றும் தனியாக குறிப்பிடப்படும் அவசியம் உள்ளது. அவை கீழே கொடுக்கப்பட்டுள்ளன.

- ➢ ஒருவர் தன்னை சரியாக நிர்வகித்துக்கொண்ட பின் தான் ஒரு நிறுவனத்தின் பணி தொடங்க முடியும்.
- ➢ நிறுவனம், நிர்வாகியிடமிருந்து பிரிக்கப்பட முடியாது.
- ➢ சுயக்கட்டுப்பாடு என்பதின் அர்த்தம் - பார்வைங்கண்கள்சி, கேட்பதுங்காதுசி, வாசனைங்மூக்குசி, பேச்சுங்உதடுசி, மற்றும் தொடுதல்ங்சருமம்சி உணர்வுடன், ஒருவர் காமம், கோபம், ஆணவம், அறியாமை, பேராசை, அளவுக்கு மீறி உண்ணுதல் ஆகியவற்றையும் கட்டுப்படுத்த வேண்டும்.
- ➢ அடக்கம் சுயக்கட்டுப்பாட்டின் மையமாகும் - इंद्रियजयस्य् मूलं विनयम्।
- ➢ நல்லொழுக்கம், கட்டுப்பாடு மற்றும் அடக்கத்தால் ஒருவர் தன்னை கட்டுப்படுத்திக்கொள்ள முடியும்.
- ➢ विरूप-सेवनं विज्ञानाम्, - பெரியவர்களுக்கு சேவை செய்வதால் ஒருவருக்கு அறிவாற்ற கிடைக்கும்.
- ➢ விஞ்ஞானம், கலை, மனித நடத்தையின் அறிவாற்றல் ஒன்று சேர்ந்து 'மெய்யறிவு' ஆகும்.
- ➢ இலக்கியம், தத்துவம், மற்றும் ஆன்மீகத்தின் அறிவாற்றலானது, அறிவாற்றல் சம்பாதிப்பதாகும்.
- ➢ विज्ञानेन् आत्मानं सम्पादयेत्: ஒருவர் தன்னை பொது அறிவில் ஒன்றிணைத்து பலப்படுத்திக்கொள்ள வேண்டும். ஒருவர் அன்றாட வர்த்தகத்தில் தொடர்புடைய பேச்சை கட்டுப்பாடான மொழியில் பயன்படுத்தினால், எடுத்துக்கொண்ட பணியை சீராக முடிப்பதற்கு உதவும்.

- सम्पादित - आत्म जीतात्म भवति அறிவாற்றல் பெற்றவர் மேன்மையடைவார். பிறகு அவர் எந்த பணியையும் செய்யும் வல்லமை பெறுவார். ஏனென்றால், அவர் சிந்தனை, சொல் மற்றும் செயலில் சமநிலை பெறுகிறார். அவர் தன் நன்மையை விட நிறுவனத்தின் நலனை மிகவும் முக்கியமாக கருதுவார். அவர் வெளிப்புற செல்வாக்கின் அடிப்படையில் எந்த தீர்மானமும் எடுக்க மாட்டார் மற்றும் தனது நிறுவனத்திற்காக சமூகத்திற்கான கடமைகளை கைவிட மாட்டார்.
- जीतात्मा सवर्थि सन्युजते।- சுயக்கட்டுப்பாடு உள்ளவர் சல்லாபங்களிலிருந்து விலகி நல்லொழுக்கம் பெறுவார்.
- सवर्थि- அவர் செல்வம், தொழிலாளர்கள், செயல்பாடுகள் மற்றும் திட்டங்கள் எல்லா பெறுவார் மற்றும் எல்லாம் பொறுப்புகளையும் வெற்றிகரமாக நிறைவேற்றுவார்.

❖❖❖

6

பெண்களை பற்றி சாணக்கியரின் கருத்து

பெண்களை பற்றி சாணக்கியர் கருத்தை பற்றி தனியாக குறிப்பிட வேண்டும். ஏனென்றால் அவர் பெண்களை ஆதரித்து அதே சமயத்தில் அவர்களை கேலி செய்தும் நிறைய கருத்துகளையும் அளித்திருக்கிறார். அவர் பெண்மையை பற்றி மிகவும் அழகாக எழுதியிருக்கிறார் மற்றும் அவர் எழுதியிருப்பது முற்றிலும் உண்மை. அவர் பெண்மையை பற்றி எழுதியிருக்கும் வாக்கியங்கள் ஏராளம்.

பெண் – ஒரு சொல் முரணணி

பெண் ஒரு சொல் முரணணி. பெண் வெகு சீக்கிரத்தில் பலவீனம் அடைந்து, பால் குடிப்பதால் அதை மீண்டும் பெறுவாள். இயற்கையை சமநிலை படுத்துவதற்காக சிலசமயம் மிகப் பெரியதாக மற்றும் சிறியதாக தலைகீழ் நிலையாக உருவாகலாம். ஒரே இடத்தில் விதிவிலக்கான மற்றும் எதிர்மறையான தன்மைகளை காணலாம். பெண்மையை வர்ணிக்கும் போது நிறைய எதிர்க்கும் பணியை காணலாம்.

பெண் சக்தியின் ஆதாரம், ஆனாலும், பலவீனமானவள், பெண் என்றால் விசுவாசம், நம்பிக்கை, அமிழ்தம். ஆனால், அதை வெறுப்பவள். அளவு மிஞ்சினால் அமிழ்தமும் நஞ்சு. அவள் பழிவாங்கும் போது, நல்ல பாம்பு என்று பாராட்டாகவும், சாபமாகவும் அழைக்கப்படுகிறாள்.

नारी तुम केवल श्रध्दा हो विश्वास रजत नग पगतल में
पीयूष स्त्रोत सी बहा करो जीवन के सूखे समतल में

மற்றும்

अबला जीवन हाय तुम्हारी यही कहानी
आंचल में है दूध और आंख में पानी

பெண் நம்பிக்கை, நம்பக உணர்வு, மற்றும் அமிழ்தின் ஆதாரம். அவள் பலமற்றவள் ஆனால், உறுதியானவள். அவளது கண்ணீர் இதயத்தில் பிழியும் போது அவளது புன்சிரிப்பு உயர்த்தும். அவள் தன்னை மாற்றிக்கொண்டு சாதாரணமாகிறாள், அவள் மற்றவர்களை மாற்றினால் அவர்கள் அசாதாரணமாவார்கள்.

பெண் வித்தியாசமானவள் மற்றும் அற்புதமானவள். உனது புதுமையான உற்பத்தியை கண்டு அதை என் மனதில் வைத்துக்கொண்டேன். சாணக்கியர் அவரது எண்ணங்களை தனக்குள் அடக்கி வைத்துக்கொள்ளவில்லை. அவரிடம் பேசும் சக்தி உள்ளது, விளக்கும் சக்தி உள்ளது, அதை அவர் எல்லாவற்றையும் விளக்குவதற்கு பயன்படுத்தினார்.

பெண் – ஒரு சமநிலை

பெண் என்றால் சீதா, ராதா, ருக்மணி, லலிதா. பெண் என்றால், பாரதி, துர்கா, காளி, சாவித்திரி, சவிதா. அவள் கௌசல்யா, ஊர்மிளா. அவள் காயத்ரி, சரஸ்வதி, லக்ஷ்மி. ஒருபுறம் அவள் அப்சரா, மேனகா, ரம்பாவாக இருக்கிறாள், அவள் தமயந்தி மற்றும் மண்டோதரி இரண்டும். அவள் சைவ்யா, சபரி, அஹல்யா, மற்றும் அனுசுயா. மற்றொரு புறம் அவள் கைகேயி மற்றும் மந்தாரா. அவள் குந்தி, பாஞ்சாலி, காந்தாரி என்றால் அவள் ஒரு தாசியுமாவாள் மர்றும் புனிதமான கர்கி மற்றும் மைத்ரேயி. அவள் முடிவுள்ள மற்றும் முடிவற்ற சக்தி. அவள் அன்பு மற்றும் ஓய்வு. சா பாஷ்யா யாத்ரா நிவ்ருதி. அவள் தாகம் அதே சமயம் நிறைவு. த்ருப்தி சத்யாஹா சக்திஹரா நரி சத்யாகா சக்தி கரம் பாயாம். ஒரு பெண் விரைவாக பலசாலியை அழிப்பாள் மற்றும் அவளது பாலை குடிப்பதால், ஒருவர் உடனடியாக சக்தி பெறலாம்.

ஒரு ஆணின் கையில் ஒரு பெண் பொம்மை போன்றவள், எனினும், அவன் ஒரு ஆணை தன் கையில் உள்ள பொம்மலாட்டம் போல் ஆட வைப்பாள். ஒரு ஆண் ஏற்படுத்திய எல்லா திட்டங்களிலும் பெண்ணின் பங்கு மிகவும் முக்கியமானது. பெண் தானே பல திட்டங்களை செய்கிறாள். பெண்கள் பொம்மலாட்டமாக இருக்கும் கயிற்றை ஆண் பிடித்துக்கொள்கிறான். பெண் மையம் மற்றும் ஆண்கள் எல்லைகள். ஆண் அளிக்கிறான், ஆதரிக்கிறான், பெண் குடும்பத்தை நடத்துகிறாள் மற்றும் ஆண் அவளை சார்ந்திருக்கிறான். பெண் தர்ம சிந்தனையுடன் இருக்கும் போது, ஆண் கறுவிக்கொண்டே அரிதாக தர்மத்தை பாராட்டி, ஏற்றுக்கொள்கிறான். ஆண் பலசாலியான போது, பெண் பலவீனமானவள். ஆனால், அவள் சக்தியின் ஆதாரமாவாள் மற்றும் பலவீனமான ஆண் கெஞ்சுவான். இவை எதிர்மறையானவை, ஆனாலும், உண்மையான எண்ணங்கள். பெண்ணை ஒரு குறிப்பிட்ட ரூபமாக எடுத்துக்கொள்ள முடியாது ஏனென்றால், அவள் ரூபங்களின் சுரங்கம் மற்றும் தவறுகளின் புதையல்.

எல்லா பெண்களும் ஒன்றே, ஆயினும் வித்தியாசமானவர்கள். ஒருவர் பல பங்குகளை, பல சமயங்களில், பல வேடங்களில், செயல்களில் மற்றும் தன்மைகளில் ஏற்கிறார்கள். உங்களுக்கு தேவையான வடிவில் அவளை காணலாம். அவளுக்கு பல வடிவங்கள் மற்றும் தன்மைகள் உள்ளன. அவளை புரிந்துக்கொள்வது சிரமம் – தெவோ நா ஜானாதி குடோ மனுஷ்யாஹா. அவளுக்கு ஒரேமாதிரியான மற்றும் வித்தியாசமான உணர்வுகள், வித்தியாசமான எண்ணங்கள், தனிப்பட்ட நோக்கங்கள், வாழ்வை அழிப்பதற்கும், ஆக்குவதற்குமான தன்மைகள் உள்ளன. ஆதலால், சாணக்கியர் பெண்ணால் செய்ய முடியாதது என்பது எதுவுமில்லை என்ற கருத்தில் இருந்தார் – கிம் நா குர்வந்தி யோஷிதாஹா.

சாணக்கியர் பெண்களை நுண்ணியமாக ஆராய்ந்தார். அவர் அவர்களை சமுதாய மனிதாபிமானத்தின் முக்கியத்துவத்தில் சோதித்தார், அவர்களின் பலவகையான வேலைகளில் பரிசோதித்தார், மேலே உள்ளவற்றால் அவர்கள் சந்திக்க வேண்டிய சிரமங்களை ஆழமாக சிந்தித்து அவற்றிற்கான எளிமையான தீர்வை அளித்தார்.

சாணக்கியரால் ஒரு பெண்ணின் அழிவு, சிறந்த முன்னேற்றம் மற்றும் இவற்றிற்கு இடையிலான நிலைகளை பற்றி தெளிவாகவும், வெளிப்படையாகவும் கருத்தளிக்க முடிந்தது. அவர் பெண் தொடர்பான எல்லாவற்றையும் ஒரே இடத்தில் அளிக்கவில்லை. ஆனால், தேவையான இடத்தில், தேவையான அளவு மட்டும் தான் எழுதினார்.

கருத்துகள்

சாணக்கியர் ஒரு பெண்ணை ஒரு குழந்தையாக, ஒரு இளம்பெண்ணாக, ஒரு உண்மையான மனைவியாக, ஒரு திறமையான இல்லத்தரசியாக மற்றும் ஒரு தாயின் வடிவில் பாராட்டியிருக்கிறார். சாணக்கியர் ஒரு பெண்ணிற்கு தாயின் பங்கை பொறாமைப்படும் அந்தஸ்தில் அளித்திருக்கிறார்.

அவர் காயத்ரி மந்திரத்தை விட சிறந்த மந்திரம் இல்லை. தாயை விட சிறந்த கடவுள் இல்லை என்றார்.

न गायत्र्याः परो मन्त्रो न मातुः परं दैवतम्।

ஐந்து வகையான தாய்கள் இருக்கின்றனர் – அரசரின் மனைவி, ஆசிரியரின் மனைவி, நண்பரின் மனைவி, மனைவியின் தாய் மற்றும் தன் குழந்தையை சுமக்கும் தாய். சாணக்கியர் கருத்தில் மட்டுமல்ல, ஆனால் எல்லா இந்தியர்களின் கருத்திலும்.

राजपत्नी गुरोः पत्नी मित्र पत्नी तथैव च।

पत्नीमाता स्वमाता च पंचैता मातरः स्मृता।

அவர் தாயை சிறந்த ஆசிரியராக கருதினார் – ஒரு ஆசிரியர் பத்து பயிற்சியாளருக்கு சமம், ஒரு தந்தை நூறு ஆசிரியருக்கு சமம், ஒரு தாய் அறிவாற்றலை அளிப்பதற்கு ஆயிரம் தந்தைக்கு சமமாகும்.

பெண்கள் வீட்டை முழுமையாக பாதுகாத்தனர் என்பது சானக்கியரின் கருத்து – சாஸ்த்ரீய ரக்ஷாயதி க்ருஹம். இப்பைப்பட்ட பெண்கள் சிநேகிதிகள்–பார்யாமித்ரம் க்ருஹேஷு சா. அன்பும், வர்த்தகமும் சமமானவர்கள்மத்தியில் இருக்க வேண்டியது போல், ஒரு அரசனுக்கு நிர்வகிப்பது பொருத்தமானது மற்றும்விவசாயம் சிறந்த தொழிலாகும். அதே போல் நற்பண்புள்ள ஒருபெண் குடும்பத்தின்விலைமதிப்பற்ற இரத்தினமாவாள்.

समाने शोभते प्रीतिः राज्ञि सेवा च शोभते।

वाणिज्यं व्यवहारेशु दिव्या स्त्री शोभते गृहम्।

அவர் நாணயத்திற்கு உயர்ந்த இடம் அளித்திருக்கிறார்.

कोकिला स्वरो रूपं स्त्रीणां रूपं पतिव्रतम्।

विद्या रूपं कुरूपाणां क्षमा रूपं तपस्वीनाम्।

குயிலுக்கு அழகு அதன் குரல், ஒரு பெண்ணிற்கு அழகு அவளது நாணயம், உருக்குலைந்த மற்றும் அவலட்சணமானவர்களின் அழகு கல்வியில், மற்றும் துறவியின் அழகு மன்னிப்பதிலாகும். பதிஹி இவே குரு ஸ்திரிநாம். ஒரு கணவன் தனது மனைவியின் குரு.

ஒரு பெண் தனது கணவனை தனது எண்ணத்தால், பேச்சால், மற்றும் செயலால் திருப்தி செய்பவள் சாணக்கியரை பொறுத்தவரை ஒரு நல்ல மனைவியாவாள். அவள் தனது வேலையில் கைத்தேர்ந்து, கணவனை நேசித்து மற்றும் உண்மையை கூற வேண்டும்.

सा भार्या या शुचिः दक्षा सा भार्या या पतिव्रता।

सा भार्या या पतिप्रीता सा भार्या सत्यवादिनी।

ஒரு மனிதனுக்கு அவனது மனைவி தனது விருப்பத்திற்கேற்ப இருந்தால், அவனது மகன் கட்டுப்பட்டால், போதுமான செல்வம் இருந்தால் அவனது வாழ்க்கை சொர்க்கமாக இருக்கும்.

यस्य पुत्रो वशीभूतो भार्या छन्दानुगामिनी।

विभवे यश्च सन्तुश्टस्तस्य स्वर्ग इहैव हि।

அதனால் தான் ஒரு பெண் தருமம் செய்வதால், ஷேத்ராடனம் செல்வதால் புனிதமாக முடியாது என்று கூறப்படலாம். அவள் தனது கணவனுக்கு சேவை செய்வதால் புனிதமாவாள்.

न दाने भुद्धयते नारी न उपवास शते: अपि।
न तीर्थसेवा तद्वद् भर्तृ: पादोवकै: यथा।

சாணக்கியர் ஒரு மனைவிக்கு அவளது கணவன் மிகவும் முக்கியம் என்று கூறுகிறார். கணவன் சுறுசுறுப்பாக இருப்பது ஒரு பெண்ணிற்கு மகிழ்ச்சியை அளிக்கும் என்று அவர் எண்ணினார். பதி – உத்சாஹ் உதா நார்யாஹா.

கணவனின் அனுமதியை பெற்ற பின் எந்த காரியத்தையும் செய்பவள் தான் உண்மையான மனைவி. ஏதாவது வேலையை செய்வதை கணவன் தடுத்தால் மனைவி அதை நிறுத்தி விட வேண்டும். ஒரு பெண் உடல் நலமில்லாத போது, கணவன் ஒத்துக்கொள்ளாத போதும் விரதம் இருந்தால், அவள் கடும் பிரச்சனைகளுக்குட்பட்டு, அவளது கணவன் உணர்ச்சிவசப்பட்டால் அவளது ஆயுட்காலம் குறையும்.

पत्यु:-आज्ञा बिना नारी उपोश्य व्रतचारिणी।
आयुश्यं हरते भर्तु: सा नारी नरक व्रजेत।

இந்த நற்பண்புகளை மதிக்காதவர் நெருக்கடியில் வாழ்வார்கள். அவளது கணவனின் நிலையும் அப்படி தான் இருக்கும். அதன் விளைவாக அவர்களின் வாழ்க்கை சச்சரவுடன் இருக்கும். இந்த தலைமுறையின் பிரச்சனை என்னவென்றால், யாரும் ஆசையை கட்டுப்படுத்துவது இல்லை, மற்றும் ஒழுக்கமான வாழ்க்கை வாழ்வதில்லை. கணவன் இல்லாத பெண்கள் கஷ்டப்படுவார்கள் – ஸ்திரியோ நாஷ்தா ஹ்யாபர்திகாஹா. செல்வம் அழியும்போது தான் ஒரு பெண்ணின் தரம் கடுமையாக சோதிக்கப்படுகிறது. பார்யா சா விபவக்ஷாயே.

வெட்கம் இல்லாத தாசி சிரமப்படுவாள். ஒரு இல்லத்தரசி வெட்கம் இல்லாமல் இருந்தால் அவளும் சிரமப்படுவாள் – ஸ்திரி ப்ரமந்தி வினாஷ்யதி. ஒரு பெண் இன்னொருவனுடன் சென்றால் அவளும் சிரமப்படுவாள் – நாஷ்யாத்தி பரஹஸ்தா கதா ஸ்திரியாஹா. பெண்கள் மற்றவர்களின் வீட்டில் தங்கக்கூடாது. அப்படி தங்குபவர்களும் சிரமப்படுவார்கள்.

नदीतीरे च ये वृक्षा परगृहेशु कामिनी।
मन्त्रीहीना:-च राजान: भीघ्र नश्यन्य-संशयम्।

சாணக்கியர் பெண்களின் கவர்ச்சியை பாராட்டி இருக்கிறார். அவரை பொருத்த வரையில் ஒரு அழகிய பெண்ணின் எழிலில் மயங்காதவர்கள் இருக்க முடியாது.

नारी-पीन-पयोधरोरू-युगलं स्वप्लनो अपि न-आलिंगतं।
मातु केवलं-एव यौवन-वनच्छेदो कुठारा वयम्।

ஒருவர் தனது கனவில் கூட ஒரு பெண்ணை தழுவாமல் இருந்தால், அவர் ஒரு இளம் மரத்தை வெட்டும் கோடாலி போன்றவர் என்னும் அளவிற்கு கூட விவரித்திருக்கிறார்.

बहुवीर्यं बलं राज्ञो ब्राह्मणो ब्रह्मविद्बली।
रूप-यौवन-माधुर्यं स्त्रीणां बलं उत्तमम्।

ஒரு அரசனின் சக்தி அவனது தோளிலும், ஒரு பிராமணரின் சக்தி அவரது அறிவாற்றலிலும், ஒரு பெண்ணின் சக்தி அவளது அழகு, இளமை, மற்றும் அன்பான நடத்தையிலும் இருக்கிறது.

अध: पश्यसि किं वृद्धे पतितं तव किं भूवि।
रे रे मूर्ख। न जानासिगतं तारुण्यं-मौक्तिकम्।

இளமை ஒரு பெண்ணின் மிகப்பெரிய சக்தி. அவள் அதை இழக்க விரும்ப மாட்டாள். தலை

குனிந்து நடந்துக்கொண்டிருந்த ஒரு வயதான பெண்ணிடம் ஒருவர், அவள் எதையாவது தொலைத்து விட்டு தேடிக்கொண்டிருக்கிறாளா என்று கேட்ட போது அந்த பெண், "ஓ முட்டாள் மனிதரே! நான் முத்து போன்ற என் இளமையை இழந்துவிட்டேன் என்பது உனக்கு தெரியாதா?" என்று கேட்டாள்.

इक्षु दण्डा: तिला: क्षुद्रा: कान्ता हेम च मेदिनी।
चन्दन दधि ताम्बूल मर्दनं गुणवर्धनम्।

கரும்பு, எள்ளு, தாழ்ந்தவர்கள், பெண், தங்கம், பூமி, சந்தனக்கட்டை, தயிர், மற்றும் வெற்றிலையை அதிகமாக கசக்கி, பிழிவதால் அதன் தரம் மேம்படும்.

किं तया क्रियते लक्ष्म्या या वधु:-इव केवलम्।
या तु वेश्येव सा मान्या पथिके:-अपि भुज्यते।

செல்வம் உயர்வாக இருக்கும் அளவிற்கு மற்றவர்களுக்கு பயன்படும், நற்குணம் உடைய பெண் மிகவும் சிறந்த பெண்ணாவாள். நற்குணம் உள்ள பெண் ஒருவர் மட்டும் பயன்படுத்தும், பேழையில் வைத்து பாதுகாக்கப்படும் செல்வம் போன்றவள். தாசியானவள் எங்கும் பிரயாணிகளால் பயன்படுத்தப்படும் செல்வம் போன்றவள்.

यो मोहान्मन्यते मूढो श्क्तेयं मयि कामिनी।
स तस्य वशगो भूत्वा नृत्येत् क्रीड़ा भाकुन्तवत्।

சாணக்கியர் மற்ற பெண்களுடன் உறவு வைத்துக்கொள்பவர்களை கீழ்தரமாக பிறந்த கள்வர்கள் என்கிறார். பரதசிபி மர்ஷானாம் சந்தாலம் உச்யதே. அவர் மற்றவர்களின் மனைவியை தாய் போல் நடத்தும்படி கூறுகிறார். மாத்ருவத் பரதாரேஷு. அவர் தாசிகளை விரும்பி அவர்களுக்கு ஏற்றபடி ஆடுபவர்களை முட்டாள் என்கிறார்.

जलपन्ति साधर्मन्येन पश्यन्त्रयन्य सविभ्रमा।
ह्रदये चिन्त्यन्त्यन्य न स्त्रीजामेकतो रति:।

निर्धनं पुरूषं वेश्या त्यज्येत्। – தாசி செல்வம் இழந்த ஆணை நிராகரிப்பாள். இப்படிப்பட்ட ஆண்களை முட்டாள் என்று அழைக்கும் போது, சாணக்கியர் முற்றிலும் சுயக்கட்டுப்பாடு உள்ள ஒரு ஆணுக்கு, பெண் வைக்கோல் போன்றவள் என்கிறார்– ஜிதா அஸ்யா த்ரினாம் நாரி.

நீண்ட காலம் சிந்தித்த பின் தான் அவர், ஒரு பெண் ஒரு நல்ல குடும்பத்தில் திருமணம் செய்து வைக்கப்பட வேண்டும் என்கிறார் – சுகுலே யோஜயாயேத் கன்யா, ஏனென்றால், ஒரு பெண் ஒரு முறை தான் கொடுக்கப்படுகிறாள் – சகுத் கன்யா பிரதியந்தே. சாணக்கியர் பெண்களை லக்ஷ்மி தேவியின் திருவுருவமாக மதித்து, அவர்களை காலால் தொடக்கூடாது என்கிறார்– பாதாப்யாம் நா ஸ்ப்ருஷ்யேதம் குமாரி.

முரண்பாடு – அவமதிப்பு

பெண்களின் அழிவை பற்றி பேசுவது அந்த காலத்திலும், பரவலாக இருந்தது. தாசிகள் தோன்றிய காலத்தை கூறுவது கடினமானதாகும். பழங்காலத்தில் சமமான பெண்களின் எண்ணிக்கை பொதுவாக இருந்தது. மத்திய காலத்திலும் அது இருந்தது. ஆனால், நாகரீக காலத்தில் அது வெகுவாக குறைந்துவிட்டது மற்றும் ஜனத்தொகையின் சதவிகிதத்தில் ஒப்பிட்டால் அது பொதுவானதாக உள்ளது. இளம் பெண்கள் பருவத்தை அடைந்தவுடன் மோகம் கொள்வது மற்றும் நடு வயது பெண்கள் அசாதாரணமாக எங்கும், எல்லா இடங்களிலும் வெட்கம் அல்லது கட்டுப்பாடு இல்லாமல் காமத்தில் ஈடுபடுவது அதிகரித்துள்ளது. இளைஞர்கள் மற்றும் இளம் பெண்கள் மற்றும் ஆண்கள் மற்றும் பெண்களின் மத்தியில் கொஞ்சம் கூட சுயக்கட்டுப்பாடு இல்லாமல் போய்விட்டது.

இது உலகளாவிய காட்சியாய், அதன் உச்சத்தி இருக்கிறது. இது பெண்களுக்கு மட்டுமல்ல,

மனித இனம் முழுவதுக்குமான அழிவு. ஆண்கள் ஒழுக்கத்தின் எல்லையை மீறுவதில் பெண்களை மிஞ்சிவிட்டனர். இது ஆண் தாசி மற்றும் ஓரின திருமணத்தின் காலமாக உள்ளது. இது மிகவும் வெட்கப்பட வேண்டிய நிலையாகும். ஆதலால், சாணக்கியர் யாரிடமும் நம்பிக்கை இல்லாமல், எல்லா இடத்திலும் ஒற்றர்களை வைத்ததில் ஆச்சரியப்படுவதிற்கில்லை. அவருக்கு குறிப்பிட்ட ஆண்களின் மீது நம்பிக்கை இருந்த போதிலும், அவர் பெண்களை முற்றிலுமாக நம்பவில்லை. ஆதலால், அவர் அடிக்கடி பெண்களை கௌரவமாக வாழும்படி அறிவுரை கூறி வற்புறுத்தினார்.

சாணக்கியர் பெண்களை பற்றி தனது கருத்துகளை பற்றி வெளிப்படையாக இருந்தார். அவர் பெண்கள் ஆண்களை விட இரண்டு மடங்கு உண்ணுவதாகவும், அவர்களின் திறமை நான்கு மடங்காகவும், துணிச்சல் ஆறு மடங்காகவும், மற்றும் இச்சை எட்டு மடங்காக இருப்பதாக கூறுகிறார்.

स्त्रिणां द्विगुण आहारो बुद्धिस्तासां चतुर्गुणा।
साहसं षड्गुणं कामो अश्टगुणं उच्यते।

பல இடங்களில் பெண்ணை பற்றிய கலந்துரையாடல் நடக்கிறது. ஒரு பெண் இளவயதில் இருக்கலாம், அவள் வயதாகும் போது கௌரவமாகிறாள் - வ்ருத்தா நாரி பதிவ்ருதா, *ஏனென்றால், அவள் அந்த வயதில் திறமைசாலியாக இருப்பதில்லை.*

சாணக்கியர் பெண்களின் தவறுகளை வெளிப்படையாக உரைத்திருக்கிறார். பொய் சொல்வது, சிந்திக்காமல் காரியத்தை தொடங்குவது, முரட்டுத்தனமாக நடந்துக்கொள்வது, தந்திரமாக திட்டமிடுவது, தூய்மையற்று இருப்பது மற்றும் கருணையில்லாமல் இருப்பது பெண்களில் பொதுவான தவறுகள். ஆனால், இப்போதெல்லாம் ஆண்கள் பெண்களை இவற்றில் தோற்கடிக்கின்றனர். இதில் யார் முன்னணியில் இருக்கிறார்கள் என்று சொல்வது கடினமானது. சிலரை தவிர, பெரும்பாலான ஆண்களும், பெண்களும் சாணக்கியர் அவர் காலத்தில் கூறியதை போல் இருக்கின்றனர்.

अनृतं साहसं माया मूर्खत्वं अतिलुब्धता।
अशौचत्वं निर्दयत्वं स्त्रीणां दोशा स्वभावजा ।

வஞ்சகம் பெண்களின் உடன் பிறந்த தன்மை. வஞ்சகத்தை பற்றி கற்றுக்கொள்ள விரும்புகிறவர்கள், பெண்களிடம் கற்றுக்கொள்ளலாம். ஸ்டிரிப்யாஹா சிக் ஷேத் கைத்தவம். நன்நடத்தை அற்ற பெண்கள் மோசமான வஞ்சகர்கள். திரிநாம் துர்தா சா மாலினி.

இப்படிப்பட்ட பெண்களை நம்பக்கூடாது. சாணக்கியர் பெண்களை நம்பக்கூடாதவர்கள் பட்டியலில் சேர்த்தார். அவர்கள் நகமுள்ள பெரிய விலங்குகள், ஆறுகள், கொம்புள்ள விலங்கு, ஆயுதம் ஏந்திய ஆண்கள், அரண்மனையில் பணி புரிகிறவர்கள்.

नखीनां च नदीनां व श्रृंगीणां भास्त्रपाणिनाम्।
विश्वासो नैव कर्तव्यः स्त्रीशु राजकुलेशु च।

நாம் தவறாக நினைப்பது பெண்களின் இயற்கையான தன்மை. உறுதியான தீர்மானம் மற்றும் தூய்மையான எண்ணம் நிறைந்த பெண்ணால் தான் இந்த தவறுகளை விரட்ட முடியும். பொதுவாக பெண்ணிடம் பொறாமையும், வெறுப்பும் நிறைந்திருக்கும். இந்த உணர்வு பொதுவாக பெண்கள் மற்றும் தெரிந்தவர்களை நோக்கி இருக்கும். எந்த பெண்ணாலும் அடுத்த பெண்ணை புகழ்வதை அல்லது அவளது பிறந்த வீட்டை குறை சொல்வதை தாங்கிக்கொள்ள முடியாது. ஒரு பெண் இன்னொரு பெண்ணின் எதிரி. ஒரு வயதான பெண்ணால் ஒரு இளம் பெண்ணை சகித்துக்கொள்ள முடியாது அதே போல் மற்றவருக்கும் இருக்கும். நன்நடத்தையற்ற பெண்கள் நற்பண்புள்ள பெண்களை சகித்துக்கொள்ள முடியாது. அதேபோல், நற்பண்புள்ள பெண்கள் நன்நடத்தையற்ற பெண்களை பார்க்க கூட விரும்ப மாட்டார்கள். அதேபோல், விதவை பெண்கள் திருமணமான பெண்களை வெறுப்பார்கள், மற்றும் திருமணமான பெண்கள் விதவைகளை கெட்ட சகுனமாக

கருதுவார்கள்.

मूर्खाणां पण्डिता द्वेश्या अधनानां महाधनाः।
वरांगना कुल स्त्रीणां सुभगानां च दुर्भगा।

பெண்கள்பெரும்பாலான நேரத்தில் உணவு, ஆபரணம் மற்றும் இன்பத்தில் தங்கள் நேரத்தை கழிப்பார்கள். பலர் உடனடி உறவை நாடுவார்கள். இது சுயக்கட்டுப்பாடு இல்லாமல் பெண்களின் இயற்கை நடத்தையாகும். இது பழங்காலத்திலிருந்து நடைமுறையில் உள்ளது. நாகரீகம் இதற்கு காரணமல்ல. இளம் பெண்கள் வயதான ஆண்களுக்கு நஞ்சாக இருப்பது அவர்களது தவறல்ல – வ்ருத்தஸ்ஸா தருணி விஷம். இது ஒரு வயதான ஆணின் பலவீனம் மற்றும் இளம் பெண்ணை மணக்கும் ஒரு வயதான ஆண் முட்டாள். சாணக்கியர் ஒரு தாசியை பேணுவது தவறு என்கிறார்.

मूर्खशिश्य उपदेशेन दुश्टस्त्री भरणेन च।
दुखिते सम्प्रयोगेन पण्डितो अपि अवसीदति।

கெட்ட குணம் உள்ள பெண்ணுடன் உறவு வைத்துக்கொள்பவர், கடுமையாக பேசுபவர்களுடன் பழகுபவர்கள், கெட்ட நடத்தையுடைய பெண்ணுடன் பழகுபவர்கள், கெட்ட சிநேகிதர்கள் உள்ளவர்கள், எதிர்த்து பேசும் வேலைக்கரார்கள் உள்ளவர்கள், மற்றும் எவரது வீட்டில் பாம்புகள் நிறைந்திருக்கிறதோ அவர்களுக்கு மரணம் நிச்சயம்.

दुश्ट भार्या भाठं मित्रं भृत्यः च-उत्तरदायकः।
ससर्पे च गृहे वासो मृत्युः-एव न संशयः।

ஆதலால், ஆட்சி செய்பவர் தீ, தண்ணீர், குரு மற்றும் பெண்களிடம் அதிகமான நெருக்கம் அல்லது இடைவெளி வைத்திருக்க கூடாது. அவர் இந்த எல்லைகளுக்கு ஒரு நடுவரை பயன்படுத்த வேண்டும்.

अत्यासन्ना विनाशाय दूरस्था न फलप्रदा।
संवित्यं मध्यभागेन राजा-वह्नि-गुरुः स्त्रियः।

கோபம் உள்ள மனைவி கெட்டவள். இப்படிப்பட்ட மனைவி மற்றும் அன்பில்லாத உறவுகளும் ஒதுக்கப்பட வேண்டும். **த்யாஜத் க்ரோதமுகி பார்யா நிஸ்நேஷான் பாந்தவ்யா த்யாஜத்.** கெட்ட மனைவியுடன் இருப்பதை விட மனைவி இல்லாமல் இருப்பது சிறந்தது. **வரம் நா தாரா நா குதாரதாரா** – மனைவி கெட்டவளாக இருந்தால் வீட்டில் நிம்மதி இருக்காது – **குதாரா–தாரே–சா குதோ க்ருஹே ராதிஹ்.** நன்நடத்தையற்ற மனைவி மட்டுமல்ல நன்நடத்தையற்ற தாயும் எதிரி தான். **ஜாரா ஸ்திரிநாம் பதி ஷத்ரு.** எப்போதும் கடன் உள்ள தந்தையும், நன்நடத்தையற்ற தாயும் ஒருவ்ரின் எதிரி. ஒரு அழகிய் மனைவியும், முட்டாள் மகனும் கூட எதிரிகள் தான்.

ऋणकर्ता पिता भात्रुः माता च व्यभिचारिणी।
भार्या रूपवती भात्रुः पुत्रः शत्रु अपण्डिता।

நன்நடத்தையற்ற பெண்களுக்கு எங்கும் மதிப்பு கிடைகாது. **சபாமத்யே நா ஷோபந்தே ஜாரா–கர்பைவ ஸ்திரியாஹ்.**

சாணக்கியர் பெண்களை பற்றி ஆர்வமும், பெண்களை பற்றி அறிந்துக்கொள்ள அக்கறை உள்ளவர்களுக்கு விவரமான விளக்கம் அளித்துள்ளார். சாணக்கியரின் சிந்தனை எல்லா இடங்களிலும் தொடர்புடையதாக உள்ளது, மற்றும் அவர் கூறிய எல்லா விஷயங்களும் வேத சாஸ்திரத்தில் உள்ளன. அவர் வேத சாஸ்திரத்திலிருந்து விலகி செல்லவில்லை மற்றும் அவற்றின் அங்கீகாரம் இருந்தது.

பெண் மைய சுழற்சி, ஒரு நபர்

சாணக்கியர் பெண்களை பற்றி இப்படிப்பட்ட விவரமான கருத்துகளை எழுதி பொதுமக்களுக்கு ஏன் அளித்தார் என்பது பொதுவாக இருந்தாலும், அது குறிப்பிடத்தக்க கேள்வியாக உள்ளது. சாணக்கியர் சந்திரகுப்த மௌரியரை நச்சு பெண்களிடமிருந்து (விஷ கன்யா) காப்பாற்றுவதற்காக சிறிய அளவுகளில் நஞ்சு கொடுத்தது தெரிந்த விஷயமாக இருந்த போதிலும், அவர் அந்த நச்சு பெண்களை பற்றி ஏன் ஒன்றும் எழுதவில்லை என்பதும் ஒரு நம்ப முடியாத கேள்வியாக உள்ளது. சாணக்கியர் தானே அந்த பெண்களை உருவாக்கி, அவர்களை தனது எதிரிகளுக்கு எதிராக பயன்படுத்தினார். ஒருவேளை இந்த நச்சு பெண்களை பற்றிய தகவல்கள், மற்ற பெண்களை பற்றிய அவரது கருத்துகளுடன் ஒப்பிடுவதற்கு குறிப்பிடும்படியாக இல்லாமல் இருக்கலாம்.

அவர் இந்த கருத்துகளை பொதுமக்கள் மற்றும் பின்வரும் தலைமுறையினர் சுயக்கட்டுப்பாட்டுடன், பாதுகாப்பான வாழ்க்கை வாழ்வதற்கு எச்சரிப்பதற்காக எழுதியிருக்கலாம். ஆனால், இந்த காலத்தில், குழந்தைகள், வயதுவந்தவர்கள், ஆண்கள், பெண்கள் மற்றும் முதியவர்கள் கவனமாகவோ, பாதுகாப்பாகவோ இல்லை. இந்த 20-ம் நூற்றாண்டில் ஆண்-பெண்களை தாக்குவது அடிக்கடி நிகழ்ந்துக் கொண்டிருக்கிறது. இது 20-ம் நூற்றாண்டின் எல்லா சண்டைகள், கொலைகள், மற்றும் பிரிவுகளை எல்லாம் மொத்தமாக மிஞ்சும் அளவில் உள்ளது. இதை வாழ்க்கை என்று கூறுவதை தவறாக இருக்கலாம். நாம் காலத்தை ஒன்று சிறப்பாக, அல்லது அசட்டையாக கழிப்பதாக கூறலாம்.

பிறகு, பெண்களை பற்றி இவ்வளவு நீண்ட கலந்துரையாடல் எதற்கு என்ற கேள்வி எழுகிறது.

சாணக்கியர் ஆழ்ந்து சிந்தித்தாலும், அவர் தனது எண்ணத்தில் 100/1 பங்கை தான் எழுதினார். அவர் தனது சிந்தனைகளை பழமொழிகள் மற்றும் வாக்கியங்களின் வடிவில் எழுதியுள்ளார். அவரது சிந்தனையின் வாக்கியங்கள் சுருக்கமானவை, ஆனால் அவை அர்த்தம் நிறைந்தவை. அது சரியான கருத்துகளில் பயன்படுத்தப்படும் போது அதன் அர்த்தம் ஆழமாகவும், பழமொழிகள் விரிவானதாகவும் இருக்கும்.

சாணக்கியர் பெண்களை வாழ்க்கையில் முக்கியமாக நினைத்தது அவரது எழுத்துகளிலிருந்து தெளிவாகிறது. பெண் இனம் மற்ற இனங்களை பெற்றெடுக்கின்றன மற்றும் பெண்கள் மனிதனை பெற்றெடுப்பதால் உயிர்கள் இருக்கின்றன என்பது உண்மை. பெண் உயிரின் சுழற்சி, சக்தி அளிப்பது மற்றும் அழிப்பது பெண் என்ற உண்மையை சாணக்கியர் மறைக்கவில்லை. பெண்கள் வாழ்க்கை சுழற்சியின் முக்கிய பங்கு வகித்து மற்றும் வாழ்க்கை முழுவதும் பரவி இருக்கின்றனர். பெண் வாழ்க்கையின் இன்றியமையாத பங்காவாள். இறப்பிற்கு பல காரணங்கள் உள்ளன, ஆனால், பிறப்பிற்கான காரணம் - பெண்! அவள் தான் கருவுற்று, இனப்பெருக்கம் செய்கிறாள்.

தாய் இல்லாத ஒருவர் குழந்தை பருவத்தை அனுபவிப்பதில்லை. மனைவி இல்லாத ஒருவர் வயதான காலத்தில் திருப்திகரமாக வாழ்வதில்லை. வயது வந்த எல்லோருக்கும் அவள் தேவையானவள் என்பதை சொல்ல வேண்டியதில்லை. ஒரு பெண்ணை அரவணைக்காத ஒருவரின் வாழ்க்கை பயனற்றது என்று சாணக்கியர் அறிவிக்கின்றார்.

மேலே உள்ள விவரிப்புகள் எல்லாம் ஒரு பெண் ஒரு ஆணின் வாழ்க்கையை உருவாக்குவது அல்லது அழிப்பதில் உண்மையாகும்.

❖❖❖

இரண்டாம் பாகம்

முறையான மனிதர் மற்றும் சமூகம்
சாணக்கியரின் முழுமையான கொள்கை

1

அத்தியாயம் - 1

1. प्रणम्य शिरसां विष्णुं त्रैलोक्याधिपतिं प्रभूम्।

नाना शास्त्र उक्त उद्धृतं वक्ष्ये राजनीति समुच्चयम्।

பல்வேறு சாஸ்திரங்களின் கருத்துகளை தொகுத்த பின், அரசாங்க விஞ்ஞானத்தை நான், பூமி, சொர்க்கம் மற்றும் நரகமான மூவுலகையும் ஆட்சி செய்யும் எங்கும் நிறைந்த, எல்லாம்வல்ல இறைவன் விஷ்ணு பகவானை பணிவன்புடன் வணங்குவதாக கருதுகிறேன்.

2. अधित्येदं यथाशास्त्रं नरो जानति सत्तमः।

धर्म उपदेश विख्यातं कार्य-अकार्य शुभ-अशुभम्।

சிறந்த மக்கள் செய்யக்கூடிய மற்றும் செய்யக்கூடாத மற்றும் செயலின் இலாப, நஷ்டத்தை பற்றி முறையாக கற்று, புரிந்துக்கொள்வார்கள்.

3. तद् अहं सम् प्रव्यक्षामि लोकानां हित काम्याया।

यस्य विज्ञान मात्रेण सर्वज्ञत्वं प्रपद्यते।

ஆதலால், மனித இனத்தின் நலனை கருதி, மனிதன் இன்னும் அறிவாளியாக உதவும் வகையில், நான் இந்த அறிவாற்றலை பற்றி ஆழமாக விளக்க விரும்புகிறேன்.

4. मूर्ख शिष्या उपदेशेन दुष्ट स्त्री भारणेन च।

दुःखितैः सम्प्रयोगेण पण्डितो अपि अवसीदति।

ஒரு முட்டாளுக்கு ஆலோசனை அளிக்கும் அறிவாளி, ஒரு தீய பெண்ணை பாதுகாப்பவர், செல்வத்தை வீணடிப்பவர், மற்றும் மனநலம் இல்லாதவருடன் தொடர்பு வைத்திருப்பவர்கள் அவதிப்படுவார்கள்.

5. दुष्ट भार्या शठं मित्र भृज्यः च उत्तरदायकः।

ससर्पे च गृहे वासो मृत्युरेव न संशयः।

கெட்ட குணம் உள்ள பெண்ணுடன் உறவு வைத்துக்கொள்பவர், கடுமையாக பேசுபவர்களுடன் பழகுபவர்கள், கெட்ட சிநேகிதர்கள் உள்ளவர்கள், எதிர்த்து பேசும் வேலைக்கரர்கள் உள்ளவர்கள், மற்றும் எவரது வீட்டில் பாம்புகள் நிறைந்திருக்கிறதோ அவர்களுக்கு மரணம் நிச்சயம்.

6. आपदर्थे धनं रक्षेद् दारा रक्षे धनैः अपि।

आत्मानं सततं रक्षेद् दारैः अपि धनैः अपि।

ஒருவர் தன்னை கஷ்டகாலத்தில் பாதுகாத்துக்கொள்ள செல்வம் சேகரிக்க வேண்டும்.

7. आपदर्थे धनं रक्षेद्-श्रमतां कुत आपदः।

कदाचिद् चलिता लक्ष्मीः संचितो अपि विनश्यति।

ஒருவர் தன்னை கஷ்டகாலத்தில் பாதுகாத்துக்கொள்ள செல்வம் சேகரிக்க வேண்டும். அப்படி செய்பவர் தன்னை கஷ்டகாலத்தில் சுலபமாக பாதுகாத்துக் கொள்ளலாம். ஆனால், ஒருவர் அற்பமான, பாதுகாப்பில்லாத செல்வம், செல்வ இழப்பில் முடியும் என்பதி நினைவில் வைத்துக்கொள்ள வேண்டும்.

8. यस्मिन् देशो न सन्मानो न वृत्तीः च बान्धवा।

न च विद्या आगमः कश्चित् तं देशं परिवर्जयेत्।

ஒருவர் மதிப்பு கிடைக்காத, வாழ்வதற்கு ஒரு ஆதாரமும் அளிக்காத, உற்றார், உறவினர் இல்லாத நாட்டை கைவிட வேண்டும்.

9. धनिको श्रोत्रियो राजा नदी वैद्यस्तु पंचमः।

पंच यत्र न विद्यन्ते न तत्र दिवसं वसेत्।

பின்வரும் ஐந்து விஷயங்கள் இல்லாத இடத்தில் ஒருவர் ஒரு நாள் கூட வாழக்கூடாது – செல்வந்தர்கள், வேதம் கற்ற பிராமணர்கள், அரசன், ஆறுகள் மற்றும் வைத்தியர்கள்.

10. लोकयात्रा भयं लज्जा दाक्षिण्यं त्यागशिलता।

पंच यत्र न विद्यन्ते न कुर्यात् तत्र संस्थितम्।

வாழ்வதற்கு ஒரு ஆதாரமும் இல்லாத இடத்தில் ஒருவர் வாழக்கூடாது, குற்றத்திற்கு தண்டனை பற்றிய பயமில்லாத இடத்தில், பொது நாணயம் இல்லாத இடத்தில், தங்கள் தொழிலில் வல்லமை இல்லாதவர்கள் இருக்கும் இடத்தில், தானம் அளிக்கும் பழக்கம் இல்லாத இடத்தில் இருக்க கூடாது.

11. जानीयात् प्रेषणे भृत्यान् बान्धवान् व्यसन आगमे।

मित्रं च आपत्ति-कालेषु भार्यां न विभवक्षये।

வேலை செய்பவர்களின் தரம் வேலை செய்யும் போதும், நமக்கு பிரச்சனை இருக்கும் போது உறவினர்கள் சோதிக்கப்படுவார்கள், ஆபத்தில் நண்பன் சோதிக்கப்படுவான் மற்றும் செல்வம் இழந்த போது மனைவி சோதிக்கப்படுவாள்.

12. आतुरे व्यसन प्राप्ते दुर्भिक्षे शत्रु-संकटे।

राजद्वारे श्मशाने च यः तिष्ठति स बान्धवः।

நாம் நோயுற்றிருக்கும் போது, கஷ்டப்படும் போது, பஞ்சத்தின் போது, எதிரிகளால் பிரச்சனை ஏற்படும் போது, நீதிமன்றத்தில், மற்றும் இறுதி யாத்திரையின் போது ஆதரிப்பவர் தான் உண்மையான நண்பர்.

13. यो ध्रुवाणी परित्यज अध्रुवं परिषेवते।

ध्रुवाणि तस्य नश्यन्ति अध्रुवं नष्टमेव च।

அவசியமானதை உதறிவிட்டு அநாவசியத்தை விரும்புகிறவர்கள், அவசியம் மற்றும் அநாவசியம் இரண்டையும் இழப்பார்கள்.

14. वरयेत् कुलजां प्राज्ञो विरूपां अपि कन्यकाम्।

रूपशीलां न नीचस्य विवाहः सदृशे कुले।

ஒரு திறமையான ஆண் ஒரு நல்ல குடும்பத்திலிருந்து ஒரு அழகிய பெண்ணை மணக்க வேண்டும்,

கௌரவம் இல்லாத குடும்பத்தில் இருந்து ஒருவரை அல்ல என்பதை தெரிந்துக்கொள்ள வேண்டும். இந்த நம்பந்தம் ஒரே ஜாதியானவர்களுக்கிடையே நடைபெற வேண்டும்.

15. नखीनां च नदीनां च श्रृंगीना शस्त्रपाणिनाम्।
विश्वासो न एव कर्तव्यः स्त्रीषु राजकुलेशु च।

ஒருவர் பெரிய நகம் உள்ளவரை, பெரிய கொம்புகள் உள்ளவரை, ஆயுதங்கள் உள்ளவரை, பெண்கள், மற்றும் அரச குடும்பத்தவரை நம்பக்கூடாது.

16. विषाद्-अपि-अमृतं ग्राह्यमं-एत्याद्-अपिकांचनम्।
नीचाद्-अपि-उत्तमा विद्या स्त्रीरत्नं दुष्कुलाद् अपि।

நஞ்சில் அம்ருதம் இருந்தால், அசுத்தத்தில் தங்கம் இருந்தால், முட்டாளிடம் கல்வி இருந்தால், ஒரு கௌரவம் இல்லாத குடும்பத்தில் ஒரு இரத்தினம் போன்ற பெண் இருந்தால், அப்போது ஒருவர் அதை எடுத்துக்கொள்ள வேண்டும்.

17. स्त्रीणां द्विगुणः आहारो लज्जा चापि चतुर्गणा।
साहसः षडगुणं चैव कामोः अष्टगुण उच्यते।

பெண்கள்,ஆண்களை விட இரண்டு மடங்கு உண்ணுவதும், அவர்களின் திறமை நான்கு மடங்காக துணிச்சல் ஆறு மடங்காக, மற்றும் வேலைஎட்டு மடங்காகஇருக்கும்.

❖❖❖

2

அத்தியாயம் - 2

1. अनृतं साहसं माया मूर्खत्वं अति लुब्धता।

अशौचत्वं निर्दयत्वं स्त्रीणां दोषाः स्वभावजा।

பொய் சொல்வது பெண்களின் பொதுவான தவறு, முன்னாலோசனை இல்லாமல் வேலையை துவக்குவது, எதையாவது துணிச்சலாக முயற்சிப்பது, ஒரு செயலை திட்டமிடுவது, பேராசைப்படுவது, மற்றும் தூய்மையில்லாமல் இருப்பது.

2. भोज्यं भोजन शक्तीः च रति शक्तिः वरांगना।

विभवो दान-शक्तिः च न अल्पस्य तपसः फलम्।

உணவில் நல்ல பொருட்கள் இருப்பது, உணவை செரிக்கும் தன்மை இருப்பது, ஒரு அழகிய பெண்ணை சந்திப்பது, அவளுடன் திருப்திகரமான உறவு கொள்வது, செல்வம் வைத்துக்கொண்டு, தர்ம சிந்தனையுடன் இருக்கும் தன்மை, இவையெல்லாம் நல்ல தவத்தாலன்றி மற்றபடி பெற முடியாது.

3. यस्य पुत्रा वशीभूता भार्या छन्द अनुगामिनी।

विभवे यः च सन्तुष्टः तस्य स्वर्ग इहैव हि।

ஒரு மனிதனுக்கு தனது மகன் கட்டுப்பட்டு, மனைவி உண்மையாகவும், பொறுப்புடனும் இருந்து, அவனுக்கு திருப்திகரமான செல்வமும் இருந்தால், இந்த பூமி அவனுக்கு சொர்க்கமகும்.

4. ते पुत्रा ये पितृभक्ताः स पिता यस्तु पोषकः।

तन्मित्रं यस्य विश्वासः सा भार्या यत्र निर्वृतिः।

ஒரு நல்ல மகன் தந்தையிடம் பக்தியுடன் இருக்க வேண்டும், ஒரு நல்ல தந்தை தனது மகனை சரியாக வளர்க்க வேண்டும், ஒரு நல்ல நண்பன் நம்பகமாக இருக்க வேண்டும், ஒரு நல்ல மனிவியிடம் ஒருவருக்கு முழுமையான திருப்தி அளிக்க வேண்டும்.

5. परोक्षे कार्य हन्तारं प्रत्यक्षे प्रियवदिनम्।

त्यजते तादृशं मित्रं विषकुम्भं पयोमुखम्।

எதிரில் இனிமையாக பேசி, முதுகில் குத்தும் நண்பனை ஒதுக்க வேண்டும் ஏனென்றால், அவன் நஞ்சுக் குடத்தை பாலால் நிரப்புவது போலானவன்.

6. न विश्वसेत् कुमित्रे च मित्रे च-अपि न विश्वयेत्।

कदाचित् कुपितं मित्रं सर्वं गुह्य प्रकाशयेत्।

ஒரு உண்மையான மற்றும் பொய்யான நண்பர் இருவரையும் நம்பவேண்டாம். அவர்கள் கோபத்தில்

உங்கள் இரகசியங்களை வெளியில் விடலாம் யார் அறிவார்.

7. मनसा विचिन्ततं कार्यं वचसा न प्रकाशयेत्।

मन्त्रेण रक्षयेद् गूढं कार्ये च अपि नियोजेत्।

ஒருவர் தனது எண்ணங்களை வெளிப்படுத்தக்கூடாது, அதை கடுமையாக பாதுகாத்து எப்பொழுதும் அதை பற்றி நினைத்துக்கொண்டு, அந்த எண்ணங்களை செயலாக்க வேண்டும்.

8. कष्टं च खलु मूर्खत्वं कष्टं च खलु यौवनम्।

कष्ट अति कष्टकरं च एव पर गेह-निवासनम्।

முட்டாள்தனம் வேதனை நிறைந்தது, இளமை சோகமானது. ஆனால், மிகவும் வேதனையறிந்து, ஒருவருக்கு கடமைப்பட்டு அவரது வீட்டில் வாழ்வது.

9. शैले शैले न माणिक्यं मौक्तिं न गजे गजे।

साधवो न हि सर्वत्र चन्दनं न वने वने।

ஒருவருக்கு எல்லா மலைகளிலும் மாணிக்கம் கிடைக்காது, எல்லா யானைகளிடத்திலும் முத்துக்கள் இல்லை, எல்லா இடங்களிலும் மகான்கள் இருக்க முடியாது, மற்றும் எல்லா காடுகளிலும் சந்தன மரங்கள் இருக்காது.

10. पुत्रः च विविधैः शीलैः नियोज्याः सततं बुधैः।

नीतिज्ञाः शीलसम्पन्ना भवन्ति कुलपूजिताः।

திறமையானவர்கள் தங்கள் மகன்களுக்கு நல்ல தன்மைகளை அளிக்க வேண்டும் ஏனென்றால், நல்லொழுக்கம் தெரிந்தவர்களும் மற்றும் நற்பண்புகள் உள்ளவர்களும் தான் அவர்களின் சமுதாய பிரிவில் மதிக்கப்படுவார்கள்.

11. माता शत्रुः पिता बैरी याभ्यां बाला न पठिताः।

न शोभन्ते सभामध्ये हंसमध्ये बका यथा।

குழந்தைகளுக்கு தரமான கல்வி அளிக்காத பெறோர்கள் அவர்களின் எதிரிகள் போன்றவர்கள். அறிவில்லாதவர்கள் சபையில் மதிக்கப்படுவதில்லை மற்றும் அவர்கள் அன்னப் பறவைகளுக்கு மத்தியில் உள்ள நாரையை போன்றவர்கள்.

12. लालनाद् बहवो दोषाः ताडनाद् बहवो गुणाः।

तस्मात्पुत्रं च शिष्यं च ताडयेन तु लालयेत्।

குழந்தைகளுக்கு அதிக சலுகை அளிக்கும் போது தவறுகள் நடக்கின்றன. தண்டிப்பதனால் நல்ல தன்மைகள் உருவாகும். ஆதலால், குழந்தைகள் மற்றும் மாணவர்களுக்கு எப்போதும் சலுகை அளிக்காமல், அவ்வப்போது கண்டிக்கப்பட வேண்டும்.

13. श्लोकेन या तद्अर्धेन तदर्धाधक्षरेण वा।

अवन्ध्यं दिवसं कुर्याद् दान अध्ययन कर्मभिः।

ஒருவர் தனது நேரத்தை வீண்ணடிக்காமல் தானம் செய்வதிலும், கற்பதிலும் செலவழிக்க வேண்டும். அவர் தினமும் ஒரு பாடத்தை படித்து மனப்பாடம் செய்ய வேண்டும். அது சாத்தியமில்லை என்றால் அவர் பாதி பாடம் அல்லது பாடத்தின் ஒரு பகுதியை தினமும் படிக்க வேண்டும்.

14. कान्तावियोगः स्वजनअपमानः ऋणस्य शेषःकुनृपस्य सेवा।

दरिद्रभावो विषमा सभा च विनाअग्निम-एते प्रदहन्ति कायम्।

மனைவியிடமிருந்து பிரிவது, உறவினரின் அவமதிப்பு, கடனால் சுமைப்படுவது, கெட்ட முதலாளியிடம் வேலை செய்வது, பணமில்லாமல் இருப்பது, சுயநலமுள்ள சமுதாயத்தில் வாழ்வது தீ இல்லாமலேயே நமது உடலை எரிக்கும்.

15. नदीतीरे च ये वृक्षा: पर गेहेषु कामिनी।

मन्त्रिहीना: च राजान: शीघ्रं नश्यन्ति असंशयम्।

நதிக்கரையில் ஒரு மரம், மற்றொருவர் வீட்டில் ஒரு பெண், ஒரு திறமையான மந்திரி இல்லாத அரசன், சந்தேகம் இல்லாமல் சீக்கிரம் அழிந்து விடுவார்கள்.

16. बलं विद्या चा विप्राणां राज्ञां सैन्यं बलं तथा।

बलं वित्तं च वैश्यानां शूद्राणां परिचर्यकम्।

ஒரு பிராமணரின் சக்தி அவரது அறிவுநுட்பத்தில் உள்ளது, ஒரு அரசரின் சக்தி அவரது வீரர்களிடத்தில் உள்ளது, ஒரு வியாபாரியின் சக்தி அவரது செல்வத்தில் உள்ளது, ஒரு தொழிலாளரின் சக்தி அவரது பணியில் உள்ளது மற்று சூத்திரரின் சக்தி அவரது உடல் பலத்தில் உள்ளது.

17. निर्धनं पुरुषं वेश्या प्रजा भग्नंनृपं त्यजेत्।

खगा वीतफलं वृक्षं भुक्त्वा च अभ्यागता गृहम्।

பணம் இல்லாதவரை ஒரு தாசி, தோற்ற அரசனை மக்கள், பழம் இல்லாத மரத்தை பறவை, மற்றும் விருந்திற்கு பின் அந்த வீடு விருந்தினரால் நிராகரிக்கப்படும்.

18. गृहीत्वा दक्षिणां विप्रा: त्यजन्ति यजमानकम्।

प्राप्तविद्या गुरुं शिष्या दग्धा अरण्यं मृगा: तथा।

ஒரு பிராமணர் தக்ஷணை கிடைத்த பின் எஜமானரின் வீடு, கல்வி பெற்ற பின் மாணவரால் ஆசிரமம், மற்றும் தண்ணீர் வற்றிய காடு விலங்குகளால் நிராகரிக்கப்படும்.

19. दुराचारि दुरा दृष्टि: दुरा आवासी च दुर्जन:।

यन्मैत्री क्रियते पुम्भि: स तु शीघ्र विनश्यति।

நன்நடத்தையற்றவருடன் நட்புக் கொள்வது, மற்றவர்களை துன்புறுத்துபவர், மற்றும் அசுத்தமான நிலையில் வாழ்பவரும் சீக்கிரத்தில் அழிந்துவிடுவார்கள்.

20. समाने शोभते प्रीति: राज्ञि: सेवा च शोभते।

वाणिज्यं व्यवहारेशु स्त्री दिव्या स्त्री शोभते गृहे।

ஒரே பிரிவினரிடையே உறவு கொள்வது மகிழ்ச்சியளிக்கும், ஒரு அரசரின் பணி மகிழ்ச்சியளிக்கும், ஒரு வியாபாரியின் வர்த்தகம் மகிழ்ச்சியளிக்கும், மற்றும் நற்பண்புடைய திறமையான பெண் வீட்டிற்கு மகிழ்ச்சியளிப்பாள்.

❖❖❖

3

அத்தியாயம் - 3

1. कस्य दोषः कुले नास्ति व्याधिना को न पिडितः।

व्यसनं केन प्राप्तं कस्य सौख्यं निरन्तरम्।

ஒவ்வொரு பிரிவிலும் தவறுகள் உள்ளன, ஒவ்வொரு வாழ்விலும் நோய்கள் உண்டு, கெட்ட பழக்கங்களில் மூழ்கியவர்கள் அவதிப்பட வேண்டும், மற்றும் எவரும் எப்போதும் திருப்திகரமான வாழ்க்கையை வாழ்வதில்லை.

2. आचारः कुलं आख्याति देशं आख्याति भाषणम्।

सम्भ्रमः स्नेहं-आख्याति वपुरा ख्याति भोजनम्।

ஒரு மனிதனின் பிரிவு அவன் செயல்களில் தெரியும், அவனது அந்தஸ்து அவன் பேச்சிலிருந்து தெரியும், அவன் காட்டும் மதியாதையிலிருந்து அவனது அன்பு தெரியும், மற்றும் அவன் உண்ணும் உணவிலிருந்து அவனது ஆரோக்கியம் தெரியும்.

3. सत्कुले योजयेत् कन्यां पुत्रं विद्यासु योजयेत्।

व्यसने योजयेत् शत्रुं मित्रं धर्मे नियोजयेत्।

ஒரு பெண்ணை ஒரு நல்ல பிரிவில் திருமணம் செய்து வைப்பது, ஒரு மகனுக்கு நல்ல கல்வி அளிப்பது, எதிரிக்கு தவறான பழக்கங்களை காட்டுவது, மற்றும் நண்பனுக்கு நல்ல பாதையை காட்டுவது உரிமையாகும்.

4. दुर्जनस्य च सर्पस्य वरं सर्पो न दुर्जनः।

सर्पो दंशति काले तु दुर्जनः पदे'पदे।

ஒருவர் ஒரு கெட்ட மனிதனை அல்லது ஒரு பாம்பு இரண்டில் ஒன்றை காப்பாற்ற வேண்டும் என்றால், பாம்பு காப்பற்றப்படட்டும். ஏனென்றால், பாம்பு தன்னை தற்காத்துக்கொள்ள தான் கடிக்கும், ஆனால், ஒரு கெட்டவன் ஒவ்வொரு நிலையிலும் கடித்துக் கொண்டிருப்பான்.

5. एतदर्थं कुलीनानां नृपा कुर्वन्ति संग्रहम्।

आदि-मध्य-अवसानेषु न त्यजेन्ति च ते नृपम्।

ஒரு அரசன் தன்னுடன் எப்போதும் நற்பண்புள்ளவர்களை தான் வைத்துக் கொள்வான் ஏனென்றால், அவர்கள் அவனது உயர்வு, தாழ்வு மற்றும் ஆபத்தான நேரத்தில் அவனை நிராகரிக்க மாட்டார்கள்.

6. प्रलये भिन्न मर्यादा भवन्ति किल सागराः।

सागरा भेदं इच्छन्ति प्रलये अपि न साधवः।

கடல் புயல் அல்லது ப்ரளயத்தின் போது தனது எல்லையை கடந்து எல்லாவற்றையும் மூழ்கடிக்கும்.

ஆனால், நற்பண்புள்ளவர்கள் கொந்தளிப்பான சூழ்நிலையை சந்தித்தாலும் தங்களது எல்லையை மீற மாட்டார்கள்.

7. मूर्खस्तु परिहर्तव्यः प्रत्यक्षो द्विपदः पशुः।
भिनत्ति वाक्य शल्येन अदृष्टः कण्टका यथा।

முட்டாள் ஒதுக்கப்பட வேண்டும் ஏனென்றால், முட்டாள் இரண்டு கால் விலங்கை போன்றவன். அவன் நற்பண்புள்ளவர்களுக்கு உடலை தைக்கும் முள் போல் துன்பத்தை ஏற்படுத்துவான்.

8. रूप-यौवन-सम्पन्ना विशालकुलसम्भवाः।
विद्याहीना न शोभन्ते निर्गन्धा इव किंशुकाः।

அழகான ஒரு இளைஞன் உயர் குலத்தில் பிறந்திருந்தாலும், கல்வி இல்லாத போது அவன் மதிப்பற்ற செயற்கை மலரை போன்றவன்.

9. कोकिलानां स्वरो रूपं स्त्रीणां रूपं पतिव्रतम्।
विद्या रूपं कुरूपाणां क्षमा रूपं तपस्विनाम्।

குயிலின் அழகு அதன் குரலில், ஒரு பெண்ணின் அழகு அவள் நாணயத்தில், ஒரு குரூபியின் அழகு அவனது அறிவாற்றலில், மற்றும் ஒரு மகானின் அழகு மன்னிப்பதில் உள்ளது.

10. त्यजेत् एकं कुलस्यार्थे ग्रामस्यार्थे कुलं त्यजेत्।
ग्रामं जनपदस्यार्थे आत्मार्थे पृथिवी त्यजेत्।

ஒரு பிரிவை பாதுகாப்பதற்கு ஒரு நபரை தியாகம் செய்ய வேண்டும், ஒரு கிராமத்தை பாதுகாப்பதற்கு, ஒரு பிரிவை தியாகம் செய்ய வேண்டும், ஜனத்தொகையை பாதுகாப்பதற்கு ஒரு கிராமத்தை தியாகம் செய்ய வேண்டும், மற்றும் ஆத்மாவை பாதுகாப்பதற்கு, பூமியையே தியாகம் செய்ய வேண்டும்.

11. उद्योगे नास्ति दारिद्र्यं जपतो नास्ति पातकम्।
मौने च कलहो नास्ति नास्ति जागरतो भयम्।

கடுமையாக உழைப்பவன் அநாதை அல்ல, ஒரு பக்தனின் பாவங்கள் கழுவப்படும், மௌனம் எந்த பிரச்சனையும் ஏற்படுத்தாது, ,மற்றும் புரிந்துக்கொள்பவருக்கு பயம் இல்லை.

12. अति रूपेण वै सीता अति गर्वेण रावणः।
अति दानाद् बलिः- र्बध्दो अति सर्वत्र वर्जयेत्।

சீதை மிகவும் அழகாக இருந்ததால் கடத்திச் செல்லப்பட்டாள். இராவணன் அதி அகங்காரத்தால் கொல்லப்பட்டான். பாலி மிகவும் பெருந்தன்மையுடன் இருந்ததால் கொல்லப்பட்டான். ஆதலால், எதிலும் அதிகமாக இருப்பதில் கவனமாக இருக்க வேண்டும்.

13. को हि भारः समर्थानां किं दूरं व्यवसायिनाम्।
को विदेशः सुविद्यानां को प्रियः प्रियवादिनाम्।

திறமை உள்ளவர்களுக்கு எதுவும் சுமை இல்லை, ஒரு வியாபாரிக்கு எந்த இடமும் தூரமில்லை, படித்தவர்களுக்கு எந்த இடமும் அயல்நாடில்லை, மற்றும் இதமாக பேசுபவர்களுக்கு யாரும் புதியவர்கள் இல்லை.

14. एकेन अपि सुवृक्षेण पुष्पितेन सुगन्धिना।
वासितं तद्-वनं सर्वं सुपुत्रेण कुलं तथा।

நறுமண மலர்களுடைய ஒற்றை மரம் காடு முழுவதும் நறுமணம் பரப்புவது போல், ஒரு சிறந்த

மகன் பிறப்பதால் அந்த குடும்பத்தின் புகழ் அதிகரிக்கும்.

15. एकेन् शष्क वृक्षेण दह्यमानेन वाह्निना।

दह्यते तद् वनं सर्वं कुपुत्रेण कुलं यथा।

ஒரு வறண்ட மரம் தீப்பிடித்தால், அது காடு முழுவதும் தீயை பரவச் செய்யும், அது போல் ஒரு இழிவான மகன் பிறப்பதால் அவனது குடும்பம்/பிரிவின் புகழை அழிக்கும்.

16. एकेन अपि सुपुत्रेण विद्या युक्तेन साधुना।

आह्लादितं कुलं सर्वं यथा चन्द्रेण शर्वरी।

அறிவாற்றல், மேன்மை இரண்டும் உள்ள மகனால், அவனது சமுதாய பிரிவு முழுவதும் மகிழ்ச்சியடையும், நிலவு தோன்றி அதன் நிலவொளியால் இருளை நீக்குவது போல்.

17. किं जातैः बहुभीः पुत्रैः शोक-सन्ताप-कारकैः।

वरमेकः कुलालम्बी यत्र विश्राम्यते कुलम्।

சோகமும், வயிற்றெரிச்சலும் ஏற்படும் பல மகன்கள் இருந்து என்ன பயன்? குடும்பத்திற்கு புகழ் தேடி தரும் நற்பண்புள்ள ஒரு மகன் போதும்.

18.लालयेत् पंच वर्षाणि दश वर्षाणि ताडयेत्।

प्राप्ते तु षोडशे वर्षे पुत्रं मित्र मिवाचरेत्।

ஒருவர் தனது மகனுக்கு ஐந்து வயதாகும் வரை அன்பாக இருக்க வேண்டும், பத்து வயது வரை தண்டிக்க வேண்டும், அவன் பதினேழு வயதாகும் போது அவனது நண்விபனாக வேண்டும்.

19. उपसर्गे अन्य चक्रे च दुर्भिक्षे च भयावहे।

असाधुजन संसर्गे यः पलायति सः जीवति।

ஒருவர் இயற்கை அபாயம், மரணமேற்படுத்தும் நோய்கள், எதிரியின் தாக்குதல், தனிமை அல்லது கெட்டவர்களுடன் சிநேகம் ஆகியவற்றிலிருந்து தப்பித்தால் அவர்கள் பாதுகாக்கப்படுவார்கள்.

20. धर्म-अर्थ-काम मोक्षेषु यस्यैकोऽपि न विद्यते।

जन्म-जन्मनि मर्त्येषु मरणं तस्य केवलम्।

ஒருவருக்கு பின்வருபவரில் ஏதாவது ஒன்று கூட இல்லாவிட்டால் அவர்களுக்கு மீண்டும், மீண்டும் ஜனனம் மற்றும் மரணம் ஏற்படும் – நற்குணம், செல்வம், முக்தி.

21. मूर्खाः यत्र न पूज्यन्ते धान्यं यत्र सुसंचितम्।

दाम्पतत्ये कलहो नास्ति तत्र श्रीः स्वयं आगता।

யீலக்ஷ்மி தேவி முட்டாள்கள் போற்றப்படாத இடத்தில், உணவு எப்போதும் இருக்குமிடத்தில், மற்றும் கணவன், மனைவிக்கு இடையில் சண்டை இல்லாத இடத்தில் வசிப்பாள்.

❖❖❖

அத்தியாயம் - 4

1. आयुः कर्म च वित्तं च विद्या निधनं एव च।
पंचैतानि हि सृज्यन्ते गर्भस्थस्येव देहिनः।

ஒரு கரு அதன் தாயின் வயிற்றில் உருவானவுடனே கடவுள், அதன் ஆயுள், தலை எழுத்து, செல்வம், கல்வி மற்றும் மரணத்தை தீர்மானித்து விடுகிறார்.

2. साधुभ्यस्ते निवर्तन्ते पुत्रा मिन्त्राणी बान्धवाः।
ये च तैः सह गन्तारः-तद्-धर्मात्-सुकृतं कुलम्।

தனது உற்றார், உறவினர், சாதுக்கள் மற்றும் மகான்களை சமமாக நடத்துகின்றவர்களின் இனம் முழுவடும் முக்தி பெறும்.

3. दर्शन-ध्यान-संस्पर्शैः- मस्ती कूर्मी च पक्षिणी।
शिशुं पलायते नित्यं तथा सज्जनसंगति।

ஒரு மீன் எப்படி தன் குஞ்சுகளை பார்த்தப்படி கவனிக்கின்றதோ, ஆமை தன் குட்டிகளை பேணி காத்து கவனிக்கின்றதோ, மற்றும் பறவைகள் எப்படி வருடுகின்றதோ, அது போல் மனிதன் நற்பண்புள்ளவர்களின் மத்தியில் வளர்ப்பது நல்லது.

4. यावत्-स्वस्थो ह्ययं देहो यावन्मृत्युः च दूरतः।
तावत्- आत्महितं कुर्यात प्राणान्ते किं करिष्यति।

ஒரு ஆத்மாவை உடல் ஆரோக்கியமாக இருந்து, மரணம் தொலைவில் இருக்கும் வரை சுத்தம் செய்யலாம். மரணத்திற்கு பின் என்ன செய்ய முடியும்?

5. कामधेनुगुणा विद्या ह्यकाले फलदायिनी।
प्रवासे मातृसदृशी विद्या गुप्तधनं स्मृतम्।

யீகல்விக்கு காமதேனுவின் தன்மை உள்ளது. அதிலிருந்து ஒருவருக்கு உடனடி பலன் கிடைக்கும். அயல்நாடுகளில் கல்வி தாய்க்கு தொடர்புடையதாக ஆக்கப்படுகிறது. அது ஒரு இரகசிய பொக்கிஷமாக கருதப்படுகிறது.

6. एकोऽपि गुणी पुत्रो निर्गुणः च शतैः अपि।
एकः चन्द्रः तमो हन्ति न च तारा सहस्रशः।

பல தீய மகன்களை விட ஒரு நற்பண்புள்ள மகன் நிறந்தவன், ஏனென்றால், ஒரு நிலவு தான் இருளை நீக்கும், பல நட்சத்திரங்கள் அல்ல.

7. मूर्खः चिरायुःजातो अपि तस्मात् जात मृतो वरः।

मृतः स च अल्प दुःखाय यावत् जीवं जडो दहेत्।

வாழ்நாள் முழுவதும் முட்டாளாக இருப்பதை விட பிறந்தவுடன் இறக்கும் மகன் சிறந்தவன். இதன் துன்பம் சில நாட்களுக்கு தான் இருக்கும். ஆனால், ஒரு முட்டாள் மகன் வாழ்நாள் முழுவதும் துன்பமளிக்கிறான்.

8. कुग्रामवासः कुलहीनसेवा कुभोजनं क्रोधमुखी च भार्या।

पुत्राश्च मूर्खो विधवा च कन्या विना अग्निना षट् प्रदहति कायम्।

ஒரு கெட்ட கிராமத்தில் வாழ்வது, ஒரு தீய மனிதனுக்கு வேலை செய்வது, கெடுதலான உணவை உண்பது, ஒரு சண்டைக்கார மனைவி, ஒரு முட்டாள் மகன், மற்றும் ஒரு விதவை மகள் – ஆகியவை தீ இல்லாமல் நம்மை எரித்துவிடும்.

9. किं तया क्रियते धेन्वा या न दोग्ध्री न गर्भिणी।

को-अर्थः पुत्रेण जातेन यो न विद्वान् न भक्तिमान्।

சினைப்படாத அல்லது பால் அளிக்க முடியாத பசு உபயோகமில்லாதது போல், ஒரு கல்வி அல்லது ஊக்கம் இல்லாத மகனும் உபயோகமற்றவன்.

10. संसार तापदग्धानां त्रयो विश्रान्तिहेतवः।

अपत्यं च कलत्रं च सतां संगतिएव च।

இந்த உலகில் சோகமானவர்களுக்கு மூன்று விஷயங்களிலிருந்து நிம்மதி கிடைக்கும். நல்ல சந்ததி, உண்மையான மனைவி, மற்றும் நல்லவர்களின் சேர்க்கை.

11. सकृत् जल्पन्ति राजानः सकृत् जल्पन्ति पण्डिताः।

सकृत् कन्याः प्रदीयन्ते त्रीण्येतानि सकृत्सकृत्।

அரசன் ஒரு முறை தான் கட்டளையிடுவான். படித்தவர்கள் ஆழ்ந்த சிந்தனைக்கு பிறகு ஒரு கருத்து தான் அளிப்பார்கள். ஒரு பெண் ஒரு முறை தான் திருமணம் செய்வாள், அதே போல் ஒரு முறை வாக்கு கொடுத்தவர்கள் அதை உண்மையாக பின்பற்ற வேண்டும்.

12. एकाकिना तपो द्वाभ्यां पठणं गायनं त्रिभिः।

चतुर्भिर्गमनं क्षेत्र पंचभिबर्हुभिः रणम्।

தவம் தனியாக செய்யப்படும், கற்பது மற்றவருடன் செய்யப்படுகிறது, இசை மூன்று பேருடன், நால்வருடன் பிரயாணம் மகிழ்ச்சியாக இருக்கும், விவசாயத்திற்கு ஐந்து பேர் தேவை, ஆனால், போரின் போது நிறைய பேர் தேவைப்படுவார்கள்.

13. सा भार्या या शूचिर्दक्षा सा भार्या या पतिव्रता।

सा भार्या या पतिप्रीता सा भार्या सत्यवादिनी।

ஒரு மனைவி தனது வேலையில் திறமையாக இருந்தால் சிறப்பானவள், ஒரு உண்மையான மனைவி சிறப்பானவள், தனது கணவனை நேசித்து, உண்மையை கூறுபவள் மிகச் சிறந்த மனைவி.

14. अपुत्रस्यं गृहं शून्यं दिशः शून्यास्त्वबान्धवाः।

मूर्खस्य हृदयं शून्यं सर्वशून्या दरिद्रता।

ஒரு மகன் இல்லாத வீடு காலியாக இருக்கும், ஒரு மகன் இல்லாமல் எல்லா திசைகளும் காலியாக இருக்கும், உற்றார், உறவினர் இல்லாத எல்லா திசைகளும் காலியாக இருக்கும், ஒரு முட்டாளின்

இதயம் காலியாக இருக்கும், மற்றும் கெட்டவர்களுக்கு எல்லாமே காலியாக இருக்கும்.

15. अन अभ्यासे विषं शास्त्रं जीर्णे-भोजनं विषम्।

दरिद्रस्य विषं गोष्ठी वृद्धस्य तरुणी विषम्।

இலக்கியங்கள் பயிற்சி செய்து பின்பற்றப்படவில்லை என்றால் அவை விஷமாகிவிடும். உணவு உண்ணும்படியாக இல்லாவிட்டால் அது விஷமாகிவிடும். மக்களுக்கு மத்தியில் கெட்டவர்கள் வாழ்ந்தால் அது விஷமாகிவிடும், மற்றும் வயதான ஆண்களுக்கு இளம் பெண்கள் விஷம்.

16. त्यजेत् धर्मं दयाहीनं विद्याहीनं गुरुं त्यजेत्।

त्यजेत् क्रोधमुखीं भार्यां निः स्नेहान् बान्धवाः त्यजेत्।

எந்த மதத்தில் இரக்கம் இல்லையோ, அதை நிராகரிக்க வேண்டும், அறிவாற்றல் இல்லாத குருவை நிராகரிக்க வேண்டும், முன்கோபம் உள்ள மனைவியை நிராகரிக்க வேண்டும், மற்றும் அன்பில்லாத உற்றார், உறவினர் நிராகரிக்க வேண்டும்.

17. अध्वा जरा मनुष्याणां वाजिनां बन्धनं जरा।

अमैथुनं जरा स्त्रीणां वस्त्राणां आतपो जरा।

நிறைய நடப்பவர்கள் விரைவில் முதுமை அடைவார்கள், வெகு காலம் கட்டுவிக்கப்பட்ட குதிரை விரைவில் முதுமை அடையும், அதிகமாக வேலை செய்யும் பெண்கள் விரைவில் முதுமை அடைவார்கள் மற்றும் வெய்யிலில் காயும் துணிகள் விரைவில் வெளுத்துவிடும்.

18. कः कालः कानि मित्राणि को दशः कौ व्यय आगमौ।

कस्याहं का च मे शक्तिः इति चिन्त्यं मुहुर्मुहुः।

ஒருவர் பின்வரும் கேள்விகளை ஆழ்ந்து சிந்திக்க வேண்டும் - தற்போதைய நிலை எப்படி இருக்குறது? எத்தனை நண்பர்கள் இருக்கின்றனர்? நாடு எப்படி இருக்கிறது? வரவு மற்றும் செலவு என்ன? நான் யார்? என்னுடைய சக்தி என்ன?

19. जनिता चोपनेता च यस्तु विद्यां प्रयच्छति।

अन्नदाता भयत्राता पंच एते पितरः स्मृता।

ஐந்து வகையான தந்தைகள் இருக்கின்றனர் - நமக்கு உயிர் அளிப்பவர், உபநயனம் செய்து வைப்பவர், அறிவாற்றல் அளிப்பவர், உணவு அளிப்பவர், மற்றும் பயத்தை நீக்குபவர்.

20. राजपत्नी गुरोः पत्नी मित्रपत्नी तथैव च।

पत्नी-माता स्वमाता च पंच-एता मातरः स्मृताः।

ஐந்து வகையான தாய்கள் இருக்கின்றனர் - அரசனின் மனைவி, குருவின் மனைவி, நண்பனின் மனைவி, மனைவியின் தாய், மற்றும் பெற்றெடுக்கும் தாய்.

21. अग्निः देवो द्वि जातीनां मुनीनां हृदी दैवतम्।

प्रतिमा स्वल्प बुध्दीनां सर्वत्र समदर्शिनः।

பிராமணர்கள், வைஸ்யர்கள் மற்றும் க்ஷத்திரியர்கள் த்விஜாதி எனப்படுவர்கள் மற்றும் யக்னம் அவரது கடவுள். துறவிகளின் கடவுள் அவர்களது இதயத்தில் வசிப்பார். முட்டாள்களுக்கு கடவுள் சிலைவடிவில் இருப்பார். ஆனால், எல்லாம் புரிந்த ஆத்மாவிற்கு கடவுள் எங்கும் இருக்கிறார்.

❖❖❖

5

அத்தியாயம் - 5

1.गुरु:-अग्नि: द्विजातीनां वर्णानां ब्राह्मणो गुरु:।
पति: एव गुरु: स्त्रीणां सर्वस्य अभ्यागतो गुरु:।

அக்னி அல்லது நெருப்பு பிராமணர், வைஸ்யர் மற்றும் க்ஷத்திரியர்களின் குரு, பிராமணர் நான்கு ஜாதிகளுக்கு குரு, ஒரு கணவன்மனைவியின் குருமற்றும்விருந்தினர் எல்லோருக்கும் குரு.

2. यथा चतुर्भि: कनकं परीक्ष्यते निर्घषण च छेदन-ताप-ताडनै:।
तथा चतुर्भि: पुरुष: परीक्ष्यते त्यागेन शीलेन गुणेन कर्मणा।

தங்கம் நான்கு விதங்களில் பரிசோதனை செய்யப்படுகிறது உதா - உரசுவது, வெட்டுவது, உருக்குவது, மற்றும் அடிப்பது. அதே போல் மனிதனும் நான்கு விதங்களில் பரிசோதனை செய்யப்பட வேண்டும் - தியாகம், மதிப்பு, நடத்தை மற்றும் செயல்.

3. तावद् भयेन भेतव्यं यावद भयं अनागतम्।
आगतं तु भयं दृष्टवा प्रहर्तव्यं अशंकया।

கஷ்டத்தின் பயம் அது அடங்கும் வரை இருக்கும். ஆனால், கஷ்டத்தை சந்திக்கும் போது, நாம் அதை நமது வல்லமையால் அகற்ற முயற்சிக்க வேண்டும்.

4. एक उदर सम् उद्भूता एक नक्षत्र जातका:।
न भवन्ति समा: शीले यथा बदरिकण्टका।

ஒரே தாய்க்கு பிறந்த குழந்தைகள் ஒரே நட்சத்திரத்தில் பிறந்திருந்தாலும் அவர்களின் செயல்களும், குணமும் ஒரே மாதிரி இருப்பதில்லை, அதே போல் ஒரு மரத்தின் கனிகளும், முட்களும் ஒரே மாதிரி இருப்பதில்லை.

5. नि:स्पृहो न अधिकारी स्यान्न अकामी मण्डनप्रिय:।
न अविदग्ध: प्रियं ब्रूयात् स्पष्टक्ता न वंचक:।

எந்த அதிகாரியும் பேராசையுடன் இருக்க கூடாது, கற்பனையாளர்களுக்கு காம உணர்வு அதிகம், முட்டாள்களால் இனிமையாக பேச முடியாது, மற்றும் வெளிப்படையாக பேசுபவர்கள் ஏமாற்ற மாட்டார்கள்.

6. मूर्खाणां पण्डिता द्वेष्या अधनानां महाधना:।
दुर्भागाणां च सुभगा: कुलटानां कुलांगना:।

முட்டாள்கள் படித்தவர்களை வெறுப்பார்கள், ஏழைகள் பணக்காரர்களை வெறுப்பார்கள், தாசிகள் நல்லொழுக்கம் உள்ள பெண்களை வெறுப்பார்கள், மற்றும் துரதிரிஷ்டசாலிகள், அதிரிஷ்டசாலிகளை வெறுப்பார்கள்.

7. आलस्य उपहता विद्या परहस्त गताः स्त्रियः।
अल्पबिजं हतं क्षेत्रं हतं सैन्यं अनायकम्।

சோம்பேறித்தனதால் கற்றல் கெடுகிறது, அடுத்தவரின் பிடியில் இருக்கும் பெண் கெட்டுப்போவாள், விதைகளின் குறைபாட்டால் பயிர் கெட்டு போகும், மற்றும் படைத்தலைவன் இல்லாத படை பயனில்லாமல் போகும்.

8. अभ्यासाद् धायति विद्या कुलं शीलेन धायति।
गुणेन ज्ञायते त्वार्यः कोपो नेत्रेण गम्यते।

கற்றல் மேம்பட்டு, பயிற்சியால் தங்கும், உயர் கல்வியால் குலத்தின் கௌரவம் பாதுகாக்கப்படும், உயர்ந்தவர்கள் அவர்களது நல்ல பண்புகளால் அடையாளம் காணப்படுவார்கள், மற்றும் கோபம் கண்களில் வெளிப்படும்.

9. वित्तेन रक्षते धर्मो विद्या योगेन रक्षते।
मृदुना रक्ष्यते भूपः सत्स्त्रिय रक्षते गृहम्।

நல்லொழுக்கம் செல்வத்தால் பாதுகாக்கப்படுகிறது, ஆற்றல் திட்டங்களால், ஒரு அரசன் அவனது இனிமையால் பாதுகாக்கப்படுகிறான், மற்றும் நற்பண்புள்ள பெண் அவளது வீட்டை பாதுகாப்பாள்.

10. अन्यथा वेदपाण्डित्यं शास्त्रं आचारं अन्यथा।
अन्यथा कुवचः शान्तं लोकाः क्लिश्यन्ति च अन्यथा।

கற்றவர்களையும் அவர்களது கற்றலையும் பற்றி தவறாக பேசுபவர்கள், இலக்கியங்கள் பயனற்றவை என்று கூறுபவர்கள், கௌரவமான தைரியசாலிகளை தந்திரக்காரர்கள் என்று கூறுபவர்கள், எப்போதும் சோகமாக இருப்பார்கள்.

11. दारिद्रय-नाशनं दानं शीलं दुर्गति नाशनम्।
अज्ञान-नाशिनी प्रज्ञा भावपा भयनाशिनी।

வறுமை தானத்தால் தீரும், கஷ்டங்கள் நல்ல பழக்கங்க்ளால் தீரும், கற்பதால் மடமை நீங்கும், மற்றும் தெய்வ பக்தியால் பயம் மறையும்.

12. नास्ति कामसमो व्याधिर्नास्ति मोहसमो रिपुः।
नास्ति कोपसमो वहिः नास्ति ज्ञानात परं सुखम्।

காமத்தை விட மோசமான நோய் இல்லை, ஆசையை விட மோசமான எதிரி இல்லை, கோபத்தை விட மோசமான தீ இல்லை, மற்றும் அறிவாற்றலை விட சிறந்த திருப்தி இல்லை

13. जन्ममृत्यु ही यात्येको भुनक्त्येकं शुभ-अशुभम्।
नरके स पतत्येक एको याति परां गतिम्।

மனிதன் தனியாக பிறக்கிறான், பாவ, புண்ணியத்தை பலனை தனியாக சுமக்கிறான், நரகத்தின் வேதனையை தனியாக அனுபவிக்கிறான், மற்றும் முக்தியும் தனியாக தான் அடைகிறான்.

14. तृणं ब्रह्मविदः स्वर्गः तृणं शूरस्य जीवितम्।
जिताक्षस्य तृणा नारी निःस्पृहस्य तृणं जगत्।

எல்லாம் புரிந்த ஆத்மாவிற்கு ஸ்வர்கம் ஒரு புல்லை போன்றது, துணிச்சலானவார்களுக்கு வாழ்க்கை ஒரு புல்லை போன்றது, சுயக்கட்டுப்பாடுள்ள ஒருவருக்கு பெண் ஒரு புல்லை போன்றவள், மற்றும் சுயநனமுள்ளவருக்கு உலகமே ஒரு புல்லை போன்றது.

15. विद्या मित्रं प्रवासेषु भार्या मित्रं गृहषु च।

व्याधितस्य औषधं मित्रं धर्मो मित्रं मृतस्य च।

கற்றல் ஒரு பிரயாணத்தின் போது நண்பன், மனைவி வீட்டில் சிநேகிதி, நோயுற்றவர்களுக்கு மருந்து நண்பன், மற்றும் நல்லொழுக்கம் இறந்தவர்களுக்கு நண்பன்.

16. वृथा वृष्टीः समुद्रेषु वृथा तृप्तेषु भोजनम्।

वृथा दानं धनाढ्येषु वृथा दीपो दिवा-अपि च।

கடலுக்கு மழையின் சக்தி பெரிதல்ல, வயிறு நிறைந்தவருக்கு உணவு அளிப்பதில் பயனில்லை, செல்வந்தருக்கு தானம் அளிப்பதில் பயனில்லை, மற்றும் பகலில் விளக்கேற்றுவதில் அர்த்தமில்லை.

17. नास्ति मेघसमं तोयं नास्ति च आत्मसमं बलं

नास्ति चक्षुःसमं तेजो नास्ति धान्यसमं प्रियम्।

மேகத்தை போன்ற தண்ணீர் இருக்க முடியாது, மன சக்தியை போன்ற சக்தி இருக்காது, கண்களை விட கூர்மை இருக்க முடியாது, மற்றும் உணவை போன்ற அன்பானது இருக்க முடியாது.

18. अधना धनं इच्छन्ति वाचं चैव चतुष्पदाः।

मानवाः स्वर्गं इच्छन्ति मोक्षं इच्छन्ति देवताः।

ஏழைகள் செல்வத்தை விரும்புவார்கள், விலங்குகள் பேச விரும்பும், மனிதன் சொர்க்கத்தை விரும்புவான், மற்றும் கடவுள் முக்தியை மட்டும் விரும்புவார்.

19. सत्येन धार्यते पृथिवी सत्येन तपते रविः।

सत्येन वाति वायुः च सर्वं सत्ये प्रतिष्ठितम्।

உண்மையால் பூமி நிலையாக உள்ளது, உண்மையால் சூரியன் பிரகாசிக்கிறது, உண்மையால் காற்று வீசுகிறது, மற்றும் எல்லாமே உண்மையின் அடிப்படையில் தான் உள்ளது.

20. चला लक्ष्मीः अचलाः प्राणः अचलं जीवित यौवनम्।

चल-अचले च संसारे धर्म एको हि निश्चलः।

செல்வம் நிலையற்றது, உயிர் அழியக்கூடியது, இளமை ஒரு நாள் தொலைந்துவிடும், எப்போதும் மாறிக்கொண்டிருக்கும் இந்த உலகில் நல்லொழுக்கம் தான் நிலையானது.

21. नरानां नपितो धूर्तः पक्षिणां चैव वायसः।

चतुष्पदां श्रृगालस्तु स्त्रीणां धूर्ता च मालिनी।

பரியாரி மனிதனில் மிகவும் திறமைசாலி, பறவைகளில் காகம், விலங்குகளில் நரி, பெண்களில் மிகவும் திறமைசாலி ஒரு தோட்டக்காரனின் மனைவி.

❖❖❖

6

அத்தியாயம் - 6

1. श्रुत्वा धर्मं विजानाति श्रुत्वा त्यजति दुर्मतिम्।
श्रुत्वा ज्ञानं वाप्नोति श्रुत्वा मोक्षं वाप्नुयात्।

வேதங்கள் மற்றும் இலக்கியங்களை கேட்பதால் மனிதனால் தர்மத்தின் இரகசியத்தை புரிந்துக்கொள்ள முடிகிறது. பண்டிதர்கள் சொல்வதை கேட்பதால், தீயவை, தீயத் தன்மையை விட்டுவிடும். குருவிடமிருந்து அறிவாற்றல் பெறுவதால் மனிதன் முக்தி அடைகிறான்.

2. पक्षिणां काक: चांडाल: पशूना चैव कुक्कुर:।
मुनीनां कोपी चाण्डाल: सर्वेषां चैव निन्दक:।

காகம் பறவைகளிலும், நாய் விலங்குகளிலும் மிகவும் முரட்டுத்தனமானவை. முன்கோபம் உள்ள துறவி, துறவிகளிலும், மற்றும் மனிதரிலும் முரட்டுத்தனமானவர். அவதூறு பேசுபவர்கள் காட்டுமிராண்டிகள்.

3. भस्मना शुध्यते कास्यं ताम्रं आम्लेन शुध्यति।
रजसा शुध्यते नारी नदी वेगेन शुध्यति।

சாம்பலால் தேய்த்தால் வெண்கலம் மின்னும், செம்பு அமிலத்தால் மின்னும், பெண் பருவம் அடையும்போது புனிதமாகிறாள், மற்றும் ஆறு ஓடுவதால் தன்னை சுத்தப்படுத்திக்கொள்கிறது.

4. भ्रमन् सम्प्यूज्यते राजा भ्रमन् सम्प्यूज्यते द्विज:।
भ्रमन् सम्प्यूज्यते योगी स्त्री भ्रमन्ती विनश्यति।

பிரயாணம் செய்யும் அரசன் மதிக்கப்படுவான், பிரயாணம் செய்யும் பிராமணர் போற்றப்படுவார், பிரயாணம் செய்யும் யோகி போற்றப்படுவார், ஆனால், பிரயாணம் செய்யும் பெண் கெட்டுவிடுவாள்.

5. तादृशी जायेते बुध्दि: व्यवसायो अनि तादृश:।
सहाया: तादृशा एव यादृशी भवितव्यता।

ஒருவரின் எண்ணம் அவர் பிறந்த விதியை பொறுத்து இருக்கும். அவன் அதற்கு தகுந்தபடி வேலை தேடிக்கொள்வான் மற்றும் அவனுக்கு உதவி செய்பவர்களும் அதே போல் இருப்பார்கள்.

6. काल: वचति भूतानि काल: संहरते प्रजा:।
काल: सुप्तेषु जागर्ति कालो हि दुरतिक्रम:।

நேரம் எல்லாவற்றையும் வீணடிக்கும். மரணத்திற்கு நேரம் தான் காரணம். நாம் தூங்கிக்கொண்டிருக்கும் போதும் நேரம் விழித்துக்கொண்டிருக்கும், நேரத்தை கடந்துச்செல்வது முடியாதது.

7. न च पश्यती च जन्मान्ध: कामान्धो नैव पश्यति।
न पश्यति मदोन्मत्तो ह्यर्थी दोषां न पश्यति

குருடாக பிறந்தவர்களால் எதையும் பார்க்க முடியாது, வேலையில் குருடாக இருப்பவர்களால் எதையும் பார்க்க முடியாது, ஆணவத்தால் குருடானவர்களால் எதையும் பார்க்க முடியாது, சுயநலத்தால் குருடானவர்களாலும் எதையும் பார்க்க முடியாது.

8. स्वयं कर्म करोत्य आत्मा स्वयं तत् फलं अश्नुते।
स्वयं भ्रमति संसारे स्वयं तस्माद् अवमुच्यते।

தானே உழைப்பவர்கள் அவர்களது உழைப்பின் பலனை அனுபவிப்பார்கள், பல்வேறு பகுதிகளுக்கு பிரயாணம் செய்து தானே முக்தி அடைவார்கள்.

9. राजा राष्ट्रकृतं पापं राज्ञ: पापं पुरोहित:।
भर्ता च स्त्रीकृतं पापं शिष्यपापं गुरु:-तथा।

ஒரு அரசன் தனது இராஜ்ஜியத்தின் பாவங்களை சுமப்பான், ஒரு மதகுரு அரசனின் பாவத்தை சுமப்பார், கணவன் மனைவியின் பாவங்களை சுமப்பான், மற்றும் குரு சிஷ்யர்களின் பாவத்தை சுமப்பார்.

10. ऋणकर्ता पिता शत्रु: माता च व्यभिचारणी।
भार्या रूपवती शत्रु: पुत्र: शत्रु: अपंडित:।

ஒரு மகனுக்கு கடனை வைக்கும் தந்தை எதிரி, ஒரு தாசி தாய் எதிரி, ஒரு அழகிய மனைவி எதிரி, மற்றும் ஒரு முட்டாள் மகன் எதிரி.

11. लुब्धं अर्थेन गृहिणीयात् स्तब्धं अंजलि-कर्मणा।
मूर्ख छन्दानुरोधेन यथार्थ त्वेन पण्डितम्।

பேராசை பிடித்தவர்களுக்கு பணம் கொடுப்பதால், சுய-மரியாதை உள்ள ஒருவரை மதிப்பதால், ஒரு முட்டாள் விரும்பிய படி வேலை செய்வதால், மற்றும் படித்தவர்களிடம் உண்மையை கூறுவதால், அவர்களை நம் கட்டுப்பாட்டுக்குள் கொண்டு வர முடியும்.

12. वरं न राज्यं न कुराजराज्यं वरं न मित्रं न कुमित्र-मित्रम्।
वरं न शिष्यो न कुशिष्य शिष्यो वरं न दारा न कुदारदारा:।

ஒரு கெட்ட விதிமுறையை விட விதிமுறையே இல்லாமல் இருப்பது சிறந்தது, ஒரு கெட்ட நண்பனை விட நண்பனே இல்லாமல் இருப்பது சிறந்தது, ஒரு கெட்ட மனைவியை விட மனைவி இல்லாமல் இருப்பதே சிறந்தது, கெட்ட சிஷ்யர்கள் இருப்பதை விட சிஷ்யர்கள் இல்லாமல் இருப்பதே சிறந்தது.

13. कुराजराज्येन कुत: प्रजासुखं कुमित्रमित्रेण कुतो अस्ति निवृत्ति:।
कुदार दारा: च कुतो गृहे रति: कुशिष्यं अध्यापत: कुतो यश:।

ஒரு கெட்ட அரசனின் ஆட்சியில் சுகமில்லை, ஒரு நண்பனை ஏமாற்றுவதால் சுகமில்லை, தீய சிஷ்யர்கள் இருப்பதால் ஒருவருக்கு புகழ் கிடைக்காது, ஒரு கெட்ட மனைவி இருப்பதால் ஒருவருக்கு நிம்மதி கிடைக்காது.

14. सिंहाद् एकं बकाद् एकं शिक्षे चत्वारि कुक्कुटात्।
वायसात् पंच शिक्षेत च षट् शुन: त्रीणि गर्दभात्।

மனிதன் சிங்கம் மற்றும் நாரையிடமிருந்து ஒரு பழக்கத்தையும், கோழியிடமிருந்து நான்கு,

பசுவிடமிருந்து ஐந்து, நாயிடமிருந்து ஆறு மற்றும் கழுதையிடமிருந்து மூன்று பழக்கங்களை கற்றுக்கொள்ள வேண்டும்.

15. प्रभूतं कार्यं अल्पं वा यन्नरः कुर्तुं इच्छति।

सर्व आरम्भेन तत्कार्यं सिंहाद एकं प्रचक्षते।

வேலை சிறியதாக இருந்தாலும், பெரியதாக இருந்தாலும் ஒருவர் அதை ஈடுபாட்டுடன் தொடங்க வேண்டும். இந்த பாடத்தை நாம் சிங்கத்திடமிருந்து கற்றுக்கொள்ள வேண்டும்.

16. इन्द्रियाणी च संयम्य बकवत् पण्डितो नरः।

दश-काल-बलं ज्ञात्वा सर्वकार्याणी साधयेत्।

ஒரு திறமைசாலி நாரையை போல் உணர்வுகளை கட்டுப்பாட்டுக்குள் வைத்துக்கொண்டு, சூழ்நிலைக்கு ஏற்றப்படி வேலையை முடிக்க வேண்டும்.

17. प्रत्युथानं च युध्दं च संविभागं च बन्धुषु।

स्वयं आक्रम्य भुक्तं च शिक्षे चत्वारि कुक्कुटात्।

யீஒரு கோழியிடமிருந்து அதிகாலையில் எழுந்திருப்பது, எப்பொதும் போருக்கு தயாராக இருப்பது, உற்றாருக்கு சமமான பங்கு அளிப்பது, மற்றும் தான் வேடையாடியதை உண்ணுவது ஆகியவற்றை கற்றுக்கொள்ள வேண்டும்.

18. गूढ मैथुनचरित्वं काले काले च संग्रहम्।

अप्रमत्तं अविश्वासं पंच शिक्षेत वायसात्।

ஒரு காக்கையிடமிருந்து ஒளிந்திருந்து கவனிப்பது, இறுமாப்புடன் இருப்பது, அவ்வபபோது பொருட்களை சேகரிப்பது, எப்போதும் கவனமாக இருப்பது மற்றும் அடுத்தவரை முழுமையாக நம்பாமல் இருப்பதை கற்றுக்கொள்ள வேண்டும்.

19. बह्वासी स्वल्पसन्तुष्टः सुनिद्रो लघु चेतनः।

स्वामिभक्तः च शूरः च षड् ऐते श्वानतो गुणाः।

நாயிடமிருந்து உணவு கிடைக்கும் போது நன்றாக உண்ணுவது, கிடைக்காத போது அமைதியாக இருப்பது, கலக்கம் இல்லாமல் தூங்குவது, ஆனால், கொஞ்சம் சத்தத்திற்கு எழுந்திருப்பது, சுயமரியாதையுடன் இருப்பது மற்றும் பொருக்கு தயாராக இருப்பதை கற்றுக்கொள்ல வேண்டும்.

20. सुश्रान्तो ही वहेद् भारं शीत-उष्ण न च पश्यति।

सन्तुष्टः-चरते नित्यं त्रीणि शिक्षेच्च गर्दभात्।

கழுதையிடமிருந்து சோர்வாக இருந்தாலும் எஜமானருக்கு பொதி சுமப்பது, உஷ்ணம் அல்லது குளிரால் பாதிக்கப்படாமல் இருப்பது, மற்றும் திருப்தியுடன் சென்றுக்கொண்டிருப்பது.

21. य एतान विंशति गुणान आचरिष्यति मानवः।

कार्य अवस्थासु सर्वासु अजेयः स भवि ष्यति।

இவை எல்லாவற்றையும் எடுத்துக்கொள்பவர்கள் அவர்கள் மேற்கொள்ளும் எல்லா வேலைகளிலும் மிகவும் வெற்றிகரமாக இருப்பார்கள்.

❖❖❖

7

அத்தியாயம் - 7

1. अर्थनाशं मनः तापं गृहे दुश्चरितानि च।
वंचनं च अपमानं च मतिमान् न प्रकाशयेत्।

ஒருவர் தான் இழந்த செல்வம், மனவேதனை, வீட்டிலுள்ள தவறுகள், தான் ஏமாற்றப்பட்டது அல்லது அவமானப்படுத்தப்பட்டதை மற்றவரிடம் சொல்லக்கூடாது.

2. धन-धान्य प्रयोगषु विद्या संग्रहणेषु च।
आहारे व्यवहारे च त्यक्त लाभः सुखी भवेत्।

ஒரு மனிதன் தனது கொடுக்கல் வாங்கல், கல்வி, வேலையில் முன்னேற்றம், உண்ணும் போது அல்லது தொழில் செய்யும் போது வெட்கப்படாமல் இருந்தால் திருப்தியாக இருப்பான்.

3. सन्तो । अमृत तृप्तानां यत्सुखं शान्तचेतसाम्।
न च तद् धन लुब्धानां इतः चेतः च धावताम्।

ஒரு மனிதன் மனநிம்மதியுடன் இருந்தால், பேராசையால் பணத்தின் பின்னால் ஓடி பெறும் சுகத்தை விட சந்தோஷத்தின் சாரத்தை திருப்தியாக அனுபவிப்பான்.

4. सन्तोषस्त्रिषु कर्तव्यः स्वदारे भोजने धने।
त्रिषु चैव न कर्तव्यो अध्ययने तप-दानयो।

ஒரு மனிதன் தனக்கு கிடைத்திருக்கும் மனைவி மற்றும் உண்ணும் உணவில் திருப்தி அடைய வேண்டும். ஆனால், தான் கற்றதை பயிற்சி செய்வதிலும், தியானம் செய்வதிலும், தானம் செய்வதிலும் திருப்தி அடையக்கூடாது.

5. विप्रयोः विप्र वह्योः च दम्पतयोःस्वामि भृत्ययोः।
अन्तरेण न गन्तव्यं हलस्य वृषभस्य च।

ஒருவர் இரண்டு பிராமணர்களுக்கு இடையில், நெருப்பிற்கு நடுவில், கணவன், மனைவிக்கு இடையில், எஜமானர் தொழிலாளிக்கு இடையில் மற்றும் கலப்பை மற்றும் காளைக்கு இடையில் நடக்கக்கூடாது.

6. पादाभ्यां न स्पृशेद अग्नि गुरुं ब्राह्मणेव च।
नैव गां न कुमारी च न वृध्दं न शिशुं तथा।

ஒருவர் நெருப்பு, குரு, பிராமணர், பசு, கன்னி பெண், வயதானவர்கள், குழந்தைகளை காலால் மிதிக்கக் கூடாது.

7. शकटं पंच हस्तेन दशहस्तेन वाजिनम्।

गजं हस्त सहस्त्रेण देश त्यागेन दुर्जनम्।

ஒருவர் மாட்டு வண்டியிலிருந்து 5 அடி, குதிரையிடமிருந்து 10 அடி, யானையிடமிருந்து 100 அடியும், தீயவர்கள் இருக்குமிடத்திலிருந்து தப்பித்து ஓடிவிட வேண்டும்.

8. हस्ती अंकशमात्रेण बाजी हस्तेन ताड्यते।

श्रृंगी लगुडहस्तेन खंगहस्तेन दुर्जनः।

யானை அங்குசத்தாலும், குதிரை சவுக்காலும், கொம்புள்ள விலங்குகள் குச்சியாலும், தீயவன் வாளாலும் கட்டுப்படுத்தப்பட வேண்டும்.

9. तुष्यन्ति भोजने विप्रा मयूरा घनगर्जिते।

साधवः परमसम्पत्तौ खलः पर विपत्तीषु।

பிராமணர் உணவாலும், மயில் மேகமூடத்துடன் இடிக்கும் போதும், துறவி மற்றவர்களின் நலனிலும், தீயவன் அடுத்தவர்களின் கஷ்டத்திலும் திருப்தி அடைவார்கள்.

10. अनुलोमेन बलिनं प्रतिलोमेन दूर्जनम्।

आत्मतुल्यबलं शत्रुं विनयेन बलेन वा।

ஒரு பலசாலியை பணிவான நடத்தையாலும், தீயவனை எதிர்த்தும் மற்றும் சமமான சக்தியுடையவரை பண்பாலும் பணிய வைக்கலாம்.

11. बाहुवीर्यं बलो राज्ञो ब्राह्मणो ब्रह्मविद् बली।

रूप-यौवनं-माधुर्यं स्त्रीणां बलं उत्तमम्।

ஒரு அரசன் தனது படையாலும், பிராமணர் தனது அறிவாற்றலாலும், ஒரு பெண் தனது அழகு, இளமை மற்றும் இனிமையாலும் பலசாலி.

12. नात्यन्तं सरलै-भाव्यं गत्वा पश्य वनस्थलीम्।

छिद्यन्ते सरलाः तत्र कुब्जा तिष्ठन्ति पादपाः।

மனிதன் மிகவும் எளிமையாகவும், வெளிப்படையாகவும் இருக்கக்கூடாது. காட்டிலும் நேரான மரங்கள் வெட்டப்பட்டு, கோணலாம மரங்கள் அப்படியே விடப்பட்டிருப்பதை காணலாம்.

13. यत्रोदकं तत्र वसन्ति हंसाः तथैव शुष्कं परिवर्ज्यन्ति।

न हंसतुल्येन नरेण भाव्यं पुनः त्यज्यन्ते पुनः आश्रयन्ते।

யீதண்ணீர் இருக்கும் இடத்தில் அன்னம் இருக்கும், தண்ணீர் வற்றியவுடன் அது அங்கிருந்து சென்றுவிடும். மனிதன் அன்னத்தை போல் இருக்க முடியாது ஏனென்றால், சிலசமயம், முன்பு அவன் ஒதுக்கியவர்களை சார்ந்து இருக்க வேண்டியிருக்கலாம்.

14. उपार्जितानां वित्तानां त्याग एव हि रक्षणम्।

तडाग उदर संस्थानां परिवाह इवा अम्भसाम्।

சல்வத்தின் பாதுகாப்பு, அதை போக்கவிட்டு, திறமையாக செலவழித்து, மற்றும் அதிலிருந்து இலாபம் சம்பாதிக்க முயற்சிப்பதில் தான் இருக்கிறது. குளத்தில் இருக்கும் தண்ணீரை இரைத்தால் தான் அது சுத்தமாகும் என்ற உண்மையை போல்.

15. यस्य अर्थाः तस्य मित्राणि यस्य अर्थाः तस्य बान्धवाः।

यस्य अर्थाः स पुमाँल्लोके यस्य अर्थाः स च जीवति।

செல்வம் உள்ளவன் நண்பர்கள் மற்றும் உற்றார், உறவினருடன் சிறப்பாக வாழ்வான், அது மட்டும் தான் வாழ வைக்கும்.

16. स्वर्ग स्थितानां इह जीवलोके चत्वारि चिह्मानि वसन्ति देहे।

दान-प्रसंगो मधुरा च वाणी देव अर्चनं ब्राह्मणतर्पणं च।

ஒவ்வொருவரின் வாழ்விலும் சொர்க்கத்திலிருந்து பூமிக்கு வரும் நான்கு முக்கியமான பண்புகள் - தானம் கொடுப்பது, இனிமையாக பேசுவது, பிராமணர்களுக்கு சேவை செய்வது மற்றும் கடவுளிடம் பக்தியாக இருப்பது.

17. अत्यन्त कोप: कटुका च् वाणी दरिद्रता च स्वजनेशु वैरम्।

नीचप्रसंग: कुलहीन सेवा चिह्मानि देहे नरकस्थितानाम्।

ஒவ்வொருவரின் வாழ்விலும் நரகத்திலிருந்து பூமிக்கு வரும் நான்கு முக்கியமான பண்புகள் - அதிகமான கோபம், கடுமையான பேச்சு, ஏழ்மை, மற்றவர்களை வெறுப்பது, தீயவர்களுடன் நட்பு, தீயவர்களுக்கு சேவை செய்வது.

18. गम्यते यदि मृगेन्द्र मंदिरं लभ्यते करिकपोलमौक्तिकम्।

जम्बुकालयगते च प्राप्यते वत्सपुच्छखरचर्मखण्डनम्।

ஒரு சிங்கத்தின் குகைக்குள் யானையின் தலையில் இருக்கும் முத்து கிடைக்கலாம். ஆனால், ஒரு நரியின் குகைக்குள் மாமிச துண்டுகள் தான் கிடைக்கும்.

19. शुन: पुच्छं इव व्यर्थं जीवित। विद्यया विना।

न गुह्य गोपने शक्तं न च दंशनिवारणे।

கல்வி இல்லாதவனின் வாழ்க்கை ஒரு நாயின் வாலை போன்றது. அது தன்து உறுப்புகளை மறைக்க முடியாது மற்றும் கொசுக்களையும் விரட்ட முடியாது.

20. वाचां शौचं च मनस: शौचं इंन्द्रिय निग्रह:।

सर्वभूते दया शौचं एत: शौचं परा अर्थिनाम्।

பேச்சில் தூய்மை, உள்ளத்தில் தூய்மை, உணர்வுகளின் கட்டுப்பாடு, உயிரினங்களிடம் கருணை, செல்வத்தில் தூய்மை இவைதான் ஒருவர் முக்திக்கான பாதை.

21. पुष्पे गन्धं तिले तैलं काष्ठे अग्नि: पयो घृतम्।

इक्षौ गुडं तथा देहे पश्यात्मानं विवेकत:।

மலரில் நறுமணம், எள்ளில் எண்ணை, பாலில் நெய், வெல்லமும் இனிப்பும் கரும்பில் இருப்பது போல், தனி ஆத்மா மற்றும் சிறந்த ஆத்மா இரண்டும் சமூகத்தில் தான் இருக்கின்றன.

❖❖❖

8

அத்தியாயம் - 8

1. अधमा धनं इच्छन्ति धनं मानं च माध्यमाः।

उत्तमा मानं इच्छन्ति मानो हि महतां धनम्।

இழிவானவர்கள் செல்வத்திற்கு விரும்புவார்கள், சராசரி மக்கள் செல்வம் மற்றும் சுய கௌரவத்தை விரும்புவார்கள், ஆனால், சிறந்தவர்கள் சுய கௌரவத்தை மட்டும் தான் விரும்புவார்கள், ஏனென்றால், சுயகௌரவம் தான் சிறப்பான செல்வம்.

2. इक्षुः आपः पयो, मूलं ताम्बूलं फलं औषधम्।

भक्षयित्वा अपि कर्तव्याः स्नान-दानादिकाः क्रियाः।

ஒருவர் கரும்பு, தண்ணீர், பால், கிழங்கு, பழச்சாறு மற்றும் மருந்து உட்கொண்ட பின்னும் ஒருவர் குளித்து, தானம் செய்து, நல்லொழுக்க வேலைகளை செய்யலாம்.

3. दीपो भक्षयते ध्वान्तं कज्जलं च प्रसयूते।

यदन्नं भक्षयेन्नित्यं जायते तादृशी प्रजा।

வெளிச்சம் இருட்டை தின்று வெண்மை செய்யும், அதே போல் மனிதனின் வம்சம் தனது பெற்றோரை போல் இருந்து அவர்களை போல் நடந்துக்கொள்ளும்.

4. वित्तं देहि गुणान्वितेषु मतिमन्नान्यत्र देहि क्वचित्।

प्राप्तं वारिनिधिः जलं घनमुखे माधुर्ययुक्तं सदा।

जीवान्स्थावर जंगमांश्च सकलान् संजीव्य भूमण्डलम्।

भूयः पश्य तदेव कोटि गुणितं गच्छन्तम् अम्बोनिधिम्।

செல்வத்தை ஒரு திறமையான அல்லது நன்நடத்தை உள்ளவருக்கு மட்டும் தான் கொடுக்க வேண்டும், நடத்தை கெட்டவனுக்கு செல்வத்தை கொடுக்க கூடாது. கடலில் உள்ள உப்பு நீர் மேகத்தில் உள்ள இனிப்பு நீருடன் சேர்ந்து இனிப்பாகி, உயிரினங்களுக்கு உயிர் அளித்த பின் மீண்டும் கடலில் போய் சேரும்.

5. चाण्डालानां सहस्त्रे च सूरिभिः तत्त्व दर्शिभिः।

एको हि यवनः प्रोक्तो न नीचो यवनात् परः।

நடைமுறையை புரிந்த மேதைகள், ஒரு கிரேக்கன் ஆயிரம் நரமாமிசம் உண்பவர்களுக்கு சமம் என்று கூறியிருக்கின்றனர். அவனை விட கொடுமையானவர்கள் இல்லை.

6. तैलाभ्यंगे चिताधूमे मैथुने क्षौरकर्मणि।

तावद् भवति चाण्डालो यावत् स्नानं न च आचरेत्।

ஒருவர் எண்ணை தேய்த்துக்கொண்ட பின்பு, சிதையை தொட்ட பின்பு, உறவு கொண்ட பின்பு, முடி வெடிக்கொண்ட பின்பு, குளிக்காமல் இருந்தால், அவர் குளிக்கும் வரை அசுத்தமானவராகவே இருப்பார்.

7. अजीर्णे भेषजं वारि जीर्णे वारि बलप्रदम्।

भोजने च अमृतं वारि भोजनान्ते विशप्रदम्।

அஜீரணத்திற்கு தண்ணீர் மருந்து. உணவு செரித்த பின் தண்ணீர் சக்தி அளிக்கும். அது உணவு உட்கொள்ளும் போது அருந்தினால் அமிர்தம், ஆனால், ஒணவு உண்டபின் அருந்தினால் விஷம்.

8. हतं ज्ञानं क्रियाहीनं हतः च अज्ञानातो नरः।

हतं अनायकं सैन्यं स्त्रियो नष्टा ह्यभर्तुकाः।

அறிவு செயல்படுத்தப்படும் வரை பயனற்றது. மனிதன் அறியாமையால் அழிந்து போகிறான். படைத்தலைவன் இல்லாத படை அழிந்துவிடும். கணவனை இழந்ததும் பெண்கள் அழிந்துவிடுவார்கள்.

9. वृध्दकाले मृता भार्या बन्धुहस्ते गतं धनम्।

भोजनं च पराधीनं तिस्रः पुंसां विण्डम्बनाः।

ஒருவர் வயதான காலத்தில் மனைவியை இழப்பது, உறவினரிடம் செல்வத்தை இழப்பது, அடுத்தவர் தானமாக கொடுத்த உணவை உண்பது, மரணத்தை போல் சோகமானது.

10. अग्निहोत्रं विना वेदा न च दानं विना क्रिया।

न भावेन विना सिध्दीः तस्माद् भावो हि कारणम्।

தீ சடங்கு இல்லாமல் கற்றுக்கொள்வதில் பலனில்லை, தானம் இல்லாத தியாகம் பலனற்றது, மற்றும் ஈடுபாடு மற்றும் கடும் உழைப்பு இல்லாமல் அறிவாற்றல் பெற முடியாது. ஈடுபாட்டின் உணர்வு தான் அறிவாற்றல் பெற உதவும்.

11. काष्ठपाषाणधातुनां कृत्वा भावेन सेवनम्।

श्रध्दा च तया सिध्दः तस्य विष्णुः प्रसीदति।

ஒருவர் மரம், கல், மற்றும் உலோகத்தில் வேலை செய்யும் போது கவனத்துடன் வேலை செய்ய வேண்டும். அப்படிப்பட்டவர்கள் விஷ்ணு பகவானால் நேசிக்கப்பட்டு, அறிவாற்றல் பெறுவார்கள்.

12. न देवो विद्यते काष्ठे न पाषाणे न मृण्मये।

भावे ही विद्यते देवः तस्माद् भावो ही कारणम्।

கடவுள் மண், மரம் மற்றும் கல்லில் இல்லை. கடவுள் ஈடுபாடு மற்றும் பக்தியின் உணர்வில் இருக்கிறார். ஆதலால், அவர் போற்றப்படுகிறார்.

13. शान्तितुल्यं तपो नास्ति न सन्तोष परं सुखम्।

न तृष्णाया परो व्याधिः न च धर्मो दयापरः।

நிம்மதியை விட சிறந்த தவம் இல்லை, சந்தோஷத்தை விட சிறந்த சுகமில்லை, பேராசையை விட கொடிய நோய் இல்லை, கருணையை விட சிறந்த மதம் இல்லை.

14. क्रोधो वैवस्वतो राजा तृष्णा वैतरणी नदीः।

विद्या कामदुधा धेनुः सन्तोषो नन्दनं वनम्।

கோபம் எமதர்மனை போன்றது, பேராசை வைதாரிணி நதியை போன்றது, கல்வி காமதேனுவை

போன்றது, மற்றும் சந்தோஷம் நந்தவனத்தை போன்றது.

15. गुणो भूषयते रूपं शीलं भषयते कुलम्।

सिध्दिः भूषयते विद्यां भोगो भूषयते धनम्।

நடத்தை அழகை அதிகரிக்கும், கௌரவம் இனத்தின் மதிப்பை உயர்த்தும், வெற்றி கல்வியின் மதிப்பை அதிகரிக்கும், செல்வத்தை சரியான படி பயன்படுத்துவது செல்வத்தை மதிக்க உதவும்.

16. निगुर्णस्य हतं रूपं दु:शीलस्य हतं कुलम्।

असिध्दस्य हता विद्या ह्यभोगेन हतं धनम्।

நடத்தை இல்லாதவர்களின் அழகு பயனற்றது, நடத்தை கெட்ட ஒருவரால் அந்த இனம் பெயரை இழக்கும், தோல்வி கல்வியை நிறுத்தும், மற்றும் சரியான படி பயன்படுத்தாத செல்வம் வீணாகும்.

17. शुचिः भूमिगतं तोयं शुध्दा नारी पतिव्रता।

शुचिः क्षेमकरो राजा सन्तुष्टो ब्राह्मणः शुचिः।

பிபூமிக்குள் இருக்கும் தண்ணீர் தூய்மையானது, ஒரு கௌரவமான பெண் புனிதமானவள், மன்னிக்கும் அரசன் புனிதமானவன், மற்றும் திருப்தியான பிராமணர் தூய்மையானவர்.

18. असन्तुष्टा द्विजा नष्टाः सन्तुष्टाः च महीभृतः।

सलज्जा गणिका नष्टा निर्लज्जाः च कुलांगना।

திருப்தி இல்லாத பிராமணன் அழிந்து போவான், திருப்தி அடைந்த ஒரு அரசன் அழிந்து போவான், வெட்கப்படும் தாசியும், வெட்கமில்லாத கௌரவமான பெண்ணும் அழிந்து போவார்கள்.

19. किं कुलेन विशालेन विद्याहीलेन देहिनाम्।

दुष्कुलं च अपि विदुषो देवैः अपि सुपूज्यते।

கல்வி இல்லாவிட்டால் எந்த இனத்திற்கும் பெருமை இல்லை. ஒரு தீய இனத்தை சேர்ந்தவன் படித்திருந்தால், அவன் கடவுளால் மதிக்கப்படுவான்.

20. विद्वान् प्रशस्यते लोके विद्वान गच्छति गौरवम्।

विद्यया लाभते सर्वं विद्या सर्वत्र पूज्यते।

படித்தவர் உலகில் பாராட்டப்படுவார். அவர் எங்கும் மதித்து, போற்றப்படுவார். கல்வி எல்லா இடத்திலும் மதிக்கப்படும்.

21. माँसभक्षैः सुरापनैः मूर्खैः च अक्षर वर्जितैः।

पशुभिः पुरुष आकारैः भार आक्रान्ता च मेदिनी।

உலகம் மாமிசம் உண்ணும், மது அருந்தும், மற்றும் முட்டாள்கள் மற்றும் படிக்காத விலங்கு போன்றவர்களால் மூழ்கப்பட்டிருக்கிறது.

22. अन्नहीनो दहेद् राष्ट्रं मन्त्रहीनः-च ऋत्विजः।

यजमानं दानहीनो नास्ति यज्ञसमो रिपुः।

நாட்டில் உணவு இல்லாமல் செய்பவர்கள், மந்திரம் தெரியாமல் சடங்கு நடத்தும் பிராமணர், தானம் அளிக்கும் உணர்வு இல்லாத பங்கேற்பாளர்கள் உள்ள சடங்கு எதிரியை போன்றது.

❖❖❖

9

அத்தியாயம் - 9

1. मुक्तिं इच्छसि चेत्तात विशयान विशवत् त्यज।
क्षमा आर्जव दया शौचं सत्यं पीयूशवद् पिब।

முக்தி வேண்டுவோர் கெட்ட பழக்கங்களை நஞ்சை போல் விட்டுவிட்டு, மன்னிக்கும் தன்மை, கருணை மற்றும் சகிப்பு தன்மையை தேன் போல் ஏற்றுக்கொள்ள வேண்டும்.

2. परस्परस्य मर्माणि ये भाषन्ते नराधमाः।
त एव विलयं यानीत वल्मीकोदर सर्पवत्।

மற்றவர்களை குற்றம் கூறுபவர்கள் மற்றும் அவர்கள் மீது கடுமையான வார்த்தைகளை பயன்படுத்துபவர்கள், எறும்பு புற்றில் விழுந்த பாம்பை போல் அழிந்து போவார்கள்.

3. गन्धः सुवर्णे फलं इच्छु दंडे न आकारि पुष्पं खलु चन्दनस्य।
विद्वान् धनाद्यः च नृपः चिरायुः धातुः पुरा कोऽपि न बुध्दिदोऽभूत्।

பிரம்ம தேவர் தங்கம், பழங்கள் மற்றும் கரும்பில் நறுமணத்தை சேர்க்கவில்லை. சொல்லப்போனால், சந்தன மரத்தில் பூக்கள் கிடையாது மற்றும் அறிவாற்றல் உள்ளவர்களிடம் செல்வம் கிடையாது. ஒரு அரசன் நீண்டகாலம் வாழ்வதில்லை. அந்த சமயத்தில், நல்ல ஆலோசனை அளிக்க யாரும் இல்லை என்று உணர்வார்கள்.

4. सर्व औषधीनाम अमृता प्रधाना सर्वेषु सौख्येष्वशनं प्रधानम्।
सर्वे इन्द्रियाणां नयनं प्रधानं सर्वेषु गात्रेषु शिरः प्रधानम्।

அம்ருதம் மிகவும் முக்கியமான மருந்தாகும், உணவு தான் அதிகபடியான திருப்தியை அளிக்கும். மனிதனுக்கு மற்ற உணர்வுகளை விட மிகவும் முக்கியமான உணர்வு பார்வையாகும் உடலின் மற்ற பாகங்களை விட தலை மிகவும் முக்கியமான பாகமாகும்.

5. दूतो न संचरति खे न चलेच्च वार्ता
पूर्वं न जल्पितं इदं न च संगमो अस्ति।
व्योम्नि स्थितं रविशशिग्रहणं प्रशस्तं
जनाति यो द्विजवरः स कथं न विद्वान्।

தூதுவர்கள் வானத்தில் உலவுவதில்லை, அங்கிருந்து எந்த உரையாடலும் வருவதில்லை, பின் ஏன் படித்தவர்கள் சூரிய மற்றும் சந்திர கிரகணங்களை பற்றி படித்த பிராமணர்களின் எண்ணங்களை பின்பற்றக்கூடாது?

6. विद्यार्थी सेवकः पान्थः क्षुधाऽऽर्तो भयकातरः।

भण्डारी प्रतिहारी च सुप्त सुप्तान् प्रबोधयेत्।

ஒரு மாணவன், ஒரு வேலைகாரன், ஒரு பிரயாணி, பசியால் வாடும் ஒருவர், அச்சப்படுபவர், ஒரு பொருளாளர், ஒரு காவலாளி 7 மணிக்கு தூங்கினால், அவர்கள் எழுப்பப்பட வேண்டும்.

7. अहिं नृपः च शार्दूलं किटिं च बालकं तथा।

पर श्वानं च मूर्खं च सप्त सुप्तान न बोधयेत्।

ஒரு பாம்பு, அரசன், புலி, ஒரு குளவி, ஒரு குழந்தை, மற்றவரின் நாய், மற்றும் ஒரு முட்டாள் 7 மணிக்கு தூங்கினால் அவர்களை எழுப்பக்கூடாது.

8. अर्थ आधीताः ये वेदास्तथा शूद्र अन्न भोजिनाः।

ते द्विजाः किं करिष्यन्ति निर्विषा इव पन्नगाः।

ஒருவர் செல்வம் ஈட்டுவதற்காக வேதம் படித்தால், தீயவர்கள் கொடுக்கும் உணவை உண்டால், அவர்கள் நஞ்சு இல்லாத பாம்பு போல் எதையும் செய்வதற்கு தகுதி இல்லாதவர்களாவார்கள்.

9. यस्मिन् रुष्टे भयं नास्ति तुष्टे नैव धन आगमः।

निग्रहो अनुग्रहो नास्ति स रुष्टं किं करिष्यति।

கோபப்படுவதற்கு அஞ்சாதவர், எதையும் அமைதியாக, சந்தோஷமாக இருப்பதற்கு எதிர்பார்க்காதவர்கள், தண்டிக்கவோ அல்லது மன்னிக்கவோ தெரியாதவர்கள், யாருக்கும் எதையும் கொடுப்பதில்லை.

10. निर्विशेषण अपि सर्पेण कर्तव्या महती फणा।

विषमस्तु न चापस्तु फणाटोपो भयंकरः।

நஞ்சு இல்லாத பாம்பும் படமெடுக்க வேண்டும். அதற்கு நஞ்சு இருக்கிறதா இல்லையா என்று யாருக்கும் தெரியாது. ஆனால், மக்கள் அந்த காட்சியை கண்டு அஞ்சுவார்கள்.

11. प्रातः द्यूत प्रसंगेन मध्याहे स्त्रीप्रसंगतः।

रात्रौ चौर्य प्रसंगेन कालो गच्छत्य-धीमताम्।

முட்டாள்கள் காலையில் சூதாடி, பகலை பெண்ணுடன் கழித்து, இரவில் திருடி செலவழிப்பார்கள்.

12. स्वहस्तग्रथिता माला स्वहस्ताद घृष्टचन्दनम्।

स्वहस्तलिखितं स्तोत्रं शक्रस्यापि श्रियं हरेत्।

ஒருவர் தானே கட்டிய மாலையால், சந்தனத்தை தானே பூசிக்கொள்வதால், தன்னை புகழ்ந்து எழுதுவதால், இந்திரனின் செல்வத்தை கட்டுப்படுத்தலாம்.

13. इक्षुदण्डाः तिलाः क्षुद्राः कान्ता हेम च मेदनी।

चन्दन दधि ताम्बूलु मर्दनं गुणवर्द्धनम्।

கரும்பு, எள், தாழ்ந்தவர்கள், பெண், தங்கம், நிலம், சந்தனம், தயிர், வெற்றிலை இவற்றை அதிகமாக பிழிவதால் அதன் தன்மை பிரகாசிக்கும்.

14. दरिद्रता धीरतया विराजते कुवस्त्रा शुभ्रतया विराजते।

कुदन्नता चोष्णतया विराजते कुरूपता शीलतया विराजते।

ஏழ்மையில் செல்வம் இல்லாதது பொறுமை இழக்க செய்யாது, சாதாரண ஆடைகளை சுத்தமாக வைத்திருந்தால் போதும், ஆறிய, பழைய உணவு சுட வைத்தால் புதிதாகிவிடும். இனிமையாக இருந்தால் குரூபியும் அழகாவார்கள்.

❖❖❖

10

அத்தியாயம் - 10

1. धनहीनो न हीनश्च धनिक: स सुनिश्चय:।

विद्यारत्नेन यो हीन: सर्ववस्तुषु।

செல்வம் இல்லாதவர்களை ஏழை என்று கூற முடியாது. அதேபோல், கல்வி இல்லாத ஒரு செல்வந்தர் மதிப்பற்றவர். கல்வி செல்வம் உள்ளவர்கள் செல்வந்தர்கள். ஒருவருக்கு கல்வி என்ற ஆபரணம் இல்லாவிட்டால் அவர் எல்லா வகையிலும் மோசமானவர்.

2. दृष्टिपूतं न्यसेत् पादं वस्त्रपूतं पिबेज्जलम्।

शास्त्रपूतं वदेद् वाक्यं मन: पूतं समाचरेत्।

எல்லாவற்றையும் சோதித்த பின் தான் ஒருவர் காலை எடுத்து முன்னால் வைக்க வேண்டும், தண்ணீரை துணியில் வடிக்கட்டிய பின் தான் அருந்த வேண்டும். இலக்கியங்களின் படி பேச வேண்டும் மற்றும் ஒரு பணியை பற்றி சிந்தித்து, அதை புரிந்துக்கொண்ட பின் தான் முழுமனதாக செயல்படுத்த வேண்டும்.

3. सुखार्थी चेत् त्यजेत् विद्या विद्यार्थी चेत् त्यजेत-सुखम्।

सुखार्थिन: कुतो विद्या कुतो विद्यार्थिन: सुखम्।

ஒருவர் சுகத்தை மட்டும் தேடும் ஆர்வத்தில் இருந்தால், அவர் கற்றுக்கொள்ளும் எண்ணத்தை தியாகம் செய்ய வேண்டும். ஒருவர் கற்றுக்கொள்ள விருப்பப்பட்டால், அவர் சுகத்தை தியாகம் செய்ய வேண்டும். அறிவாற்றல் தேடுபவர்களுக்கு சுகமும், சுகத்தை தேடுபவர்களுக்கு அறிவாற்றல் கிடைக்காது.

4. कवय: किं न पश्यन्ति किं न कुर्वन्ति योषित:।

मद्यपा: किं न जल्पन्ति किं न खादान्ति वायसा:।

புலவர்களால் எதையும் கற்பனை செய்ய முடியும், பெண்களால் எதையும் செய்ய முடியும். ஒரு மனிதனால் போதையில் எதையும் கூற முடியும் மற்றும் ஒரு காக்கையால் எதையும் உண்ண முடியும்.

5. रंकं करोति राजानं राजनं रंकमेव च।

धनिनं निर्धनं चैव निर्धनं धनिनं विधि:।

அதிர்ஷ்டத்தால் ஒன்றுமில்லாதவனை அரசனாகவும், அரசனை ஒன்றுமில்லாதவனாகவும் ஆக்க முடியும். ஒரு செல்வந்தர் ஏழையாகவும், ஒரு ஏழை செல்வந்தராகவும் மாற முடியும்.

6. लुब्धानां याचक: शत्रु मूर्खाणां बोधक: रिपु:।

जारस्त्रीणां पति: शत्रु: चोराणां चन्द्रमा रिपु:।

பேராசையுள்ளவருக்கு கேட்பவர் எதிரியாவார்கள், முட்டாளுக்கு அறிவாற்றல் அளிப்பவர் எதிரி. நடத்தை கெட்ட மனைவிக்கு கணவன் எதிரி, மற்றும் திருடர்களுக்கு நிலவு எதிரி.

7. येषां न विद्या न तपो न दानं चापि शीलं न गुणो न धर्म:।
ते मर्त्यलोके भुवि भारभूता मनुष्यरूपेण मृगा: चरन्ति।

கல்வி இல்லாதவர்கள் எந்த தவமும் செய்யவில்லை, தானம் அளிக்கும் பாக்கம் இல்லாதவர்கள், அறிவாற்றல் இல்லாதவர்கள், கருணை அல்லது அடக்க உணர்வு இல்லாதவர்கள், நல்ல பண்புகள் அல்லது சரியான நடத்தை இல்லாதவர்கள் பயனற்று பூமிக்கு பாரமாகிறார்கள். அவன் மனித போர்வையில் ஒரு விலங்கு.

8. अन्त:सारविहीनानांउपदेशो न जायेते।
मलयाचलसंसर्गात् न वेणु: चन्दनायते।

இயல்பான தன்மை இல்லாதவனுக்கு எந்த விதத்திலும் ஆலோசனை வழங்குவது உபயோகமற்றது. மூங்கில் மலையுடன் உறவு வைத்துக்கொண்டாலும் அதிலிருந்து அதற்கு எந்த நறுமணமும் கிடைக்காது.

9. यस्य नास्ति स्वयं प्रज्ञा शास्त्रं तस्य करोति किम्।
लोचनाभ्यां हिहीनस्य दर्पण: किं करिष्यति।

பாது அறிவில்லாதவரை எந்த இலக்கியமும் பாதுகாக்க முடியாது.

10. दुर्जनं सज्जनं कर्तुमपायो न हि भूतले।
अपानं शतधा धौतं न श्रेष्ठं इन्द्रियं भवेत्।

இந்த உலகில் கெட்டவர்களை நல்லவர்களாக்க எந்த வழியும் இல்லை, அதே போல் எத்தனை முறை ஆசனவாயை சுத்தம் செய்தாலும் அது சிறந்த உறுப்பாக முடியாது.

11. आत्मद्वेषाद् भवेत् मृत्यु: परद्वेषाद् धनक्षय:।
राजद्वेषाद् भवेत् नाशो ब्रह्मद्वेषात् कुलक्षय:।

தன்னை வெறுப்பவன் இறப்பான். மற்றவர்களை வெறுப்பவன் செல்வத்தை இழப்பான், அரசனை வெறுப்பவன் அழிந்துவிடுவான். ஒரு பிராமணனை வெறுக்கும் இனம் முழுவதும் அழிக்கப்படும்.

12. वरं वनं व्याघ्र-गजेन्द्र-सेवितं द्रुमालयें पत्रफलाम्बु-सेवनम्।
तृणेषु शैया शतजीर्णवल्कलं न बन्धुमध्ये धनहीन जीवनम्।

ஒரு மனிதன் காட்டில் சிங்கம், புலிகளுக்கு மத்தியில் வாழட்டும், கனி, இலைகளை உண்ணட்டும், புல்லில் படுக்கட்டும், கிழிந்த பழைய உடையை அணியட்டும், ஆனால், உற்றார், உறவினரின் மத்தியில் அநாதை போல் வாழக்கூடாது.

13. विप्रो वृक्ष: तस्य मूलं च सन्ध्या वेदा: शाखा धर्मकर्माणि पत्रम्।
तस्मान्मूलं यत्नतो रक्षणीयं छिन्ने मूले नैव शाखा न पत्रम्।

ஒரு பிராமணன் மரத்தை போன்றவன், பிரார்த்தனையும், போற்றுதலும் அவனது வேர்கள் போன்றவை. நல்லொழுக்கமும், செயலும் இலைகள். ஆதலால், வேர்கள் ஈடுபாட்டுடன் பாதுகாக்கப்பட்ட வேண்டும், ஏனென்றால் வேர்கள் அழிவதின் விளைவு, கிளைகள் அல்லது இலைகள் இல்லாமல் போகும்.

14. माता च कमला देवी पिता देवो जनार्दनः।

बान्धवा विष्णुभक्ता: च स्वदेशो भुवनत्रयम्।

ஒருவருக்கு லக்ஷ்மி தேவி தாயாகவும், எல்லாம் வல்ல இறைவன் தந்தையாகவும், தெய்வ பக்தர்களாக - உறவினர்களும் இருந்தால், அவருக்கு மூவுலகின் ஆசியும் கிட்டும்.

15. एकवृक्षासमारूढा नानावर्णा विहंगमाः।

प्रभाते दिक्षु दशसु का तत्र परिवेदना।

பல வண்ண பறவைகள் ஒரு மரத்தில் உறங்குவதற்கு வருகின்றன. அவை பகலில் பல திசைகளில் பறந்து விடுகின்றன. இதை பற்றி வருத்தப்பட வேண்டியதில்லை.

16. बुद्धिः यस्य बलं तस्य निर्बुध्देः तु कुतो बलम्।

वने सिंहे मदोन्मतो शशकेन निपातितः।

அறிவாற்றல் உள்ளவர்களுக்கு சக்தி இருக்கும். அறிவில்லாதவர்களுக்கு என்ன சக்தி இருக்க முடியும்? காட்டில் ஆணவத்துடன் திரிந்துக்கொண்டிருந்த ஒரு சிங்கம் ஒரு முயலால் கிணற்றுக்குள் தள்ளப்பட்டது.

17. का चिन्ता मम जीवने यदि हरिः विश्वम्भरो गीयते

नो चेदर्भकजीवनाय जननीस्तन्यं कथं निःसरेत्।

इत्यालोच्य मुहुर्मुहुर्यदुपते लक्ष्मीपते केवलं

त्वत्पादाम्बुज सेवनेन सततं कालो मया नीयते।

விஷ்ணு பகவான் இருக்கும் போது நான் ஏன் என் வாழ்க்கையை பற்றி கவலைப்பட வேண்டும்? அவர் அருளில்லாமல் ஒரு குழந்தை பிறக்கும் முன்னே எப்படி ஒரு தாய்க்கு பால் சுறக்க முடியும்? நாம் இப்படிப்பட்ட அற்புதங்களை மனதில் கொண்டு லக்ஷ்மிபதியை வணங்க வேண்டும்.

18. गीर्वाणवाणीषु विशिष्टबुध्दिः तथापि भाषान्तरलोलुपोऽहम्।

यथा सुराणां अमृते स्थिते अपि स्वर्ग आंगनानां अधरासवे रुचिः।

நான் சமஸ்கிருதத்தை தவிர மற்ற மொழிகளை கற்றுக்கொள்ள பேராவலுடன் இருக்கிறேன். தெய்வங்கள் சொர்க்கத்தில் உள்ள தேனை பருகியும், அப்ஸரஸின் தேனை பருக ஆவலாக இருப்பது போல்.

19. अन्नाद्-दशगुणं पिष्टं पिष्टाद् दशगुणं पयः।

दुग्धाद्-अष्टगुणं मासं मांसाद् दशगुणं घृतम्।

கோதுமை அரிசியை விட பத்து மடங்கு சக்தி கொண்டது, பால் கோதுமையை விட பத்து மடங்கு சக்தி கொண்டது, மாமிசம் பாலை விட எட்டு மடங்கு சக்தி கொண்டது, நெய் மாமிசத்தை விட பத்து மடங்கு சக்தி கொண்டது.

20. शाकेन रोगा वर्द्धन्ते पयसा वध्दति तनुः।

घृतेन वध्दति वीर्यं माँसान्माँसं प्रवध्दति।

அதிகமாக கீரை உண்ணுவது நோயை அதிகரிக்கும். பால் அருந்துவதால் உடல் வளரும், நெய் உண்ணுவதால் விந்து அதிகரிக்கும், மாமிசம் உண்பதால் தசை அதிகரிக்கும்.

❖❖❖

அத்தியாயம் - 11

1. दातृत्वं प्रियवक्तृत्वं धीरत्वं उचितज्ञता।
अभ्यासेन न लभ्यन्ते चत्वारः सहजा गुणाः।

மனிதனுடன் உடன்பிறந்தவை நான்கு உள்ளன – தானம் அளிப்பதில் விருப்பம், நன்றாக பேசுவதில் விருப்பம், சரி மற்றும் தவறுகளை உணரும் பொறுமை மற்றும் அறிவாற்றல். இவற்றை பயிற்சியால் பெற முடியாது.

2. आत्मवर्गं परित्यज्य परवर्गं समाश्रयेत्।
स्वयमेव लयं याति यथा राजा अन्य धर्मतः।

ஒருவர் தன் சமூகத்தை விட்டு வேறு ஒரு சமூகத்தின் உதவியை நாடுவது, ஒரு அரசன் வேறு ஒரு மதத்தில் அடைக்கலம் தேடி அழிந்து போவது போன்றது.

3. हस्ती स्थूल-तनुः स च अंकुशवशः किं हस्तिमात्रो अंकुशो
दीपे प्रज्वलिते प्रणश्यति तमः किं दीपमात्रं तमः।
वज्रेणापि हताः पतन्ति गिरयः किं वज्रमात्रो गिरिम्
तेजो यस्य विराजते स बलवान् स्थूलेषु कः प्रत्ययः।

ஒரு பெரிய யானை ஒரு சிறிய அங்குசத்தால் கட்டுப்படுத்தப்படும். ஒரு சிறிய விளக்கு இருளை நீக்கும். ஒரு சிறிய சுத்தி மலையை உடைக்கும். ஒரு பொருள் அதன் கூர்மையால் பலம் பெறும் அதன் அளவால் அல்ல.

4. कलौ दशसहस्राणि हरिः त्यजति मेदिनीम्।
तदर्द्धं जाह्वीतोयं तदर्द्धं ग्रामदेवताः।

எங்கும் நிறைந்த கடவுள் கலியுகம் முடிந்து 10,000 வருடங்கள் கழித்து இந்த உலகத்தை விட்டு செல்வார். அந்த காலத்திற்கு பாதியில் கங்கை நதி வற்றிவிடும். கிராம தெய்வங்கள் அந்த காலத்திற்கு பாதியில் தங்கள் கிராமத்தை விட்டு சென்று விடுவார்கள்.

5. गृहासक्तस्य नो विद्या न दया माँसभोजिनः।
द्रव्यलुब्धस्य नो सत्यं स्त्रैणस्य न पवित्रता।

தனது வீட்டின் மேல் பற்று உள்ளவனுக்கு கல்வி கிடைக்காது. மாமிசம் உண்ணுபவனுக்கு இரக்கம் இருக்காது. பண பேராசை உள்ளவன் எதிலும் உண்மையாக இருக்க மாட்டான். இன்பம் சூழ்ந்திருப்பவன் தூய்மையாக இருக்க மாட்டான்.

6. न दुर्जनः साधुदशांमुपैति बहुप्रकारैरेपि शिक्ष्यमाणः।
आमूलसिक्तः पयसा घृतेन न निम्बवृक्षो मधुरत्वमेति।

ஒரு வேப்பமரத்தில் பாலும், நெய்யும் ஊற்றினாலும் அது இனிப்பாகாது. அதேபோல், பல வழிகளில் கற்றுக்கொடுத்தாலும், அவன் கெட்டவன் நல்லவனாக மாற மாட்டான்.

7. अन्तर्गतमलो दुष्टःतीर्थस्नानशतैरपि।
न शुध्यते यथा भाण्डं सुरया दाहितं च यत्।

ஒரு பானை மதுவை காய்ச்சினாலும் அது புனிதமாகாது. அதே போல், அழுக்கான தீயவன் எத்தனை புனித ஸ்தலங்களில் நீராடினாலும் அவன் புனிதமாக மாட்டான்.

8. न वेत्ति यो यस्य गुणप्रकर्षं स तं सदा निन्दति नाऽत्र चित्रम्।
यथा किराती करिकुम्भलव्धां मुक्ताः परित्यज्य बिभर्ति गुंजाम्।

மற்றவர் தன்மையின் சிறப்பை அறியாதவன் அவர்களை சபித்துக் கொண்டிருப்பான். ஆனால், யாரும் இந்த நடத்தையை கண்டு ஆச்சரியப்படுவதில்லை. ஏனென்றால், யானையின் நெற்றியிலிருந்து கிடைத்த முத்துவை ஒதுக்கிவிட்டு, பூமியில் உள்ள மண்ணாங்கட்டி மாலை அணிந்துக்கொள்ள விருப்பப்படுவதாகும்.

9. ये तु संवत्सरं पूर्णं नित्यं मौनेन भुंजते।
युगकोटिसहस्रं तु पूज्यत्न्ते स्वर्गविष्ट्पे।

ஒரு வருடம் பேசாமல் இருந்து, மௌனமாக உணவு உண்பவர், சொர்க்கத்தில் பல கோடி வருடங்கள் மதிப்பும் மரியாதையுடனும் இருப்பார்.

10. कामं क्रोधं तथा लोभं स्वादु श्रृंगारकौतुके।
अतिनिद्रा अतिसेवे च विद्यार्थी ह्यष्ट वर्जयेत्।

மாணவர்கள் மோகம், கோபம், ருசி, விளையாட்டு, நகைச்சுவை மற்றும் பொய்யான பாராட்டுகளை விட்டு விட வேண்டும்.

11. अकृष्टफलमूलानि वनवासरति सदा।
कुरुते अहरहः श्राध्दं ऋषि विप्रः स उच्यते।

பயிரில் விளையாத கனிகளும், வேர்களும் உண்பவர் காட்டிலும் சந்தோஷமாக வாழ்வர், நேரத்திற்கு திதி அளிப்பவர் ரிஷி.

12. एक आहारेण सन्तुष्टः षट्कर्मनिरतः सदा।
ऋतुकाल अभिगामी स च विप्र द्विज उच्यते।

ஒரு வகையான உணவில் திருப்தி அடைந்து, தனது அன்றாட வேலைகளை முடித்து, வம்ச விருத்திக்காக ஒரு பெண்ணுடன் உறவு கொண்டிருக்கும் பிராமணர், த்விஜ் என்று அழைக்கப்படுவார்.

13. लौकिके कर्माणि रतः पशूनां परिपालकः।
वाणिज्यकृषिकर्ता यः स विप्रो वैश्य उच्यते।

உலக விவகாரத்தில் மூழ்கி, விலங்குகளை பராமரித்து, வேளாண்மை மற்றும் விவசாயத்தில் ஈடுபடும் பிராமணர், வைஸ்யர் என்று அழைக்கப்படுவார்கள்.

14. लाक्षादितैलनीलानां कुसुम्भमधुसर्पिषाम्।

विक्रेता मद्यमांसानां स विप्र 'शूद्र' उच्यते।

பால், எண்ணை, நீலம், சாயம், நெய், மது, மாமிசம் போன்றவற்றை வியாபாரம் செய்பவர் சூத்திரா் என்று அழைக்கப்படுவார்கள்.

15. परकार्यविहन्ता च दाम्भिकः स्वार्थसाधकः।

छली द्वेषी मृदुः क्रूरो विप्रो 'मार्जर' उच्यते।

ஒரு பிராமணர் மற்றவர்களின் வேலையை கெடுத்து, ஏமாற்றி, எப்போதும் தனது சுயநலத்தை பூர்த்தி செய்து, மற்றவர்களை ஏமாற்றுவது, மற்றவர்களை குற்றம் காண்பது, பணிவுடன் நடந்து கொண்டாலும் கடுமையானது, அவர்கள் பூனை என்று அழைக்கப்படுவார்கள்.

16. वापीकूपतडागानाम आरामसुरवेश्मनाम्।

उच्छेदने निराशंकः स विप्र 'म्लेक्ष' उच्यते।

நீர் நிலைகள், கிணறுகள், குளங்கள், தோட்டம் மற்றும் கோவிலை அழிக்க அஞ்சாத பிராமணர் ஊழியன் அல்லது தாழ்ந்தவன் என்று அழைக்கப்படுவார்.

17. देवद्रव्यं गुरुद्रव्यं परदारा अभिमर्षण।

निर्वाहः सर्वभूतेषु विप्र 'चाण्डाल' उच्यते।

கடவுளின் சொத்தை அபகரித்து, மற்ற பெண்களுடன் உறவு வைத்து, எல்லா வகையான விலங்குகளுடனும் வாழும் பிராமணர் தூய்மையற்றவர் என்று அழைக்கப்படுவார்.

18. देयं भोज्यधनं सदा सुकृतिभिर्नो संचयस्तस्य वै

श्रीकर्णस्य बलेः च विक्रमपतेः अद्यापि कीर्तिः स्थिता।

अस्माकं मधुदानभोगरहितं नष्टं चिरात् संचितं

निर्वाणादिति नैजपादयुगलं घर्षन्त्याहो मक्षिकाः।

தேனை சேகரிக்கும் போது அதை தானமாக அளிக்கவில்லை என்றால் அது கெட்டுவிடும் என்று தேனீ கூட வருத்தப்படும். சிலர் தானம் அளிக்க மாட்டார்கள், அது பாழாகும் போது அதற்காக வருத்தப்படுவார்கள். மக்கள் தானம் செய்து செல்வத்தை நல்லபடியாக பயன்படுத்தலாம். தானம் செய்த விதத்தில் தான் கர்ணன், பாலி, மற்றும் விக்ரமாதித்தன் இன்று சமூகத்தில் நினைக்கப்படுகின்றனர்.

❖❖❖

12

அத்தியாயம் - 12

1. *सानन्दं सदनं सुतास्तु सुधियः कान्ता प्रियालापिनी*
इच्छापूर्तिधनं स्वयोशिति रतिः स्वाआज्ञापराः सेवकाः।
आतिथ्यं शिवपूजनं प्रतिदिनं मिष्टान्नपानं गृहे
साधोः संगम उपासते च सततं धन्यो गृहस्थाश्रमः।

ஒருவரின் மகன் மற்றும் மகளுக்கு நல்ல அறிவாற்றல் இருந்து, மனைவி மென்மையாக பேசுபவளாக இருந்து, நேர்மையாகவும், கடுமையாகவும் உழைத்த செல்வம் இருந்து, நல்ல நண்பர்கள் இருந்து, அவருக்கு எல்லோரிடமும் அன்பு இருந்து மற்றும் வேலையாடகள் கட்டுப்படுபவர்களாக இருந்து, அவரது விருந்தாளிகள் நன்கு கவனிக்கப்பட்டு, தினமும் கடவுள் வணங்கப்பட்டு, நல்ல உணவு சமைக்கப்பட்டு, ருசித்து உண்ணப்பட்டு, அவர் எப்போதும் நல்லவர்களுடன் இருந்தால் அவரது வீடு ஆசீர்வதிக்கப்படுகிறது. அப்போது இது பாராட்டக்கூடிய, சுகமான குடும்பம் ஆகிறது.

2. आर्तेषु विप्रेषु दयानीवतः च यत् श्रध्दया स्वल्पं उपैति दानम्।
अनन्तपारं समुपैति राजन् यद्दीयते तन्न लभेद् द्विजेभ्यः।

ஓ'ஆள்பவரே, யாராவது ஒரு ஏழை பிராமணருக்கு கருணையுடன், தாராளமாக தானம் செய்தால் அவருக்கு செய்த தானம் மட்டுமல்ல, கடவுளின் கருணையால் இன்னும் அதிகமாக திரும்ப கிடைக்கும்.

3. दाक्षिण्यं स्वजने दया परजने शाठ्यं सदा दुर्जने
प्रीतिः साधुजने स्मयः खलजने विद्वज्जने च आर्जवम्।
शौर्यं शत्रुजने क्षमा गुरुजने नारीजने धूर्तता
इत्थं ये पुरुषाः कलासु कुशलाः तेः एव लोकस्थितिः।

உற்றார், உறவினருடன் நன்நடத்தையுள்ள மக்களும், மற்றவர்களிடம் கருணையும், தீயவர்களுடன் கவனமாக பழகுவதும், நல்லவர்களிடம் அன்பு கொண்டவர்களும், தீயவர்களிடம் கடுமையாக இருப்பதும், ஆண்களிடம் எளிமையாகவும், பெண்களை கையாள்வதில் பொறுமையும், திறமையும் உள்ளவர்கள் இருப்பதால்தான் உலகம் முன்னேறிக்கொண்டிருக்கிறது.

4. हस्तौ दानविवर्जितौ श्रुतिपुटौ सारस्वतद्रोहिणौ।
नेत्रे साधुविलोकनेन रहिते पादौ न तीर्थं गतौ।
अन्याय अर्जित वित्तपूर्णं उदरं गर्वेण तुंगं शिरो।
रे रे जम्बुक मुंच मुंच सहसा निचं सुनिन्द्यं वपुः।

ஒருவரின் இரண்டு கைகளும் தானம் செய்யவில்லை என்றால், அவர் காதுகள் வேதங்களை கேட்கவில்லை என்றால், கண்கள் சிறந்தவர்களை பார்க்கவில்லை என்றால், கால்கள் புண்ணிய ஸ்தலங்களுக்கு செல்லவில்லை என்றால், அவர் தனது பெற்றோர் மற்றும் குருவிற்கு சேவை செய்யவில்லை என்றால், அவர் சட்டவிரோதமாக செல்வம் ஈட்டி அனுபவித்திருந்தால், அவர் ஆணவத்துடன் நடந்துக்கொண்டிருந்தால், அவர் கீழ்தரமானவர்களை விட கீழ்தரமாக இருந்தால் சீக்கிரத்தில் உயிரை துறக்க வேண்டும்.

5. पत्रं नैव यदा करीरविटपे देदो वसन्तस्य किं
नोलूकोऽप्य अवलोकते यदि दिवा सूर्यस्य किं दूषणम्।
वर्षा नैव पतन्ति चातकमुखे मेघस्य किं दूषणं
यत्पूर्वं विधिना ललाटलिखितं तन्मार्जितुं कः क्षमः।

ஒரு புதிய செடியில் இலைகள் இல்லை என்றால் அதில் வசந்தகாலத்தின் தவறு என்ன? ஒரு ஆந்தை பகலில் பார்க்க முடியாதது சூரியனின் குற்றமா? மழைத்துளிகள் குயிலின் மீது விழாதது மேகத்தின் குற்றமாகுமா? உலகத்தை படைத்தவர் யாருக்கு என்ன தேவையோ அதை தான் கொடுப்பார். அவரது தலை எழுத்தை அழிக்க முடியாது. அவர் அதை சுமந்து தான் ஆக வேண்டும்.

6. सत्संगात भवति हि साधुता खलानां साधूनां न हि खलसंगमाते खलत्वम्।
आमोदं कुसुमभवं मृदेव धत्ते मृद्गन्धं न हि कुसुमानि धारयन्ति।

தீயவர்கள் நல்லவர்களின் சேர்க்கையால் நல்லவர்கள் ஆகலாம், ஆனால், மாற்றாக அடக்க முடியாது. பூவின் நறுமணம் மண்ணில் பெறலாம். ஆனால், மண்ணின் மணம் பூக்களில் இருக்காது.

7. साधूनां दर्शनं पुण्यं तीर्थभूता हि साधवः।
काले फलन्ति तीर्थानि सद्यः साधुसमागमः।

நல்லவர்களை பார்ப்பதால் ஒருவருக்கு நல்லொழுக்கம் ஏற்படலாம். ஏனென்றால், நல்லவர்கள் புனிதமானவர்கள். புனித இடங்கள் குறிப்பிட்ட சமயங்களில் பலன் அளிக்கும், ஆனால், நல்லவர்களுடன் சேருவதால் உடனடியாக பலன் பெறலாம்.

8. विप्रास्मिन्नगरे महान् कथय कस्तालद्रुमाणां गणः।
को दाता रजको ददाति वसनं प्रातर्गृहित्वा निशि।
को दक्षः परदार वित्त हरणे सर्वे अपि दक्षो जनः
कस्मात् जीवसि हे सखे विषकृमिन्यायेन जीवाम्यहम्।

ஒரு பிராயாணி ஒரு நகரத்தை அடைந்ததும், ஒரு பிராமணரிடம் கேட்டார்:

"பிராமணரே! இந்த நகரத்தில் சிறந்தவர் யார்?".

அந்த பிராமணர்,"பனந் தோப்பு" என்று பதிலளித்தார்.

பிறகு அந்த பிரயாணி கேட்டார்,"யார் தாராள மனம் கொண்டவர்"

அதற்கு அந்த பிராமணர் பதிலளித்தார்,"காலையில் துணிகளை எடுத்து போய் மாலையில் திருப்பி கொடுக்கும் வண்ணான்" என்றார்.

அந்த பிரயாணி,"இந்த நகரத்தில் யார் திறமைசாலி?" என்று கேட்டார்.

அந்த பிராமணர்,"எல்லோரும் அடுத்தவரின் மனைவியையும், செல்வத்தையும் கொள்ளையடிப்பதில் திறமைசாலிகள்". என்றார்.

அதற்கு அந்த பிரயாணி,"அப்போது நீங்கள் எப்படி இந்த நகரத்தில் வாழ்ந்துக்கொண்டிருக்கிறீர்கள்" என்று கேட்டார்.

அதற்கு அந்த பிராமணர்,"நான் விஷத்தில் பிறந்து, அதிலேயே வாழ்ந்து, அதிலேயே இறக்கும் பூச்சியை போல்". என்றார்.

9. विप्र पाद ओदक कर्दमानि न वेदशास्त्रध्वनिगर्जितानि।

स्वाहास्वधाकारविविर्जितानि श्मशानतुल्यानी गृहाणि तानि।

ஒரு பிராமணரின் கால்கள் கழுவப்படாமல், வேதங்களும், இலக்கியங்களும் ஓதப்படாமல், ஸ்வாஹா மற்றும் ஸ்வதா என்பது ஒலிக்காத வீடு சுடுகாடு போன்றது.

10. सत्यं माता पिता ज्ञानं धर्मो भ्राता दया स्वसा।

शान्तिः पत्नि क्षमा पुत्रः षड़ते मम बान्धवाः।

உண்மை எனது தாய், அறிவாற்றல் எனது தந்தை, நேர்மை எனது சகோதரன், கருணை எனது சகோதரி, நிம்மதி எனது மனைவி, மற்றும் பொறுமை எனது மகன். இந்த ஆறு பண்புகளும் எனது உறவினர்கள்.

11. आनित्यानी शरीराणि विभवो नैव शाश्वतः।

नित्यं सन्निहितो मृत्युः कर्तव्योः धर्मसंग्रहः।

இந்த உடல் அழியக்கூடியது, செல்வம் நிரந்தரமானது அல்ல, மரணம் அருகில் உள்ளது. ஆதலால், எவ்வொரு மனிதனும் அவனது நேரத்தில் இந்த தர்மத்தை பின்பற்ற வேண்டும்.

12. आमन्त्रण उत्सवा विप्रा गावो नवतृणोत्सवाः।

पति उत्साह युता भार्यी अहं कृष्ण! रणोत्सुकः।

விருந்திற்கு அழைக்கப்படும் பிராமணருக்கு அது கொண்டாட்டம், மேய்வதற்கு பசும்புல் கிடைத்தால் கால்நடைக்கு கொண்டாட்டம், கணவரின் சுறுசுறுப்பு பெண்களுக்கு கொண்டாட்டம், மற்றும் கிருஷ்ண பகவானின் காலடி துறவிகளுக்கு கொண்டாட்டம்.

13. मातृवत् परदारेषु परद्रव्येषु लोष्ठवत्।

आत्मवत् सर्वभूतेषु यः पश्यति स पण्डित।

அடுத்தவரின் மனைவியை தாயாகவும், அடுத்தவரின் செல்வத்தை தூசு போலவும், எல்லா உயிரினத்தையும் தன்னில் ஒரு பாகமாக நினைப்பவர் பண்டிதர் என்று அழைக்கப்படுவார்.

14. धर्मे तत्परता मुखे मधुरता दाने सम उत्साहता

मित्रे-अवंचकता गुरौ विनयता चित्ते अति गम्भीरता।

आचारे शुचिता गुणे रसिकता शास्त्रेषु विज्ञातृता

रूपे सुन्दरता शिवे भजनता सत्येव संदृश्यते।

நல்ல மனிதர்களிடத்தில் பின்வரும் பண்புகளை காணலாம் - எப்போதும் நேர்மையானவற்றை சுறுசுறுப்பாக செய்வது, இனிமையாக பேசுவது, எப்போதும் தானம் செய்ய தயாராக இருப்பது, நண்பர்களை வித்தியாசமாக நடத்தாமல் இருப்பது, குருவிடம் பணிவுடன் இருப்பது, செயலில் தூய்மையாக இருப்பது, அழகுடன், தெய்வ பக்தியாக இருப்பது.

15. काष्ठं कल्पतरुः सुमेरुः अचलः चिन्तामणिः प्रस्तरः

सूर्यः तीव्रकरः शशी क्षयकरः क्षारो हि वारांनिधिः।

कामो नष्टतनुःबलि-अदितिसुतो नित्यं पशुः काम
गौर्जास्ते तुलयामि भी रघुपते कस्यउपमा दीयते।

எல்லா விருப்பங்களையும் நிறைவேற்றும் கல்பதரு ஒரு மரம், உறுதியான் சுமேரு ஒரு மலை, கவலைகளை போக்கும் இரத்தினம் ஒரு கல். சூரியனின் கதிகள் சக்தி வாய்ந்தவை, நிலவு தேய்ந்து, வளர்ந்துக்கொண்டிருக்கிறது, கடல் உப்பாக உள்ளது, காமதேவனுக்கு உடல் இல்லை, அரசர் பாலி ஒரு அரக்கர். காமதேனு ஒரு பசு. ஓ'பகவானே கூறுங்கள்! நான் உங்களை யாருடன் ஒப்பிடுவது? நீங்கள் இணையற்றவர்.

16. विनयं राजपुत्रेभ्यः पण्डितेभ्यः सुभाषितम्।
अनृतं द्यूतकारेभ्यः स्त्रीभ्यः शिक्षेत् कैतवम्।

ஆண்கள் அரசரிடம் பண்புடனும், படித்தவர்களிடம் அறிவாற்றலுடன் பேசவும், பெண்களை ஏமாற்றவும் கற்றுக்கொள்ள வேண்டும்.

17. अनालोक्य व्ययं कर्ता ह्यनाथः कलहप्रियः।
आतुरः सर्वक्षेत्रेषु नरः शीघ्रं विनश्यति।

சிந்திக்காமல், பார்க்காமல் அதிகமாக செலவு செய்பவர், உடல் பலவீனமாக இருந்தாலும் மற்றவர்களுடன் போரிடுபவர், இன்பத்திற்கு எப்போதும் தயாராக இருப்பவர், விரைவில் அழிந்துவிடுவார்.

18. न-आहारं चिन्तयेत् प्राज्ञो धर्मं एकं हि चिन्तयेत्।
आहारो हि मनुष्याणां जन्मना सह जायेते।

ஒரு திறமையான மனிதன் உணவை பற்றி கவலைப்படக்கூடாது. அவர் நற்பண்புகள் மற்றும் அக்கடமையை பற்றி தான் சிந்திக்க வேண்டும் ஏனென்றால், அவர் பிறந்தவுடனேயே அவரது உணவு நிச்சயிக்கப்பட்டு விட்டது.

19. जलबिन्दु-निपातेन क्रमशः पूर्यति घटः।
स हेतुः सर्वविधानां धर्मस्य च धनस्य च।

சாட்டு, சொட்டாக தண்ணிரால் நிரம்பும் குடத்தை போல், செல்வம், கல்வி அல்லது நற்பண்புகள் தொடர்ந்து இணைவது நடைபெறும்.

20. वयसः परिणामे अपि यः खलः एव सः।
सुपक्वं अपि माधुर्यं न उपयाति इन्द्र वारुणम्।

இந்திரிய பழம் பழுத்தாலும் இனிக்காது, கசப்பாக தான் இருக்கும். அதே போல், தீயவன் வளர்ந்த பின்னும் தீயவனாக தான் இருப்பான்.

❖❖❖

13

அத்தியாயம் - 13

1. मुहूर्तं अपि जीवेच नरः शुक्लेन कर्मणा।
न कल्पं अपि कष्टेन लोकद्वयविरोधिना।

நமக்கு ஒரு முகூர்த்தத்திற்கு (வெறும் 48 நிமிடங்கள்) உயிர் கிடைத்தால், நாம் அதை நற்பணிகளில் செலவிட வேண்டும். விஷமக் காரியங்களை செய்துக் கொண்டு பூமி மற்றும் சொர்க்கம் இரண்டிலும் ஒரு நூறு வருடங்கள் வாழ்வதில் பயனில்லை.

2. गते शोको न कर्तव्यो भविष्यं नैव चिन्तयेत् ।
वर्तमानेन कालेन प्रवर्तन्ते विचक्षणाः।

நடந்து முடிந்தவற்றிற்கு கவலைப்பட வேண்டாம். எதிர்காலத்தை பற்றியும் பயப்பட வேண்டாம். திறமைசாலிகள் நிகழ்காலத்திற்கு ஏற்றபடி வேலை செய்வார்கள்.

3. स्वभावेन हि तुष्यन्ति पितरः सज्जनाः सुराः।
ज्ञातयो मान्पानाभ्यां वाक्यदानेन पण्डिता।

கடவுள், நல்ல மனிதர்கள் மற்றும் முன்னோர்கள் இயற்கையால் திருப்தியடைந்தார்கள். உற்றார், உறவினர் நல்ல வரவேற்பால் திருப்தியடைவார்கள் மற்றும் படித்தவர்கள் இனிமையான பேச்சால் சந்தோஷம் அடைவார்கள்.

4. अहो बात विचित्राणि चरितानि महा आत्मानम्।
लक्ष्मी तृणाय मन्यन्ते तद् भारेण नमन्ति च।

சிறந்த மனிதர்கள் செல்வத்தை புல்லாக நினைத்தாலும், அதன் சுமையால் குனிந்திருக்கிறார்கள் என்பது ஆச்சரியப்பட வேண்டிய விஷயம்.

5. यस्य स्नेहो भयं तस्य स्नेहो दुखस्य भाजनम्।
स्नेह मूलानि दुःखानि तत्तत् त्यक्त्वा वसेत् सुखम्।

ஒருவரை நேசிப்பவர், மற்றவரின் சோகத்திற்கு காரணம் ஒருவரை நேசிப்பது என்று கவலைக்கொள்வார்கள். ஆதலால், சிநேகிதத்தை கைவிட்டு சுகமாக வாழ வேண்டும்.

6. अनागत विधाता च प्रत्युंत्पन्नमतिस्तथा।
द्वावेतौ सुखमेधेते यद्भविष्यो विनश्यति।

எதிர்காலத்தில் ஏற்படக்கூடிய தடைகளை எதிர் கொள்வதற்கு முன்கூட்டியே தயாராக இருப்பவர், அவருக்கு ஆபத்து ஏற்படும் போது அதை அகற்றுவதற்கு திட்டமிடுகிறார், மற்றும் சுகமாக இருக்கிறார். ஆனால், நடப்பது எல்லாம் விதியால் என்று நம்புகின்றவர் அழிந்து போவார்கள்.

7. राज्ञी धर्मिणि धर्मिष्ठाः पापे पापाः समे समाः।
राजानं अनुवर्तन्ते यथा राजा तथा प्रजा।

ஒரு அரசன் நேர்மையாக இருந்தால் அவனது மக்களும் நேர்மையாக இருப்பார்கள். ஒரு அரசன் கொடியவனாக இருந்தால் அவனது மக்களும் கொடியவர்களாக இருப்பார்கள். ஒரு அரசன் கவனமில்லாமல் இருந்தால் அவனது மக்களும் கவனமில்லாமல் இருப்பார்கள். ஒரு அரசன் நடந்துக்கொள்வதை போல் தான் அவனது மக்களும் நடந்துக்கொள்வார்கள்.

8. जीवन्तं मृतवन्मन्ये देहिनं धर्मवर्जितम्।
मृतो धर्मेण संयुक्तो दीर्घजीवी न संशयः।

ஒழுக்கமான பாதையை பின்பற்றாதவர்கள் உயிருடன் இருந்தும் இறந்தவருக்கு சமமாவார்கள். ஆனால், ஒழுக்கமான பாதையில் செல்பவர் இறந்த பின்னரும் நீண்டகாலத்திற்கு உயிருடன் இருப்பார்கள்.

9. धर्म अर्थ काम मोक्षणां यस्यै एको अपि न विद्यते।
अजागलस्तनः एव तस्य जन्म निरर्थकम्।

ஒருவருக்கு நல்லொழுக்கம், செல்வம், மோகம், மற்றும் முக்தி இல்லாவிட்டால் அவரது வாழ்க்கை ஒரு ஆட்டின் கழுத்தில் தொங்கும் மார்புகள் போல் பயனற்றது.

10. दह्यमानाः सुतीव्रेण नीचाः पर यश अग्निना।
अशक्ताः तत्पदं गन्तुं ततो निन्दां प्रकुर्वति।

தீயவர்கள் மற்றவர்களின் புகழை கண்டு பொறாமைப்படுவார்கள். மற்றும் அவர்களால் புகழடைய முடியாத போது மற்றவர்களை அவதூறாக பேசுவார்கள்.

11. बन्धाय विषया-आसक्त संगो मुक्ते निर्विषयं मनः।
मन एवं मनुष्याणां कारणं बन्ध मोक्षयोः।

மனிதன் உறவுகளில் சிக்கிக்கொள்வது உணர்வுகளால் தான். ஆனால், அவன் உறவுகளிலிருந்து விடுபடுவதும் உணர்வுகளால் தான். விருப்பம் சிக்கல் ஏற்படுத்தும் அதிலிருந்து விடுபடுவது முக்தி.

12. देह-अभिमाने गलिते ज्ञानेन परम आत्मनः।
यत्र तत्र मनो याति तत्र तत्र समाधयः।

ஒருவர் ஆணவத்தை விட்டு கடவுளுடன் ஒன்றானால் அவர் எங்கு சென்றாலும் முக்தி பெறலாம்.

13. ईप्सितं मनसः सर्वं कस्य सम्पद्यते सुखम्।
दैव आयत्तं यतः तस्मात् सन्तोषं आश्रयेत्।

மனிதன் விரும்பியதெல்லாம் நிறைவேறாது. அதனால் அவன் வாழ்க்கையில் சந்தோஷமாக இருப்பதற்கு கற்றுக்கொள்ள வேண்டும்.

14. यथा धेनुसहस्रेषु वत्सो गच्छति मातरम्।
तथा यच्च कृतं कर्म कर्तारंअनुगच्छति।

ஆயிரம் பசுக்கள் இருந்தாலும், கன்றுக்குட்டி தன் தாயிடம் தான் செல்லும். அதே போல், ஒருவர் ஒரு காரியத்தை நடத்திக்கொள்வதற்கு அதை நடத்துபவரின் பின்னால் ஓடுவார்.

15. अनवस्थितकार्यस्य न जने न वने सुखम्।

जने दहति संसर्गाद वनं संगविवर्जनात।

ஒரு காரியத்தை நேர்த்தி இல்லாமல் செய்பவர் சமூகத்தில் அல்லது காட்டில் சுகமாக இருக்க முடியாது. அவருக்கு சமூகத்தில் மக்களுடன் இருப்பது சோகமாக இருக்கும், காட்டில் இருந்தால் தனிமையாக இருக்கும்.

16. यथा खात्वा खनित्रेण भूतले वारि विन्दति।

तथा गुरुगतां विद्या शुश्रूषः आधिगच्छति।

பூமியை தோண்டினால் தண்ணீர் கிடைப்பது போல், குருவிற்கு சேவை செய்தால் அறிவாற்றல் கிடைக்கும்.

17. कर्मायत्तं फलं पुंसां बुद्धिः कर्म अनुसारिणी।

तथापि सुधियः च आर्याः संविचार एव कुर्वति।

மனிதனுக்கு விதியின்படி பலன் கிடைக்கும், மனிதனின் மனமும் விதியின்படி வேலை செய்யும். இருந்தபோதிலும், திறமையானவர்களும், நல்ல மனிதர்களும் நிறைய ஆழமாக சிந்தித்து செயல்படுவார்கள்.

18. एक अक्षर प्रदातारं यो गुरुं न अभिवन्दति।

श्वानयोनिशतं भुक्त्वा चाण्डालेष्वभिजायेते।

ஓம் என்று ஜெபிக்காதவர்கள் 100 முறை நாயின் வயிற்றில் பிறந்து, மற்றும் மீண்டும், மீண்டும் தூய்மையற்றவர்களின் வயிற்றில் பிறப்பார்கள்.

19. युगान्ते प्रचलते मेरुः कल्पान्ते सप्त सागराः।

साधवः प्रतिपन्नार्थान् न चलन्ति कदाचन्।

சுமேரு மலை கூட ஒரு யுகம் அல்லது சகாப்தத்திற்கு பிறகு ஒரு இடத்தில் இருக்காது, கடலும் தன் எல்லையை கடக்கும். ஆனால், சிறந்த மனிதர்கள் எடுத்த காரியத்தை செய்து முடிப்பார்கள்.

❖❖❖

14

அத்தியாயம் - 14

1. पृथिव्यां त्रीणि रत्नानि जलं-अन्नं सुभाषितम्।
मूढ़ै पाषाण खण्डेषु रत्नसंज्ञा विधियते।

இந்த பூமியில் மூறு ஆபரணங்கள் தான் இருக்கின்றன - தண்ணீர், உணவு, மற்றும் நன்மை அளிக்கும் சொற்கள். ஆனால், முட்டாள்கள் உடைந்த கற்களை ஆபரணமாக நினைப்பார்கள்.

2. दारिद्र्य-रोग-दुखानि बन्धन-व्यसनानि च।
आत्मा अपराध वृक्षस्य फलान्य एति देहिनाम्।

ஏழ்மை, நோய், நம்பிக்கையின்மை மற்றும் பிணைப்பு தான் மனிதனின் நல்லொழுக்கமற்ற மரத்தின் கனிகள்.

3. पुनः वित्तं पुनः मित्रं पुनः भार्या पुनः मही।
एतद् सर्वं पुनः लभ्यं न शरीरं पुनः पुनः।

இந்த பூமியில் செல்வம், நண்பர்கள், மனைவியை மீண்டும், மீண்டும் பெறலாம். ஆனால், மனித உயிர்/உடலை மீண்டும், மீண்டும் பெற முடியாது.

4. बहूनां चैव सत्त्वानां समवायो रिपुंजयः।
वर्षाधाराधरो मेघः तृणैः अपि निवार्यति।

ஆற்றின் ஓட்டத்தை தடுக்கும் அடர்ந்த நாணல் கொத்தை போல், எதிரியை ஒற்றுமையால் நிச்சயமாக தோற்கடிக்கலாம்.

5. जले तैलं खले गुह्यं पात्रे दाने मनागपि।
प्राज्ञे शास्त्रं स्वयं याति विस्तारं वस्तशक्तितः।

தண்ணீரில் பரவும் எண்ணையை போல், கெட்டவரிடமிருந்து இரகசியம் பரவும், தகுதியானவருக்கு அளித்த தானம் பரவும், அறிவாற்றல் உள்ளவருக்கு அளித்த இலக்கிய அறிவாற்றல் பரவும்.

6. धर्म आख्याने श्मशाने च रोगिणां या मतिः-भवेत्।
स सर्वदैव तिष्ठेच्चेत् को न मुच्यते बन्धनात्।

புனித கதைகளை கேட்கும் போது, சமாதியில் இருக்கும் போது, நோயுற்றவரின் அருகில் நிரந்தரமாக இருக்கும் உணர்வு இருந்தால், ஒருவர் பந்தங்களிலிருந்து விடுபடலாம்.

7. पश्चात्तापोपजातस्य बुध्दिर्भवति यादृशी।
तादृशी यदि पूर्वं स्यात् कस्य न स्यान्-महोदयः।

இரு தீயச்செயலை செய்த பின் ஏற்படும் மனவுறுத்தல் அதை செய்வதற்கு முன்னால் ஏற்பட்டால், மனிதன் முக்தியடையலாம்.

8. दाने तपसि शौर्यं वा विज्ञाने विनये नये।

विस्मयो न हि कर्तव्यो बहुरत्ना वसुन्धरा।

தானம், தவம், வீரம், விஞ்ஞான சினம், பணிவு, மற்றும் சட்டத்திற்கு கட்டுப்படுபவர்களை கண்டு பாராட்ட வேண்டிய அவசியமில்லை. ஏனென்றால், பூமியில் ஒன்றை விட சிறந்த மற்றொரு மாணிக்கம் இருக்கும்.

9. दूरस्थो अपि न दूरस्थो यो यस्य मनसि स्थितः।

यो अस्य हृदये नास्ति समीपस्यो अपि दूरतः।

ஒருவர் உடலளவில் தொலைவில் இருந்தாலும், ஒருவரின் மனதில் வாழ்ந்தால், அவர் அருகில் தான் இருப்பார். ஆனால், ஒருவர் மனதில் இல்லையென்றால், அவர் அருகில் இருந்தாலும் தொலைவில் தான் இருப்பார்.

10. यस्य च अप्रियं इच्छेत तस्य ब्रूयात् सदा प्रियम्।

व्याधो मृगवधं कर्तुं गीतं गायति सुस्वरम्।

ஒரு மானை பிடிப்பதற்கு வேட்டைக்காரன் இனிமையாக பாடுவதை போல், கெட்டதை விரும்புகிறவர்கள் இனிமையாக பேசுவார்கள்.

11. अत्यासन्ना विनाशाय दूरस्था न फलप्रदाः।

सेव्यतां मध्यभावेन राजा वहिः गुरुः स्त्रियः।

ஒருவர் ஒரு அரசன், குரு, தீ, மற்றும் பெண்ணிடம் மிகவும் அருகில் அல்லது மிகவும் தொலைவில் இருக்க கூடாது. ஒருவர் நடுவில் தான் இருக்க வேண்டும்.

12. आग्नि: आपः स्त्रियों मूर्खः सर्पो राजकुलानि च।

नित्यं यत्नेन सेव्यानी सद्यः प्राण हराणि षट्।

ஒருவர் தீ, தண்ணீர், பெண்கள், முட்டாள்கள், பாம்பு, மற்றும் ராஜ வம்சத்தினரிடம் கவனமாக இருக்க வேண்டும். ஏனென்றால், இந்த ஆறும் எந்த நேரத்திலும் உயிரை எடுக்கலாம்.

13. स जीवति गुणा यस्य धर्मः स जीवति।

गुणधर्म-विहीनस्य जीवितं निष्प्रयोजनम्।

ஒருவருக்கு நன்நடத்தையும், நல்லொழுக்கமும் இருந்தால் அவர் உயிருடன் இருப்பதாக கருதப்படுவார். இவை இல்லாதவர் உயிருடன் இருந்து பயனில்லை.

14. यदि इच्छसि वशी कर्तुं जगत एकेन कर्मणा।

पुरा पंचदशास्येभ्यो गां चरन्तीं निवारय।

ஒரு செயலால் உலகத்தை கட்டுப்படுத்த நினைப்பவர்கள், மற்றவர்களை 15 வழிகளில் கட்டுப்படுத்தி, பணிய வைக்க வேண்டும். (செயல்பாட்டின் 5 உறுப்புகள், அறிவாற்றலின் 5 உணர்வுகள், மற்றும் மற்ற ஐந்து, தோற்றம், சாரம், வாசனை, தொடு, மற்றும் சொற்கள் தான் 15 வழிகள்).

15. प्रस्तावसदृशं वाययं प्रभावैः सदृशं प्रियम्।

आत्मशक्तिसमं कोपं यो जानाति स पण्डितः।

சந்தர்ப்ப சூழ்நிலைக்கு தகுந்தபடி பேச தெரிந்து, தனது புகழுக்கு தகுந்தபடி இனிமையாக பேசி, தனது சக்திக்கு தகுந்தபடி கோபப்படுபவர் தான் உண்மையில் கற்றவர்.

16. एक एवं पदार्थः स्तु त्रिधा भवति वीक्षितः।
कुणपः कामिनी माँसं योगिभिः कामिभिः श्वभिः।

ஒரே விஷயத்தை மக்கள் மூன்று விதமாக பார்க்கின்றனர். துறவிகள் மாமிசத்தை சபிக்கப்பட்ட சடலமாக பார்க்கின்றனர். காமம் உள்ளவர்கள் அதை ஒரு அழகிய பெண்ணாக பார்க்கின்றனர். நாய் அதை உண்ணுவதற்கு ஒரு மாமிசத் துண்டாக பார்க்கிறது.

17. सुसिध्दं औषधं धर्मं गृहच्छिद्रं च मैथुनम्।
कुभुक्तं कुमृतं चैव मतिमान न प्रकाशयेत्।

திறமைசாலிகள் அடுத்தவருக்கு முன்னால் தான் எடுத்துக்கொள்ளும் மருந்தை பற்றி, தான் பின்பற்றும் நல்லொழுக்க பாதை, பெண்களுடன் அவர்களது தொடர்பு, கெட்ட உணவு மற்றும் அவர்கள் கேட்ட சாபங்களை பற்றி கூறமாட்டார்கள்.

18. तावन्मौनेन नीयन्ते कोकिलैश्चैव वासराः।
यावत् सर्वजन आनन्ददायिनी वायप्रवतति।

எல்லோரையும் மகிழ்விக்கும் வசந்தகாலம் தொடங்கும் வரை குயில் மௌனமாக இருக்கும்.

19. धर्मं धनं च धान्यं च गुरोः वचनं औषधम्।
सुगृहीतं च कर्तव्यं अन्यथा तु न जीवति।

சரியான பாதையை பின்பற்றுவது, உணவு தயாரிப்பது, செல்வம் சேர்ப்பது, குருவின் போதனைகள் தான் ஈடுபாட்டுடன் பெற வேண்டிய மருந்து. இல்லாவிட்டால், வாழ்க்கையை நன்றாக கழிக்க முடியாது.

20. त्यज दुर्जन संसर्गं भज साधुसमागमम्।
कुरु पुण्यंअहोरात्रं स्मर नित्यं-अनित्यताम्।

நாம் கெட்ட சேர்க்கையை விட்டுவிட்டு, நல்லவர்களுடன் இருக்க வேண்டும், நல்லவற்றை செய்து, இரவும், பகலும் கடவுளை தியானம் செய்ய வேண்டும்.

❖❖❖

15

அத்தியாயம் - 15

1. यस्य चित्तं द्रवीभूतं कृपया सर्वजन्तुषु।

तस्य ज्ञानेन मोक्षेण किं जटाभस्मलेपनैः।

ஒருவர் உயிரினங்களை கண்டு கருணையால் மனம் வருந்தினால், பின் அவர் ஏன் தொடர்ந்து கற்று, முக்தியை தேடி, நெற்றியில் திருநீறு பூச வேண்டும்?

2. एकं एव अक्षरं यस्तु गुरुः शिष्यं प्रबोधयेत्।

पृथिव्यां नास्ति तद्द्रव्यं यद्दत्वा च आनृणी भवेत्।

ஒரு குரு தனது சிஷ்யனுக்கு கல்வியில் ஓம் என்ற ஒரு சொல்லை கொடுக்க முடிந்தால், அந்த சிஷ்யனால் குருவின் கடனை திருப்பி கொடுக்க முடியாது.

3. खलानां कण्टकानां च द्विविधैव च प्रतिक्रिया।

उपान-न-मुख-भंगो या दूरतो वा विसर्जनम्।

கெட்டவர்கள் மற்றும் முட்களிலிருந்து தப்பிக்க இரண்டு வழிகள் தான் இருக்கின்றன, ஒன்று காலணியால் அதை மிதிப்பது அல்லது அவற்றிலிருந்து தூரத்தில் இருப்பது.

4. कुचैलिनं दन्तं अलोपधारिणं ब्रह्वाशिनं निष्ठुर भाषिणं च।

सूर्योदये च अस्तं इते शयानं विमुंचति श्रीः यदि चक्रपाणि।

அழுக்கான ஆடைகள் அணிந்து, அழுக்கான பற்களுடன், அதிகமாக உண்டு, கடுமையாக பேசி, பகலிலும், மாலையிலும் தூங்குபவர்கள், செல்வம், ஆரோக்கியம், அழகு மற்றும் புகழை அனுபவிக்க முடியாது.

5. त्यजन्ति मित्राणि धनैः विहीनं दाराः च भृत्याः च सुहृद् जनाः च।

तं च अर्थवन्तं पुनः आश्रयन्ते अर्थो हि लोके पुरुषस्य बन्धुः।

ஒருவனுக்கு செல்வம் இல்லாதபோது அவனது நண்பர்கள், மனைவி, வேலையாட்கள், மற்றும் உறவினர்கள் அவனை ஒதுக்குவார்கள். அவனுக்கு திரும்பவும் செல்வம் கிடைத்தால் அவர்கள் அவனிடம் திரும்புவார்கள். செல்வம் தான் மனிதனின் உறவு.

6. अन्याय उपार्जितं द्रव्यं दशवर्षाणि तिष्ठति।

प्राप्ते च एकादशे वर्षे समूलं तस्य विनश्यति।

சட்ட விரோதமாக சம்பாதித்த செல்வம் பத்து வருடங்கள் தான் தங்கும். அது அசல் தொகையுடன் பதினொன்றாம் வருடம் தொலைந்துவிடும்.

7. अयुक्तं स्वामिनो युक्तं नीचस्य दूषणम्।
अमृतं राहवे मृत्युः विषं शंकर भूषणम्।

ஒரு தகுதியற்ற வேலையை திறமையாகவும், கெட்டிக்காரத்தனத்துடன் நடத்தினால், அதை சரியானதாக கருதலாம். ஒரு தீயவன் நல்ல விஷயத்தை செய்தாலும் அது கெட்டதாக தான் கருதப்படும். அமிர்தம் ராகுவிற்கு விஷமானது, நஞ்சு சிவ பகவானுடைய தொண்டையில் அணிகலனானது.

8. तद्-भोजनं यद्द्विज भुक्तशेषं तत्सौहृदं यत्क्रियते परस्मिन्।
.स बुद्धिमान यो न करोति पापं दम्भं विना यः क्रियते स धर्मः।

பிராமணர்களுக்கு உணவளித்தபின் மிஞ்சுவது தான் உண்மையான உணவு. ஒரு உணர்வை மற்றவர்களிடம் காட்டும் போது தான் அதை காதல் அல்லது அன்பு என்று கூற முடியும். தீய செயல்களிலிருந்து விலகி இருப்பது தான் திறமைசாலியின் அடையாளம், மற்றும் ·ஒருவருக்கு ஏமாற்றும் தன்மை இருக்கக் கூடாது.

9. मणिः लुण्ठित पादाग्रे काचः शिरसि धार्यते।
क्रयविक्रयवेलायां काचः काचो मणिः मणिः।

பலமுறை நமது கால் வைரத்தின் மீது தடுக்கினாலும், வாங்கும் போது கண்ணாடி, கண்ணாடியாக தான் இருக்கும், வைரம், வைரமாக தான் இருக்கும்.

10. अनन्तशास्त्रं बहुलाः-च विद्याः अल्पः च कालो बहु विघ्नता च।
यत्सारभूतं तद्-उपासनीयं हंसो क्षीरं इव अम्बुं ध्यात्।

இலக்கியங்கள் விசாலமானவை, கல்வி விசாலமானது. ஆனால், நமக்கு நேரம் குறைவாகவும், பல தடைகளும் உள்ளன. இது போன்ற சமயங்களில் நாம் அன்னம் தண்ணீரை விட்டுவிட்டு பாலை மட்டும் குடிப்பது போல் சில விஷயங்களை புரிந்துக்கொள்ள வேண்டும்.

11. दूरागतं पथि श्रान्तं वृथा च गृहं आगतम्।
अनः चयित्वा यो भुंगक्ते स वै चाण्डाल उच्यते।

வெகு தூரத்திலிருந்து வந்திருக்கும் பசியான வழிப்போக்கனுக்கு உணவு அளிக்காமல் உண்பவன் தூய்மையற்றவன் என்று அழைக்கப்படுவான்.

12. पठन्ति चतुरो वेदान् धर्म शास्त्राण अनेकशः।
आत्मानं नैव जानन्ति दर्वी पाकरसं यथा।

இலக்கியங்களை கற்ற பின்னும் தனி ஆத்மா மற்றும் சிறந்த ஆத்மாவை புரிந்துக்கொள்ளாதவர், செடிகள் மற்றும் காய்களின் மீது உருண்டும் அதன் சுவையை அறியாத மண்ணாங்கடி போன்றவர்கள்.

13. धन्या द्विजमयी नौका विपरीता भवार्णवे।
तरन्त्य अधोगताः सर्वे उपरिस्थाः पतन्तयधः।

பிராமணன் என்ற படகு இந்த உலகம் என்ற கடலில் முன்பக்கமாக நகர்ந்து செல்லும். அந்த படகிற்கு அடியில் இருப்பவர்கள் அக்கறைக்கு செல்வார்கள். ஆனால், அதன் மேல் இருப்பவர்களை பற்றி கூற முடியாது.

14. अयं अमृत निधानं नायको अपि-औषधिनां
अमृतमय शरीरः कान्तियुक्तो अपि चन्द्रः।

भवति विगत-रश्मि: मण्डलं प्राप्य भानो:

परसदननिविष्ट: को लघुत्वं न याति।

ஒருவர் மற்றொருவரின் வீட்டிற்கு செல்லும் பொது அவரது கௌரவம், மருந்துகளுக்கு குருவான நிலவின் அம்ருத தன்னமை, நிலவு சூரியனுக்குள் செல்லும் போது குறைவது போல் குறையும்.

15. अलिरयं नलिनीदलमध्यग: कमलिनीमकरन्दमदालस:।

विधिवशात्-परदेशं उपागत: कुटजपुष्परसं बहु मन्यते।

ஒரு வண்டு தாமரை மலரின் மீது அமரும், ஆனால் அது முட்கள் உள்ள செடிக்கு செல்லும் போது, சந்தேகம் இல்லாமல் தேன் கிடைக்கும். ஆனால், அது பல சிரமங்களை அனுபவிக்க வேண்டும்.

16. पीत: क्रुध्देन तात: चरणतलहतो वल्लभो येन रोषाद्

अबाल्याद् विप्रवर्यै: स्ववदनविवरे धार्यति वैरिणी या।

गेहं मे छेदयन्ति प्रतिदिवसं-उमाकान्तपूजानिमित्तं

तस्मात् खिन्ना सदाहं द्विजकुलनिलयं नाथयुक्तं त्यजामि।

விஷ்ணு பகவான் லக்ஷ்மியிடம் பிராமணரை ஏன் வெறுக்கிறாய் என்று கேட்டார். அதற்கு லக்ஷ்மி, அகஸ்திய மகாமுனி கோபத்தில் தனது தந்தையான கடலை குடித்துவிட்டதாக பதிலளித்தாள். ப்ருகு மகாமுனி அவளது அன்பு கணவரின் மார்பில் உதைத்தார். இவர்கள் குழந்தை பருவம் முதல் சரஸ்வதி தேவியை மகிழ்விக்கின்றனர். அவர்கள் தினமும் சிவ பகவானுக்கு பூஜை செய்வதற்கு தாமரை மலர்களை பறிக்கின்றனர். அஹ்டனால் அவள் பிராமணர்களிடமிருந்து விலகி இருக்கிறாள்.

17. बन्धनानि खलु सन्ति बहूनि प्रेमरज्जु दृढबन्धनं अन्यत्।

दारुभेदनिपुणा अपि षडघ्रि: निष्क्रियो भवति पंकजकोशे।

இந்த உலகில் பல தடைகள் இருக்கின்றன. ஆனால், காதலுக்கு இருக்கும் தடை அற்புதமானது. ஒரு குளவியால் ஒரு மரத்தை பிளக்க முடியும். ஆனால், அது ஒரு தாமரை மலரில் சிக்கிக்கொண்டால் அழிந்துவிடும்.

18. छिन्नो अपि चन्दन तरुर्न जहाति गन्धं
वृध्दो अपि वारणपतिर्न जहाति लीलाम्।

यन्त्र अर्पितो मधुरतां न जहाति चेक्षु:
क्षीणो अपि न त्यजति शीलगुणान् कुलीन:।

சந்தன மரம் அது வெட்டப்பட்ட பின்னும் நறுமணத்தை வைத்துக்கொள்ளும். ஒரு யானை வயதான பின்பும் ஆடுவதை நிறுத்தாது. கரும்பு சகதியில் இருந்தாலும் இனிப்பு தன்மையை இழக்காது. அதேபோல், ஒரு பண்பானவர் காசில்லாமல் போனாலும் பண்பற்றவராக மாற மாட்டார்.

❖❖❖

16

அத்தியாயம் - 16

1. न ध्यातं पदम् ईश्वरस्य विधिवत् संसारविच्छित्तये

स्वर्गद्वारकपाटपाटन पटु:धर्मो अपि न उपार्जित:।

नारी-पीन-पयोधरोरु युगलं स्वप्ने अपि न अलिंगितं

मातु: केवलं एव यौवन वन: छेदे कुठारा वयम्।

யார் ஒருவர் உலகம் போன்ற வலையை வெட்டுவதற்கு கடவுளின் பெயரை கூறவில்லையோ, சொர்க்கத்தின் வாயிலில் நுழைவதற்கான நேர் பாதையை பின்பற்றவில்லையோ, ஒரு பெண்ணை அரவணைக்கவில்லையோ, அவன் தனது தாயின் இளமையை அழித்து மற்றும் தனது வாழ்க்கையை வீணடிக்கிறார்.

2. जल्पन्ति सार्धमन्येन पश्यन्त्यन्यं सविभ्रमा:।

हरदये चिन्तयन्त्यन्यं न स्त्रीणां एकतो रति:।

ஒரு தாசி யாரையும் காதலிப்பதில்லை. அவள் ஒருவருடன் பேசும் போது, அவளது பார்வை வேறு பக்கம் செல்கிறது, மற்றும் அவளது மனம் இன்னொருவரிடம் இருக்கிறது.

3. यो मोहान्मन्यते मूढो रक्तेयं मयि कामिनी।

स तस्य वशगो भूत्वा नृत्येत् क्रीड़ाशकुन्तवत्।

ஒரு தாசி தன்னை காதலிப்பதாக கற்பனை செய்யும் முட்டாள் அவளது தாளத்திற்கு பொம்மலாட்டம் போல் ஆடுவான்.

4. को अर्थान् प्राप्य न गर्वितो विषयिण: कस्यापदो अस्तं गत:

स्त्रीभि. कस्य न खण्डितं भुवि मन: को नाम राज्ञां प्रिय:।

क: कालस्य न गोचरत्वं को अर्थी गतो गौरवं

को वा दुर्जन दुर्गुणेषु पतित: क्षेमेण यात: पथि।

செல்வம் சேர்த்தபின் பெருமைப்படாதவர் உலகத்தில் இருக்க முடியாது. பிரச்சனைகளை எதிர்கொள்ளும் நிலை இல்லாத மனிதன் இருக்க முடியாது. ஒரு அழகிய பெண்ணிடத்தில் மயங்காதவர் எவரும் இருக்க முடியாது, தீயவரிடம் சிக்கி நேர்மையான வாழ்க்கை வாழ முடியாதவர்களும் இருக்க முடியாது.

5. न निर्मित: केन दृष्टप्पूर्वो: न श्रूयते हेममय: कुरंग:।

तथा अपि तृष्णा रघुनन्दनस्य विनाशकाले विपरित बुध्दि:।

இதுவரையில் ஒரு தங்க விலங்கு உருவாக்கப்படவுமில்லை, அதை யாரும் பார்த்ததும் இல்லை. எனினும், ராமர் ஒரு தங்க மானை பிடிக்க நினைத்தார். இதன் அர்த்தம், ஆபத்தான நேரத்தில் யாருமே சுயநினைவை இழக்க நேரிடும் என்பதாகும்.

6. गुणैः उत्तमता यानीत न निचैः आसन संस्थितैः।
प्रासादशिखरस्थो अपि काकः किं गरुडायते।

மனிதன் தனது நல்ல பண்புகளால் சிறப்படைகிறான். ஒருவர் உயர் பதவி வகிப்பதால் யாரும் அவரை சிறப்பானவர் என்று அழைக்கமாட்டார்கள். ஒரு காகம் அரண்மனையின் மேல் தளத்தில் அமர்வதால், அது கழுகாக முடியாது.

7. गुणाः सर्वत्र पूज्यन्ते न महत्यो अपि सम्पदः।
पूर्णेन्दुः किं तथा वन्द्यो निष्कलंको यथा कृशः।

ஒருவர் தனது பண்புகளால் தான் சிறப்படைவார், செல்வத்தால் அல்ல. பல புள்ளிகள் நிறைந்த நிலவு, பௌர்ணமியன்று வணங்கப்படுவதை விட, சந்திர மாதத்தின் இரண்டாம் நாள் அதிகமாக வணங்கப்படுகிறது.

8. परप्रोक्तगुणो यस्तु निर्गुणो अपि गुणी भवेत्।
इन्द्रोअपि लघुतां याति स्वयं प्रख्यापितैःगुणैः।

ஒருவர் அவருக்கு இல்லாத சில பண்புகளுக்குகாக பாராட்டப்பட்டாலும் அது ஏற்றுக்கொள்ளப்படும். ஆனால், தற்பெருமையை பாடினால் இந்திரன் கூட மதிக்கப்பட மாட்டான்.

9. विवेकिनं अनुप्राप्ता गुणा यानीत मनोज्ञताम्।
सुतरां रत्नं आभाति च आमीकर नियोजितम्।

ஒரு ஆபரணத்தை அதில் பதிக்கப்படும் இரத்தினம் மேலும் அழகு படுத்துவதை போல், ஒரு மனிதன் பொது அறிவால் தனது நடத்தையை மேம்படுத்திக்கொண்டால் அது அவனது தன்மையை பிரகாசிக்கச் செய்யும்.

10. गुणैः सर्वज्ञ तुल्यो अपि सीदत्येको निराश्रयः।
अनर्घ अपि माणिक्यं हेमाश्रयं अपेक्षते।

ஒரு கெட்டவன், நல்ல பண்புகள் அளிக்கப்பட்டாலும், கெட்டவனாக தான் இருப்பான். மிகவும் விலையுயர்ந்த இரத்தினம் கூட தங்கத்தில் பதிக்கப்படுவதை தான் விரும்பும். மனிதனும் இதை போன்ற ஆதரவை தான் எதிர்பார்க்கிறான்.

11. अतिक्लेशें च ये अर्था धर्म स्यातिक्रमेण तु।
शत्रूणां प्रणिपातेन ते ह्य अर्था मा भवन्तु मे।

அடுத்தவர்களை துன்புறுத்தி, ஒழுக்கமற்ற முறையில் அல்லது நடுங்கும் எதிரியிடமிருந்து அபகரிக்கப்பட்ட செல்வம் பயனற்றது.

12. किं तया क्रियते लक्ष्म्या या वधूरिता केवला।
या तु वेश्येव सामान्या पथिकैः अपि भुज्यते।

ஒரு மருமகளை போல், ஒருவருக்கு மட்டும் பயன்படும் செல்வம் பயனற்றதாகும். செல்வம் தாசியை போல் எல்லோராலும் அனுபவிக்கக்கூடியதாக இருக்க வேண்டும்.

13. धनेषु जीवितव्येषु स्त्रीषु च आहार कर्मसु।

अतृप्ताः प्राणिनः सर्वे याता यास्यन्ति यानीत च।

செல்வத்தை பயன்படுத்துவதில் திருப்தி அடையாதவர்கள் இந்த பூமியில் இருக்க முடியாது. வாழ்க்கையில் செல்வத்தை பயன்படுத்துவதும் ஒரு பணியாகும். பெண்களுக்கு சேவை மற்றும் உணவு எல்லா செய்த பின்னும் திருப்தி ஏற்படுவதில்லை.

14. क्षीयन्ते सर्वदानानि यज्ञहोमबलिक्रियाः।

न क्षीयते पात्रदानंअभयं सर्वदेहिनाम्।

உணவு, தண்ணீர், உடை, தவம், ஹோமங்கள், சடங்குகள் அழியலாம். ஆனால், ஒரு நல்லவரால் அளிக்கப்பட்ட தானமும், ஒரு உண்மையான நண்பரின் ஆசியும் என்றும் அழியாது.

15. तृणं लघु तृण आतुलं तूलादपि च याचकः।

वायुना किं न नीतो असौ मामयं याचयिष्यति।

வைக்கோல் லேசானது, நூல் அதை விட லேசனது, காற்று நூலை விட லேசானது. ஆனால், ஒரு பிச்சைக்காரன் இவற்றை விட லேசானவன்.

16. वरं प्राणपरित्यागो मानभंगेन जीवनात्।

प्राणत्यागे क्षणं दुःखं मानभंगे दिने-दिने।

அறியாமையில் வாழ்வதை விட இறப்பது மேல். இறப்பதற்கு முன்னால் ஒரு நொடி தான் பித்து இருக்கும். ஆனால், ஒருவர் அவமானப்படுத்தப்படுவது வாழ்நாள் முழுவதும் இருக்கும்.

17. प्रियवाक्यप्रदानेन सर्वे तुष्यन्ति जन्तवः।

तस्मात्तदेव वक्तव्यं वचने का दरिद्रता।

எல்லா உயிரினங்களும் இனிமையான குரலை கேட்டு மகிழ்கின்றன. பிறகு இனிமையாக பேச ஏன் தயங்க வேண்டும்?

18. संसारविषवृक्षस्य द्वे फले अमृतोपमे।

सुभाषितंच सुस्वादं संगतिः सुजने जने।

இந்த பிரபஞ்சம் இரண்டு அமிர்த பழங்கள் உள்ள ஒரு நச்சு மரம். ஒன்று மற்றவரின் நலனுக்காக பயன்படுத்தப்படும் நல்ல உரை, மற்றொன்று நல்லவர்களின் சேர்க்கை.

19. बहुजन्मसु चा अभ्यस्तं दानं अध्ययनं तपः।

तेनैवाभ्यासयोगेन दहीचाभ्यस्यते पुनः।

மனிதன் பல பிறவிகளில் அவன் செய்த தானம், கற்றவை, மற்றும் தவத்தை மீண்டும், மீண்டும் செய்கிறான்.

20.पुस्तकेषु च या विद्या परहस्तेषु तत् धनम्।

उत्पन्नेषु च कार्येषु न सा विद्या न तत् धनम्।

புத்தகத்தில் உள்ள அறிவாற்றல் மற்றும் அடுத்தவரின் கையில் இருக்கும் செல்வம் தேவையான போது யாருக்கும் பயன்படாது.

❖❖❖

17

அத்தியாயம் - 17

1. पुस्तकप्रत्ययाधीतं नाधीतं गुरुसन्निधौ।

सभामध्ये न शोभन्ते जारगर्भाइव स्त्रियः।

ஒரு குருவிடம் பயிற்சி பெறாதவர்கள், படித்தவர்களின் மத்தியில் பிரகாசிக்க முடியாது. அது ஒழுக்கமற்ற முறையில் கருத்தரிக்கும் பெண் சமூகத்தில் மதிக்கப்படாதது போன்றது.

2. कृते प्रतिकृति कुर्याद् हिंसने प्रतिहिंसनम्।

तत्र दोषी न पतति दुष्टे दौष्ट्र्यं समाचरेत्।

மற்றவர் உனக்கு செய்ததை நீ அவர்களுக்கு செய்யலாம். நன்றியுடன் இருப்பவர்களிடம் நன்றியுடன் இருப்பது, வன்முறைக்கு வன்முறை, பொல்லாப்பிற்கு பொல்லாதவராக இருக்க வேண்டும். இதை பின்பற்றுவதால் நாம் பாவத்திற்கு ஆளாக மாட்டோம்.

3. यद्दूरं यद्दूरं आराध्यं यच्च दूरे व्यवस्थिम्।

तत्सर्वं तपसा साध्यं तपो हि दुरति क्रमम्।

மிகவும் பருமனான, மிகவும் உயரத்தில் இருப்பதை, எட்டுவதற்கு சிரமமானதை ரசிப்பது கடினமாகும். இதை தவத்தால் தான் பெற முடியும்.

4. लोभश्चेदगुणेन किं पिशुनता यद्यस्ति किं पातकैः

सत्यं चेत्-तपसा च किं शुचिमनः यद्यस्ति तीर्थेन किम्।

सौजन्यं यदि किं गुणैः सुमहिमा यद्यस्ति किं मण्डनैः।

सद्-विद्या यदि किं धनैः अपयशो यद्यस्ति किं मृत्युना।

ஒருவருக்கு பேராசையை விட கெட்ட பண்பு தேவையில்லை.ஒருவர் ஏமாற்றத்தை விட மோசமான பாவம் தேவையில்லை.ஒருவர் உண்மையாக இருப்பதை விட வேறு தவம் தேவையில்லை.ஒருவரின் இதயம் தூய்மையாக இருந்தால் அவர் எந்த புண்ணிய ஸ்தலத்திற்கும் செல்ல வேண்டியதில்லை.

5. पिता रत्नाकरो यस्य लक्ष्मी यस्य सहोदरी।

शंखोभिक्षाटनं कुर्यान्त आदत्तं उपतिष्ठते।

பிரம்மாண்ட கடல் சங்கின் தந்தை, லக்ஷ்மி தேவி சங்கின் சகோதரி, சங்கு நிலவை போல் மிளிரும். ஒருவர் சங்கை ஊதி தர்மம் கேட்கும் போது, தானம் அளித்து தான் மரியாதை பெற வேண்டும் என்பதை புரிந்துக்கொள்ள வேண்டும்.

6. अशक्तस्तु भवेत् साधुः ब्रह्मचारी च निर्धनः।

व्याधिष्ठो देवभक्तः च वृध्दा नारी पतिव्रता।

பலவீனமனவர் ஒரு துறவியாக அல்லது ஒரு நல்ல மனிதராக இருப்பார், காசில்லாதவர் மணமாகாதவரை போல், ஒரு நோயுற்றவர், ஒரு பக்தர் மற்றும் ஒரு வயதான பெண் தூய்மையானவர்கள் ஆவார்கள்.

7. न अन्नोदकं समं दानं न तिथिः द्वादशी समा।

न गायत्र्याः परो मन्त्रो न मातुः परं दैवतम्।

அரிசி மற்றும் தண்ணீரை விட புனிதமான தானம் இல்லை, துவாதசியை விட சிறந்த நாளில்லை, காயத்ரி மந்திரத்தை விட சக்தி வாய்ந்த மந்திரம் இல்லை, மற்றும் தாயை விட சிறந்த தெய்வம் இல்லை.

8. तक्षकस्य विषं दन्ते मक्षिकायाः शिरो विषम्।

वृश्चकस्य विषं पुच्छे सर्वांगे दुर्जनम विषम्।

பாம்பின் விஷம் அதன் பல்லில், தேனியின் விஷம் அதன் நெற்றியில், தேளின் விஷம் அதன் கொடுக்கில், ஆனால், ஒரு தீயவனின் உடல் முழுவதும் விஷம்.

9. पत्यूराज्ञां विना नारी उपोष्य व्रतचारिणी।

आयुष्यं हरते भर्तुः सा नारी नरकं व्रजेत्।

ஒரு பெண் கணவனின் அனுமதி இல்லாமல் சபதம் அல்லது விரதம் மேற்கொள்ளுவதால் கணவனின் ஆயுள் மட்டும் குறையாது, அவள் நரகத்திற்கு செல்வாள்.

10. न दानैः शुध्यते नारी न उपवास शतैः अपि।

न तेर्थसेवया तद्वद् भर्तुः पादोदकैः यथा।

ஒரு பெண் தானமளித்து, விரதமிருந்து, புண்ணிய ஸ்தலத்திற்கு செல்வதால் தூய்மையானவள் ஆக மாட்டாள். அவள் கணவனுக்கு சேவை செய்வதால் தூய்மை அடைவாள்.

11. दानेन पाणिनः तु कंकणेन स्नानेन शुध्दिः न तु चन्दनेन।

मनेन तृप्तिः न तु भोजनेन ज्ञानेन मुक्तिः न तु मण्डनेन।

கைகளின் அழகு தானம் அளிப்பதால் மேம்படும், வளையலால் அல்ல. குளிப்பதால் உடல் சுத்தமாகும், சந்தனம் பூசுவதால் அல்ல, மனிதன் மரியாதையால் திருப்தி அடைவான் உணவால் அல்ல, மற்றும் அறிவாற்றலால் முக்தி அடைவான் விழுந்து வணங்குவதால் அல்ல.

12. नापितस्य गृहे क्षौरं पाषाणे गन्धलेपनम्।

आत्मरूपं जले पश्येन शक्रस्ययापि श्रियं हरेत्।

மனிதனின் புகழ் இந்திரனுக்கு சமமானது, அவன் நாவிதனின் வீட்டிற்கு முடி வெட்ட சென்றால், கல்லில் சந்தனம் தடவினால், தண்ணீரில் அவனது பிம்பத்தை பார்த்தால் குறைந்து விடுவான்.

13. सद्यः प्रज्ञाहरा तुण्डी सद्यः प्रज्ञाकारी वचा।

सद्यः शक्तिहरा नारी सद्यः शक्तिकरं पयः

கோவைக்காயை உண்ணுவதால் மூளை தற்காலிகமாக குழப்பமடையும், வக்கை உண்ணுவதால் மூளையின் சக்தி அதிகரிக்கும்,. ஒரு பெண் ஒரு நொடியில் சக்தியை இழப்பாள், பால் ஒரு நொடியில் சக்தி அளிக்கும்.

14. परोपकरणं येषां जागर्ति हृदये सताम्।

नश्यन्ति विपदः तेषां सम्पद स्युः पदे पदे।

ஒரு மனிதனுக்கு மற்றவர்களுக்கு உதவி செய்யும் எண்ணம் இருந்தால் அவனது கஷ்டம் குறைந்து ஒவ்வொரு நிலையிலும் அவனுக்கு செல்வம் கிடைக்கும்.

15. आहारनिद्राभयमैथुनं च सामान्यं एतत् पशुभिः नराणाम्।

धर्मो हितेषां अधिको विशेषो धर्मेण हीनाः पशुभिः समाना।

உண்ணுவது, உறங்குவது, மற்றும் பயப்படுவது என்பது மனிதன் மற்றும் விலங்கு இருவருக்குமான பொதுவான உணர்வு. ஆனால், நியாயமான உணர்வுதான் ஒரு மனிதனை விலங்கிடமிருந்து பிரிக்கிறது. நியாயமற்றவன் விலங்கிறகு சமமானவன்.

16. दान अर्थिनो मणुकरा यदि कर्ण तालैः दूरीकृताः करिवरेण मदान्धबुध्दया।

तस्यैव गण्डयुगमण्डनहानिः एषा भृंगा पुनः विकचपद्मवने वसन्ति।

ஒரு யானை தன் நெற்றியில் அமர்ந்திருக்கும் கருவண்டை கோபமாக தனது நீண்ட காதால் அடித்தாலும் அது வண்டை பாதிக்காது. அது தாமரை மலரின் மீது அமர்ந்துவிடும். ஆனால், யானையின் நெற்றிக்கு அழகு கிடைக்காது.

17. राजा वेश्या यमो ह्यग्निः तस्करो बालयाचकौ।

परदुःखं न जानन्ति अष्टमो ग्रामकण्टकः।

ஒரு அரசன், தாசி, யம தர்மன், தீ, திருடன், குழந்தை, பிச்சைக்காரன் மற்றும் கிராம மக்களை கஷ்டப்படுத்துபவர்களுக்கு மற்றவரின் கஷ்டம் புரியாது.

18. अधः पश्यसि किं वृद्धे पतिं तव किं भुवि।

रे रे मूर्ख न जानासि गतं तारुण्य-मौक्तिकम्।

ஒரு இளைஞன் கூன் விழுந்த ஒரு வயதான பெண்ணிடம் அவள் எதையாவது தொலைத்துவிட்டாளா என்று கேட்டான். அதற்கு அந்த வயதான பெண், "ஓ' முட்டாளே1 நான் எனது இளமை என்ற முத்தை தொலைத்துவிட்டது உனக்கு தெரியவில்லையா" என்று கேட்டாள்.

19. व्याल आश्रया अपि विफलापि सकण्टका अपि वक्रा अपि पंकिल भवा अपि दुरासदा अपि।

गन्धेन बन्धुरसि केतकि सर्वजन्तोः एको गुणः खलु निहन्ति समस्त दोषान्।

பாம்பு தாழம்பூவில் பின்னிக்கொண்டிருக்கும், இந்த செடியில் பழம் இருக்காது, இதில் முட்கள் இருக்கும், இது சேற்றில் வளரும், இது எளிதில் கிடைக்காது. எனினும், இதன் நறுமணம் எல்லோரையும் மயக்கும்.

❖❖❖

மூன்றாவது அத்தியாயம்

தான், நேரம், பொருட்கள் – முறையாக

சாணக்கியரின் முழுமையான சூத்திரம்/ விதிமுறைகள்

1

சாணக்கியரின் விதிமுறைகள்

1. सुखस्य मूलं धर्म:।

   நேர்மை தான் சுகத்தின் அடிப்படை.

2. धर्मस्य मूलं अर्थ:।

   செல்வம் தான் நேர்மையின் அடிப்படை.

3. अर्थस्य मूलं राज्यम्।

   நிர்வாகம் தான் செல்வத்தின் அடிப்படை.

4. राज्यमूलं इन्द्रिय-जय:।

   உணர்வுகளின் கட்டுப்பாடு தான் நல்ல நிர்வாகத்தின் அடிப்படை.

5. प्रकृति सम्पदा ह्यनायकं-अपि।

   இயற்கையான செல்வம் இருந்தால், நிர்வகிப்பது எப்படி என்று தெரிந்த அரசர் கூட அதை தொடர்ந்து செய்வார்.

6. विनयस्य मूलं वृध्दोपसेवा।

   வயதானவர்களுக்கு சேவை செய்வது பணிவின் அடையாளம்.

7. वृध्दसेवाया विज्ञानम्।

   வயதானவர்களுக்கு சேவை செய்வதால் ஒருவர் அறிவாற்றல் பெறுவார்.

8. विज्ञानेन आत्मनं सम्पादयेत्।

   அறிவாற்றல் ஆத்மாவை சுத்தப்படுத்தும்.

9. सम्पादितआत्मा जितात्मा भवति।

   நேர்மையான ஆத்மாவால் ஆத்மாவின் கட்டுப்பாட்டை பெற முடியும்.

10. जितात्मा सर्वार्थै: संयुज्येत।

    யார் ஆத்மாவை கட்டுப்படுத்துகின்றனறோ அவர்கள் எல்லா விதமான செல்வத்தையும் வெற்றிகரமாக பெறுவார்கள்.

11. अर्थसम्पत् प्रकृतिसम्पदं करोति।

மற்ற செல்வங்களை விட இயற்கையான செல்வத்தை சுலபமாக சேர்க்கலாம்.

12. इन्द्रियजयस्य मूलं विनयः।

அடக்கம் தான் உணர்வுகளை கட்டுப்படுத்துவதற்கான சிறந்த ஆயுதம்.

13. प्रकृति कोपः सर्वकोपेभ्यो गरीयान्।

மற்ற எந்த சீற்றத்தையும் விட இயற்கையின் சீற்றம் மிகவும் மோசமானது.

14. अविनीतस्वामि लाभाद अस्वामि लाभः श्रेयान्।

ஒரு நெறிமுறையற்ற அல்லது மோசமான குருவின் கீழ் இருப்பதை விட குரு இல்லாமல் வாழ்க்கையை நடத்துவது சிறந்தது.

15. सम्पाद्यसत आत्मानं अन्विच्छेत् सहायवान।

ஒருவர் தானே தூய்மையாகவும், திறமையாகவும் ஆன பின் திறமையானவருடன் வேலை செய்ய வேண்டும்.

16. ना सहायस्य मन्त्रनिश्चयः।

திறமையானவர்கள் இல்லாமல் சரியான முடிவு எடுப்பது சிரமமானது. திறமையற்றவர்கள் எடுத்த முடிவை பின்பற்ற முடியாது.

17. न एकं चक्रं परिभ्रमयति।

ஒற்றை சக்கரம் தானாகவே ஓடமுடியாது.

18. सहायः सम-दुःख सुखः।

ஒருவர் உதவி செய்ய வேண்டும், உதவி செய்து மற்றவரின் சுக துக்கங்களை பகிர்ந்துக்கொள்ள வேண்டும்.

19. मानी प्रतिमानिन आत्मानि द्वितीयं मन्त्रं उत्पादयेत्।

ஒரு ஆணவம் பிடித்தவர். ஒரு உபயோகமற்ற விஷத்தை முன் நிறுத்த மீண்டும், மீண்டும் விவாதிக்க வேண்டும் என்று நினைப்பார்.

20. अविनीतं स्नेहमात्रेण न मन्त्रे कुर्वीत।

ஒரு நெறிமுறையற்றவர் நண்பராக இருந்தாலும் அவரை அழைக்க கூடாது.

21. श्रुतवन्तं उपधा शुध्दं मन्त्रिणं कुर्वीत्।

தந்திரம் மற்றும் வஞ்சகம் இல்லாத அறிவாற்றல் உள்ளவரிடம் தான் ஆலோசனை பெற வேண்டும்.

22. मन्त्रमूलाः सर्वारम्भाः।

நிதானமாக சிந்தித்த பின் தான் வேலையை தொடங்க வேண்டும்.

23. मन्त्ररक्षणे कार्य सिध्दिः भवति।

எண்ணங்கள் மற்றும் தீர்மானங்களை இரகசியமாக வைத்துக்கொண்டால் தான் வேலை வெற்றி பெறும்.

24. मन्त्रविस्रावी कार्यं नाशयति।

எண்ணங்கள் மற்றும் தீர்மானங்களை வெளிப்படுத்தினால் சிரமங்கள் ஏற்படும்.

25. प्रमादाद् द्विषतां वशं उपस्यति।

தாமதம் அல்லது கவனக்குறைவு இரகசியத்தை வெளிப்படுத்தி சிரமங்கள் அதிகரிக்கும்.

26. सर्वद्वारेभ्यो मन्त्रो रक्षितव्यः।

ஒரு இரகசியம் வெளிப்படும் போது அதை நான்கு பக்கங்களிலிருந்தும் பாதுகாக்க வேண்டும்.

27. मन्त्रसम्पदा ही राज्यं वधति।

சரியான சிந்தனை மற்றும் தீர்மானம் இருந்தால் நான்கு மடங்கு வளர்ச்சி இருக்கும்.

28. श्रेष्ठतमां मन्त्रगुप्तिमाहुः।

அறிவுரையை மறைப்பது மிகவும் மேம்பட்டதாக இருக்க வேண்டும்.

29. कार्य-अन्धस्य प्रदीपो मन्त्रः।

ஒரு துறவியின் உபதேசம் இருட்டில் மூடிமறைத்து அளிக்கப்படும் போது அது வெளிச்சம் போல் இருக்கும்.

30. मन्त्रकाले न मत्सरः कर्तव्यः।

ஒருவர் ஆலோசனை பெறும் போது பொறாமை படக்கூடாது.

31. मन्त्रचक्षुषा परिच्छिद्राण्यवलोकयन्ति।

எதிரியின் பலவீனத்தை கண்களின் அறிவுறுத்தலால் ஆராய முடியும்.

32. त्रयणांमेकवाययें सम्प्रत्ययः।

மூன்று முறை அறிவுரை அளித்தவருடன் இணைவது மிகவும் முக்கியமானது.

33. कार्य अकार्य तत्त्वार्थदर्शिनोमन्त्रिणाः।

செய்யக்கூடியவை மற்றும் செய்ய கூடாதவைக்கு இடையில் உள்ள வித்தியாசத்தை அறிபவர் தான் மந்திரி ஆக முடியும்.

34. षट्-कर्णाद् भिद्यते मन्त्रः।

இரகசிய அறிவுரை ஆறு காதுகளில் விழுந்தால், அதன் இரகசியம் வெளிப்படும்.

35. मित्र-संग्रहणे बलं सम्पद्यते।

அதிகமான நண்பர்களால் சக்தி பெற முடியும்.

36. अलब्ध-लाभ-आदि चतुष्टचं राजतन्त्रम्।

இலாபம் போன்றவை அரசியலின் நான்கு தூண்கள்.

37. अलब्धालाभो न आलस्य।

ஒருவர் இலாபத்தை தாமதமான முறையில் பெற முடியாது.

38. आलस्य लब्धअपि रक्षितुं न शक्यते।

தாமதமாக பெறப்பட்டவற்றை பாதுகாக்க முடியாது.

39. न च आलसस्य रक्षितुं न विवधति।

சேமிக்கப்பட்ட எதையும் ஒரு சோம்பேறியால் பாதுகாக்க முடியாது.

40. न भृत्यान् प्रेषयति।

ஒரு சோம்பேறியின் வேலையாட்கள் கூட அவரை பாராட்ட மாட்டார்கள்.

41. बलवान लब्धलाभे प्रयतते।

திறமையானவர்கள் இலாபத்தை பெற முயற்சிப்பார்கள்.

42. राज्य-तन्त्रयत्तं नीतिशास्त्रम्।

நிர்வாகம் அரசியல் விஞ்ஞானத்தின் அடித்தளமாகும்.

43. राजतन्त्र एष्वायतौ तन्त्रावापौ।

உள்ளமைப்பு மற்றும் வெளியமைப்பு பணிகள் நிர்வாகத்தின் ஒரு பகுதியாகும்.

44. तन्त्रं स्वविषय कृत्य एष्वायत्तम्।

ஒரு இராஜ்ஜியத்தைன் வளர்ச்சி நிர்வாகத்தின் பணியாகும்.

45. हीयमांन सन्धिं कुर्वीत।

ஒரு பலவீனமான அரசர் இணங்கி உடன்பாடு செய்ய வேண்டும்.

46. सन्धिविग्रह योनिः मण्डलः।

அரசவை மந்திரிகள் அண்டை இராஜ்ஜியத்துடன் உறவு வைத்துக்கொள்வதை பற்றி தீர்மானிப்பார்கள்.

47. नीतिशास्त्रानुगो राजा।

ஒரு அரசன் அரசியல் விஞ்ஞானத்திற்கு கட்டுப்பட வேண்டும்.

48. अनन्तर प्रकृतिः शत्रुः।

அக்கம் பக்கத்து இராஜ்ஜியங்கள் தானாகவே எதிரிகளாகி விடுவார்கள்.

49. एकान्तरितं मित्रं इष्यते।

ஒரு இராஜ்ஜியத்தின் பொதுவான எதிரிகள் தங்களுக்குள் நட்பை வளர்த்துக் கொள்வார்கள்.

50. हेतुतः शत्रु मित्रे भविष्यतः

ஒரு எதிரி உள்நோக்கத்துடன் தான் நண்பனாவான்.

51. आवापो मण्डल निविरूटः।

அக்கம் பக்கத்து இராஜ்ஜியங்களுடன் தொடர்பும், சட்டரீதியான வர்த்தகமும் வைத்துக்கொள்வது மந்திரி சபையின் பொறுப்பாகும்.

52. हीयाने न सन्धि कुर्वीत।

பலவீனமானவர்களுடன் உடன்பாடு ஏற்படுத்த வேண்டாம்.

53. नातप्त-लोहो लोहेन सन्धीयते।

குளிர்ந்த உலோகம், உலோகங்களுடன் சேர முடியாது.

54. तेजो हि सन्धान-हेतुः-तदर्थानाम्।

அரசர்களின் புகழால் தான் உடன்பாடு ஏற்படும்.

55. अरिप्रयत्नं अभि समीक्षयेत्।

ஒருவர் எதிரியின் முயற்சிகளை மதிப்பீடு செய்ய வெண்டும்.

56. न ज्यायसा समेन वा।

ஒருவர் தனக்கு சமமான பலம் அல்லது அதிக பலமுள்ளவருடன் விரோதம் ஏற்படுத்திக்கொள்ள கூடாது.

57. गजपादयुध्दं इव बलबद्विग्रहः।

பலமுள்ளவருடன் போரிடுவது, காலாட்படையினர் யானை கூட்டத்துடன் போரிடுவது போன்றது.

58. आमपात्रं आमेन सह विनश्यति।

ஒரு குறையுள்ள பாத்திரம் இன்னொரு குறையுள்ள பாத்திரத்தை மோதினாலும் அது உடையும்.

59. बलवान हीनेन विग्रहणीयात्।

பலமுள்ளவர் எதிரிகளை பலவீனமாக எண்ணி சேர்த்துக்கொள்ள வேண்டும்.

60. सन्धि ऐकतो वा।

உடன்பாடு மற்றும் ஒருமைப்பாட்டிற்கு பிறகும் ஒருவர் எச்சரிக்கையாக இருக்க வேண்டும்.

61. अमित्र विरोध आत्मरक्षां अवसेत्।

ஒருவர் மற்றவரின் எதிரிகளிடமிருந்து தன்னை பாதுகாத்துக்கொள்ள வேண்டும்.

62. शक्तिहीनो बलवन्ते आश्रयेत्।

பணிவானவர் உறுதியானவரிடம் பாதுகாப்பு தேட வேண்டும்.

63. दुर्बल आश्रयो दु:ख-आवहति।

பலவீனமானவர்களின் பாதுகாப்பு பெறுவது சிரமங்களை வரவேற்பது போன்றது.

64. अग्निवद्रा ज्ञानं आश्रयेत्।

ஒருவர் மற்றவர் தீயை போல் ஆற்றல் உள்ளவர் என்பது புரிந்துகொண்ட பின் தான் அவருடன் புகலிடம் கொள்ள வேண்டும்.

65. राज्ञ: प्रतिकूलं न आचरेत्।

ஒரு அரசன் நெறிமுறையற்று நடந்துக்கொள்ள கூடாது.

66. उध्दतवेषधरो न भवेत्।

ஒரு அரசன் கிளர்ச்சியான அல்லது ஆத்திரமான முறையில் நடந்துக்கொள்ள கூடாது.

67. न देवचरितं चरेत्।

ஒருவர் கடவுளின் தனிச்சிறப்புகளை பின் தொடர முயற்சிக்க கூடாது.

68. द्वयो: अपि ईर्ष्यतो: द्वैधीभावं कुर्वीत।

இரண்டு பேர் பொறாமையுடன் இருந்தால் அவர்களுக்கு இடையில் பகையை ஏற்படுத்தவேண்டும்.

69. न व्यसनपरस्य कार्य अवाप्ति:।

இச்சைகளுக்கு அடிமையானவர்கள் எந்த வேலையையும் செய்ய முடியாது.

70. इन्द्रियवशवर्ती चतुरंग अवानपि विनश्यति।

ஒருவர் இச்சை, மோகம், சூதாட்டம், மது அருந்துதல் போன்றவற்றிற்கு அடிமையானால், அவரிடம் யானைகள், குதிரைகள், ரதங்கள், காலாட்படையினர் இருந்தாலும் அவை இந்த இச்சைகளால் அழிந்துவிடும்.

71. नास्ति कार्यं द्यूत-प्रवृत्तस्य।

ஒரு சூதாடியின் வேலை நிறைவு பெறுவதில்லை. இது அவனது அழிவிற்கு காரணமாகிறது.

72. मृगयापरस्य धर्मार्थो विनश्यत:।

ஒருவர் இச்சைகளுக்கு அடிமையானால், அவரது நல்லொழுக்கம் மற்றும் செல்வம் அழிந்துவிடும்.

73. अर्थेषु पात व्यसनी न गम्यते।

பீ௵.ளீஸி;ளீரீலீ ஸீளீ#வி"ளீஜீணீ பீ௵.ளீகூஷீணீரீலீ பீளீமீ பீ/ளீலீரீலீ வீஷ்.ளீஞ் ரீ௵கூஷீ ஞ.ளீரீலீ-

74. न कामासक्तस्य कार्य अनुष्ठानम्।

மோகமுள்ளவர் எந்த வேலையும் செய்ய முடியாது.

75. अग्नि दाहाद अपि विशिष्टं वाक्यपारुष्यम्।

கடுமையான சொற்கள் தீயை விட மோசமாக நம்மை சுடும்.

76. दण्डपारु यात् सर्वजनद्वे यो भवति।

பொது மக்களின் ஏளனம் கோபத்தில் திட்டு வாங்குவதை விட மோசமானது.

77. अर्थतोषिणं श्रीः परित्यजति।

பேராசை உள்ள வீட்டை லக்ஷ்மி கைவிடுவாள்.

78. अमित्रो दण्डनीत्यां आयत्तुः।

எதிரி போர்க்கலையில் நன்கு தேர்ச்சி பெற்றிருப்பான்.

79. दण्डनीतिं अधिष्ठन् प्रजा संरक्षति।

போர் நடவடிக்கையின் முறையான பயன்பாடு பொது மக்களின் பாதுகாப்பிற்கு வழி வகுக்கும்.

80. दण्डः सम्पदा योजयति।

தண்டனையளிக்கும் போது செல்வம் உயரும்.

81. दण्ड अभावे मन्त्रिवर्ग अभावः।

குறைந்த தண்டனையால் மந்திரியின் பலம் குறையும்.

82. न दण्डाद अकार्याणि कुर्वन्ति।

தண்டனை இல்லை என்றால், மக்கள் நெறிமுறயற்ற செயல்களில் ஈடுபடுவார்கள்.

83. दण्डनीत्य आमायत्तं आत्मरक्षणम्।

போர் நடவடிக்கையால் தற்காப்பு கலை உருவாகும்.

84. आत्मानि रक्षिते सर्वं रक्षितं भवति।

தற்காப்பு எல்லோரின் பாதுகாப்பிற்கும் வழி வகுக்கும்.

85. आत्म आयत्तौ वृध्दिविनाशौ।

சுயமரியாதை இல்லாத போது வளர்ச்சி நின்றுவிடும்.

86. दण्डो हि विज्ञाने प्रणीयते।

தண்டனை நியாயமானதாக இருக்க வேண்டும்.

87. दुर्बलो अपिं राजा न अवमन्तव्यः।

ஒரு பலவீனமான அரசனை கூட பரிகாசம் செய்யக்கூடாது.

88. नास्त्य अग्ने दौर्बल्य।

தீயில் பலவீனம் கிடையாது.

89. दण्डे प्रतीयते वृतिः।

தண்டனையின் மூலம் தான் ஒருவரின் நடத்தையை பற்றி தெரிந்துக்கொள்ளலாம்.

90. वृत्ति मूलं अर्थलाभः।

ஒவ்வொரு துறையின் அடித்தளமும் செல்வத்தின் பலந்தான்.

91. अर्थमूलौ धर्मकामौ।

நல்லொழுக்கமும், வேலையும் செல்வத்தை பொறுத்து இருக்கும்.

92. अर्थमूलं कार्यम्।

செல்வத்தின் அடித்தளம் கடமையாகும்.

93. यद् अल्प प्रयत्नात् कार्य सिध्दि भवति।

செல்வத்தின் உதவியால் வேலை சுலபமாக முடியும்.

94. उपाय पूर्वं न दुष्करं स्यात्।

எல்லா வேலையும் எண்ணத்தால் செய்யப்படும், எதுவும் சிரமமானது அல்ல.

95. अनुपाय पूर्वं कार्य कृतं अपि विनश्यति।

சரியான சிந்தனை இல்லாமல் செய்யப்படும் வேலை கெட்டுவிடும்.

96. कार्य अर्थिनां उपाय एव सहायः।

சிந்தனை தொழிலாளியின் நண்பன்.

97. कार्यं पुरुषकारेण लक्ष्यं सम्पद्यते।

ஒருவர் வேலையின் முறையை பற்றி தீர்மானித்தால், அது அவரது குறிக்கோளாகிவிடும்.

98. पुरुषं कारं अनुवतति दैवम्।

கடுமையாக உழைப்பவர்களிடம் அதிர்ஷ்டம் வந்து சேரும்.

99. असमाहितस्य वृत्तिः न विद्यते।

நிலை இல்லாதவர்களின் எண்ணம் நிலையாக இருக்காது.

100. पूर्वं निश्चित्य पश्चात् कार्यं आरम्भयेत्।

முதலில் சிந்தித்த பிறகு தான் ஒரு பணியை தொடங்க வேண்டும்.

101. कार्यान्तरे दीर्घसूत्रिता न कर्तव्या।

ஒருவர் வேலை தொடங்கியபின் அதை தாமதிக்கவோ, ஒத்தி வைக்கவோகூடாது.

102. न चल चित्तस्य कार्यावाप्तिः।

நிலையான மனமில்லதவரின் வேலை முடிவு பெறுவதில்லை.

103. हस्तगत अवमाननात् कार्यव्यतिक्रमो भवति।

திறமை இல்லாதபோது வேலையில் தாமதம் ஏற்படும்.

104. दैवहीनं कार्यं सुसाध्यं अपि दुःसाध्यं भवति।

துரதிரிஷ்டம் ஏற்படும் போது சுலபமான வேலை கூட மிகவும் சிரமமானதாகும்.

105. दुः-अनुबन्धं कार्यं न आरम्भेत्।

அனுகூலமற்ற அல்லது கெட்ட பணிகளை தொடங்க கூடாது.

106. कालवित् कार्यं साधयेत्।

ஒருவர் ஒரு குறிப்பிட்ட நேரத்திற்குள் முடிக்க வேண்டும்.

107. काल अतिक्रमात् काल एव फलं पिबति।

மனிதன் நேரத்திற்கு தகுந்தாற் போல் வேலை செய்யவில்லை என்றால், வேலையின் பலனை காலம் எடுத்துக் கொள்ளும்.

108. क्षणं प्रति कालविक्षेपं न कुर्यात्।

வேலையில் ஒரு நிமிடத்தை கூட புறக்கணிக்க கூடாது.

109. देश फल विभागौ ज्ञात्वा कार्यं आरम्भयेत्।

ஒருவர் நாட்டை பற்றியும், பலன்களை பற்றியும் தெரிந்த பின் வேலையை தொடங்க வேண்டும்.

110. दोष वर्जितानि कार्याणि दुर्लभानि।

தவறில்லாத வேலை என்பது சாத்தியமில்லாதது.

111. नीतिज्ञो देशकालौ परीक्षेत्।

திறமையானவர்கள் நாட்டின் நல்லொழுக்கத்தை பற்றி முன்கூட்டியே சோதனை செய்வார்கள்.

112. परीक्ष्यकारिणी श्रीः चिरं तिष्ठति।

நிறைய சிந்தித்த பின் வேலை செய்தால், செல்வம் நீண்ட காலம் நிலைக்கும்.

113. सर्वाः च सम्पदः सर्व उपायेन परिग्रहेत्।

எல்லா சிந்தனைகள் மற்றும் ஆதாரங்களையும் பயன்படுத்தி எல்லா விதமான செல்வத்தையும் சேர்க்க வேண்டும்.

114. भाग्यवन्तं अपरिक्ष्यकारिणं श्रीः परित्यजति।
லக்ஷ்மி, சிந்தனையும், திட்டமும் இல்லாமல் வேலை செய்பவர்களை விட்டு சென்றுவிடுவாள்.

115. ज्ञानेन अनुमानैः च परीक्षा कर्तव्या।
நாம் நமது சிந்தனையை அறிவாற்றல், கேள்வி மற்றும் சந்தேகத்தால் நிலைபடுத்திக் கொள்ள வேண்டும்.

116. अज्ञानिना कृतमअपि न बहु मन्तव्यम्।
ஒருவர் அறிவற்றவரின் வேலைக்கு முக்கியத்துவம் கொடுக்க கூடாது.

117. आदृच्छिकत्वात कृमिः-अपि रूपान्तराणि करोति।
ஒரு பூச்சி கூட கிடைத்த சந்தர்ப்பத்தில் சூழ்நிலையை மாற்றலாம்.

118. यो यस्मिन् कर्माणि कुशलस्तं तस्मिन्नेव योजयेत्।
ஒருவர் வல்லமை பெற்றதில் தான் வேலை செய்ய வேண்டும்.

119. सिध्दस्यैव कार्यस्य प्रकाशनं कर्तव्यम्।
ஒருவர் வேலை முடிந்த பின் தான் அதை பற்றி விமர்சிக்க வேண்டும்.

120. ज्ञानवतां अपि दैवं मानुष दोषत् कार्याणि दुष्यन्ति
சில சமயத்தில் அறிவாற்றல் உள்ளவர்களின் வேலை கூட, துரதிரிஷ்டம் மற்றும் மக்களின் தவறால் பாதியில் நின்று விடலாம்.

121. दैवं शान्ति कर्मणः प्रतिषेध्दव्यम्।
அதிர்ஷ்டம் அமைதியாக பாராட்டப்பட வேண்டும்.

122. मानुषीं कार्य विपत्तिं कौशलेन विनिवारयेत्।
மக்களால் கொண்டு வரப்படும் சிக்கல்கள் திறமையாக தீர்க்கப்பட வேண்டும்.

123. कार्यविपत्तौ दोषान् वर्णयन्ति बालिशाः।
முட்டாள்கள் வேலை செய்யும் போது சிரமத்தை சந்தித்தால், தப்பு கண்டிப்பார்கள்.

124. कार्यार्थिना दाक्षिण्यं न कर्तव्यम्।
ஒருவர் ஒரு வேலையை முடிக்க செய்வதற்காக தேவையற்ற அளவு தாராளமாக இருக்க வேண்டியதில்லை.

125. दुग्धार्थी वत्सो मातुः उधः प्रतिहन्ति।
கன்றுக்குட்டி அல்லது குழந்தை தாயின் மார்பில் உதைக்கும்.

126. अप्रयत्नात् कार्य विपत्तिः भवति।
ஒருவர் முயற்சி செய்யவில்லை என்றால் வேலையில் தடங்கல் இருக்கும்.

127. न दैवप्रमाणानां कार्यसिध्दिः।

அதிர்ஷ்டத்தில் நம்பிக்கை இல்லாதவர்களின் வேலை முடியாது.

128. कार्यबाह्यो न पोषयत्य आश्रितान्।

தனது வேலையிலிருந்து தப்பித்துச் செல்பவர்கள் தங்களது உற்றார், உறவினரை பார்த்துக்கொள்ள முடியாது.

129. य कार्यं न पश्यति स अन्धः।

தனது கடமையை பார்க்காதவன் குருடன்.

130. प्रत्यक्ष-परोक्ष अनुमानैः कार्याणि परिक्षेत्।

வேலையில், பார்க்கக் கூடிய மற்றும் பார்க்க இயலாதவற்றை மனதில் கொண்டு பரிசோதனை செய்ய வேண்டும்.

131. अपरीक्ष्यकारिणं श्रीः परित्यजति।

லக்ஷ்மி, முதலில் பரிசோதனை செய்யாத வேலையை செய்பவனை விட்டு சென்று விடுவாள்.

132. न परीक्ष्य कारिणां कार्य विपत्तिः

பரிசோதிக்காமல் செய்யப்படும் பணி பிரச்சனை ஏற்படுத்தலாம்.

133. परीक्ष्य तार्या विपत्ति।

ஆராய்ச்சி செய்து, பரிசோதனை செய்த பின், ஆபத்து அகற்றப்பட வேண்டும்.

134. स्व-शक्तिं ज्ञात्वा कार्यं आरम्भेत्।

ஒருவரின் பலம் தெரிந்த பின் தான் பணியை துவங்க வேண்டும்.

135. स्वजनं तर्पयित्वा यः शेषभोजी स अमृतभोजी।

அடுத்தவருக்கு உணவளித்த பின் உண்பவர் அமிர்தத்தை பருகுவார்கள்.

136. सर्व-अनुष्ठानद आय मुखानि वर्धन्ते।

சமய சம்பிரதாயங்களை அனுசரிப்பவர்களின் ஆயுள் அதிகரிக்கும்.

137. नास्ति भीरोः कार्यचिन्ता।

ஒரு கோழை வேலையை பற்றி கவலைப்படுவதில்லை.

138. स्वामीनः शीलं ज्ञात्वा कार्यार्थी कार्य साधयति।

ஒரு தொழிலாளி தனது முதலாளியின் தன்மையை புரிந்துக்கொண்டு வேலை செய்வார்.

139. धेनो शीलज्ञः क्षीरं भुंक्तें।

ஒரு பசுவின் தன்மையை புரிந்துக்கொண்டவர் பாலை ருசிக்க முடியும்.

140. क्षुद्रे गुह्य प्रकाशनं आत्मवान्न कुर्यात्।

ஒருவர் ஒரு இரகசியத்தை அல்லது தனது எண்ணத்தை ஒரு தீயவனின் எதிரில் பேசக்கூடாது.

141. अश्रितैः अप्य अवमान्यते मृदुस्वभावः।

ஒரு பணிவானவர் தனது நலம் விரும்பியால் கூட அவமதிக்கப்படுவார்.

142. तीक्षण दण्डः सर्वै रुध्दै-जनीयो भवति।

கடுமையான தண்டனையை எல்லோரும் வெறுப்பார்கள்.

143. दण्डकारी स्यात्।

சரியான தண்டனையை அளிப்பவர் சிறந்தவராவார்.

144. अल्पसारं श्रुतवन्तं अपि न बहु मन्यते लोकः।

ஒரு பணிவான பண்டிதர் சாந்தமாக இருப்பதால் அவருக்கு மரியாதை கிடைப்பதில்லை.

145. सारं महाजन-संग्रह पीडयति।

ஒரு படித்தவர் விவரமாக விளக்குவது மக்களுக்கு வேதனை அளிக்கிறது.

146. अतिभारः पुरुषं अवसादयति।

ஒரு பருமனானவர் விரைவில் சோர்வடைவார்.

147. यः संसदि परदोषं शंसति स स्वदोष बहुत्वं प्रख्यापयति।

ஒரு மன்றத்தில் அடுத்தவரை குற்றம் கான்பவர், உன்மையில் தனது தவறுகளை வெளிப்படுத்துகிறார்.

148. आत्मानं एव नाशयति अनात्मवतां कोपः।

முட்டாள்களின் கோபம் அவர்களை அழிக்கும்.

149. नास्त्य अप्राप्यं सत्यवताम्।

உண்மை பேசுபவர்கள் எதையும் இழப்பதில்லை.

150. साहसेन न कार्यसिध्दिः भवति।

ஒருவர் பயமில்லாமல் எந்த பணியிலும் வெற்றிகாண முடியாது.

151. व्यसनार्तो विस्मरत्य अप्रवेशेन।

கெட்ட பழக்கங்களுக்கு அடிமையானவன் தனது குறிக்கோளை அடைவதற்கு முன்பே அதை நிறுத்திவிடுவான்.

152. नास्त्य अन्तरायः कालविक्षेपे।

நேரத்தை அனுசரிக்காதவர்கள் எப்போதும் கஷ்டத்தை சந்திக்க வேண்டும்.

153. असंशय विनाशात् संशय विनाशः श्रेयान्।

சந்தேகமில்லாமலேற்படும் சேதத்தை விட, சந்தேகத்திற்கு பின் ஏற்படும் சேதம் மேலானது.

154. परधनानि निक्षेप्तुः केवलं स्वार्थम्।

அடுத்தவரின் செல்வத்தை வேறுபாடு காண்பது முறையல்ல.

155. दानं धर्मः।

தானம் அளிப்பது நல்ல பண்பாகும்.

156. नार्यागतो अर्थवद् विपरीतो अनर्थ भावः।

அறியாதவர்களின் பாதையை பின்பற்றுவது சேதத்தில் முடியும்.

157. न्याय आगतो अर्थः।

நியாயமான முறையில் சேகரித்தது தான் உண்மையான செல்வம்.

158. तद विपरिता अर्थ आभासः।

தவறான முறையில் சேகரித்த செல்வம் இழிவானதாகும்.

159. यो धर्म अर्थौ न विवर्धयति स कामः।

செல்வம் மற்றும் பணத்தை அதிகரிப்பதற்கு வேலை செய்யாதவன் காமுகன்.

160. तद्-विपरी तो अनर्थ सेवी।

தவறான முறையில் செல்வம் மற்றும் பணம் சம்பாதிப்பதற்கு தவறான வழியில் செல்பவன் தவறு செய்கிறான்.

161. ऋजस्व भावो जनेषु दुर्लभः।

அமைதியாக பொது அறிவுடன் இருப்பவரை காண்பது சிரமம்.

162. अवमानेन आगत-ऐश्वर्यं अवमन्यते साधुः।

துறவிகளும், நல்ல மனிதர்களும் கெட்ட வழியில் சம்பாதித்த செல்வத்தை மதிப்பதில்லை.

163. बहूनपि गुणान एको दोषो ग्रसति।

ஒரு தவறு பல நல்ல தன்மைகளை கெடுத்துவிடும்.

164. महात्मना परेण साहसं न कर्तव्यम्।

ஒருவர் அடுத்தவரின் பலத்தில் எதையும் செய்ய துணியக்கூடாது.

165. कदाचित् अपि चरित्रं न लंघयेत्।

ஒருவர் நற்பண்புகளை தியாகம் செய்யக்கூடாது.

166. क्षुधार्तो न तृणं चरति सिंह।

பசித்தாலும் சிங்கம் புல்லை தின்னாது.

167. प्राणात् अपि प्रत्ययो रक्षितव्य:।

ஒருவர் நாணயத்தை உயிரை விட அதிகமாக பாதுகாக்க வேண்டும்.

168. पिशुन श्रोता पुत्र दारा अपि त्यज्यते।

வதந்திகளை கேட்கும் ஒருவரின் மனைவியும், மகனும் அவரை விட்டுச் சென்று விடுவார்கள்.

169. बालात् अप्यर्थ जाते श्रृणुयात्।

ஒருவர் குழந்தைகளின் பயனுள்ள பேச்சை கேட்க வேண்டும்.

170. सत्यं अप्य अश्रध्देयं न वदेत्।

உண்மை சரியானதாக இல்லாவிட்டாலும் ஒருவர் அதை செய்ய கூடாது.

171. न अल्प दोषाद् बहुगुणा: त्यज्यन्ते।

ஒருவர் தன்னிடம் இருக்கும் சில சாதாரண கெட்ட பண்புகளுக்காக எல்லா நல்ல பண்புகளையும் விட்டுவிட கூடாது.

172. विपश्चित: अपि सुलभा दोषा:।

துறவிகளிடமும் தவறு இருக்கும்.

173. नास्ति रत्नं खण्डितं।

வைரம் வெட்டிய பின்னும் வைரமாக இருக்கும். எனினும், வெட்டிய வைரம், வைரமல்ல.

174. मर्यादातीतं न कदाचित अपि विश्वसेत्।

மற்றவர்களை மரியாதை மற்றும் கௌரவம் அளிக்காதவர்களை நம்பக்கூடாது.

175. अप्रिये कृतं प्रियंअपि द्वेष्यं भवति।

எதிரி அன்பாக செய்வதை கூட தவறாக நினைக்க வேண்டும்.

176. न मन्त्स अपि तुलाकोटि: कूपोदकक्षयं करोति।

கிணற்றில் தண்ணீர் எடுக்கும் போது குடம் கூட தலை வணங்கும். மக்கள் இனிய வார்த்தைகளால் தான் மற்றவரை ஏமாற்றுவார்கள்.

177. सतां मतं न अतिक्रमेत्।

ஒரு நல்ல மனிதர் அல்லது ஆயிரம் மக்களின் ஆலோசனையை எதிர்க்க வேண்டாம்.

178. गुणवद आश्रया निर्गुणो अपि गुणी भवति।

நன்நடத்தை உள்ளவர்களின் கீழ் இருந்தால், தீயவர்கள் கூட நல்லவர்களாவார்கள்.

179. क्षीर अश्रितं जलं क्षीरं एव भवति।

பாலில் கலக்கும் தண்ணீரும் பாலாகும்.

180 . मृत् पिण्ड अपि पाटलि-गन्धं उत्पादयति।

மண்ணும் மலரின் நறுமணத்தை பரப்பும்.

181. रजतं कनकसंगात् कनकं भवति।

தங்கத்தில் கலக்கப்படும் வெள்ளி தங்கமாகும்.

182. उपकर्तः अपकर्तुं इच्छत्य अबधुः।

முட்டாள் தனக்கு நன்மை செய்பவர்களை துன்புறுத்துவான்.

183. तद्-विपरीतो बुधः।

அறிவாளிகள் தனக்கு தீமை செய்பவர்களுக்கு நன்மை செய்வார்கள்.

184. मत्स्य अर्थिवज् जलं उपौपार्थं गृहणीयात्।

மீனவர்களுக்கு தண்ணீரில் இறங்கினால் தான் ஏதாவது கிடைக்கும்.

185. उत्साहवतां शत्रवापि वशीभवन्ति।

எதிரி கூட குதூகலமானவரின் வலையில் விழுவார்.

186. विक्रमधना राजानः।

ஒரு அரசன் தனது பதவி மற்றும் வல்லமையால் தான் செல்வம் ஈட்ட முடியும்.

187. न अस्त्य अलसस्य ऐहिकाम उष्मिकम्।

சோம்பேறிகளுக்கு நிகழ்காலம் அல்லது எதிர்காலம் இருக்காது.

188. निरुत्साहाद एव पतति।

கவனமில்லாதவர்களின் அழிவு நிச்சயமானது.

189. न पापकर्मणां आक्रोश भयम्।

தீய செயல்களை செய்பவர்கள் கோபம் அல்லது அச்சத்தை கண்டு பயப்படுவதில்லை.

190. अविश्वस्तेषु विश्वासो न कर्तव्यः।

பழக்கமில்லாதவரை நம்பக்கூடாது.

191. विषं विषं एव सर्वकालम्।

நஞ்சு எப்போதும் நஞ்சாக தான் இருக்கும்.

192. अर्थ समादाने वैरिणां संएव न कर्तव्यः।

ஒருவர் எதிரியுடன் வேலை செய்யக்கூடாது.

193. आर्य अर्थं एव नीचस्य संसर्गः।

ஒருவர் நல்லவர்களின் நலனுக்காக ஏழைகளுடன் சேர வேண்டும்.

194. अर्थसिध्दौ वैरिणं न विश्वसेत्।

கொஞ்சம் வேலை முடிந்ததற்காக எதிரியை நம்பக்கூடாது.

195. अर्थाधीन एव नियत सम्बन्धः।

சில காரணங்களுக்காக உறவு நிரூபிக்கப்படுகிறது.

196. शत्रोः अपि सुतः सखा रक्षितव्यः।

ஒருவர் எதிரி மற்றும் நண்பரின் குழந்தைகளை பாதுகாக்க வேண்டும்.

197. यावच्छत्रोः छिद्रं पश्यति तावत अस्तेन वा स्कन्धेन वा वाह्यः।

எதிரியின் பலவீனத்தை அறியும் வரை அவரை நண்பராக பாவிக்கவும்.

198. शत्रुं छिद्रे प्रहरेत्।

ஒருவர் எதிரியின் பலவீனத்தை மட்டும் தான் தாக்க வேண்டும்.

199. आत्म छिद्रं न प्रकाशयेत्।

உங்களது பலவீனத்தை காட்டக் கூடாது.

200. छिद्र प्रहारिणः शत्रवः।

உதவியற்றவர்களை தாக்குபவரும் எதிரி ஆவார்.

201. हस्तगतं अपि शत्रु न विश्वसेत्।

நீங்கள் கைது செய்த எதிரியை நம்பக்கூடாது.

202. स्वजनस्य दुवृत्तं निवारयेत्।

ஒருவர் உறவினர்களை கெட்ட பழக்கங்களை விடும்படி செய்ய வேண்டும்.

203. स्वजन आवमानो अपि मनस्विनां दुःखं आवहति।

ஒருவரின் உற்றார், உறவினர் சரியாக நடத்தப்படாவிட்டால் அவருக்கு கோபம் வரும்.

204. एकांग दोषः पुरुषं अवसादयति।

உடலின் ஒரு அங்கம் ஊனமடைந்தாலும் அது சோகத்தை அளிக்கும்.

205. शत्रुं जयति सुवृत्तता।

நல்ல நடத்தையின் மூலம் எதிரியை தோற்கடிக்கலாம்.

206. विकृति प्रिया नीचाः।

மோசமானவற்றை விரும்புபவர்கள் தீயவர்கள்.

207. नीचस्य मति न दातव्या।

தீயவர்களுக்கு எப்போதும் அறிவுரை வழங்கக்கூடாது.

208. तेषु विश्वासो न कर्तव्यः।

தீயவர்களை நம்பக்கூடாது.

209. सुपूजितो अपि दुर्जनः पीडयत्य एव।

ஒரு கெட்டவன் மதிக்கப்பட்டாலும், அவன் மற்றவர்களுக்கு வேதனை அளிப்பான்.

210. चन्दनादीन अपि दावाग्निः दहत्येव।

காட்டு தீ சந்தன மரத்தையும் எரிக்கும்.

211. शिरसि प्रस्थाप्यं आनो-अपि वह्निः दहत्येव।

தலையின் மீது வைத்துக்கொண்டாலும் தீ எரியும்.

212. कद अपि पुरुषं न अवमान्सते।

ஒருவர் கடுமையாக உழைப்பவர்களை ஏளனம் செய்யக்கூடாது.

213. क्षन्तव्यं इति पुरुषं न बाधेत्।

மன்னிப்பவரை வேதனைப்படுத்தக் கூடாது.

214. क्षमन्त इति पुरुषं न बाधेत्।

மன்னிக்க கூடியவரையும் வேதனைப்படுத்துதல் கூடாது.

215. भत्राधिकं रहस्य उक्तं वक्तुं इच्छन्त्य अबुद्धयः।

முதலாளி இரகசியமாக கூறியதை வெளிப்படுத்துபவன் முட்டாள்.

216. अनुरागः तु फलेन सूच्यते।

அறிவாற்றல் அன்பின் விளைவாகும்.

217. ज्ञान फलं ऐश्वर्यम्।

செல்வம் அறிவாற்றலின் பலனாகும்.

218. दातव्यं अपि बालिशः क्लेशेन परिदास्यति।

முட்டாள் தானமளிக்க வருத்தப்படுவான்.

219. महद् ऐश्वर्यं प्राप्य आप्य अधषतिमान् विनश्यति।

பெரும் செல்வம் ஈட்டிய போதும் முட்டாள் அழிந்து போவான்.

220. धृतया जयति रोगान्।

பொறுமை/தைரியத்தால் நோயை வெல்லலாம்.

221. न अस्त्य धृते ऐहिकं उश्मिकम्।

பொறுமை இல்லாதவர்களுக்கு நிகழ்காலம் அல்லது எதிர்காலம் இருக்காது.

222. गुणवान अपि क्षुद्रपक्षः त्यज्यते।

நன்நடத்தை உள்ளவர்கள் மட்டமானவர்களின் சேர்க்கை அல்லது மட்டமான எண்ணத்தை விட்டுவிடுவார்கள்.

223. जीर्ण शरीरे वर्धमानं व्याधि न उपेक्षयेत्।

பலவீனமான உடலில் வளரும் நோயை நிராகரிக்கக்கூடாது.

224. शौण्ड हस्तगत पयो अपि अवमन्येत्।

குடிகாரன் கையில் பால் இருந்தாலும் அவன் அதை சாராயம் என்று நினைப்பான்.

225. कार्यसंकटेष्वर्थ व्यवसायिनी बुद्धिः।

கஷ்ட நேரத்தில் பொது அறிவு குறைந்துவிடும்.

226. मितभोजनं स्वास्थ्यम्।

குறைந்த அளவு உணவு எடுத்துக்கொள்வதால் ஆரோக்கியமாக இருக்கலாம்.

227. पथ्य अपथ्य अजीर्णे नाश्नीयात्।

உண்ணக்கூடாததை உண்டு அஜீரணத்தை ஏற்படுத்திக்கொள்ள கூடாது.

228. भक्ष्यं अप्य पथ्यं नाश्नीयात्।

உண்ணக்கூடியதாக இருந்தாலும் அஜீரணத்தை ஏற்படுத்துவதை உண்ணக்கூடாது.

229. न दुर्जनैः सह संसर्गः कर्तव्यः।

தீயவருடன் தங்கக்கூடாது.

230. अजीर्णे भोजनं दुःखम्।

அஜீரணத்தின் போது உண்பது வேதனையானது.

231. शत्रोः अपि विशिष्यते व्याधिः।

நோய் எதிரியை விட மோசமானது.

232. छानंनिधानं अनुगामी।

ஒருவர் தகுதிக்கு ஏற்றபடி தான் தானமளிக்க வேண்டும்.

233. पटुतरे तष्णापरे सुलभं अति सन्धानम्।

திறமைசாலிகளும், பேராசைக்காரர்களும் அந்தஸ்த்தை சுலபமாக அதிகரித்துக்கொள்வார்கள்.

234. तष्णया मतिः छाद्यते।

பேராசை மனதை கெடுக்கும்.

235. कार्य बहुत्वे बहुफलं आयतिकं कुर्यात्।

முடிப்பதற்கு நிறைய வேலை இருக்கும் போது, அதிக பலனளிக்கும் வேலையை முதலில் முடிக்க வேண்டும்.

236. स्वयं एव आवश्कन्नं कार्यं निरीक्षेत्।

ஒருவர் தன்னால் அல்லது மற்றவர்களால் தவறாக செய்யப்பட்ட காரியத்தை கவனமாக கண்காணிக்க வேண்டும்.

237. मूर्खेषु साहसं नियतम्।

முட்டாள்கள் துணிச்சலானவர்கள்.

238. मूर्खेषु विवादं न कर्तव्यम्।

முட்டாள்களுடன் விவாதிக்கக்கூடாது.

239. आयसैः आयसं छेद्यम्।

இரும்பை இரும்பால் தான் அறுக்க வேண்டும்.

240. नास्य अधमितः सखा।

முட்டாள்களுக்கு நண்பர்கள் கிடையாது.

241. नास्ति धर्मसमः सखा।

நேர்மையை விட சிறந்த நண்பன் இருக்க முடியாது.

242. धर्मेण धायति लोकः।

நேர்மை உலகை பற்றிக்கொள்ளும். உலகத்தை நேர்மை தான் தாங்க வேண்டும்.

243. प्रेतं अपि धर्म-अधर्म अवनुगच्छतः।

ஆவிகள் கூட நியாயம், அநியாயத்தை பின்பற்றும்.

244. धर्मेण जयति लोकाः।

உலகில் நேர்மையால் தான் வெற்றி பெற முடியும்.

245. मृत्युः अपि धर्मिष्ठं रक्षति।

நேர்மையானவர்களை மரணம் கூட பாதுகாக்கும்.

246. धर्माद विपरीतं पापं यत्र प्रसज्यते तत्र धर्म अवमतिः भवति।

பாவத்தின் முன்னால் நேர்மை அவமதிக்கப்படும்.

247. लोके प्रशस्तः स मतिमान्।

பொது விஷயங்களில் தேர்ச்சி பெற்றார் திறமைசாலி.

248. सज्जन गर्हितं न प्रसज्येत्।

நல்லவர்கள் தவறான நம்பிக்கையை பின்பற்றக்கூடாது.

249. उपस्थि विनाशानां प्रकृत्य अकरेण लक्ष्यते।

அழிவு இன்றியமையாதது என்ற உண்மையை இயற்கையிலிருந்து கற்றுக்கொள்ளலாம்.

250. आत्म विनाशं सूचयत्य अधर्म बुद्धि:।

சுய அழிவின் செய்தி பின்வரும் ஒழுக்கமற்ற வழிகளிலிருந்து அறியலாம்.

251. पिशुनवादिनो न रहस्यम्।

பேன் எடுப்பவர்களின் முன் இரகசியத்தை வெளிப்படுத்தக்கூடாது.

252. वल्लभस्य कारकत्वं अधर्मयुक्तम्।

தன் தொழிலாளர்களிடம் கடுமையாக இருப்பது சரியல்ல.

253. पर-रहस्यं न श्रोतव्यम्।

மற்றவர்களின் இரகசியத்தை கேட்க கூடாது.

254. स्वजने: अवतिक्रमो न कर्तव्य:।

உறவினர்களிடம் எல்லையை மீறக்கூடாது.

255. माता-अपि दुष्टा त्याज्या।

தீயவளான தாயை நிராகரிக்க வேண்டும்.

256. स्व हस्तो अपि विष दिग्ध: छेद्य:।

கையில் நஞ்சு பரவினால், கையை வெட்டுவது நல்லது.

257. परो अपि च हितो बन्धु:।

பழக்கமில்லாதவர் நலம் விரும்பியானால், அவர் சகோதரராவார்.

258. प्रतिकारेष्व अनादरो न कर्तव्य:।

கவனக்குறைவாகி எதிரிகளை ஒதுக்கக்கூடாது.

259. व्यसनं मनाग अपि बाधते।

கொஞ்சம் அடிமைத்தனம் பட்டாலும் அது சோகத்தை அளிக்கும்.

260. अमर अवदर्थ जातं अजयित्।

நாம் அழிவற்றவர் என்று எண்ணி செல்வத்தை சேர்க்க வேண்டும்.

261. अर्थवान सर्वलोकस्य बहुमत:।

செல்வந்தரின் சொல் எல்லா இடத்திலும் மதிக்கப்படும்.

262. महेन्द्रं अपि हीनं न बहु मन्यते लोकः।
ஏழை அரசனின் வார்த்தை எடுபடாது.

263. दारिद्रयं खलु पुरुषस्य जीवितं मरणम्।
பொல்லாதவர்கள் உயிருடன் இருக்கும் போதும் இறந்ததாக கருதப்படுவார்கள்.

264. विरूपो अर्थवान सुरूपो।
குரூபி செல்வந்தராக இருந்தால், அவர் இலட்சணமானவராக கருதப்படுவார்.

265. अदातारं अपि अर्थवन्तं अर्थिनो न त्यज्यति।
கருமியும், கேட்பவர்களும் அடுத்தவரிடம் கேட்க தவறமாட்டார்கள்.

266. उपार्जितानां वितानां त्याग एव हि रक्षणम्।
ஈட்டிய செல்வத்தை தியாகம் செய்வது ஒருவரது கவசமாகும்.

267. अकुलीनो अपि कुलीन अद्विशिष्टः।
தாழ்ந்த குலத்தின் செல்வந்தர், உயர் குலத்தின் ஏழையை விட சிறந்தவர்.

268. नास्त्य अमान भयं अनार्यस्य।
தீயவர்கள் வெட்கத்தை கண்டு அஞ்சுவதில்லை.

269. न चेतन वतां वृत्तिभयम्।
திறமையான தொழிலாளி வேலையை கண்டு அஞ்சுவதில்லை.

270. न जितेन्द्रियाणां विशयभयम्।
சுயக்கட்டுப்பாடு உள்ளவர்கள் மோகத்திற்கு அடிமையாக மாட்டார்கள்.

271. न कृतअर्थानां मरण भयम्।
செல்வம் ஈட்டியவர்களுக்கு மரணத்தை கண்டு பயமில்லை.

272. कस्यचिद् अर्थं स्वमित मन्यते साधुः।
துறவிகள் எல்லா செல்வத்தையும் தன்னுடையதாக கருதுவார்கள்.

273. परविभव एष्वादरो न कर्तव्यः।
அடுத்தவர் செல்வத்திற்கு பேராசை படக்கூடாது.

274. न मृतस्य औषधं प्रयोजनम्।
இறந்தவருக்கு மருந்து தேவையில்லை.

275. परविभव एष्वादरो अपि नाशमूलम्।
அடுத்தவர் செல்வத்திற்கு ஆசைப்படுவது அழிவை ஏற்படுத்தும்.

276. अल्पं अपि परद्रव्यं न हर्तव्यम्।
ஒருவர் மற்றவரிடமிருந்து கொஞ்சம் செல்வத்தை கூட பறிக்கக்கூடாது.

277. परद्रव्य अपहरणं आत्मद्रव्य नाश हेतुः।
அடுத்தவரின் செல்வத்தை பறிப்பது தன் செல்வத்தை இழப்பதில் முடியும்.

278. न चौर्यात् परं मृत्युपाशः।
திருடுவதை விட மோசமான மரண தண்டனை கிடையாது.

279. आवागूः अपि प्राणधारणं करोति लोके।
ஒரு வறண்ட தானியம் கூட உலகில் ஒரு உயிரை காப்பாற்றலாம்.

280. समकाले स्वयं अपि प्रभुत्वस्य प्रयोजनं भवति।
சாதாரண நேரத்தில் உரிமையை தக்க வைத்துக்கொள்வது கடமையாகும்.

281. नीचस्य विद्या पापकर्मणि योजयन्ति।
ஒழுக்கமற்ற கல்வி பாவச் செயல்களை செய்ய பயிற்சியளிக்கும்.

282. पयःपान अपि विशवर्धनं भुजंगस्य न अमृतं स्यात्।
பால் ஊற்றும்போது பாம்பின் நஞ்சு அதிகரிக்கும். அது தேனாகாது.

283. नहि धान्यसमो अर्थः।
உணவை விட சிறந்த செல்வம் இல்லை.

284. न क्षुधासमः शत्रुः।
பசியை போன்ற எதிரி இருக்க முடியாது.

285. अकृतेः नियता क्षुत्।
சோம்பேறி பசியின் கொடுமையை அனுபவிக்க வேண்டும்.

286. नास्त्य अक्षयं क्षुधितस्य।
பசித்தவர் உண்ணக்கூடாததையும் உண்ணுவார்.

287. इन्द्रियाणि जरावशं कुर्वन्ति।
உணர்வுகளை அதிகமாக பயன்படுத்துவது, முதுமையை துரிதப்படுத்தும்.

288. सानुक्रोशं भर्तारं माजीवेत्।
ஒருவர் அன்புள்ள செல்வந்தரான முதலாளிக்கு தான் சேவை செய்ய வேண்டும்.

289. लुब्धसेवी पावकेच्छया खद्योतं धमति।
கருமியான பேராசை முதலாளியிடமிருந்து எதையாவது எதிர்பார்ப்பது, மின்மினியிடமிருந்து தீயை எதிர்பார்ப்பதை போன்றது.

290. विशेषज्ञं स्वामिनं आश्रयेत्।

ஒரு அறிவாளி குருவிடம் புகலிடம் தேட வேண்டும்.

291. पुरुषस्य मैथुनं जरा।

ஒருவர் அதிகமாக பாலியலில் ஈடுபட்டால் அவர் முதுமை அடைந்து விடுவார்.

292. स्त्रीणामैथुनं जरा।

பாலியல் உறவில்லாத பெண் விரைவாக முதுமையடைவாள்.

293. न नीच उत्तमयोः विवाह।

தீயவருக்கும், அறிவாளிக்கும் திருமணம் நடைபெற கூடாது.

294. अगम्य आगमनाद आयुः यशः पुण्यानी क्षीयन्ते।

ஒருவர் தாசிகள் மற்றும் நல்லொழுக்கமற்ற பெண்களுடன் வாழ்ந்தால், அவரது ஆயுள்காலம், புகழ் மற்றும் ஆன்மீகம் தொலைந்து போகும்.

295. न अस्त्य अहंकार समः।

ஆணவத்தை விட மோசமான எதிரி கிடையாது.

296. संसदि शत्रुं न परिक्रोशेत्।

பொது சபையில் எதிரியை கோபப்படுத்தக்கூடாது.

297. शत्रु व्यसनं श्रवण सुखम्।

எதிரியின் கெட்ட பழக்கங்களை பற்றி கேட்பது ஒருவருக்கு இன்பமளிக்கும்.

298. अधनस्य बुद्धिः न विद्यते।

ஏழைகளுக்கு திறமை இருக்காது.

299. हितं अप्य धनस्य वाक्यं न श्रृणोति।

ஏழையின் சொல் அம்பலமேறாது.

300. अधनः स्वभार्याया अप्य अवमन्यते।

ஒரு ஏழையின் மனைவி கூட அவர் சொல்வதை கேட்க மாட்டாள்.

301. पुष्पहीनं सहकारं अपि न उपासते भ्रमराः।

மலர்வது நின்றதும் தேனீ செடியை விட்டு சென்றுவிடும்.

302. विद्या धनं अधनानाम्।

கல்வி தான் ஏழையின் செல்வமாகும்.

303. विद्या चौरैः अपि न ग्राह्या।

கல்விச் செல்வத்தை திருட முடியாது.

304. विद्यया ख्यापिता ख्यातिः।

கல்வி ஒரு பண்டிதருக்கு புகழை சேர்க்கும்.

305. यशः शरीरं न विनश्यति।

புகழ் அழியாது.

306. यः परार्थं उपसर्पति स सत्पुरुषः।

அடுத்தவரின் நலனுக்காக நேரத்தை செலவாழிப்பவன் தான் உண்மையான மனிதன்.

307. इन्द्रियाणां प्रशमं शास्त्रम्।

இலக்கியத்தின் அறிவாற்றல் உணர்வுகளை கட்டுப்படுத்த உதவும்.

308. अशास्त्र कार्यवृत्तौ भास्त्र अंकुशं निवारयति।

அறிவாற்றல் உள்ள இலக்கியம் தான் ஒருவர் ஒழுக்கமற்ற வழியில் செல்வதை தடுக்க முடியும்.

309. नीचस्य विद्या न उपेतव्या।

தீயவர்களின் அறிவாற்றலை பின்பற்ற கூடாது.

310. म्लेच्छ अभाशणं न शिक्षेत्।

தீயவர்களின் கெட்ட வார்த்தைகளை கற்றுக்கொள்ளக் கூடாது.

311. म्लेछनाम अपि सुवृत्तं ग्राह्यम्।

ஒருவர் தீயவர்களின் நல்ல எண்ணங்களை கூட கிரகித்துக்கொள்ள வேண்டும்.

312. गुणै: न मत्सरः कर्तव्यः।

ஒருவர் மற்றவரின் நடத்தையை கண்டு பொறாமை கொள்ளக் கூடாது.

313. भात्रोः अपि सुगुणो ग्राह्य।

ஒருவர் எதிரியின் நல்ல பண்புகளை கற்றுக்கொள்ள வேண்டும்.

314. विशाद् अप्य अमृतं ग्राह्यः।

விஷத்தில் தேன் இருந்தால் அதை பருகலாம்.

315. अवस्थया पुरुषः सम्मान्यते।

ஒருவருக்கு சிறந்த வழியில் தான் மரியாதை கிடைக்கும்.

316. स्थान एव नराः पूज्यन्ते।

எல்லை மீறாமல் இருந்தால் தான் ஒருவருக்கு மரியாதை கிடைக்கும்.

317. आर्यवृत्तं अनुतिष्ठेत्।

ஒருவர் அரசனை போல் நடந்துக்கொள்ள வேண்டும்.

318. कदापि मर्यादा न अतिक्रमेत्।

சுய மரியாதையை நாசமடிக்க கூடாது.

319. न अस्त्यर्घः पुरुष रत्नस्य।

பண்டிதர்களும், அறிவாற்றல் உள்ளவர்களும் தான் சமூகத்தின் விலைமதிப்பற்ற கற்கள்.

320. न स्त्रीसमं रत्नम्।

பெண்ணை விட சிறந்த இரத்தினம் இல்லை.

321. सुदुर्लभं रत्नम्।

இரத்தினங்களை பெறுவது மிகவும் சிரமமானது.

322. अयशो भयं भयेशु।

அவமதிப்பின் அச்சம் மற்ற எல்லா அச்சத்தையும் விட கொடுமையானது.

323. न अस्ति अलसस्य शास्त्र अधिगमः।

சோம்பேறிக்கு இலக்கியத்தின் அறிவாற்றல் கிடைக்காது.

324. न स्त्रैणस्य स्वर्गाप्तिः धर्म कृत्यं च।

பெண்களை பற்றி சிந்தித்துக் கொண்டிருப்பவருக்கு சொர்க்கம் மற்றும் நல்வழி கிடைக்காது.

325. स्त्रियो अपि स्त्रैणं अवमन्यते।

ஒரு பெண் கூட திருநங்கையை அவமதிப்பாள்.

326. न पुष्पार्थी सिंचति शुष्कतरुम्।

பூக்களை விரும்புகிறவர்கள் காய்ந்த மரத்திற்கு தண்ணீர் ஊற்றமாட்டார்கள்.

327. अद्रव्य अप्रयत्नो बालुका क्वाथन आदनन्यः।

கஷ்டப்படாமல் செல்வம் ஈட்ட முயற்சிப்பது கருங்கல்லிலிருந்து எண்ணை எடுப்பது போன்றது.

328. न महाजनहासः कर्तव्यः।

சிறந்தவர்கள் அல்லது சிறப்பம்சத்தை ஏளனம் செய்யக்கூடாது.

329. कार्यसम्पदं निमित्तानि सूचयन्ति।

வேலை செய்யும் முறையே வேலையின் வெற்றி அல்லது தோல்வின் முடிவை அளித்துவிடும்.

330. नक्षत्रादपि निमित्तानि विशेषयन्ति।

நஷத்திரத்தை வைத்து வேலையின் வெற்றி தெரியும்.

331. न त्वरितस्य नक्षत्र परीक्षा।

வேகமாக வேலையை முடிக்க நினைப்பவர்கள் நஷத்திரத்தை சார்ந்திருப்பதில்லை.

332. परिचये दोषा न छाद्यन्ते।

ஒருவரை நன்றாக தெரிந்த பின் குறைபாடுகளை மறைக்க முடியாது.

333. स्वयं अशुद्धः परान आशंकते।

தூய்மையற்றவர்கள் எப்போதும் மற்றவர்களை தூய்மையற்றவர்களாக நினைப்பார்கள்.

334. स्वभावो दुरति क्रमः।

ஒருவரின் நடத்தையை மாற்றுவது கஷ்டமானது.

335. अपराध अनुरूपो दण्डः।

தண்டனை குற்றத்தை பொறுத்து இருக்க வேண்டும்.

336. कथा अनुरूपं प्रतिवचनम्।

கேள்விக்கு மட்டும் பதிலளிக்க வேண்டும்.

337. विभव अनुरूपं आभरणम्।

ஒருவர் அந்தஸ்திற்கு ஏற்றபடி ஆடை அணிய வேண்டும்.

338. कुल अनुरूपं वृत्तम्।

ஒருவரின் குடும்பத்திற்கு ஏற்றபடி வேலை செய்ய வேண்டும்.

339. कार्यानुरूपः प्रयत्नः।

வேலைக்கு தகுந்தபடி திருப்தி கொள்ள வேண்டும்.

340. पात्र अनुरूपं दानम्।

வேடத்திற்கு தகுந்தபடி தர்மம் அளிக்க வேண்டும்.

341. वयो अनुरूपो वेशः।

வயதிற்கு ஏற்றபடி அலங்காரம் செய்ய வேண்டும்.

342. स्वाम्य अनुकूलो भृत्यः।

தொழிலாளர் முதலாளியை போல் இருக்க வேண்டும்.

343. भर्तृवशवर्तिनी भार्या।

ஒரு மனைவி கணவனின் காலடியை பின்பற்ற வேண்டும்.

344. गुरुवशानुवर्ती शिष्यः।

ஒரு சிஷ்யன் குருவை பின்பற்ற வேண்டும்.

345. पितृवशानुर्ती पुत्रः।

ஒரு மகன் தந்தையின் கட்டுப்பாட்டில் இருக்க வேண்டும்.

346. अति उपचारः भांकितव्यः।

அதிகமான உபசரிப்பை சந்தேகிக்க கூடாது.

347. स्वामिन कुपिते स्वामिना एव अनुवतति।

முதலாளி கோபமாக இருக்கும் போது அவரை பின்தொடரவேண்டும்.

348. मातृताडितो वत्सो मातः एव आनुरोदति।

தாயால் தண்டிக்கப்பட்ட குழந்தை தாயின் எதிரில் தான் அழும்.

349. स्नेहवतः स्वल्पो हि रोषः।

அமைதியை வேண்டுபவரின் கோபம் வெகு காலம் நீடிக்கும்.

350. आत्मछिद्रं न पश्यति परछिद्रं एव पश्यति बालिशः।

ஒரு முட்டாளுக்கு தனது குற்றங்கள் தெரியாது, அவன் மற்றவர்களின் குற்றங்களை தான் பார்ப்பான்.

351. स उपचारः केतवः।

ஒரு தீயவன் தன் சுயநலத்திற்காக அடுத்தவரின் கீழ் வேலை செய்வான்.

352. काम्यैः विशेषः उपचारणं उपचारः।

ஒரு தீயவன் தன் விருப்பங்களை நிறைவேற்றிக் கொள்வதற்கு பரிசு அளிப்பான்.

353. चिरंपरिचिता नाम अति उपचारः शंकितव्यः।

வெகு காலம் தெரிந்த ஒருவர் திடீரென்று அதிகமாக சேவை செய்தால், அவரை சந்தேகிக்க வேண்டும்.

354. गौः दुष्कराश्वसहस्राद एकाकिनी श्रेयसी।

ஒரு பிடிவாதமான பசு நூறு நாய்களை விட மேல்.

355. श्वो मयूरादद्य कपोतो श्रेयसो।

இன்றைய புறா நேற்றைய மயிலை விட சிறந்தது.

356. श्वः सहस्रादद्य एकाकिनी श्रेयसी।

இன்றைய ஒற்றை கிளிஞ்சல் நேற்றைய ஆயிரம் கிளிஞ்சல்களை விட மேல்.

357. अति संगो दोषं उत्पादयति।

அதிக ஆர்வம் உள்ளவர் விரைவில் தீயவற்றை கற்றுக்கொள்வார்.

358. सर्वं जयत्यक्रोधः।

அமைதியாக, நிதானமாக இருப்பவர் எல்லோரையும் கவருவார்.

359. यद्यअपकारिणी कोपः कोपे कोप एव कर्तव्यः।

ஒருவர் தீயவரை கண்டு கோபப்படுவதற்கு முன், தன்னை கண்டு கோபம் கொள்ள வேண்டும்.

360. मतिमत्सु मूर्खमित्रगुरु वल्लभेषु विवादो न कर्तव्यः।

ஒரு திறமைசாலி முட்டாள்கள், நண்பர்கள், குரு மற்றும் உறவினருடன் தர்க்கம் செய்யக்கூடாது.

361. न अस्ति पिशाचं ऐश्वर्यं।

தீய ஆத்மாவிற்கு செல்வம் கிடையாது, ஆனால், செல்வம் ஒருவரை தீய ஆத்மாவாக்கலாம்.

362. नास्ति धनवतां सुकर्मसु श्रमः।

ஒரு செல்வந்தர் நல்ல காரியம் செய்யும் போது அதிகமாக சிரமப்பட வேண்டாம்.

363. नास्ति गतिश्रमो यानवताम्।

வாகனத்தில் செல்பவர் நடக்க முடியாது.

364. न समाधिः स्त्रीषु लोकज्ञता च।

கௌரவம் இல்லாத பெண்ணிற்கு சபலம் இருக்கும்.

365. यो यस्मिन् कुशलः स तस्मिन् योक्तव्यः।

ஒருவருக்கு வல்லமை உள்ள வேலையை தான் செய்ய வேண்டும் அல்லது செய்ய வைக்கப்பட வேண்டும்.

366. दुष्कलत्रं मनस्विनां शरीरकर्शनम्।

ஒரு தீயவள் ஒரு பண்டிதரின் உடலையும் பலவீனமாக்குவாள்.

367. अप्रमत्तो दारान् निरीक्षेत्।

ஒரு பெண் அல்லது மனைவியை கவனிப்பதை தவிர்க்க வேண்டாம்.

368. स्त्रीषु किंचिदपि न विश्वसेत्।

ஒரு பெண்ணை நம்பக்கூடாது.

369. अलौमयं निगडं कलत्रम्।

ஒரு பெண் இரும்பு விலங்கு போன்றவள்.

370. वैदुष्यं-अलंकारेण-आच्छाद्यते।

அலங்காரத்தில் அழகும், அறிவாற்றலும் மறைந்துவிடும்.

371. गुरुणां माता गरीयसी।

குருவின் தாய்க்கு கொடுக்கப்படும் இடம் மிகவும் சிறந்தது.

372. सर्व अवस्थासु माता भर्तव्या।

வாழ்க்கையின் ஒவ்வொரு கட்டத்திலும் தாயை கவனித்துக்கொள்ள வேண்டும்.

373. स्त्रीणां भूषणं लज्जा।

நாணம் பெண்ணின் அணிகலன்.

374. विप्राणां भूषणं वेदः।

அறிவாற்றல் மதகுருவின் ஆபரணம்.

375. सर्वेशां भूषणं धर्मः।

நேர்மை எல்லோருக்கும் அணிகலன்.

376. भूषणानां भूषणं सविनया विद्या।

கல்வி அல்லது அறிவாற்றலில் உள்ள பணிவு தான் மிக சிறந்த ஆபரணம்.

377. अन उपद्रवं देशं-आवसेत्।

அமைதியான நாட்டில் வாழ வேண்டும்.

378. साधुजन बहुलो देशः।

அதிகமான நல்லவர்கள் வாழும் இடத்தில் வசிக்க வேண்டும்.

379. राज्ञो भेतव्य सर्वकालम्।

எப்போதும் அரசனிடம் பயப்பட வேண்டும்.

380. न राज्ञः परं दैवतम्।

அரசனை விட சிறந்த கடவுள் இல்லை.

381. सुदूरं अपि दहति राजवह्निः।

அரசனின் தீ வெகு தூரம் எரியும்.

382. रिक्तहस्तो न राजानं अभिगच्छेत्।

அரசனிடம் வெறும் கையுடன் செல்லக்கூடாது.

383. गुरुं च दैवं च।

ஒரு குரு அல்லது கடவுளிடம் வெறும் கையுடன் செல்லக்கூடாது.

384. कुटुम्बिनो भेतव्यम्।

உறவினரிடம் பேதம், வெறுப்பு அல்லது கடுமை வைத்துக்கொள்ள கூடாது.

385. गन्तव्यं च सदा राजकुलम्।

அரச குடும்பங்களுக்கு மக்கள் வந்து, போய்க் கொண்டிருக்க வேண்டும்.

386. राजपुरुषैः सम्बन्धं कुर्यात्।

அரச குடும்பத்துடன் உறவை பராமரிக்க வேண்டும்.

387. राजदासी न सेवितव्या।

அரசனின் சேவகனுடன் நெருக்கம் கூடாது.

388. न चक्षुष अपि राजधनं निरीक्षेत्।

அரசனின் செல்வத்தை பார்க்க கூடாது.

389. पुत्रे गुणवति कुटुम्बिनः स्वर्गः।

மகனும் குடும்பமும் நன்னடத்தையுடன் இருந்தால், வீடு சொர்க்கமாகிவிடும்.

390. पुत्रा विद्यानां पारं गमयितव्या।

மகனை எல்லா வித கல்வியிலும் நிபுணனாக்க வேண்டும்.

391. जनपदार्थं ग्रामं त्यजेत।

ஒருவர் ஜனத்தொகைக்காக நகரத்தினை தியாகம் செய்ய வேண்டும். நகரத்தை தியாகம் செய்த பின்னும் ஜனத்தொகை பாதுகாக்க பட வேண்டும்.

392. ग्रामार्थं कुटुम्बः त्यजेत्।

ஒருவர் நகரத்திற்காக குடும்பத்தை தியாகம் செய்ய வேண்டும். குடும்பத்தை தியாகம் செய்த பின்னும் நகரம் பாதுகாக்கப்பட வேண்டும்.

393. अतिलाभः पुत्रलाभः।

ஒரு மகனை ஈன்றெடுப்பது தான் வாழ்வின் மிக சிறந்த பலன்.

394. प्रायेण हि पुत्राः पितरं अनुवर्तन्ते।

தந்தை மரணமடைந்த பின் மகன் தந்தையின் வழியை பின்பற்றுவான்.

395. दुगतिः पितरौ रक्षति स पुत्रः।

தந்தை மற்றும் மற்றவர்களை கஷ்டத்தில் பாதுகாப்பவன் தான் உண்மையான மகன்.

396. कुलं प्रख्यापयति पुत्रः।

ஒரு மகன் குடும்பத்திற்கு பெருமை சேர்ப்பான்.

397. येन तत्कुलं प्रख्यातं सः पुरुषः।

தனது வம்சத்திற்கு புகழ் சேர்ப்பவன் தான் உண்மையான மனிதன்.

398. न अनपत्यस्य स्वर्गः।

மகன் இல்லாதவன் சொர்க்கத்திற்கு செல்ல முடியாது.

399. या प्रसूते सा भार्या।

ஒரு மகனை பெற்றெடுக்கும் பெண் உண்மையான மனைவியாக கருதப்படுவாள்.

400. सतीर्था अभिगमनाद् ब्रह्मचर्यं नश्यति।

பள்ளிக்கூடத்தில் மாணவர்கள் சக மாணவர்களுடன் நெருக்கமான உறவு வைத்துக்கொண்டால், பிரம்மசர்யத்தின் தூய்மை கெட்டுவிடும்.

401. पुत्रार्था हि स्त्रियः।

ஒரு மகனை ஈன்றெடுப்பதற்காக ஒரு பெண் அடையப்படுகிறாள்.

402. न परक्षेत्रे बीजं विनिक्षेपेत।

புதிய இடத்தில் விதையை விதைக்க கூடாது, தெரியாத பெண்ணை கர்ப்பமாக்கக் கூடாது.

403. उपस्थित विनाशः पथ्य वाक्यं न श्रृणोति।

அழிவு ஏற்படும் போது யாரும் அறிவுரையை கேட்பதில்லை.

404. नास्ति देहिनां सुख दुःख अभावः।

ஒரு அவதாரத்திற்கு சுக, துக்கத்திற்கு பஞ்சமிருக்காது.

405. मातरं इव वत्साः सुख दुःखानि कर्तारं एवा अनुगच्छति।

ஒரு மனிதனுக்கு வாழ்நாள் முழுவதும் சுகமும், துக்கமும், கன்றுக்குட்டி தன் தாயை பின்தொடர்வது போல் தொடரும்.

406. तिलमात्रं उपकारं शैलमात्रं मन्यते साधुः।

மனிதன் ஒரு சிறிய உதவியை மலையளவு கருதுவான்.

407. उपकारो अनार्यैः न कर्तव्यः।

தீயவர்களுக்கு உதவி செய்யக்கூடாது.

408. प्रत्युपकार भयाद अनार्यः शत्रुः भवति।

ஒருவர் செய்த உதவியை அனுபவிக்கும் போது தீயவர்கள் எதிரிகளாவார்கள்.

409. स्वल्पं उपकार कृते प्रत्युपकारं कर्तुं आर्यो न स्वपिति।

ஒரு சிறிய உதவிக்கு பெரியதாக திருப்பி கொடுக்கும் வரை ஒரு நல்ல மனிதனால் நிம்மதியாக தூங்க முடியாது.

410. न कदापि देवता अवमन्तका।

கடவுளை அவமதிக்க கூடாது.

411. न चक्षुषः समं ज्योतिः अस्ति।

கண்களை விட சிறந்த ஒளி கிடையாது.

412. चक्षुः हि शरीरिणां नेता।

கண்கள் தான் வழிக்காட்டிகள்.

413. अपचक्षुशः किं शरीरिण।

கண்கள் இல்லாத உடல் எதற்கு?

414. न अप्सु मूत्रं कुर्यात्।

தண்ணீரில் சிறுநீர் கழிக்க கூடாது.

415. न नग्नो जलं प्रविशेत्।

தண்ணீரில் நிர்வாணமாக இறங்க கூடாது.

416. यथा शरीरं तथा ज्ञानम्।

அறிவாற்றல் உடலை போன்றது.

17. यथा बुद्धिः तथा विभवः।

ஒரு மனிதனின் புகழ் அவனது அறிவாற்றலை பொறுத்து இருக்கும்.

418. दुर्लभः स्त्री बन्धनान मोक्षः।

ஒரு பெண்ணின் உறவை விட்டு வெளியேறுவது கடினமானது.

419. स्त्री नाम सर्व अशुभानाम क्षेत्रम्।

கெடுதல்கள் மற்றும் சிரமங்களுக்கு காரணம் பெண்கள்.

420. स्त्रीणां मनः क्षणिकः।

ஒரு பெண்ணின் மனம் ஒரு நிமிடம் தான் நிலையாக இருக்கும்.

421. अग्नाव अग्निं न निक्षेपेत्।

தீயில், தீயை ஊற்றக்கூடாது.

422. तपस्विनः सदा पूज्यनीयाः।

துறவிகள் எப்போதும் வணங்கப்படுவார்கள்.

423. परदारान् न गच्छेत्।

தெரியாத பெண் அல்லது அடுத்தவருக்கு சொந்தமான பெண்ணிடம் செல்லக்கூடாது.

424. अन्नदानं भ्रूणहत्यां-अपि मार्ष्टि।

உணவு தானம் அளிப்பதால் கருவை கலைத்தாலும் பரிகாரம் உண்டு.

425. न वेदबाह्यो धर्मः।

வேதங்களை விட நேர்மையானவை இல்லை.

426. न कदाचित् अपि धर्म निषेधयेत्।

நேர்மையை எதிர்க்க கூடாது.

427. स्वर्गं नयति सूनृतम्।

உண்மைக்கு எதிரில் சொர்க்கம் கூட தலை வணங்கும்.

428. नास्ति सत्यात् परं तपः।

உண்மையை பேசுவதை விட சிறந்த தவம் இருக்க முடியாது.

429. सत्यं स्वर्गस्य साधनम्।

உண்மை சொர்க்கத்தை அடைவதற்கான வழியாகும்.

430. सत्येन धायति लोकः।

உண்மை தான் உலகின் வடிவில் உள்ளது.

431. सत्याद् देवो वर्शति।

உண்மைக்கு கடவுளின் ஆசிகள் பொழியும்.

432. न मीमांस्या गुरवः।

குருவை கேள்வி கேட்டு, அல்லது விவாதிக்க முடியாது.

433. खलत्वं न उपेयात्।

தீய செயல்களை ஏற்றுக்கொள்ளக் கூடாது.

434. ननृतात् पातकं परम्।

போலித்தனத்தை விட பெரிய பாவம் கிடையாது.

435. नास्ति खलस्य मित्रम्।

தீயவனுக்கு நண்பர்கள் இருக்க முடியாது.

436. लोकयात्रा दरिद्रं बाधते।

காசில்லாதவனின் வாழ்க்கை பயணம் சோகமானது.

437. अति शूरो दानशूरो।

தைரியசாலிகள் சிறந்த நன்கொடையாளர்கள்.

438. गुरुदेवब्राह्मणेषु भक्ति भूषणः।

குரு, தெய்வம் மற்றும் பிராமணர்களிடம் பக்தி சிறந்த அணிகலன்.

439. सर्वस्य भूषणः विनयः।

அடக்கம் எல்லோருக்கும் ஆபரணமாகும்.

440. अकुलीनो अपि विनीतः कुलीनाद्वि अशिष्टः।

எளிமையான குலத்தில் பிறந்த ஒருவர் மிகவும் பணிவுடன் இருந்தால், அவர் உயர் குலத்தில் இறந்த தீயவரை விட மேலானவர்.

441. न अर्थिष्व अवज्ञा कार्या।

உதவி நாடுபவர்களை அவமதிப்பு, அலட்சியம் செய்யக்கூடாது.

442. प्रियं अप्य अहितं न वक्तव्यम्।

இழிவான சொற்களை இனிமையாக கூட பேசக்கூடாது.

443. बहुजन विरोधं एकं न अनुवर्तेत्।

பெரும்பாலானவர்களை எதிர்ப்பவர் ஒருவரை கூட ஒத்துக்கொள்ள முடியாது.

444. न दुर्जनेषु भागधेयः कर्तव्यः।

அதிர்ஷ்டத்தை தீயவர்களுடன் இணைக்க கூடாது.

445. आचाराद आयुः वर्धति कीर्तिश्च।

ஒருவர் நேர்மையான பாதையை பின்பற்றினால் அவரது வாழ்க்கையும், புகழும் உயரும்.

446. न कृतार्थेषु नीचेषु सम्बन्धः।

தீயவர்கள் செல்வந்தர்களாக இருந்தால் கூட அவர்களுடன் தொடர்பு கொள்ள கூடாது.

447. ऋणशत्रुव्याधिष्व अशेषः कर्तव्यः।

எப்போதும் கடன், எதிரி மற்றும் நோயை முடித்துக்கொள்ள வேண்டும்.

448. भूत्य अनुर्वनं पुरुषस्य रसायनम्।

நல்ல பாதையை தொடர்வது மக்களுக்கு வாழ்க்கையின் சக்தியை அளிக்கும்.

449. दुष्करं कर्म कारयित्वा कर्तारं अवमन्यते नीचः।

ஒருவரிடம் வேலையை முடித்துக்கொண்டபின், மனிதன் அவரை அவமானப்படுத்துவான்.

450. न अक तज्ञस्य नरकानि वर्तनम्।

நன்றிக்கெட்டவர்கள் அல்லது உதவியை ஏற்றுக்கொள்ளாதவர்களுக்கு நரகம் நிச்சயம்.

451. जिहवायत्तौ वृद्धि विनाशौ।

அதிகமாக பேசுவது அழிவில் முடியும்.

452. विष अमृतयोः आकरो जिहवा।

நாக்கு நஞ்சு மற்றும் அம்ருதம் இரண்டுமாகும்.

453. स्वधर्म हेतुः सत्पुरुष।

நேர்மையான பாதையில் செல்பவர் தான் பண்புள்ள மனிதர் எனப்படுவார்.

454. स्तुता अपि देवता स्तुष्यन्ति।

பிரார்த்தனை செய்தால் கடவுள் திருப்தியடைவார்.

455. अनृतं अपि दुर्वचनं चिरं तिष्ठति।

மனிதனுக்கு கடுமையான வார்த்தைகள் நீண்ட காலம் மறக்காது.

456. राजद्विष्टं न च वक्तव्यम्।

அரசனை எதிர்க்கும் சொற்களை பேசக்கூடாது.

457. श्रुतिसुखात् कोकिल आलापा तुष्यन्ति।

மக்கள் குயிலின் இனிமையான குரலை கேட்டு மகிழ்ச்சியடைவார்கள்.

458. प्रिय वादिनो न शत्रुः।

இனிமையாக பேசுபவர்களுக்கு எதிரிகள் இருக்க முடியாது.

459. न अस्त्य अर्थिनो गौरवम्।

உதவி நாடுபவர்கள் சுயமரியாதையை இழப்பார்கள்.

460. स्त्रीणां भूषणं सौभाग्यम्।

கணவன் உயிருடன் இருப்பது பெண்ணின் வாழ்வின் அணிகலன் சுமங்கலி.

461. शत्रोः अपि न पतनीया वृत्तिः।

எதிரியையும் கொல்ல கூடாது.

462. सुजीर्णो अपि पिचुमन्दो न शंकुलायते।

வேப்பமரம் கொட்டைபாக்கு அளிக்க முடியாது. ஒருவர் தன்னால் இயன்ற வேலையை தான் செய்ய முடியும்.

463. एरण्डं अवलम्ब्य कुजरं न कोपयेत्।

யானை ஆமணக்கு மரத்தால் கோபம் கொள்ள முடியாது.

464. अति प्रवृद्धा शाल्मली वारण स्तम्भो न भवति।

யானையை பழைய குங்குலிய மரத்தில் கட்டி வைக்க முடியாது.

465. अति दीर्घो अपि कर्णिकारो न मुसली।

எவ்வளவு பெரிய மரத்துண்டானாலும், அது உலக்கை ஆக முடியாது.

466. अतिदीप्तो अपि खद्योतो न पावकः।

தணல் எவ்வளவு பிரகாசமாக இருந்தாலும் அது தீயாக முடியாது.

467. न प्रवृद्धत्वं गुणहेतुः।

பணக்காரர் ஆவதால் நற்பண்புள்ளவாராக ஆக முடியாது.

468. अप्रयत्नादेकं क्षेत्रम्।

இலவசமாக மற்றும் நிறைய தண்ணீர் கிடைக்கும் இடத்தில் தான் விவசாயம் செய்ய வேண்டும்.

469. यथा बीज तथा निष्पत्ति।

விதைத்த விதையின் பழம் தான் கிடைக்கும்.

470. यथाश्रुतं तथा बुद्धिः।

திறமைக்கு ஏற்ற கல்வி.

471. यथाकुलं तथा आचारम्।

நடத்தை பரம்பரையை பொறுத்து இருக்கும்.

472. संस्कृतः पिचुमन्दो न सहकारो न भवति।

அலங்கரித்தாலும் வேப்பம்பழம், மாம்பழமாக முடியாது.

473. न च आगतं सुखं परित्यजेत्।

பெற்ற சுகத்தை விட்டுக் கொடுக்க கூடாது.

474. स्वयं एव दुःखं अधिगच्छति।

சொர்கம் தானாகவே வரும்.

475. शास्त्रप्रधाना लोकवृत्तिः।

பொது சேவை எப்போதும் இலக்கியங்களை பின்பற்ற வேண்டும்.

476. निशाया न चरेत्।

இரவில் வெளியில் துணிந்து செல்லக் கூடாது.

477. न च अर्द्धरात्रं स्वपेयात्।

இரவு வெகு நேரம் கண் விழிக்க கூடாது.

478. अनधिकारे न प्रविशति गृहे।

முன் அனுமதி இல்லாமல் ஒருவரின் வீட்டிற்குள் நுழையக்கூடாது.

479. परद्रव्यं हरणं अपराधः।

அடுத்தவர் சொத்தை அபகரிப்பது சட்ட விரோதமானது.

480. तद् विद्वद्भि: परीक्षेत।

ஒருவர் ஒரு வேலையை தொடங்கும் முன் திறமையானவரின் ஆலோசனையை கேட்க வேண்டும்.

481. परगृहं अकारणतो न प्रविशेत्।

காரணமில்லாமல் ஒருவரின் வீட்டிற்குள் நுழையக்கூடாது.

482. ज्ञात्वा अपि दोषं एव करोति लोक:।

மக்கள் அறியாமல் பாவம் செய்வார்கள்.

483. शास्त्र अभावे शिष्टाचारं अनुगच्छेत्।

ஒருவருக்கு இலக்கியத்தை பற்றி தெரியாத போது அறிவாளிகளின் ஆலோசனையை பின்பற்றலாம்.

484. न चरिता: शास्त्रं गरीय:।

இலக்கியங்கள் ஒழுக்கத்தை விட சிறந்தது அல்ல.

485. दुरस्थं अपि चारचक्षु: पश्यति राजा।

ஒரு அரசனுக்கு ஒற்றர்கள் மூலம் மிகவும் தொலைவான இடத்தை பற்றிய தகவல் கூட கிடைக்கும்.

486. गतानुगतिको लोक:।

பொது மக்கள் பிரபலமான பாரம்பரியத்தை பின்பற்றுவார்கள்.

487. यम अनुजीवेत्तं न अपवदेत्।

வாழ்க்கை தொழிலை அவமதிக்க கூடாது.

488. तप:सार इन्द्रिय निग्रह:।

உணர்வுகளை அடக்குவது தான் தவத்தின் சாரம்.

489. अशुभ-द्वेषिण: स्त्रीषु न प्रसक्ता:।

துரதிரிஷ்டம் இல்லாத பெண்கள் மீண்டும் ஒரு முறை பார்க்கப்படுவதில்லை.

490. यज्ञ-फलज्ञा: त्रिवेदविद:।

மூன்று வேதங்கள் தெரிந்தவர்களுக்கு அதன் சுருக்கம் தான் தெரியும்.

491. स्वर्गस्थानं न शाश्वतम्।

சொர்க்கத்தில் வாழ்க்கை நிரந்தரமானது அல்ல.

492. यावत् पुण्यफलं तावदेव स्वर्गफलम्।

புனித தன்மை இருக்கும் வரை அது சொர்க்கம்.

493. न च स्वगात् पतनात् परं दुःखम्।

சொர்க்கத்தில் அழிக்கப்பட்டால் அது வருத்தப்பட வேண்டிய விஷயமல்ல.

494. देही देहं त्यक्त्वा ऐन्द्रपदं न वांछति।

மனிதன் தன் உயிரை துறந்து இந்திர பதவியை விரும்புவதில்லை.

495. दुःखानां औषधं निर्वाणम्।

முக்தியால் தான் சோகத்திலிருந்து விடுதலை கிடைக்கும்.

496. अनार्य सम्बन्धात् उत्तम आर्य शत्रुता।

ஒரு தீயவனின் நண்பனாக இருப்பதை விட, ஒரு நல்லொழுக்கம் உள்ளவரின் எதிரியாக இருப்பது மேல்.

497. निहन्ति दुर्वचनं कुलम्।

தீயசொற்களால் இனம் அழிந்துவிடும்.

498. न पुत्र संस्पर्शात् परं सुखम्।

ஒரு மகனின் ஸ்பரிசத்தை விட நிறைந்த சுகம் இருக்க முடியாது.

499. विवादे धर्मं अनुस्तरेत्।

விவாதத்திலும் நேர்மையான பாதையை பின்பற்ற வேண்டும்.

500. निशान्ते कार्यं चिन्तयेत्।

அந்த நாளின் செயல்களை விடியற்காலையில் திட்டமிட வேண்டும்.

501. उपस्थित विनाशो दुर्नयं मन्यते।

மனிதன் கெட்ட காலத்தில் நெறிமுறையற்ற பாதையில் செல்வான்.

502. क्षीरार्थिनः किं करिण्या।

பால் வேண்டிய மனிதனுக்கு யானை இருந்து என்ன பயன்?

503. न दान समं वश्यम्।

தானத்தை விட கவர்ச்சியானது இல்லை.

504. परायत्तेषु उत्कण्ठां न कुर्यात्।

அடுத்தவர் சொத்தை அடைய பேராசை கொள்ளக் கூடாது.

505. असत् समृद्धिः असद् एव भुज्यते।

தீயவர்கள் தான் தவறாக பெற்ற செல்வத்தை அனுபவிப்பார்கள்.

506. निम्बफलं काकैः भुज्यते।
காகம் தான் ஏப்பம் பழத்தை உண்ணும்.

507. न अम्भोधिः तृष्णां उपोहति।
கடல் நீர் ஒருவரின் தாகத்தை தணிக்காது.

508. बालुका अपि स्वगुणं आश्रयेत्।
கரடியும், தீயவர்களும் தங்கள் குணத்தை மாற்றிக்கொள்ள மாட்டார்கள்.

509. सन्तो असत्सु न रमन्ते।
நல்லொழுக்கம் உள்ளவர்கள் தீயவர்களுடன் கலந்துரையாட மாட்டார்கள்.

510. न हंसाः प्रेतवने रमन्ते।
அன்னப்பறவைகள் சுடுகாட்டில் வாழாது.

511. अर्थ-अर्थं प्रवतति लोकः।
மனிதன் எப்போதும் செல்வம் ஈட்டுவதை பற்றி சிந்தித்துக் கொண்டிருப்பான்.

512. आशया बध्यते लोकः।
இந்த உலகம் ஆசையால் பின்னப்பட்டுள்ளது.

513. न च आश अपरैः श्रीः सहतिष्ठति।
விருப்பத்தால் மட்டும் செல்வத்தை பெற முடியாது.

514. आशा अपरे न धैर्यम्।
ஆசைக்கு அச்சமில்லை.

515. दैन्यान् मरणं श्रेठम्।
தவறான வாழ்க்கை வாழ்வதை விட இறப்பது மேல்.

516. आशा लज्जां व्यपोहति।
பேராசை ஒருவரை வெட்கமில்லாமல் ஆக்கும்.

517. आत्मा न.स्तोतव्यः।
தற்பெருமை கூடாது.

518. न दिवा स्वप्नं कुर्यात्।
பகல் கனவு காணக்கூடாது.

519. आयुः क्षयी दिवा निद्रा।
பகலில் உறங்கினால் ஆயுள் குறையும்.

520. न च आसन्नं अपि पश्यत्य ऐश्वर्य अन्धः न श्रृणोतिष्टम्।

குருடர்களுக்கு தன்னை சுற்றி இருப்பவர்களை பார்க்கவும் முடியாது, பணத்திற்காக நல்ல வார்த்தைகளையும் கேட்க முடியாது.

521. स्त्रीणां न भर्तुः परं दैवतम्।

ஒரு பெண்ணிற்கு கணவனை விட சிறந்த கடவுள் இருக்க முடியாது.

522. तद अनुवर्तनं उभय सौख्यम्।

கணவன் வந்தவுடன் ஒரு பெண்ணிற்கு பூமி மற்றும் சொர்க்கத்தில் தான் மகிழ்ச்சி கிடைக்கும்.

523. अतिथिं अभ्यागतं पूजयेत् यथाविधि।

விருந்தாளிகளை உங்கள் வசதிக்கு ஏற்றபடி நன்றாக உபசரிக்க வேண்டும்.

524. नित्यं संविभागी स्यात्।

தினமும் எல்லோரையும் சமமான பங்காளியாக்க வேண்டும்.

525. नास्ति हव्यस्य व्याघात्।

தானம் அளித்தது அழியாது.

526. शत्रुः अपि प्रभावी लोभात्।

எதிரியை பேராசையால் அழிக்க முடியும்.

527. मृगतृष्णा जलवद् भाति।

கானல் நீர் தண்ணீரை போல் தோன்றும்.

528. उपालम्भो न अस्ति-प्रणयेषु।

கட்டுப்படுபவர்களை கடிந்துக் கொள்வதில் பயனில்லை.

529. दुर्मेध सामःच शास्त्रं मोहयति।

பொது அறிவில்லாதவர்கள் இழிவான நூல்களால் கவரப்படுவார்கள்.

530. सत्संगः स्वर्गवासः।

நல்லவர்களின் சேர்க்கை சொர்க்கத்தில் வாழ்வதை போன்றது.

531. आर्यः स्वयं इव परं मन्यते।

ஒரு நல்ல மனிதர் மற்றவர்களுக்கும் தன்னை போல் நல்ல பண்புகள் இருக்கும் என்று நினைப்பார்.

532. विश्वासघातिनो न निष्कृति।

ஒரு துரோகிக்கு முக்தி கிடைக்காது.

533. पुत्रो न स्तोतव्य:।

தன் மகனை புகழக்கூடாது.

534. शक्तौ क्षमा भलाघनीय।

மன்னிப்பு உடல் வலிமையை விட சிறந்தது.

535. श्व: कार्यं अद्य कुर्वीत्।

நாளை செய்ய நினைப்பதை, இன்றே செய்வது நலம்.

536. तत्त्वज्ञानोर्यं एव प्रकाशयति।

தத்துவத்தை செயலின் மூலம் தான் புரிந்துக்கொள்ள முடியும்.

537. आत्मा हि व्यवहारस्य साक्षी।

நமது செயல்களுக்கு நமது ஆத்மாதான் சாட்சி.

538. प्रच्छन्न पापानां साक्षिणो महाभूतानि।

இரகசியமாக செய்யப்படும் தீய செயல்களுக்கு ஐந்து சிறந்த ஆன்மீக தத்துவங்கள் தான் ஆதாரம்.

539. आत्मन: पापं आत्मा एव प्रकाशयति।

ஒரு பாவி தன் பாவத்தால் தன்னை வெளிப்படுத்திக் கொள்வான்.

540. अहिंसा लक्षणो धर्म:।

அஹிம்சை நல்லொழுக்கத்தின் தன்மை.

541. सर्वमनित्यं भवति।

எல்லாமே அழியக்கூடியது.

❖❖❖

நான்காம் பாகம்

(நிர்வாகத்தின் சிந்தனைகள், கௌடில்ய அர்த்தசாஸ்திரம்)

1

முதல் வகை: பணிவன்பு

नमः शुक्र-बृहस्पतिभ्याम्। சாணக்கியர் ப்ருஹஸ்பதி-கடவுள்கள் மற்றும் சுக்ராச்சாரியாரின் குரு - அரக்கர்களின் குருவை வணங்கிவிட்டு அர்த்தசாஸ்திரத்தை எழுத தொடங்கினார். அவர் இந்த புத்தகத்தில், பூமி மற்றும் பூமியின் வளம், அதிலிருந்து எப்படி இலாபம் பெறுவது, அதை எப்படி நல்லவிதமாக நிறுவி மற்றும் பாதுகாப்பாக வைத்து அதனால் நல்ல நிர்வாகம் ஏற்படுத்துவது, அதனால் வசதி அளிப்பது, அதனால் நிம்மதி உண்டாவது, அதனால் வளமாக இருப்பது, அதனால் மக்கள் பல தலைமுறைகளுக்கு சந்தோஷமாக வாழ்வது, அதனால் மரியாதையும், அந்தஸ்தும் ஏற்படுவது, மற்றும் இறுதியில் முக்தி பெறுவதை கட்டுப்படுத்துவது எப்படி என்ற பல வழிகளை எழுதினார்.

மேல் குறிப்பிடப்பட்டுள்ள எல்லாவற்றையும் பெறுவதற்கு அறிவாற்றல் தேவை. படிக்காதவரால் எதையும் செய்ய முடியாத போது, திறமைசாலி ஆணவத்தால் அழியலாம். புரிந்தவர்கள் தான் அமைதியாக சிந்தித்து, எண்ணங்கள் நிலைத்து, மற்றும் தான் அடைய வேண்டியதை வெற்றிகரமாக அடைய முடியும். சாணக்கியர் மேலே குறிப்பிடப்பட்டுள்ள எல்லாவற்றையும் அடைவதற்கு தேவையான எல்லாவற்றையும் எழுதி இருக்கிறார்.

கல்வியை பற்றி கலந்துரையாடல்

தியானம், மும்முனை, தகவல், மற்றும் அரசாங்க நெறிமுறைகள் - இவை நான்கும் மனித வர்க்கத்திற்கு அரசாட்சி, நிர்வாகம் மற்றும் செல்வம் ஈட்டுவதற்கு பயன்படும். இது மனதை சுக-துக்கத்தின் போது நிலையாக வைக்கும், மற்றும் சிந்தனை-தீர்மானம், பேச்சு-செயல் ஆகியவற்றில் நமக்கு வல்லமை அளிக்கும். தியான கல்வி மற்ற எல்லா பாடங்களிலும் சிறந்தது. அது எல்லா குறிக்கோளையும் அடைவதற்கான வழி மற்றும் எல்லா நம்பிக்கைகளுக்கும் ஆறுதலானதாகும்.

புள்ளியியல், யோகா மற்றும் நாத்திகர் கருத்துகள் இதில் ஒரு பகுதியாகும்.

மும்முனையில், நல்லொழுக்கம்-தீயொழுக்கம், செய்தி-அதிர்ஷ்டம்-துரதிர்ஷ்டம், மற்றும் அரசாங்க நெறிமுறையில் திறமையான நிர்வாகம் மற்றும் கெட்ட நிர்வாகம் ஆகியவை இருக்கும்.

நல்லொழுக்கம் மற்றும் செயல்பாடு

ஒருவர் ரிக், யஜுர், சாம, அதர்வண வேதங்கள், வரலாறு, கல்வி, மருத்துவ சிகிச்சை, இலக்கணம், சொல்லிலக்கணம், யாப்பிலக்கணம், ஜோதிடம், ஆயுர்வேதம், வில்வித்தை, பொருளாதாரம், சட்டம், இந்து சட்ட கோட்பாடுகள், புராணங்கள், உபநிஷதுகள், மற்றும் வனத்துறை பற்றிய முழுமையான அறிவாற்றல் பெற வேண்டும்.

ஒரு பிராமணர் என்பவர், சிஷ்யன்-குரு, யாகங்கள், சடங்குகள் நடத்துபவர், தானமளித்து, ஆலோசனை வழங்குபவராவார்.

ஒரு க்ஷத்திரியர் என்பவர், யாகங்கள் செய்து, தானமளித்து, தனது உடல் பலம் மற்றும் வீரத்தால் தனது வாழ்க்கையை நடத்துவதற்கு பயிற்சி செய்பவர்.

ஒரு வைஸ்யர் என்பவர், யாகங்கள் செய்து, தானமளித்து, விவசாயம் செய்து, கால்நடை வளர்ப்பு மற்றும் வர்த்தகம் செய்பவர்.

ஒரு சூத்திரர் என்பவர், எந்த வேலையிலும் வல்லமை பெற்றவர் அல்ல, ஆனால், வேலையாளாகவும், விலங்குகளை பராமரித்து, வர்த்தகம் செய்து, நிற்பங்கள் செதுக்கி, தொழிற்சாலையில் வேலை செய்து, பாடி இசை வாசித்து, கவியாக மற்றும் வாத்தியக்காரக இருப்பவர்.

எல்லோரும் தங்களது பணியை சரியாக செய்து, தங்களது வாழ்க்கைக்கு சம்பாதித்து, தனது வம்சத்திற்குள் அல்லது வெளியில் திருமணம் செய்துக்கொண்டு, கடவுள், முன்னோர்கள், விருந்தினர் மற்றும் வேலையாட்களுக்கு கொடுத்த பின் உள்ள செல்வத்தில் முதிர்ச்சியுடன் தங்களது வாழ்க்கையை நடத்த வேண்டும்.

ஒரு பிம்மச்சாரி முறையான சம்பிரதாயங்களை நடத்தி, சுற்றுபுறத்தை தூய்மையாக வைத்து, தவம் செய்து, அறிவாற்றல் பெற்று மற்றும் அதை பரப்ப வேண்டும்.

ஒரு வனப்பரஸ்தி பழம், மற்றும் மூலிகைகளை உண்டு, செல்வம் ஈட்டாமல், அறிவாற்றல் பெற்று சமூகத்திற்கு சேவை செய்ய வேண்டும்.

ஒரு சன்யாசி, உணர்வுகளை அடக்கி, பொது பணிகளை செய்யாமல், பேராசை மற்றும் விருப்பத்திற்கு அப்பாற்பட்டு, சிந்தனை, சொல், மற்றும் செயலில் தூய்மையாக இருக்க வேண்டும்.

எல்லா குலம் மற்றும் ஆசிரமங்களின் விதிமுறைகளின்படி, ஒருவர் வன்முறையில் ஈடுபடக்கூடாது, உண்மையை தான் பேச வேண்டும், தூய்மையாக இருக்க வேண்டும், மற்றும் கருணையுடன் இருந்து, மற்றவர்களை மன்னிக்க வேண்டும். ஒருவர் தான் சம்பாதித்ததில் தான் வாழ்க்கையை நடத்த வேண்டும். அப்போது தான் ஆரோக்கியத்துடன் சந்தோஷமாக வாழ முடியும்.

உணர்வுகளை வெற்றி கொள்வது

வெற்றிக்கு சுயக்கட்டுப்பாடும், சுயஒழுக்கமும் தேவை. ஒருவருக்கு ஒழுக்கம் இருந்தால் தான் அவர் தன் மக்களையும், மற்றவர்களையும் ஒழுங்காக்க இயலும். சுயக்கட்டுபாடு அல்லது சுய-ஒழுக்கம் என்பது உணர்வுகளை கட்டுப்படுத்துவதாகும். ஒருவர் கேட்பது, தொடுவது, காண்பது, உணர்ச்சி, மற்றும் மோப்ப உணர்வுகளில் மூழ்க கூடாது. ஒருவர் சுயக்கட்டுப்பாட்டுடன் மோகம், கோபம், பேராசை, விருப்பம், மற்றும் பொறாமை போன்ற எதிரிகளிடமிருந்து விலகி இருக்க வேண்டும் அதனால், உணர்வுகள் மனிதனை கட்டுப்படுத்துவதை விட மனிதன் உணர்வுகளை கட்டுப்படுத்த முடியும்.

தகவல் அல்லது வேலை மற்றும் தண்டனை அல்லது நிர்வாகம்

விவசாயம், கால்நடை பராமரிப்பு மற்றும் வர்த்தகம் வேலையின் கீழ் வரும். அது பூமியில் கிடைக்கும் ஆதாரங்களை பயன்படுத்தும். இவை மிகவும் பயனுள்ளவை ஏனென்றால், எல்லோரும் வாழ்வதற்கு இவற்றை சார்ந்திருக்கின்றனர்.

வேலை பயனுள்ளதாகவும், சரியாகவும் முடிக்கப்பட்ட பின் நிர்வாகமும், தண்டனையும் தேவைப்படும். நிர்வாகமும் தண்டனையும் இல்லாவிட்டால் மக்கள் ஒழுக்கத்திலிருந்து தவறிவிடுவார்கள்.

தவறு செய்பவர்கள் அதற்கான தண்டனையை அனுபவிக்க வேண்டும். கடுமையான தண்டனை

வெறுப்பும், அதிருப்தியும் ஏற்படுத்தும். நல்ல நிர்வாகம் இரக்கம் மற்றும் கருணையை பொறுத்திருக்கும்.

விதிமுறையின் பணி – நிர்வாகி

ஒருவர் ஆறு எதிரிகளான மோகம், கோபம் போன்றவற்றை விட்டு உணர்வுகளை கட்டுப்படுத்த வேண்டும், சமநிலையை பராமரித்து, அதனால் ஒருவர் தொண்டராக இருக்க வேண்டும், எதிரியாக அல்ல. நல்லொழுக்கம் அல்லது செல்வத்தை தடுக்காமல் வேலை செய்துக் கொண்டிருக்க வேண்டும்.

படித்தவர்களுடன் இணைந்து அறிவாற்றல் பெற வேண்டும்.

ஒற்றர்கள் மூலம் தனது நாடு மற்றும் பிற நாடுகளை பற்றிய செய்திகளை அறிந்துக்கொள்ள வேண்டும்.

நேர்மையான வேலையினால் நாட்டை நல்ல படியாக வைக்க வேண்டும்.

தொழிலாளர்கள் மற்றும் தொடர்புடைவர்களின் மீது அரசாங்க சட்டத்தின் படி கட்டுப்பாடு வைக்க வேண்டும்.

முடிந்த அளவில் செல்வத்தை தானம் செய்து, நல்ல ஆரோக்கியத்தை பராமரித்து மக்களிடையே பிரசித்தி பெற வேண்டும்.

அடுத்தவருக்கு உதவுவதற்கு ஆர்வமாக இருக்க வேண்டும்.

எப்போதும் மற்ற பெண்களுடன் உறவு கொள்வது, அடுத்தவரின் சொத்திற்கு ஆசைப்படுவது, வன்முறையில் இறங்குவதை விட வேண்டும்.

தவறான நேரத்தில் தூங்காமல், முரண்பாடில்லாமல், பொய் சொல்லாமல், நெறிமுறையற்ற வேலைகளை செய்யாமல் இருக்க வேண்டும்.

சமநிலையை பராமரிக்க வெண்டும் இல்லாவிட்டால், அது நம்மை மூழ்கச் செய்துவிடும்.

பண்டிதர்கள் மற்றும் சிறந்த மனிதர்களை மரியாதையுடன் நடத்த வேண்டிய முறையை முடிவு செய்து, அதை உள்ளடக்கத்துடன் பின்பற்ற வேண்டும்.

சிறிய அல்லது பெரிய நிர்வாகம் ஒரு சக்கரத்தில் ஓட முடியாது. அதற்கு ஒற்றுமை தேவை. ஒற்றுமையாக இருப்பதற்கு, நாம் முதலில் ஒற்றுமையாக இருக்க வேண்டும்.

ஆணைக்குழு/நியமனம்

விதிமுறைகள், நிர்வாகி, இயக்குனர், மற்றும் தலைவர் தனக்கு நெருங்கிய நண்பர்களை முக்கிய பதவிகளில் நியமிக்க வேண்டும் அல்லது முன்வரலாறு உறுதி செய்யப்பட்டு, நம்பகமான மற்றும் தனது பதவியை நிர்வகிக்கக் கூடிய தன்மை உள்ளவர்களை நியமிக்க வேண்டும். ஒருவரை நியமிக்கும் போது அவரது பரம்பரை, வல்லமை, தன்மை, அறிவாற்றல், துணிச்சல், நடத்தை, தவறுகள், பங்கு மற்றும் நம்பகத்தன்மை சொந்த உறவுமுறையை விட கருத்தில் கொள்ள வேண்டும். சிந்திக்காமல் ஒரு புதியவரை அல்லது தகுதி இல்லாதவரை நியமிக்க கூடாது.

ஒருவரை நியமிக்கும் போது பின்வரும் தன்மைகளுக்கு முக்கியத்துவம் அளிக்கப்பட வேண்டும்:

நாட்டின் பிரஜை	சிறந்த பரம்பரை	நடத்தை
பொருளாதாரத்தில் வல்லமை	கலையில் அறிவாற்றல்	நல்ல ஞாபக சக்தி
திறமையானவர்	பேச்சாற்றல்	ஆற்றல் மிக்க பேச்சு

தீர்வளிக்கும் தன்மை	ஆற்றல்	சகிப்புத்தன்மை
நிலையானவர்	அமைதியான தோற்றம்	வெறுப்பற்றவர்

நியமிக்கப்பட்டவர்களில் பாதிக்கு மேற்பட்டவர்களுக்கு மேற்கூறிய தன்மைகள் இருக்க வேண்டும். பாதிக்கு கீழ் உள்ள எண்ணிக்கையில் நியமிக்க கூடாது. அவர்கள் வெளிப்படையாகவும், இரகசியமாகவும் விசாரிக்கப்பட வேண்டும் மற்றும் எந்தவொரு சந்தேகமும் தெளிவாக்கப்பட வேண்டும். நிர்வாகி தானோ அல்லது தனது குடும்ப நபரையோ விசாரிப்பதற்கு நியமிக்க கூடாது.

பின்வருபவை நியமிக்கப்பட்டவர்களிடம் தெரிந்துக் கொள்ளப்பட வேண்டும்:

முகவரி	பொருளாதார நிலை	தகுதி
இலக்கிய அறிவாற்றல்	ஆற்றல்	பரம்பரை/ஞாபக சக்தி
திறமை	பேச்சாற்றல்	ஆற்றல்
பேசும் முறை	ஊக்கம்	சகிப்புத்தன்மை
பண்பு	சக்தி	ஆரோக்கியம்
மதிப்பு	மாறா நிலை	நட்பிணக்கம்

இரகசிய பிரதிநிதி நியமனம்

நிறுவனங்கள் மட்டும் தான் இரகசிய பிரதிநிதிகளை நியமிக்க வேண்டும் என்பதில்லை. அவர்களின் சேவை தேவைப்படும் யார் வேண்டுமானாலும் அவர்களை நியமிக்கலாம். இந்த அத்தியாயமும் பின்வரும் அத்தியாயங்களும் இரகசிய பிரதிநிதியை நியமிக்கும் முறைகளை பற்றி விவரமான விளக்கம் அளிக்கும். இரகசிய பிரதிநிதிகள் பல வகையானவர்கள்.

பின்வருமவர்கள் நிலையான இரகசிய பிரதிநிதிகள் எனப்படுவார்கள். இவர்கள் ஓரிடத்தில் இருந்துக்கொண்டு தகவல்களை சேகரிப்பார்கள்:

1. **கபாடிக்:** மற்றவர்களின் இரகசியத்தை தெரிந்தவர், நல்ல பேச்சாளர், ஒரு மாணவரின் மாறு வேடத்தில் இருப்பவர் கபாடிக் எனப்படுவார்.
2. **உதஸ்தித்:** திறமைசாலி, ஒழுக்கமானவர், ஒரு ஆண்டியின் மாறு வேடத்தில் இருப்பவர் மற்றும் நம்பிக்கையானவர்.
3. **க்ருஹாபதிக்:** திறமைசாலி, நல்ல உள்ள கொண்டவர், ஒரு விவசாயியின் மாறு வேடத்தில் இருப்பவர்.
4. **வைதேஹிக்:** திறமைசாலி, நல்ல உள்ள கொண்டவர், ஒரு ஏழை வர்த்தகரின் மாறு வேடத்தில் இருப்பவர்.
5. தபஸ்: தலையை மொட்டை அடித்திருப்பவர் அல்லது நீண்ட முடி வளர்த்திருப்பவர்.

பின்வருமவர்கள் நடமாடும் இரகசிய பிரதிநிதிகள் எனப்படுவார்கள். அவர்கள் தங்களது வேலையில் வெகுதொலைவாகவும், விரிவாகவும் பிரயாணம் செய்வார்கள். அவர்கள் வேலையில் வெளி வட்டார வளத்தை கவனிப்பதும் உட்படும்.

6. சத்ரி:நிர்வாகிக்கும் சொந்தமில்லாதவர், ஆனால், நிர்வாகியின் வாழ்க்கைக்கு தேவைபடுபவர், அவர் கைரேகை மற்றும் ஜோதிடத்தில் திறமையானவர், மற்றும் விஞ் ஞானம், மந்திரம், சகுனம், பறவையியல், காமசாஸ்திரம் இவற்றில் திறமையானவர், மற்றும் இசை மற்றும் நடனத்தில் வல்லவராக இருப்பவர் சத்ரி என்பபடுவார்.

7. **தீக்ஷண்:** இந்த இரகசியபிரதிநிதி தனது பாதுகாப்புமற்றும் உயிருக்கு கவலைப்படாமல், தனது நாட்டிற்காக கடும்சிக்கலில் நுழைபவர், இவர் தீக்ஷண என்பபடுவார்.

8. **ரசத்:** இந்த பிரதிநிதி தனது உற்றார், உறவினரிடம் ஒட்டுதல் இல்லாதவர், இவர் இயற்கையில் கொடூரமானவர் மற்றும் சோம்பேறி. இவர் ரசத் அல்லது விஷமக்காரர் எனப்படுவார்.

பின்வருபவர்கள் பிரயாணிக்கும் இரகசிய பிரதிநிதிகள். இவர்கள் மற்ற இரகசிய பிரதிநிதிகளை கண்காணித்து அவர்களை பற்றி தகவல் அளிப்பார்கள்.

9. **பரிவ்ரஜிகா:** இந்த பிரதிநிதி ஏழை, வயதான அல்லது விதவை பிராமணப் பெண். இவள் தனது வாழ்க்கைகாக சம்பாதிப்பதில் ஆர்வம் உள்ளவள். இவள் வீடுகளுக்குள் பிரசித்திப் பெற்ற சந்யாசினி போன்ற வேடத்தில் நுழைவாள். இவள் பரிவ்ரஜிகா எனப்படுவாள்.

10. **முண்டா:** இவள் தலையை மொட்டை அடித்துக்கொண்டு பிச்சைக்காரி போல் மாறுவேடத்தில் இருப்பாள்.

11. **வ்ருஷாலி:** இந்து பிரதிநிதி சூத்திரர்.

12. **சூத்:** சமையல்காரர்.

13. **ஆரலிக்:** மாமிசம் சமைப்பவர்.

14. **ஸ்நாபாக்:** குளிப்பதற்கு உதவுபவர்.

15. **சேவஹக்:** கை, கால்களை பிடித்துவிடுபவர்.

16. **ஆஸ்தரக்:** செய்திகளை பரப்புபவர்.

17. **கல்பக்:** நாவிதர்.

18. **பிரசாதக்:** அழகு கலைஞர்.

19. **உதக்-பரிசரக்:** தண்ணீர் நிரப்புபவர்.

20. **சித்த வேஷா தாரி குப்தசர்:** இவர்களால் பாதுகாக்கப்படும் மக்கள்.

நல்லொழுக்கத்துடன் நடந்து கொள்தின் அறிவுரை

இன்று அரசாங்கத்தை நடத்துவதற்கு மந்திரிகளும், அதிகாரிகளும் இருக்கின்றனர். தொழில் நடத்தும் போது பின்பற்றுவதற்கான சில விதிமுறைகளும், சட்டங்களும் இருக்கின்றன. இவை மேலாண்மை எனப்படும் மற்றும் இவற்றிற்கும் ஆலோசனைக் குழு இருக்கும். இந்த விஷயத்தில் சாணக்கியரிடமிருந்து நிறைய கற்றுக்கொள்ள வேண்டும். இன்றைய கட்டுப்பாடுகள் மற்றும் எல்லைகளை குறிப்பிட வேண்டிய முக்கியமான மற்றும் குறிப்பிட்ட விஷயங்கள் இருக்கின்றன.

நாகரிக கட்டத்தில் சாணக்கியரின் அறிவுரையை பின்பற்ற வேண்டிய அவசியம் உள்ளது. ஏனென்றால், நாடுகளுக்கிடையில், கண்டங்களுக்கிடையில், தொழில் வர்த்தகங்களுக்கிடையில், சிறிய தொழில் வர்த்தகங்களுக்கிடையில் மற்றும் குற்றவாளிகளுக்கிடையில் இருக்கும் பகைமை முற்காலத்தில் கேட்டதோ அல்லது படித்தது கூட கிடையாது. இதற்கு காரணம் பெரிய அளவில் உள்ளதை சிறிய பிரிவுகளாக பிரித்து ஒவ்வொரு தனி பிரிவும் புகழும், வளமும் வேண்டுவதால் இருக்கலாம்.

எங்கு ஆலோசனை பற்றிய கூட்டங்கள் இருந்தாலும், அங்கு நிறைய கலந்துரையாடல்கள் மற்றும் விமர்சனங்கள் இருக்க வேண்டும். வினியோகம் பற்றிய கூட்டங்களும் இருக்க வேண்டும். இக்காலத்தில் பொருட்களை உற்பத்தி செய்வது சுலபமாக இருந்தாலும், வினியோகம் செய்வது சிரமமாக உள்ளது. காட்டப்படும் எண்ணிக்கைகள் உண்மையான எண்ணிக்கை அல்ல. தொழிற்சாலையில்

உற்பத்தி செய்யப்படும் பொருட்கள் மொத்த வியாபாரிகளின் கிடங்குகளில் இருக்கின்றன. அவை வாடிக்கையாளர்களை சென்றடைவதில்லை. எல்லா கடைகள் மற்றும் தொழிற்சாலைகளில் அளவிற்கு அதிகமான பொருட்கள் உள்ளன. கிராமங்களை பற்றி கவலைப்படாதவர்கள் அங்கு பொருட்களை விற்பதில் குறியாக உள்ளனர். நகரத்தில் உள்ள வாடிக்கையாளர்கள் தேவைக்கு அதிகமான பொருட்களை வாங்கிவிட்டனர். அவர்கள் அவற்றை பாதுகாக்க சிரமப்படுகின்றனர். அவர்கள் தங்கள் பொருட்கள், கார்கள் மற்றும் சாதனங்களை வைக்க இடம் இல்லை.

இதனால் விற்பனை செய்பவர்கள் ஒன்று வாங்கினால் ஒன்று இலவசம் மற்றும் 75% அல்லது 50% தள்ளுபடியில் வாங்குவதற்கு தூண்டுகின்றனர். என்ன நடக்கிறது? என்ன நடக்க வேண்டும்? இந்த விஷயத்திலும் சரியான ஆலோசனை இருக்க வேண்டும்.

இப்படிப்பட்ட கூட்டங்கள் நடக்கும் போது முதலில், அன்னியர்கள் யாரும் கூட்டம் நடக்கும் கூடத்திற்குள் தலைவரின் அனுமதி இல்லாமல் நுழையக்கூடாது. கூட்டம் நடக்கும் இடத்திலிருந்து சத்தம் வெளியில் கேட்காமல் இருக்கும்படியாக இருக்க வேண்டும். கூட்டத்தை பற்றிய ஒரு நிமிட தகவல் கூட வெளிப்பட கூடாது.

கூட்டம் நடக்கும் அறை புறா சிறகடிப்பதற்கு அல்லது யாரும் எட்டி பார்ப்பதற்கு அல்லது உள்ளிருந்து சத்தம் வெளியில் கேட்பாதபடி இருக்க வேண்டும். யாரும் கூட்டம் நடக்கும் கூடத்திற்குள் தலைவரின் அனுமதி இல்லாமல் நுழையக்கூடாது. சாணக்கியர் குடில் என்றும் அவரது அர்த்தசாஸ்திரம் கௌடில்ய அர்த்தசாஸ்திரம் என்று அழைக்கப்படுகிறது. ஏனென்றால், அவர் இரகசிய கூட்டங்களின் கருத்துகளை வெளியிடுபவர்கள் அழிக்கப்பட வேண்டும் மற்றும் இப்படிப்பட்ட செயல்களுக்கு மிகவும் கடுமையான தண்டனை அறிவிக்கப்பட வேண்டும் என்று எழுதியிருக்கிறார்.

கூட்டத்தின் ஐந்து பாகங்கள்

1. வேலையை நடத்தும் முறை.
2. வளம், உழைப்பு, சொத்து.
3. நாட்டின் பிரிவு - நேரம்.
4. இடையூறு - எதிர்ப்பு.
5. வேலையின் வெற்றி.

இரகசிய கூட்டம் தீர்மானித்த பின் தான் ஒருவர் வேலையில் நியமிக்கப்பட வேண்டும்.

ஒரு நிர்வாகியின் பணி

ர்கள் மற்றும் மற்றவர்கள் பலனடைவார்கள். அதனால், நிர்வாகி அல்லது திட்டக்குழுவின் தலைவர் ஒரு நிமிடம் கூட ஓய்வெடுக்க கூடாது. அப்படிப்பட்ட உயர் பதவி வகிப்பவர் தனது நாளை மூன்று பாகங்களாக பிரிக்க வேண்டும். முன்காலத்தில் அரசர்களுக்கு இருந்தது போல், இக்காலத்தில் தனிப்பட்ட உதவியாளர்கள், நேரத்தை மிச்சப்படுத்தும் பல்வேறு உபகரணங்கள், இரவு வெகு நேரம் வேலை செய்யும் தன்மை, மின்சார விளக்குகள் போன்றவற்றால் சாத்தியமாக உள்ளது. கூட்டத்தின் நேரமும், கூட்டத்தில் பங்கேற்க வேண்டியவர்களும் முன்கூட்டியே தீர்மானிக்கப்பட வேண்டும்.

சாணக்கியரை பொறுத்த வரையில், ஒரு நிர்வாகி 16 மணி நேரம் வேலை செய்ய வேண்டும். அவர் தனது நாளை 8 பாகங்களாக, ஒவ்வொன்றும் இரண்டு மணி நேரமாக பிரிக்க வேண்டும். அந்த 8 பாகங்களை பின்வருமாறு பயன்படுத்த வேண்டும்:

1. முதல் பாகத்தில் வேலையை மேற்பார்வை செய்து, முந்தைய தினத்தின் வேலையை மறுபார்வை செய்ய வேண்டும்.

2. இரண்டாவது பாகத்தில், நிறுவனத்தின் உள்ளும், வெளியிலும் தொழிலாளர்களின் வேலையை மேற்பார்வை செய்ய வேண்டும்.

3. மூன்றாவது பாகத்தில், குளித்து உணவு உண்ண வேண்டும்.

4. நான்காவது பாகத்தில், வருமானத்தை சமாளித்து, செலவுகளை தீர்மானித்து, நியமனம் செய்வது, நியமன சிந்தனை போன்றவை.

5. ஐந்தாவது பாகத்தில், அஞ்சல் மற்றும் தகவல் தொடர்பு அனுப்புவது, இரகசிய பிரதிநிதிகளை சந்திப்பது.

6. ஆறாவது பாகத்தில், ஆழ்ந்து சிந்தனை செய்வது.

7. ஏழாவது பாகத்தில், தொழிற்சாலை மற்றும் உற்பத்தியை கண்காணிப்பது.

8. எட்டாவது பாகத்தில், முக்கியமானவர்களை சந்தித்து, அறிவுரை வழங்குவது.

நிறுவனத்திற்குள் நுழையும் பொருட்கள் மற்றும் கடிதங்கள் முத்திரையிடப்பட வேண்டும் என்பது முக்கியமான அறிவுரையாக இருக்க வேண்டும். இது வழக்கமாக பெரிய மற்றும் அரசாங்க நிறுவனங்களில் நடைபெறும்.

வீட்டை பாதுகாப்பாக வைப்பதற்கான சுய பாதுகாப்பு மற்றும் பாதுகாப்பு முறைகளின் விவரமான விரிவுரை உள்ளது.

❖❖❖

2

இரண்டாம் அத்தியாயம்

விதிமுறைகளின் விமர்சனம்

சாணக்கியர் சாத்தியமான எல்லா இடங்களிலும் நிறுவனம் மற்றும் கிளைகளை திறந்து, பொதுமக்களின் வசதிக்கும், விரிவாக்கம் மற்றும் நல்ல நிர்வாகம் அளிக்கவும் நல்ல சாலைகளில் முதலீடு செய்ய வேண்டும் என்று குறிப்பிடுகிறார். பல்வேறு நிறுவனங்கள் மற்றும் கிளைகளுக்கு அதிகார எல்லை தெளிவாக நியமிக்கப்பட்டிருக்க வேண்டும். நிர்வாக பகுதி, பல்வேறு இடங்களுக்கான நிர்வாகம், மண்டல அலுவலகம், மற்றும் மத்திய நிர்வாகத்திற்கான மையம் சரியாக தேர்வு செய்யப்பட்டு, மற்றும் சரியான பணியாளர்களை நியமிப்பதற்கு சிறப்பு கவனம் செலுத்தப்பட வேண்டும். சாணக்கியர் இவற்றை சங்க்ரஹன் - தலைமை அலுவலகம், கர்வத்திக் - நிர்வாக அலுவலகம், த்ரோன்முக் - பகுதி அலுவலகம், மற்றும் ஸ்தாநியா-கிளை அலுவலகம் என்று பிரித்திருந்தார்.

நாகரீக கட்டிடங்களின் கட்டுமானத்தை கருத்தில் கொண்டால், அவை பாதுகாப்பு மற்றும் பலமானதாக இல்லை என்பதை ஏற்றுக்கொள்ள வேண்டும். நிதி நிறுவனங்களின் கட்டிடங்கள் பாதுகாப்பாகவும், பலமானதாகவும் இல்லை. ஒவ்வொரு பேரூர், நகரம் மற்றும் தெருக்களில் திறக்கப்படும் ஏடிஎம்-களை கருத்தி கொள்ள வேண்டும். இந்த ஏடிஎம்களின் கொள்ளைகள், பாதுகாப்பிற்கு காவலாளிகள் இருந்தும் இவை பாதுகாப்பானவை அல்ல என்பதை தெளிவாக்குகிறது. வர்த்தக மையங்கள், கோவில்கள் மற்றும் நெரிச்சல் மிகுந்த பகுதி பாதிப்பிற்குட்பட்ட பகுதியாக அறிவிக்கப்படுகிறது. எல்லா இடங்களும் பாதுகாப்பற்றவையாக இருக்கின்றன. பாதுகாப்பற்ற பயணம் தாயின் கருவிலிருந்து தொடங்குகின்றது. ஒரு குழந்தை வளர்ந்ததும், அவன் குழந்தை தொழிலில் ஈர்க்கப்பட்டு, மிகவும் ஆபத்தான வேலைகளில் ஈடுபடுத்தப்படுகிறான். கல்லூரி மற்றும் பள்ளிக்கூட பேருந்துகள் மாணவர்களை விபத்துகளில் கொல்லுகின்றன. போலியான மருந்துகள் கொல்லக்கூடியவவை, காலாவதி தேதிக்கு பிறகான உணவு பொருட்களும் கொல்லக்கூடியவை. நிகழ்காலம் மற்றும் எதிர்காலம் இரண்டுமே பாதுகாப்பானதல்ல. நாடு முழுவதுமே லஞ்சத்தில் ஈடுபட்டிருக்கும் போது, பொது மக்களின் பாதுகாப்பை பற்றி சிந்திக்க யாருக்கு நேரம் இருக்கிறது?

நாட்டின் சமசீரற்ற வளர்ச்சி நமது வாழ்க்கைக்கு தேவையான பொருளாதரத்திற்கு முதுகெலும்பாக இருக்கும் இருப்பிடம் மற்றும் விவசாயத்தை வெகுவாக பாதித்துள்ளது. நாடு முழுவதும் வானளாவிய கட்டிடங்களும், கோபுரங்களும் கட்டுவதும், சாலைகளை அகலப்படுத்துவதும் விவசாயத்திற்கு தேவையான நிலங்கள் சுருங்கிக்கொண்டிருப்பது பற்றி யாரும் சிந்திக்க தயாராக இருப்பதாக தெரியவில்லை. கிராமங்களில் இப்படிப்பட்ட வளர்ச்சிகள் இருக்கக்கூடாது. இல்லாவிட்டால், விவசாயிகள், விவசாய செயல்பாடுகளில் ஆர்வம் இழந்துவிடுவார்கள். போலியான அனுதாபங்கள் வெளிப்படுத்தப்படுகின்றன. ஆனால், உண்மையில் எருதுகளும், கலப்பையும், உள்நாட்டு செயல்பாடுகளும் மறைந்துக்கொண்டிருக்கின்றன மற்றும் விவசாய தொழிலாளர்கள்

இடம்பெயர்வது அதிகமாகிவிட்டது. விவசாயிகள் பெட்ரோல், டீசல், இரசாயன உரங்கள் மற்றும் இறக்குமதி செய்யப்பட்ட விதைகளை சார்ந்திருப்பதின் விளைவு, ஒவ்வொரு அறுவடையிலும் நஷ்டம் ஏற்படுகிறது. சாலைகள் மற்றும் கட்டிடங்களை பராமரிப்பது அதிக செலவாகிறது மற்றும் சுதந்திரத்திற்கு பிறகு, கட்டப்பட்ட நீதி மன்றங்களும், ஆரம்ப பள்ளிக்கூடங்களும் இந்த கிராமங்களிலிருந்து காணாமல் போய்விட்டன. அதனால், ரூபாய் நோட்டுக்களும், காசோலைகளும், செங்கல் மற்றும் சிமெண்ட் பசியை போக்குமா என்று வியக்க வைக்கிறது! திட்டமிடப்படாத வளர்ச்சி முன்னேற்றம் அல்ல, அது கண்டிப்பாக அழிவதற்கான வழியாகும்.

சாணக்கியர் விவசாயிகளுக்கு அவர்களது குடும்பமும் தண்டனை, கட்டாய உழைப்பு, வரி, திருட்டு, கொடிய விலங்குகளால் தாக்குதல், விஷம் பயன்படுத்துதல், நோய்கள் மற்றும் மற்ற தொல்லைகளிலிருந்து காப்பாற்றப்பட வேண்டும் என்று கூறுகிறார்.

दण्ड-विशिष्ट कर आवाधै: रक्षेद् उपहतां कृषिम्।
स्तेन व्याल विषग्राहै: व्याधिभि: च पशुव्रजान्।

சாணக்கியர் மேலும், அரசாங்க நிர்வாகிகள், நிறுவன பணியாளர்கள் மற்றும் பாதுகாப்பு ஊழியர்கள், விவசாயிகள் மற்றும் வியாபார பிரிவினருக்கும் தேவையான பாதுகாப்பு மற்றும் சேவைகளை அளிக்க வேண்டும் கூறுகிறார்.

वल्लभै: कार्मिकै: स्तेनै: अन्तपालै: च पीडितम्।
शोधयेत् पशु संघै: च क्षीयमाणं वणिक्पथम्।

ஆனால், யாருக்கும் எவரிடமிருந்தும் பாதுகாப்பு கிடைக்கவில்லை. எல்லா பாதுகாப்பு முறைகளும் கிடைக்கவில்லை என்று நிரூபணம் ஆகிறது, ஏமாற்றுகளும், குற்றங்களும் புழுக்களை போல் வெளிவருவதிலிருந்து, மக்களுக்கு தேவையான சமயத்தில் பாதுகாக்க வேண்டிய அரசாங்க ஊழியர்கள், உயர் நிர்வாக அதிகாரிகள், பாதுகாப்பு பிரிவு மற்றும் வரி அதிகாரிகள் அவர்களை சுரண்டுகின்றனர். அவர்கள் தங்களது தவறான செயல்களால் அரசாங்கம் மற்றும் அரசாங்க வேலையை கூட விட்டு வைக்கவில்லை.

சாணக்கியர், அரசாங்கம் வனவளம், வன விலங்குகள், பாலங்கள், கனிமவளம், மற்றும் சுரங்கங்களை பாதுகாக்க வேண்டும் என்று மீண்டும் வலியுருத்தி இருக்கிறார். எனினும், இன்று எல்லாம் எதிர்மறையாக நடந்துக்கொண்டிருக்கிறது. அரசாங்க வழிக்காட்டுதலின் படி தான் எல்லா தவறுகளும் நடந்துக்கொண்டிருக்கின்றன. அவர்களை ஒட்ட பிழிந்த பின், சுரங்கங்களை மூடும்படி உத்தரவிடப்படுகிறது. பாலங்கள் மற்றும் சாலைகள் கட்டப்பட வேண்டும், உண்மையில், அவையும் கட்டப்படுகின்றன. ஆனால், அவை கொள்ளயடிக்கப்பட்ட பொருட்கள் மறு முனைக்கு அனுப்பப்பட்டு அதிகப்படியான விலைக்கு விற்க ஏதுவாக பயன்படுத்தப்படுகின்றன. இரயில் போக்குவரத்து இதில் சுறுசுறுப்பாக ஈடுபடுகின்றது, இலட்சகணக்கான டிராக்டர்கள் மற்றும் டிரக்குகளும் இந்த கொள்ளைகளை ஏற்றிச் செல்வதில் ஈடுபடுகின்றன.யாரும் இந்த சுயநலம் மற்றும் அழிவுகள் குறையாமல் நடந்துக்கொண்டிருப்பதை கண்டுக்கொள்வதில்லை. அரசாங்கமே ஏற்றுக்கொண்டபடி 2006-2011 ற்கு இடையில் 350 கிலோமீட்டர் வனப்பகுதி இழக்கப்பட்டுள்ளது. வனவளத்தை பொறுத்த வரகியில், பெரும்பாலான மாநிலங்களில் காட்டு விலங்குக்கள், விவசாயம் சம்பந்தப்பட்ட விலங்குகள், மற்றும் விலங்கினம் இல்லை. அரசாங்கத்தில் இவற்றிற்கு தனியான துறைகளும் இருக்கின்றன. பாதுகாக்க வேண்டியவர்களே அழித்தால், அது அரசாங்க அராஜகத்திற்கு வழிவகுக்கும். நாடு முழுவதும் இப்படிப்பட்ட மோசமான ஆட்சியால் சகதியாகிறது. எனினும், ஆபத்தின்மையும், பாதுகாப்பும் அவர்களது அக்கறை மற்றும் பொறுப்பாக இருக்க வேண்டும்.

एवं द्रव्य द्वीप वनं सेतुबन्धं यथाकरान्।
रक्षेत् पूर्व कृतान् राजा नवा: च अभिप्रवर्तयेत्।

கருவூல நிர்வாகம்

இது அரசாங்கத்தின் மூத்த அதிகாரியிடம் ஒப்படைக்கப்பட வேண்டும். அவர் தான் நியாயமான, நிறுவப்பட்ட, வருவாய், செலவுகளின் பொறுப்பேற்று, மற்றும் உபரி உற்பத்தியை தணிக்கை செய்து திறமையாக நிர்வகிக்க வேண்டும். அவரது வேலை துணை-பிரிவுகளாக கீழ்கண்டபடி பிரிக்கப்படுகின்றன:

1. **நியாயமான:** இவை 6 வகையானவை. நிறுவனம், விளம்பரம், பிரயாணம், பரிமாற்றம், சமூக நலம் மற்றும் வழித்தோன்றல்கள்.

2. **நிறுவப்பட்டது:** இதுவும் 6 வகையானவை. கப்பமாக நிதி கட்டியது, அரச குடும்ப செலவு, நிலுவையில் உள்ள செலவு, அடுத்த வருடத்தின் உறுதியான செலவு, அரசாங்கம் தொடர்பான மற்றும் நுவைவு.

3. **ஷேஷ்–மற்றவை:** இது 6 ஆக பிரிக்கப்பட்டது: உறுதியான முக்கிய சேகரிப்பு, அபராதம் விதிக்கப்பட்டது, அவசியமானது (பிரதி ஸ்தப்து, அவஸ்ருஷ்ட்), சிறிய மற்றும் மிகச் சிறிய விதிப்புகள்.

4. **வருவாய்:** இது மூன்று பிரிவானது: உறுதி செய்யப்பட்ட வழக்கமான வரி, கூடுதல் வரி, மிகைவரி.

5. **செலவுகள்:** இவை நான்கு வகையானவை: வழக்கமானவை, வழக்கமான உற்பத்தி, ஆதாயம், ஆதாய உற்பத்தி.

6. **கூடுதல்:** பெறப்பட்ட வருவாய் மற்றும் ஏற்பட்ட செலவுகளை கணக்கிட பின் மிச்சப்படுவது கூடுதல் எனப்படும். இந்த கூடுதல் நிச்சயமானவை மற்றும் எதிர்மறையானவை என்று பிரிக்கப்படுகின்றன.

பணியாளர்களால் ஏமாற்றப்பட்ட தொகையை திரும்ப பெறுதல்

மனிதன் எப்போதுமே தனது வருமானத்திற்குள் வாழ்வதில்லை. சில சமயம் அவன் தனது பேராசையால் தவறான வழியில் செல்கிறான். மற்ற சமயங்களில் அவனது ஆணவம் அவனை அழிக்கிறது. இன்னும் சில சமயத்தில் அவனது இன்ப உணர்வுகள் அவனது புகழை அழிக்கிறது. ஆண் தனது ஆசையாலும் சிரமத்தில் சிக்குகிறான். ஆதலால், அன்று சுறுசுறுப்பாக இருந்த தவறானவர்களும், திருடர்களும் இன்று அதே போல் இருக்கின்றனர். மோசடிகளும் அன்றும் நடந்தன, இன்றும் நடந்துக்கொண்டிருக்கின்றன. இதில் உள்ள வித்தியாசம் என்னவென்றால், அக்காலத்தில் மோசடி செய்யப்பட்ட தொகை மீட்கப்பட்டது, இன்று அது மீட்கப்படுவதில்லை. மோசடி செய்பவர் சிறைக்கு செல்வதை விரும்புகின்றனர். அத்துடன் எல்லாம் முடிந்துவிடுகிறது.

ஒருவர் தனது கணக்குகளை சமர்ப்பிக்கும் வரை அவரால் யாரையும் சந்திக்க முடியாது என்ற விதிமுறைகள் இருந்தன. காலதாமதமாக சமர்ப்பிக்கப்படுவதற்கு தண்டனை அளிக்கப்பட்டது. மோசடி செய்பவர்களும் தண்டிக்கப்பட்டனர்.

மோசடி மற்றும் ஏமாற்றுகளின் வகை

சாணக்கியர் கருவூல பணத்தை சுரண்டுவதற்கு எட்டு காரணங்களை கணக்கிட்டிருந்தார் அவை:

தவிர்ப்பு, பயன்பாடு, வர்த்தகம், தொல்லையளிப்பது, தவறான நிர்வாகம், அனுபவித்தல், ஈடு செய்வது மற்றும் கவனக்குறைவு.

1. **தவிர்ப்பு:** சேகரிக்காமல் இருப்பது, சேகரித்த பின் தொகையை பாதுகாப்பாக வைப்பதில்லை,

தொகையை பாதுகாத்த பின் அதை கருவூலத்தில் ஒப்படைப்பதில்லை - இவை மூன்றும் கடமையை செய்யாமல் இருப்பதாகும். இப்படிபட்டவர்களுக்கு அளிக்கப்படும் தண்டனை தொலைந்த தொகைக்கு பத்து மடங்காக இருக்க வேண்டும்.

2. **பயன்பாடு:** கருவூல பணத்தை கைமாற்றாக கொடுத்து பலனடைவதற்கு பயன்பாடு என்பதாகும். இப்படிபட்டவர்களுக்கு பயன்படுத்தப்பட்ட தொகைக்கு இரண்டு மடங்கு தண்டனையாக விதிக்கப்பட வேண்டும்.

3. **வர்த்தகம்:** பொது நிதியிலிருந்து வர்த்தகம் செய்வதற்கு இந்த பெயராகும். தங்களது வர்த்தகத்திற்காக மாற்றிக்கொண்ட அதிகாரிகளுக்கு தொகையின் இரண்டு மடங்கு தண்டனையாக விதிக்கப்பட வேண்டும்.

4. **தொல்லையளிப்பது:** பாக்கியை சரியான நேரத்தில் வசூல் செய்வதில்லை, மற்றும் கொஞ்சம் தொகையை கையாடல் செய்யும் எண்ணத்துடன், பணம் கட்டுபவர்களை தண்டனையளிப்பதாக மிரட்டி கொடுக்க வேண்டியதற்கு அதிகமாக வசூல் செய்து அதிகபடியான பணத்தை கையாடல் செய்வதற்கு இந்த பெயர். இப்படிபட்ட அதிகாரிகளுக்கு தொகையின் ஐந்து மடங்கு தண்டனையாக விதிக்கப்பட வேண்டும்.

5. **தவறான நிர்வாகம்:** வருவாய் குறைந்து செலவு அதிகரிப்பது. தலைவருக்கு குறைந்த வருவாயின் நான்கு மடங்கு அபராதம் விதிக்கப்பட வேண்டும்.

6. **அனுபவித்தல்:** வசூல் செய்ததை சொந்த மகிழ்ச்சிக்கு அல்லது மற்றவரின் மகிழ்ச்சிக்காக செலவு செய்வது மகிழ்ச்சிக்காக தொகையை சுரண்டுவது எனப்படும். விலைமதிப்பற்ற கற்கள் மற்றும் நவரத்தினங்களை மோசடி செய்பவர்களுக்கு ஆயுள் தண்டனை வித்திக்கப்பட வேண்டும், திரவங்க்ளை மோசடி செய்வதற்கு மிதமான தண்டனையும், மற்றபடி சாதாரண பொருட்களை மோசடி செய்பவர்களை திரும்ப கொடுக்கும்படி கேட்கப்பட வேண்டும்.

7. **ஈடுசெய்வது:** அரசரின் கருவூலத்திலிருக்கும் பொருட்களை வேறு பொருட்களுக்கு மாற்றீடாக கொடுப்பதற்கு ஈடுசெய்வது என்பதாகும். இப்படிபட்டவர்களுக்கான தண்டனை அனுபவித்தவர்களுக்கானதற்கு இணையானதாக இருக்க வேண்டும்.

8. **கவனக்குறைவு:** வசூல்களை உடனடியாக வரவு வைக்காமலிருப்பது, செலவுகளை பதிவு செய்து அதற்கான தொகையை செலவு செய்யாமல் இருப்பது, மீதமுள்ள தொகை அல்லது பாக்கியை மறுப்பது. இந்த மூன்று செயல்களும் கவனக்குறைவாகும். இதற்கான தண்டனை தொகையின் பன்னிரண்டு மடங்காக இருக்க வேண்டும்.

நாற்பது வகையான ஏமாற்றல்கள்

1. முதல் முறை வசூல் செய்ததை பதிவு செய்யாமல், அதை இரண்டாம் முறை செய்த வசூலுடன் இணைத்து, இரண்டாவது வசூலின் போது அதை பதிவு செய்வது.
2. இரண்டாம் வசூலின் ஒரு பகுதியை முதல் வசூலுடன் இணைப்பது.
3 லஞ்சம் பெற்றுக்கொண்டு பாக்கிக்கு விலக்கு அளிப்பது.
4. வரி விலக்கு பகுதியில் வரி வசூலிப்பது.
5. வசூல்களை பதிவு செய்யாமல் இருப்பது.
6. வசூல் செய்யாத வருவாய்களை வசூல் செய்ததாக பதிவு செய்வது.
7. ஒரு பகுதியை வசூல் செய்துவிட்டு, முழுவதும் வசூல் செய்ததாக பதிவு செய்வது.
8. முழுதொகையும் வசூல் செய்துவிட்டு, பகுதியை தான் பதிவு செய்வது.

9. ஒரு பொருளை வசூல் செய்து அதை வேறு பொருளாக பதிவு செய்வது.
10. ஒருவரிடம் வசூல் செய்த வருவாயை மற்றொருவருக்கு கடனாக கொடுப்பது.
11. சரியான பாக்கியை அளிப்பதில்லை.
12. தவறான பாக்கியை அளிப்பது.
13. பாக்கியை சரியான நேரத்தில் கொடுப்பதில்லை.
14. லஞ்சம் பெற்றுக்கொண்டு பாக்கியை முன்னதாகவே அளிப்பது.
15. அதிகமான பொருட்களை கொடுத்துவிட்டு குறைவாக பதிவு செய்வது.
16. குறைவாக கொடுத்துவிட்டு அதிகமாக பதிவு செய்வது.
17. குறிப்பிட்ட பொருளுக்கு வேறு பொருளை கொடுப்பது.
18. பொருளை வேறு நபரிடம் கொடுப்பது.
19. வசூல் செய்த வரியை கருவூலத்தில் சமர்ப்பிப்பது இல்லை.
20. வரியை வசூல் செய்யாமல் கணக்கில் எழுதுவது.
21. பொருட்கள் வாங்கிய பின் முழு தொகையையும் கட்டுவதில்லை.
22. விலையை உயர்த்துவது.
23. வாங்கிய விலையை குறைவாக பதிவு செய்வது.
24. சமூக வரியை சமூகத்தில் வசூல் செய்வதற்கு பதில், எல்லோரிடமும் வசூல் செய்வது.
25. தனித்தனியாக கட்ட வேண்டியதை சமூகத்தில் வசூல் செய்வது.
26. குறைந்த விலை பொருட்களுக்கு அதிக விலை பொருட்களை ஈடு செய்வது.
27. அதிக விலை பொருட்களுக்கு குறைந்த விலை பொருட்களை ஈடு செய்வது.
28. லஞ்சம் பெற்றுக்கொண்டு சந்தையில் விலையை உயர்த்துவது.
29. லஞ்சம் பெற்றுக்கொண்டு சந்தையில் விலையை குறைப்பது.
30. குறைந்த நாட்களுக்கு அளித்த ஊதியத்தை அதிக நாட்களாக பதிவு செய்வது.
31. அதிக நாட்களுக்கு அளித்த ஊதியத்தை குறைந்த நாட்களாக பதிவு செய்வது.
32. வழக்கமான மழையை அகால மழையாக காட்டுவது.
33. நாட்களை கூடுதலாக அல்லது குறைவாக பதிவு செய்வது.
34. பணியாட்களின் எண்ணிக்கையை அதிகரிப்பது.
35. பெற்ற வருமானத்தை தவறானவரின் பெயரில் வரவு வைப்பது.
36. கொடையளிக்கப்பட்ட தொகையின் ஒரு பகுதியை தனக்கு வைத்துக்கொள்வது.
37. தொகையை தவறாகக் கையாள்வது.
38. சமூக வரியை அதிகமாக வசூல் செய்வது.
39. மோசடி கணக்குகளின் மூலம் தொகையை தவறாக கையாள்வது.
40. பெரிய பைகளில் பெற்ற பொருட்களை சிறிய பைகளாக காட்டுவது.

தண்டனை மற்றும் பரிசு

1. ஒருவர் கவனத்திற்கு கொண்டு வந்தது நிரூபிக்கப்படால், அவருக்கு வசூலில் ஆறில் ஒரு பங்கு பரிசாக வழங்கப்படும்.
2. அது தவறறென்று நிரூபிக்கப்பட்டால், தவறாக குற்றம் சாட்டியவருக்கு தண்டனையளிக்கப்படும்.
3. ஒரு மோசடியை கவனத்திற்கு கொண்டு வந்த பின், அந்த நபர், குற்றம் சுமத்தப்பட்டவரின் பக்கம் இருந்தால், அவருக்கு ஆயுள் தண்டனை விதிக்கப்படும்.
4. தவறாக கையாள்பவருக்கும், அவருக்கு உதவி செய்பவருக்கும் கடுமையான சிறை தண்டனை அளிக்கப்பட வேண்டும்.

5. போலி நாணயங்களை புழக்கத்தில் விடுபவருக்கு கடுமையான தண்டனை விதிக்கப்பட வேண்டும்.

6. குறைந்த தரம் மற்றும் சேதமடைந்த உணவு தானியங்களை அளிப்பவருக்கு அந்த தொகையின் இரண்டு மடங்கு அபராதம் விதிக்கப்பட வேண்டும்.

7. முதல் குற்றம் இழைத்ததற்கு ஒரு பணம் பணத்தின் (கால்பங்கு), இரண்டு பணம், மூன்று பணம், அல்லது நான்கு பணம் அபராதமாக விதிக்கப்படும். அந்த குற்றம் மீண்டும் இழைக்கப்பட்டால், அதற்கு லேசான அல்லது மிதமான அல்லது கடுமையான தண்டனை விதிக்கப்பட வேண்டும். இதில் அந்த நபர் திருந்தாமல், மீண்டும் குற்றம் செய்தால் அவருக்கு ஆயுள் தண்டனை விதிக்கப்பட வேண்டும்.

8. கருவூலத்திலிருந்து திருடுபவருக்கு ஆயுள் தண்டனையும், அவரை தூண்டியவருக்கு அதில் பாதி தண்டனையும் அளிக்க வேண்டும்.

9. கருவூலத்திலிருந்து திருடுபவருக்கு ஆயுள் தண்டனையும், அவரை தூண்டியவருக்கு அதில் பாதி தண்டனையும் அளிக்க வேண்டும்.

10. ஒரு ஊழியரின் வேலையில் குறைபாடு இருந்தால் அவரது சம்பளத்தை போல் இரண்டு மடங்கு அபராதம் விதிக்கப்பட வேண்டும்.

11. ஒரு ஊழியர் அறிவுறுத்தியபடி வேலை செய்து அதற்கு கூடுதலாக பயனுள்ள வேலை செய்தால், அதற்காக அவருக்கு பரிசளிக்கப்பட வேண்டும்.

12. ஒரு ஊழியர் பொது மக்களை துன்புறுத்தி வசூல் செய்து அதை சரியாக கருவூலத்தில் சமர்ப்பித்தால், அவர் தகுந்தபடி தண்டிக்கப்பட வேண்டும். அவர் வசூல் செய்த தொகையை கருவூலத்தில் சமர்ப்பிக்கவில்லை என்றால், அவருக்கு வரியில் மூன்று மடங்கு அபராதமாக விதிக்கப்பட வேண்டும்.

13. ஒரு அதிகாரி அனுமதிக்கப்பட்ட செலவை மிச்சப்படுத்துவதற்கு, முறையாக ஒருவருக்கு சேர வேண்டிய பணத்தை மறுத்தால், அவருக்கு தகுந்த தண்டனை அளிக்கப்பட வேண்டும்.

14. ஒரு அதிகாரி அரச குடும்பம் அல்லது பொது மக்களின் வருவாயிலிருந்து திருடினால், அவரது சொத்துகள் முடக்கப்பட வேண்டும்.

15. நன்நடத்தையுள்ள மேலாளருக்கு அவ்வப்போது பரிசளிக்கப்பட வேண்டும்.

16. கனிமங்களை திருடுபவருக்கு களவு செய்யப்பட்ட பொருளின் மதிப்பில் சமமான அளவு அல்லது எட்டு மடங்கு திரும்ப பெற வேண்டும். விலைமதிப்பற்ற கற்கள் மற்றும் நவரத்தினங்களை திருடுபவர்க்கு ஆயுள் தண்டனை விதிக்கப்பட வேண்டும்.

17. ஒருவர் இரவில் தவறு செய்வதற்கு முயற்சிக்கும் போது பிடிக்கப்பட்டால், அவருக்கு மிதமான தண்டனை அளிக்க வேண்டும்.

18. ஒருவர் ஆயுதங்களுடன் பிடிப்பட்டால், அவரிடம் இருந்த ஆயுதங்களின் வகை மற்றும் அவரது முன்வரலாற்றை கருத்தில் கொண்டு முறையாக தண்டிக்கப்பட வேண்டும்.

19. ஒரு காவலாளி தடுக்க வேண்டியவரை தடுக்காமல் இருந்தால், அவருக்கு இரண்டரை பணம் அபராதம் விதிக்கப்பட வேண்டும்.

20. ஒருவர் ஒரு வைப்பாட்டியை அல்லது அடுத்த பெண்ணை கற்பழித்தால் அவருக்கு எளிமையான தண்டனை அளிக்கப்பட வேண்டும்.

21. ஒருவர் ஒரு தாசியை கற்பழித்தால் அவருக்கு மிதமான தண்டனை அளிக்கப்பட வேண்டும்.

22. ஒரு வைப்பாட்டி அல்லது தாசி இன்னொருவரின் மனைவியான பின் கற்பழிக்கப்பட்டால், அவருக்கு கடுமையான சிறை தண்டனை விதிக்கப்பட வேண்டும்.

23. ஒரு மேல் குலப் பெண் அல்லது மரியாதைக்குரிய பெண் கற்பழிக்கப்பட்டால் அவருக்கு ஆயுள் தண்டனை அளிக்கப்பட வேண்டும்.

24. வயதானவர்கள், குழந்தைகள், நோயாளிகள், ஆதரவற்ற கைதிகள் சிறையிலிருந்து விடுவிக்கப்பட வேண்டும்.

25. ஒரு நிரபராதி வஞ்சகமாக சிறையிலிடப்பட்டால், அவருக்கு நாணயமான ஈடு கொடுத்தபின் விடுவிக்கப்பட வேண்டும்.

26. பணம், உடல் சார்ந்த அல்லது வேலை போன்ற எல்லா தண்டனைகளும் பொறுத்துக்கொள்ளும் படியாக இருக்க வேண்டும்.

27. குறிப்பிட்ட சூழ்நிலையில் கைதிகள் விடுவிக்கப்படலாம்.

இவை இன்றளவிலும் செய்யப்படுகின்றன. எனினும், தண்டனை காலதாமதமாகி, நீதிமன்றத்தில் அளவிற்கதிகமான வாய்தாக்கள் இருக்கும் போது, குற்றம் அல்லது குற்றவாளியின் மேல் தாக்கம் அதிக அளவில் இருப்பதில்லை. எல்லாவற்றையும் விட முக்கியமாக, ஒருவர் கையும், களவுமாக பிடிப்பட்டாலும் கூட, நீதிமன்றத்தில் குற்றத்திற்கான நிரூபணம் தேவைப்படும். பாதுகாப்பு அளிப்பவர்கள் மற்றும் சமூகத்தின் மீதுள்ள நம்பிக்கை குறைந்துவிட்டது.

முறையாக எழுதுவது

சாணக்கியரின் சமயத்தில் தான் முதலில் முறையான எழுத்துகள் விவரமான விஞ்ஞான வரிகளில் தோன்றின. அவர் அதை “ஆட்சிமுறை” என்றழைத்தார் மற்றும் எல்லா வகையான ஒப்பந்தம் மற்றும் அரசியல் உத்தரவுகளையும் தெளிவான எழுத்தில் வெளிப்படுத்தினார். அரசரும், மற்றும் அதிகாரிகளும் பேச்சை விட எழுத்துமூலத்திற்கு முக்கியத்துவம் அளிக்க வேண்டும் என்ற நீதிமொழியை சாணக்கியரை தவிர வேறு யாரும் எடுத்துறைக்கவில்லை.

இன்று “தனிப்பட்ட விளக்கங்கள்” கோரி எல்லா மூலைகளிலிருந்தும் வெளிப்படுவதின் விதை சாணக்கியரின் எண்ணத்தில் இருந்தவை. எனினும், அதில் ஒரு வித்தியாசம் உள்ளது. சில வருடங்களுக்கு முன் வரை சாணக்கியர் உரைத்தது போல், துறை விவரம் அளிக்கும், இப்போது அந்த தனிப்பட்ட நபரே விளக்கம் அளிக்க வேண்டும். அந்த விளக்கத்தில் என்ன இருக்க வேண்டும் என்பதை கூட சாணக்கியர் குறிப்பிட்டுள்ளார்.

जाति कुलं स्थान वय: श्रुतानि कर्मर्द्धि शीलान्यथ देश कालौ।
यौन अनुबन्धं च समीक्ष्य कार्यो लेखं विद् अध्यात् पुरुष अनुरूपं।

கடிதங்கள், கட்டுரைகள் மற்றும் பரஸ்பர ஒப்பந்தங்களில், நபர் அல்லது நபர்களின் பெயர்களை தவிர, சாதி, வம்சம், இடம், வயது, கல்வி தகுதி, வேலை, சொத்துகளின் விவரம், சிறப்புகள், தேசம், நேரம், திருமண விவரம், பலம் அல்லது நல்லொழுக்கம், பலவீனம் அல்லது குறைபாடுகள் போன்றவற்றை தெளிவாக, கவனத்துடன் குறிப்பிட வேண்டும்.

கட்டுப்படுத்தும் அலுவலகத்திலிருந்து வெளிவரும் கடிதங்களில் பின்வரும் 6 பண்புகள் இருக்க வேண்டும்:

अर्थक्रम: सम्बन्ध: परिपूर्णता माधुर्यं औदार्यं स्पत्वं इति लेखसम्पत्।

1. **அர்த்தத்தின் வரிசைமுறை:** கடிதத்தின் முக்கியமான கருத்து மற்றும் குறைந்த குறிப்பிடத்தக்க பிரச்சனைகள் வரிசைமுறையில் இருக்க வேண்டும்.

2. **தொடர்பு:** கடிதத்தின் முதல் பகுதியில் குறிப்பிட்டிருப்பதற்கு எதிர்மறையாக எதுவும் இருக்கக் கூடாது.

3. **முழுமை:** பொருள் உட்படுத்தப்பட்டு, சுருக்கமான சொற்கள் பயன்படுத்த வேண்டும், அதிகப்படியான சொற்கள் இல்லாமல், உதாரணங்கள் நோக்கத்தின் ஆதாரத்தில் தெளிவாக புரியும்படி, இந்த பண்புகளை அமைக்கும் சொற்கள் மனதில் பதியும்படியாக இருக்க வேண்டும்.

4. **விரும்பத்தக்கவை:** எளிமையாக புரியும்படியான சொற்களை பயன்படுத்துவது கடிதத்தை விரும்பத்தக்கதாக்கும்.

5. **முற்போக்கு:** மனமார்ந்த, நேர்த்தியான சொற்களை பயன்படுத்துவது இந்த பண்புகளை அமைக்கும்.

6. **தெளிவு:** கடிதத்தில் பொருத்தமான சொற்களை பயன்படுத்துவது தெளிவானதாகும்.

இந்த பண்புகளை உரைப்பதற்கு கூடுதலாக, சாணக்கியர் கடிதம் எழுதுவதின் இனிமையான மற்றும் சிக்கலான மற்ற நேர்த்தியான விஷயங்களை பற்றி விளக்கியிருக்கிறார். அவரது புத்தகங்களில் தெளிவாக வெளிப்பாட்டை காட்டியிருக்கும், உள்ளார்ந்த எழுத்துகள் இவற்றிற்கு ஒரு காரணமாகும். ஒருவேளை, அவர் இந்த திறமைகளை தக்ஷிலாவில் ஒரு மாணவராக, பின்னர் ஒரு ஆசிரியராக இருந்த போது பெற்றிருக்கலாம். மேலும் அவர், எதிர்மறையான தரத்தில் கடிதம் எழுதுவது அல்லது விளக்கம் அளிப்பதை கணக்கிட்டுள்ளார்.

1. **அருவருப்பானவை:** மை தெளிக்கப்பட்ட காகிதத்தில் எழுதுவது, அழுக்கு காகிதத்தில் எழுதுவது, கோணலான கையெழுத்தில் எழுதுவது, சீரற்ற முறையில் எழுதுவது, லேசான மையில் எழுதுவது - இவையெல்லாம் அருவருப்பாக கடிதம் எழுதும் முறையாகும்.

2. **எதிர்மறையான:** இரண்டாம் கடிதத்தில் முதல் கடிதத்திற்கு எதிர்மறையான பொருள் இருப்பது, அல்லது முதல் கடிதத்தின் அடிப்படையில் நடவடிக்கை எடுப்பதை தெரிவிப்பது எதிர்மறையாகும்.

3. **கூறியதை கூறல்:** ஏற்கனவே கூரியதை கூறுவது.

4. **மோசமான இலக்கணம்:** பால், சொற்கள், வினைகூறு மற்றும் காரணிகளை தவறாக பயன்படுத்துவது.

5. **முழுமையடையாதவை:** க்-ற்கு புள்ளி வைக்கமல், கா-விற்கு துணையிலாமல், சரியாக நிறுத்துகுறியிடாமல் இருப்பது.

கௌடில்யரின் போதனைகளை தயக்கமில்லாமல் ஏற்றுக்கொள்வது பொருத்தமாக இருக்கும், ஏனென்றால், கௌடில்யர் அல்லது சாணக்கியர் பல்வேறு விஞ்ஞானங்களை படித்தபின் தான் மனித குலத்திற்கு சிறந்த பலனளிக்கும் இந்த திறமையான முடிவுகளை அளித்துள்ளார்.

सर्व शास्त्राणि अनुक्रम्य प्रयोगं उपलभ्य च।
कौटिल्येन नरेन्द्रार्थे शासनस्य विधिः कृतः।

இந்த அத்தியாயத்தின் அடுத்த பகுதி வர்த்தக நிறுவனங்களுக்கு பொருத்தமில்லாமல் இருக்கலாம். எனினும், இந்த அத்தியாயங்களில் விஞ்ஞான முறையில் அளிக்கப்பட்டுள்ள விளக்கங்கள் முழுமையாக அறிவுநுட்பத்தின் அணிகலன்களாக, வாழ்க்கையின் ஒவ்வொரு தரத்தையும் பரிசோதித்து பல்வேறு கோணங்களில் விளக்கப்பட்டுள்ளதை ஏற்றுக்கொள்ள வேண்டும். நவீன எழுத்துகளில் இவை அரிதாக காணப்படுகின்றன. அணிகலன்களை பரிசோதிப்பது தொடர்பான புத்தகங்களில் கூட இந்த அளவிற்கு விவரமான விளக்கங்கள் இருக்கும் என்று கூற முடியாது. அவர் கூறியுள்ள சுரங்கங்களை நிர்வகிப்பது தொடர்பான விவரங்கள் மிகவும் முழுமையாகவும் புரியும்படியாக இருக்கிறது. இவை தற்காலத்தில் கவனிக்கப்படாமல் இருப்பது

வருந்தத்தக்கது. சுரங்கங்கள் இஷ்டப்படி சூறையாடப்படுகின்றன. இந்த வகையில் சாணக்கியரின் அறிவாற்றல் விரிவாக, ஆழமாக, செயல்முறை மற்றும் வர்த்தக ரீதியாக இருந்தது. இவை ஆராயப்பட்டு, அனுபவத்தால் முழுமையாக செயற்படுத்தப்படலாம், பகுதிகளாக அல்ல.

விற்பனை மேலாண்மை

நல்ல விற்பனை மேலாண்மைக்கு தேவை நிலம் மற்றும் நீர் ஆதார விலைப் பொருட்கள் மற்றும் பொருட்கள் மற்றும் நிலம் மற்றும் கடல் வழி வந்தடையும் பொருட்களை வகைப்படுத்துதலாகும்.

1. எந்த பொருட்கள் பிரபலமாகவும், கிராக்கியிலும் உள்ளன?
2. எந்த பொருட்கள் பிரபலமில்லாமல் மற்றும் குறைவான கிராக்கியில் உள்ளன?
3. சரக்குகளின் வினியோகத்தை குறைக்க அல்லது அதிகரிக்க தேவைப்படும் அமல்படுத்தக்கூடிய விதிமுறைகள் மற்றும் ஒழுங்குமுறைகள் என்ன?
4. சந்தைப்படுத்தும் சரக்குகளை வாங்க சரியான நேரம் மற்றும் சரக்குகளை விற்பதற்கு சரியான நேரம் அறிந்து அதனால் கிடங்கில் அதிக கையிருப்பு இல்லாமல் இருப்பதை உறுதி செய்வது.
5. அதிக கிராக்கியில் உள்ள சந்தைப்படுத்தக்கூடிய சரக்குகள் அதிக அளவில் கையிருப்பு இருந்தால், அப்போது விற்பனை விலை சற்று உயர்த்தப்பட்டு, போதுமான இலாபம் கிடைத்தபின் விலை குறைக்கப்பட வேண்டும்.
6. சொந்த சரக்குகள் மற்றும் உள்நாட்டு சரக்குகள் அதற்கு நியமிக்கப்பட்ட இடத்தில் வைத்து விற்பனை செய்யப்பட வேண்டும்.
7. அயல்நாட்டிலிருந்து வரும் சரக்குகள் பல்வேறு இடங்களில் விற்பனை செய்யப்பட வேண்டும்.
8. நலிந்த மற்றும் இறக்குமதி செய்யப்பட்ட பொருட்கள் மற்றும் விலைப் பொருட்கள் மக்களுக்கு அசௌகரியம் ஏற்படாத வகையில் விற்பனை செய்யப்பட வேண்டும்.
9. அதிக கிராக்கியில் இருக்கும் ஒரு விலைப் பொருள் வாடிக்கையாளர்களுக்கு சிக்கலாக இருந்தால், அந்த விலைப் பொருள் தற்காலிகமாக தடை செய்யப்பட வேண்டும்.
10. அதிக கிராக்கியில் உள்ள சரக்குகளை அதிக இலாபம் சம்பாதிக்கும் நோக்கத்துடன் பதுக்கி வைப்பது நியாயமற்றது மற்றும் தண்டனைக்குரியது.
11. அதிகமாக விற்பனையாகும் பொருட்களை ஒருவரிடமிருந்து வலுக்கட்டாயமாக ரத்து செய்து அதை இன்னொருவருக்கு அளிப்பது நியாயமற்றது.
12. பல இடங்களில் விற்கப்படும் பொருட்களுக்கு ஒரே நிலையான விலை இருக்க வேண்டும்.
13. விற்பனை செய்துக்கொண்டிருக்கும் போது விற்பனை விலை குறைந்தால், அதன் விளைவாக ஏற்படும் நஷ்டத்தை விற்பனை செய்பவர் ஏற்றுக்கொள்ள வேண்டும்.
14. கிடங்கில் பாதுகாப்பாக வைக்கப்பட்டிருக்கும் சரக்குகளை அளவில் பதினாறில் ஒரு பங்கு வரியாக அளிக்கப்பட வேண்டும். இதற்கு வரி அல்லது ஏற்றுக்கொள்ளப்பட்ட வரி என்று பெயர்.
15. அளக்கப்பட்ட சரக்குகளில் 5% (20வது பங்கு), மற்றும் கணக்கிடப்பட்ட சரக்குகளின் 6% (16 வது பங்கு) வரியாக அளிக்கப்பட வேண்டும்.
16. தினமும் வர்த்தகம் முடிவடையும் போது கணக்குகள் சமர்ப்பிக்கப்பட்டு, கழிக்கப்பட்ட வரி ஒப்படைக்கப்பட வேண்டும்.

ஏற்றுமதி தொழில்: (உங்களிக்கூ ஆக்குஜழிஉகுகு)

17. ஏற்றுமதி தொழிலில், முதலில் முக்கியமாக ஒருவருக்கு எந்த பொருட்கள் மலிவானவை மற்றும் அதிகமானவை என்பது தெரிய வேண்டும்.

18. மேற்கூறியவற்றிற்கு கூடுதலாக, விற்பனை வரி, எல்லை அதிகார வரி, பாதுகாப்பு அதிகார சாலை வரி, கடல் வழிக் கட்டணம், உணவு மற்றும் செலவுகளுக்கான ஒதுக்கீடு, போக்குவரத்து செலவு போன்றவற்றின் காரணிகளை அறிந்து, மற்றும் இலாபத்தை மதிப்பிட வேண்டும்.

19. சொந்த பொருட்கள் இலாபம் ஈட்டவில்லை என்றால், அப்போது அங்கு அதிக கிராக்கியில் இருக்கும் பொருட்களை, அங்கு கிடைக்கும் பொருட்களுடன் மாற்றீடு செய்ய வேண்டும்.

20. இலாபத்தில் நான்கில் ஒரு பங்கை செலவழித்து, வர்த்தக இடத்தின் பாதுகாப்பை உறுதி செய்ய வேண்டும்.

21. எல்லை பாதுகாப்பு அமைப்பு மற்றும் நகர மற்றும் நாட்டின் மிக முக்கியமான நபர்களுடன் நல்ல உறவுமுறையை நிறுவி, சீரான வர்த்தகம் செய்ய வேண்டும்.

22. கடல் கடந்து வர்த்தகம் செய்யும் போது, ஏதாவது பேராபத்து நேர்ந்தால், தொழிலதிபர் தன்னையும் தனது விலைமதிப்புள்ள பொருட்களையும் பாதுகாத்துக்கொள்ள வேண்டும். விலைமதிப்புள்ள பொருட்களை பாதுகாக்க முடியவில்லை என்றால், அவர் தன்னை பாதுகாத்துக்கொள்ள வேண்டும்.

23. அயல்நாட்டில் தங்கும் போது, அங்கு நிலுவையிலுள்ள வரியை ஊக்கத்துடன் செலுத்த வேண்டும்.

24. கடல் வழி வர்த்தகம் செய்யும் போது தொழிலதிபர் வரிசையாக கணக்கில் எடுத்துக்கொள்ள வேண்டியவை: 'போக்குவரத்து கட்டணம்', உதா, படகு மற்றும் கப்பல் கட்டணம், 'தற்செயலானவை', உதா, உணவு மற்றும் இதர செலவுகள், 'தானும் மற்றவர்களும்' உதா, சொந்த சரக்கு மற்றும் மற்ற பொருட்களின் எல்லை வரம்பை தெளிவாக்குவது, பிரயாண நேரம் மற்றும் சீதோஷன நிலை, அறிந்த அபாயங்களுக்கு எதிராக தற்காப்பு வழிகள், சேரும் இடத்திலுள்ளவர்களின் பாதுகாப்பு முறைகள், பாரம்பரியம், நம்பிக்கை, மற்றும் பழக்க வழக்கங்கள்.

25. கடல் மற்றும் நில வழியாக வர்த்தகம் செய்வது போதுமான இலாபம் அளிக்கவில்லை மற்றும் பாதுகாப்பு இல்லை என்றால் அந்த வர்த்தகத்தை மூடுவது சிறந்தது.

மற்ற துறைகளின் தலைவர்களின் பொறுப்புகள்

சாணக்கியர் எல்லா துறைகளிலும் உள்ள மேலாண்மை தலைவர்களின் பொறுப்புகளை பற்றி விவரித்துள்ளார் மற்றும் அவர்களது வேலையின் விவரம், கணக்கில் எடுத்துக்கொள்ள வேண்டியவை, திருட்டு, மற்றும் தடுப்பு முறை மற்றும் தவறுகளுக்கு தண்டனை பற்றி விவரமாக கையாண்டிருக்கிறார். இவை எல்லா பின்வரும் அத்தியாயங்களில் விவாதிக்கப்பட்டுள்ளன. பின்வரும் துறைகளின் தலைவர்கள் மற்றும் அவர்களின் பொறுப்புகள் பற்றி விவாதிக்கப்பட்டுளன:

1. சந்தை மற்றும் உற்பத்திக்கு பொறுப்பான மேலாளர்.
2. மண்பாண்டம் மற்றும் மரத்திற்கு பொறுப்பான மேலாளர்.
3. வெளியீடு மற்றும் விஞ்ஞானத்திற்கு பொறுப்பான மேலாளர்.
4. எடை மற்றும் அளவிற்கு பொறுப்பான மேலாளர்.

5. கப்பல் மற்றும் துறைமுகத்திற்கு பொறுப்பான மேலாளர்.

6. வரி விதிப்பிற்கு பொறுப்பான மேலாளர்.

7. இழை மற்றும் நூலிற்கு பொறுப்பான மேலாளர்.

8. விவசாயத்திற்கு பொறுப்பான மேலாளர்.

9. சுங்க வரிக்கு பொறுப்பான மேலாளர்.

10. இறைச்சிக்கு பொறுப்பான மேலாளர்.

11. விபச்சார விடுதிக்கு பொறுப்பான மேலாளர்.

12. படகிற்கு பொறுப்பான மேலாளர்.

13. கால்நடை பராமரிப்பிற்கு பொறுப்பான மேலாளர்.

14. குதிரைகளுக்கு பொறுப்பான மேலாளர்.

15. யானைகளுக்கு பொறுப்பான மேலாளர்.

16. இராணுவ தலைவர்.

17. நிதி துறை தலைவர்.

18. மேய்ச்சல் நிலம் மற்றும் புல்வெளிக்கு பொறுப்பான மேலாளர்.

❖❖❖

3

மூன்றாம் வகை நேர்மை

நியதிகளும் மற்றும் நிபந்தனைகளும்

எல்லா வேலைகளும் தொழிலும் நல்லொழுக்கம், தொழில், நடத்தை மற்றும் கொள்கைகளை பொறுத்திருக்கும். தொழில் நல்லொழுக்கத்தை விட சிறந்தது, நடத்தை தொழிலை விட சிறந்தது, மற்றும் கொள்கைகள் நடத்தையை விட சிறந்தது. நல்லொழுக்கத்தில் எப்போது உண்மையின் உறுதி, தொழிலில் ஆதாரம், சமூகத்தில் நடத்தை, மற்றும் ஆட்சி செய்பவர்களுக்கு கொள்கை இருக்க வேண்டும். நடத்தைக்கு எதிராக கிளர்ச்சி இருக்கும் போதெல்லாம், சட்டவியல், பிரபலமான பாரம்பரியம் மற்றும் சட்டத்தை தான் நம்ப வேண்டும்.

நியதிகள், நிபந்தனைகள், தொழில் மற்றும் விவாதங்களை வடிவமைப்பது, பின்வரும் இடங்களில் மூன்று நீதிபதிகளால் தான் தீர்மானிக்கப்படும்:

1. இரண்டு இராஜ்ஜியங்கள் அல்லது கிராமங்களின் எல்லையில் - உதா, ஜனத்தொகை அதிகம் உள்ள பகுதி.
2. கிராமங்களின் சேர்க்கை அல்லது மையத்தில்.
3. 400 கிராமங்களுக்கு மத்தியில்.
4. 800 கிராமங்களுக்கு மத்தியில் அல்லது உள்ளூர் தனி அரசாங்கத்தில். நியதிகள் மற்றும் நிபந்தனைகள், விதிமுறைகள் மற்றும் ஒழுங்குமுறைக்கு எதிராக சென்றால்

அது அரசமுறையற்றது என்று கருதப்பட்டு, தண்டனை வழங்கப்படும்.

1. அவை இரகசியமாக, ஒரு வீட்டினுள், இரவில், காட்டில், தந்திரமான முறையில் அல்லது தனியாக இருக்கும் போது நடப்பது.
2. ஒழுங்குமுறையை எதிர்த்து செல்பவருக்கு கடுமையான தண்டனை வழங்கப்பட வேண்டும்.
3. யாராவது இந்த ஒழுங்குமுறையை கேட்டிருந்தால், பிறகு அது ஒழுங்குமுறைக்கு எதிரானது என்று ஏற்றுக்கொள்ள முடியாது.
4. முக்காடு போட்ட பெண்கள், நோயாளிகளின் சொத்துரிமை, சொத்து, அறக்கட்டளை-பணம், மற்றும் திருமணத்திற்கு முந்தைய ஒப்பந்தங்களால் அளிக்கப்பட்ட நியதிகளும், நிபந்தனைகளும் உத்தரவாதம் உள்ளவையாக கருதப்பட வேண்டும்.
5. காட்டில் வசிப்பவர்கள், காட்டு வேலை செய்வது சட்டரீதியானதாக கருதப்படலாம்.
6. இரகசிய வாழ்க்கை வாழ்பவர்களின் வேலை சட்டரீதியானதாக கருதப்படலாம்.
7. பரஸ்பர ஒப்புதலால ஏற்படும் ஒப்பந்தங்கள், சட்டரீதியானதாக கருதப்படலாம்.

8. கோபமானவர், சோகமானவர், போதையில் உள்ளவர்கள், மற்றும் மனநிலை சரியில்லாதவர்களின் ஒப்பந்தங்கள் சட்டரீதியானதாக கருதப்பட மாட்டாது.

இந்த அத்தியாயத்தில் சட்டரீதியான திருமணம் மற்றும் சொத்துரிமை பற்றிய விவரமான விளக்கம் உள்ளது. வாஸ்து சாஸ்திரத்தின் அடிப்படையில் வீடு கட்டும் முறைகளின் விவரமும் உள்ளது. இதில் சொத்துகள் விற்பது மற்றும் வாங்குவது பற்றிய விளக்கம் உள்ளது. நிதி வசூலிப்பு, கடன் மற்றும் வட்டி பற்றிய விதிமுறைகள், மற்றும் உழைப்பு மற்றும் தொழிலாளர்களின் பிரச்சனை பற்றி தொழிலாளர் விதிமுறையுடன் அளிக்கப்பட்டுள்ளது. இவை மீறப்பட்டால் அவற்றிற்கான தண்டனை பற்றிய விளக்கமும் உள்ளது.

வாங்குவது-விற்பது, துருமணம் மற்றும் வீரதீரம் போன்றவற்றின் தண்டனை:

1. விற்பனை செய்பவர், ஒப்பந்தம் செய்த பின் விற்க மறுத்தால் அவருக்கு 12 பணம் அபராதம் விதிக்கப்படும்.
2. முன்கூட்டியே வசூல் செய்த பணம் ஒரு நாளில் திருப்பி கொடுக்கப்படலாம்.
3. குறுகிய ஆயுட்காலம் உள்ளவற்றிற்கான முன்பணம், அது மற்றொருவருக்கு மறுவிற்பனை செய்யப்பட மாட்டாது என்ற நிபந்தனையுடன் அளிக்கப்படலாம். இதை மீறுபவர்களுக்கு 24 பணம் அபராதம் விதிக்கப்படும்.
4. ஒரு பெண் தனது குற்றங்களை மறைத்து திருமணம் செய்துக்கொண்டால், அதற்கு 56 பணம் அபராதம் விதிக்கப்படும்.
5. ஒரு ஆணின் குற்றங்கள் மறைக்கப்பட்டு திருமணம் செய்யப்பட்டால், இரண்டு மடங்கு, பணம் அபராதம் விதிக்கப்படும்.
6. ஒருவர் தண்டனை, பழி, நோய்க்கு பயந்து தானம் செய்தால், அவருக்கு திருட்டிற்கு அளிக்கப்படும் தண்டனை வழங்கப்படும்.
7. ஒரு ஆண் மற்றும் பெண்ணிற்கு இடையில் உறவு வளர்ப்பவர்கள், சட்ட ரீதியாக திருமணமானவர்களை பிரிப்பவர்களுக்கு 500 அல்லது 1000 பணம் அபராதம் விதிக்கப்படும்.
8. ஒருவர் அறிவித்த பின் ஒரு இடத்தை கொள்ளையடிப்பவருக்கு இரண்டு மடங்கு அபராதம் விதிக்கப்படும்.

வாய்மொழி தாக்கல்

வேற்றுமை மற்றும் தண்டனை

வசை, அவதூறு, மிரட்டல் இவை எல்லாம் வாய்மொழி தாக்கலாகும். இக்காலத்தில் இவற்றிற்கு தண்டனை இல்லை. ஆதலால், நாம் இந்த குற்றங்களை பொறுத்துக்கொண்டு வாழ வேண்டும். இக்காலத்தில், கெட்ட வார்த்தைகள் பொது அரங்குகளில் கூட பயன்படுத்தப்படுகின்றன, ஷு, செருப்பு, நாற்காலிகள் வீசப்படுகின்றன. ஆயினும், இவற்றிற்கு தண்டனை இல்லை. இதன் விளைவாக சமூகம் முழுவதும் ஒழுக்கம் கெட்டு போய்விட்டது. மக்களை தொடுவது அல்லது அடிப்பது இந்த வகையில் வரும். அவற்றில் ஐந்து வித்தியாசங்கள் உள்ளன.

1. உடல்: உடலின் ஏதாவது பாகத்தை பற்றி கீழ்தரமான வார்த்தைகள் பயன்படுத்தப்பட்டால், மூன்று பணமும், யாராவது அவதூறாக பேசினால் ஆறு பணமும் அபராதம் விதிக்கப்படும். கேலியாக பேசுபவர்கள் 12 பணம் அபராதம் கட்ட வேண்டும்.

2. **இயற்கை:** ஒருவரை ஒரு சாதியின் பெயரால் வாய்மொழியாக தாக்கினால், மற்றும் இருவரும் ஒரே சாதியாக இருப்பின், அப்போது அந்த பிராமணர் மூன்று, ஆறு, பன்னிரண்டு பணம் அபராதம் செலுத்த வேண்டும். அவர் வேறு சாதியினரை வாய்மொழியாக தாக்கினால் இரண்டு அல்லது நான்கு பணம் அபராதம் செலுத்த வேண்டும்.

3. **கேட்பது:** வாய்மொழியாக தாக்கினாலும், ஒருவருக்கு அதே தண்டனை அளிக்கப்பட வேண்டும்.

4. **வேலை:** ஒருவரின் பிழைப்பை தாக்கினாலும் அதே தண்டனை அளிக்கப்பட வேண்டும்.

5. **நாடு:** இரண்டு நாடுகளை சேர்ந்தவர்கள் வாய்மொழியாக தாக்கினாலும், அதே தண்டனை அளிக்கப்பட வேண்டும்.

ஒருவர் தனது நாடு அல்லது சமயம், சமூகம் அல்லது அவரது சாதியை சபித்தால் அவருக்கு முதல் தர தண்டனை அளிக்கப்பட வேண்டும்.

சூதாட்டம் அல்லது சூதாட்டத்தை நடத்துவது குற்றமாக கருதப்படவில்லை. ஆனால், அதற்கு ஒரு தலைவர் இருப்பார் மற்றும் அவரது இடத்தில் தான் இது நடக்க வேண்டும். இதை சார்ந்த பல குற்றங்கள் இருந்தன அவற்றை பற்றி சாணக்கியர் விவரமான விளக்கத்தை 'த்யுத் சமஹ்வே' அத்தியாயத்தில் அளித்துள்ளார்.

இன்று சட்ட மீறல்கள் அதிக அளவில் உள்ளன. ஏனென்றால், தண்டனை அளிக்கும் முறைகளும் இல்லை, அதை உடனடியாக நிறைவேற்றுவதும் இல்லை. ஆதலால், புத்தகங்களில், இதழ்களில், குறிபாணைகளில் மற்றும் மேடை பேச்சுகளில் அவதூறு இருக்கின்றது. அவதூறு செய்யப்பட்டவர் மௌனமாக கொதித்தெழுகிறார். ஆனால், அவருக்கு எதுவும் கூறவோ அல்லது செய்யவோ தைரியம் இருப்பதில்லை. பொம்மலாட்டம் கயிற்றில் ஆடுகிறது. ஒவ்வொரு நொடியும் மிரட்டும் சம்பவங்கள் நிகழ்ந்துக்கொண்டிருக்கின்றன. ஆனால், அதை யாராலும் தடுக்க முடியவில்லை. இப்போது மனிதர்களுக்கு என்ன ஆயிற்று என்று கூட புரிந்துக்கொள்ள முடியவில்லை. இப்போது என்ன அழிவு மிச்சம் இருக்கிறது காண்பதற்கு? சங்கங்கள், அரசாங்க அலுவலகம், பள்ளிக்கூடங்கள், பல்கலைக்கழகங்கள், மாநகராட்சி மற்றும் பஞ்சாயத்திற்கு கெட்ட வார்த்தை பயன்படுத்துவது, மற்றவர்களை அவதூறாக பேசுவதை உடனடியாக தண்டிப்பதற்கு அதிகாரம் அளிக்கப்பட வேண்டும். கட்டாயப்படுத்தப்பட்டாவது மனிதன் ஒழுக்கமாக்கப்பட வேண்டும்

❖❖❖

4

நான்காவது வகை சீர்த்திருத்தத்தின் சிரமம்

சாணக்கியர் பொது மக்களை கைவினைஞர், விவசாயிகள் மற்றும் அதிகாரிகளிடமிருந்து பாதுகாப்பதற்கு, தடைகளை மீட்பதை பற்றி ஒரு அத்தியாயம் எழுதியிருக்கிறார். இந்த அத்தியாயத்தில் அவர் இவர்கள் பல அதிகாரங்களை வைத்துக்கொண்டு பொது மக்களுக்கு தொல்லை அளிப்பதை பற்றி விவரமாக விளக்கியிருக்கிறார். அவர் இப்படிப்பட்ட செயல்களுக்கான தண்டனையையும் தீர்மானித்திருக்கிறார். இன்று பொது மக்களை பற்றி கவலைப்படுவதற்கு அல்லது கேள்விகள் கேட்பதற்கு யாருக்கு நேரமிருக்கிறது? தேசியமயமாக்கப்பட்ட மற்றும் தனியார் வங்கிகள் மக்களை கொள்ளை அடிக்கின்றன. விவசாயிகளும், அரசாங்க ஊழியர்களும் வங்கியிலிருந்து பணத்தை எடுத்துக்கொண்டு வெளியில் வந்தவுடன் கொள்ளையடிக்கப்படுகின்றனர். சந்தையில் போலி மருந்துகள் அதிகப்படியாக விற்கப்படுகின்ரன. எல்லோரும் அச்சத்துடன் வாழ வேண்டியிருக்கிறது மற்றும் வண்டிச்சக்கரங்களில் சிக்கி இறக்க வேண்டியுள்ளது. ஓட்டுனர்கள் அவர்களுக்கு கிடைக்கும் தண்டனையை ஏதோ பட்டம் போல் நினைத்துக் கொள்கின்றனர். போர்க்காலத்தில் கூட இந்த அளவிற்கு உயிர் இழப்பை பற்றி கேள்விப்பட்டதில்லை. எதிர்காலத்தில் பல பேராபத்துகள் ஏற்பட்டு அதனால் ஐந்து கோடி மக்கள் பாதிக்கப்படுவார்கள் என்று மக்கள் குறிசொல்லுகின்றனர். எல்லோரும் சொத்து சேர்ப்பதில் இருக்கின்றனர். யாருக்கும் அடுத்தவர்களை பார்க்க நேரமில்லை. இன்று ஒரு முன்னேறிய சமூகம், ஆட்சி அல்லது கொள்கையை காண முடியவில்லை. அதிகாரபூர்வமாக நிரூபிக்கப்படவில்லை என்றாலும், இன்று வயதானவர்களை விட இளைஞர்களின் இற ப்பு விகிதம் ஐந்து மடங்கு அதிகமாக உள்ளது.

இந்த தொகுப்பில் பின்வரும் அத்தியாயங்கள் எழுதப்பட்டிருப்பதை காணும் போது, சாணக்கியர் அவரது வயதில் அந்த காலத்திலேயே நவீனகால நடப்புகளை யூகித்திருக்கிறார் என்பது புரிகிறது.

1. பொது மக்களை கைவினைஞர்களிடமிருந்து பாதுகாப்பது.
2. பொது மக்களை வியாபாரிகளிடமிருந்து பாதுகாப்பது.
3. பொது மக்களை தெய்வீக அழிவிலிருந்து பாதுகாப்பது.
4. பொது மக்களை இரகசிய திட்டங்களிலிருந்து பாதுகாப்பது.
5. தீயவற்றை அழிப்பது.
6. யாரையெல்லாம் சந்தேகிப்பது என்ற அறிவாற்றல்.
7. மரணம் மற்றும் கொலையை அடையாளம் காண்பது.
8. பரிசோதனை மற்றும் துன்புறுத்தல்.
9. அரசாங்க துறை மற்றும் தண்டனையை கண்காணித்தல்.
10. பகுதி கொலை மற்றும் தண்டனை.

11. முழுமையான கொலை மற்றும் தண்டனை காட்சி.

12. கன்னிப் பெண்ணுடன் உறவு வைத்துக்கொள்வதற்கு தண்டனை.

13. தீவிரமானவற்றிற்கு தண்டனை.

14. கற்பழிப்பவர்களுக்கு தண்டனை.

❖❖❖

5

ஐந்தாம் வகை – ஒழுக்கத்தின் திட்டம்

கருவூலத்திலுள்ள அதிகபடியான செல்வம்

கருவூலத்தை அதிகரிப்பதற்கு ஒரு அரசர் வரி விதிக்கலாம், ஆனால், சாணக்கியர் அதிலும் கட்டுப்பாடு செய்தார். அவர் எல்லை பகுதி, காடு, மற்றும் பாலைவனத்திலிருந்து அதிக வரியை தவிர்த்தார். அவர் சில இடங்களில் 20%, சில இடங்களில் 10%, மற்றும் சில இடங்களில் 5% வரி விதிக்க வேண்டும் என்று கூறினார். அவர் தொழிலதிபர்கள் தாசிகள் மற்றும் விலங்குகளை பேணுபவர்களுக்கு வரி விதிக்க வேண்டும் என்று கூறினார். இந்த தொகையில் தேவைகள் பூர்த்தியாகவில்லை என்றால், அப்போது வளமான குடிமக்கள் தானாகவே முன் வந்து நன்கொடை அளிக்க வேண்டும் என்றார். கடவுளுக்கு அளிப்பதில் கருவூலம் நிரம்பலாம்.

இவை ஒரு விவசாயிக்கு சாத்தியம் இல்லை, சரியானதும் இல்லை. அவர் தனது கருவூலத்தை கடும் உழைப்பு மற்றும் திறமையால் தான் நிரப்ப முடியும். இன்று தொழில் செய்வதற்கு வங்கியிலிருந்து கடன் வாங்குவது வழக்கமாக உள்ளது. ஆனால், இதிலுள்ள பெரும் அபாயம் என்னவென்றால், மனிதன் தனது உள்ளம், உடல், மனித சக்தியை பயன்படுத்தி தொழில் செய்தாலும், அவன் சம்பாதித்ததில் பெரும் பகுதியை வங்கியில் வாங்கிய கடனுக்கு வட்டி கட்ட செலவு செய்ய வேண்டும். அசல் அப்படியே இருக்கும், குறையாது.

ஒரு தொழிலதிபரின் கருவூலம் சந்தை கட்டுப்பாட்டால் நிரம்பும். அது விலைப் பொருளின் தரம் நன்றாக இருந்து அது பரவலாக ஏற்றுக்கொள்ளப்படும் போது அதிகரிக்கும். விலைப் பொருள் அதிக அளவில் விற்பனையாகும் போது வருமானம் தானாகவே அதிகரிக்கும். ஒரு விவசாயி இந்த குறிப்பிட்ட முறைகளை பின்பற்றி கருவூலத்தை நிரப்ப வேண்டும். ஆர் மக்களுக்கு பயன்படும் பொருட்களை தான் உற்பத்தி செய்ய வேண்டும். அப்போது மக்கள் அதை விரும்புவார்கள் மற்றும் தேவையும் வினியோகமும் சமமாக இருந்து வருமானம் அதிகரிக்கும்.

இது விற்பனை மற்றும் வினியோகமாக மட்டும் இருந்தால் அதற்கு ஏற்றபடி கிடங்கு நிரப்பி மற்றும் காலி செய்யப்பட வேண்டும். கிடங்கு எப்போதுமே முழுமையாக நிரப்பப்பட்டு அல்லது முற்றிலும் காலியாக இருக்க கூடாது என்பதை மனதில் கொள்ள வேண்டும். அதற்கு பதிலாக அது தேவைக்கேற்றபடி நிரப்பி அல்லது காலி செய்யப்பட வேண்டும். அப்போது தான் இலாபத்தை அறிந்து கருவூலத்தை நிரப்ப முடியும்.

அழிவை ஏற்படுத்தும் தொழிலாளர்கள்

ஒரு நிறுவனத்தில் தொழிலாளர்களை வேலையில் அமர்த்தி, சம்பளம் மற்றும் உணவு அளிக்கப்பட்டவர்கள், அதன் அழிவை திட்டமிட்டால் அவர்கள் உடனடியாக அகற்றப்பட வேண்டும். இதற்கு இரண்டு பேருக்கு இடையில் சண்டை ஏற்படுத்துவது தான் சுலபமான வழியாகும். இப்படிப்பட்ட சம்பவம் நிவாகம் அல்லது பெரிய நிறுவனங்களில் நடந்தால் அதை தீர்ப்பதற்கு நிறைய

வழிகள் இருக்கின்றன. இந்த வேலை யாருடைய உதவியுடனும் செய்யப்படலாம்.

தொழிலாளர் நலம்

தொழிலாளர்களின் நலனுக்காக அவர்களுக்கு நல்ல சம்பளம் அளிக்கப்பட வேண்டும். அதனால் அவர்கள் பணத் தேவைக்காக வேலையில் ஆர்வம் இழக்காமல் இருப்பார்கள். ஆதலால், சாணக்கியர் அரச மாளிகை மற்றும் மற்ற இடங்களில் வேலை செய்பவர்களின் சம்பளத்தை நிர்ணயித்தார். ஆனால், அவர் அரசர், இராஜ்ஜியம், முதலாளி, மற்றும் நிறுவனத்தின் சக்தியை பொறுத்து சம்பளம் அளிக்கப்படும் என்ற கட்டுப்பாட்டை விதித்தார். செலவு வருமானத்தை மீறக்கூடாது மற்றும் அதிக சம்பளம் அளிப்பதால் நிறுவனம் நஷ்டப்படக்கூடாது. , அனாவசிய செலவை ஏற்படுத்தும் எதுவும் செய்யப்படக்கூடாது.

1. ஒரு துறவி, குரு, மந்திரி, மதகுரு, தளபதி, ராணியின் தாய், மற்றும் ராணிக்கு ஓர் ஆண்டிற்கு 48000 பணம் சம்பளமாக அளிக்கப்பட வேண்டும்.
2. காவலாளிகள், உள் அரண்மனை பாதுகப்பு காவலர், ஆயுத கிடங்கு காவலாளி, வரி வசூலிப்பவர், கிடங்கு தலைவருக்கு மேற்கூறியதற்கு பாதி, உதா, ஓர் ஆண்டிற்கு 24000 பணம் அளிக்கப்பட வேண்டும்.
3. தெளிவான வாரிசின் சகோதரர், தலைவர், நகர காவல்துறை அதிகாரி, தொழில் நிறுவனத்தின் தலைவர், மற்றும் சபையில் உள்ள மந்திரிகளுக்கு மேற்கூறியதற்கு பாதி, உதா, ஓர் ஆண்டிற்கு 12000 பணம் அளிக்கப்பட வேண்டும்.
4. படைத் தலைவர் அல்லது பொறியாளர், மற்றும் தலைவர், இரண்டாம் வகையில் வருவோருக்கு ஓர் ஆண்டிற்கு 8000 பணம் அளிக்கப்பட வேண்டும்.
5. பல்வேறு படையின் கட்டளை அதிகாரிக்கு ஓர் ஆண்டிற்கு 4000 பணம் அளிக்கப்பட வேண்டும்.
6. ஆசிரியர் மற்றும் கால்நடை பராமரிப்பவருக்கு ஓர் ஆண்டிற்கு 2000 பணம் அளிக்கப்பட வேண்டும்.
7. ஜோதிடர்கள், நூலாசிரியர், கவி, மதகுருவின் உதவியாளர், மற்றும் அதற்கு சமமானவர்களுக்கு ஓர் ஆண்டிற்கு 1000 பணம் அளிக்கப்பட வேண்டும்.
8. ஓவியர், விளையாட்டு வீரர், புலவர், எழுத்தாசிரியர், எழுத்தர் போன்றவர்களுக்கு ஓர் ஆண்டிற்கு 500 பணம் அளிக்கப்பட வேண்டும்.
9. நடிகர், நாட்டிய கலைஞர், இசை கலைஞருக்கு 250 பணம் போன்றவர்களுக்கு அளிக்கப்பட வேண்டும்.

இப்படியாக சம்பள விகிதம் குறையும். உதாரணத்திற்கு, ஒருவர் இளவரசராக இருந்தாலும், அவரது நிலை அல்லது பதவிக்கு அவருக்கு பாதி சம்பளம் தான் கிடைக்கும். இது ஒரு நல்ல விஞ் ஞான திட்ட சிந்தனை.

இப்படியாக சம்பளம் 48, 24, 12, 8, 4, 2, 1, 1/2, 1/4, 1/8 ஆகும்.

ஆனால் இன்று ஒரே வேலையில் இருப்பவர்களுக்கு வித்தியாசமான சம்பள விகிதம் அளிக்கப்படுகிறது. அதனால், பல்வேறு வேலை செய்பவர்களை பற்றி என்ன கூறுவது?

தொழிலாளர் சங்கத்தின் விவரங்கள்

1. பொது விஷயங்களில் தேர்ச்சி பெற்ற ஒருவர், ஒரு நல்ல இனத்தை சேர்ந்த, வல்லமை மற்றும்

திறமையான ஒரு நிறுவன அதிகாரிக்கு வேலை செய்ய வேண்டும். தகுதி இல்லாத ஒருவரின் கடந்த காலம் நல்லபடியாக இருந்தாலும், அவரது எதிர்காலம் நன்றாக இருக்காது.

2. ஏதாவது ஒப்பந்தம் செய்யப்பட வேண்டுமானால், அது சட்டபூர்வமாகவும், நெறிமுறையுடனும் செய்யப்பட வேண்டும்.
3. ஒரு நிறுவனத்தின் தலைவர் உத்தரவிடுவதை மட்டும் செய்ய வேண்டும்.
4. வேலை செய்யும் போது தலைவரின் அருகில் உட்காரக் கூடாது. அவரிடம் மிகவும் நெருக்கமாக அல்லது தொலைவாக இருக்க கூடாது.
5. எப்போதும் ஏளனமாக, கீழ்தரமாக அல்லது தவறாக பேசக்கூடாது.
6. எப்போதும் உங்கள் முறை இல்லாத போது அல்லது உரக்க பேசக்கூடாது.
7. எப்போதும் பேசும்போது தொண்டையை கனைப்பதோ அல்லது ஏப்பம் விடுவதோ கூடாது.
8. எப்போதும் தலைவரின் அனுமதி இல்லாமல் அவருக்கு எதிரில் மற்றவருடன் பேசக்கூடாது.
9. எந்த சந்தர்ப்பத்திலும் ஆம் அல்லது இல்லை என்று கூறக்கூடாது.
10. எப்போதும் தலைவரின் இடத்தை அல்லது அவரை போல் செயல்படுவதோ கூடாது.
11. தலைவர் அணிந்திருப்பதை போன்ற அணிகலன்களை அணியக்கூடாது.
12. ஒரு கண்ணை மூடிக்கொண்டு, உதட்டை அழுத்திக்கொண்டு அல்லது ஒரு புருவத்தை தூக்கிக்கொண்டு பேசக்கூடாது.
13. தலைவர் பேசிக்கொண்டிருக்கும் போது குறுக்கில் பேசக்கூடாது.
14. தலைவரின் உறவினருடன் சண்டை போடக்கூடாது.
15. ஒரு அலுவலகத்தில் உள்ள பெண்கள், எதிர்ப்பவர்கள் அல்லது எதிரியுடன் உறவு வைத்துக்கொள்ளக் கூடாது.
16. ஒரே விஷயத்தை மீண்டும், மீண்டும் பேசக்கூடாது.
17. ஒரே வார்த்தையை கிளிப்பிள்ளை போல் உச்சரித்துக்கொண்டு இருக்க கூடாது.
18. முக்கியமான விஷயங்களை உடனடியாக தலைவருக்கு தெரிவிக்க வேண்டும்.
19. ஒரு விஷயம் உங்களுக்கு சாதகமாக இருக்க போகிறதென்றால், அதை தலைவரை சுற்றி உள்ளவர்களிடம் கூறலாம், தலைவரிடம் அல்ல.
20. அடுத்தவர் நலனை பற்றியதாக இருந்தால் அதை நேரில் தெரிவிக்க வேண்டும்.
21. எப்போதும் முக்கியமான விஷயத்தை சரியான நேரத்தில் அல்லது தேவைப்படும் போது தெரிவிக்க வேண்டும்.
22. நல்ல விஷயம் தெரிவிக்கப்பட வேண்டும்.
23. கெட்ட விஷயத்தை நீங்கள் கூறாமல், அதை மற்றவர்கள் மூலம் தெரிவிக்க வேண்டும்.
24. கேட்கும் போது உண்மையை மட்டும் கூற வேண்டும்.
25. பதில் கூறுவதற்கு பயமாக இருந்தால் மௌனமாக இருக்க வேண்டும்.
26. தலைவர் சிரிக்கும் போது சிரிக்கலாம். ஆனால், உரக்க சிரிக்க கூடாது.
27. அச்சம் தரும் செய்தியை மற்றவர் மூலம் தெரிவிக்க வேண்டும்.
28. ஒரு வேலைக்கு நீங்கள் பொறுப்பாக இருந்தால், அதன் பலனை நீங்கள் அமைதியாக ஏற்றுக்கொள்ள வேண்டும்.
29. எப்போதும் சொந்த பாதுகாப்பை பற்றி கவலைபட்டு விட்டு, பிறகு அடுத்தவரின் பாதுகாப்பு பற்றி கவலைப்பட வேண்டும்.
30. ஒரு தலைவர் அவரது மனநிலையை பொறுத்து உங்களுக்கு அழிக்கலாம் அல்லது எல்லாவற்றையும் கொடுக்கலாம்.

31. எப்போதும் கனவமாகவும், ஜாக்கிறதையாகவும் இருக்க வேண்டும்.

ஒரு நிறுவனத்தின் விதிமுறைகள்:

1. செலவுகளை கழித்த பின் மீதமிருக்கும் இலாபத்தை பற்றி பணியாளர்கள் முதலாளிக்கு தெரிவிக்க வேண்டும்.

2. ஒரு பணியாளர் வெளியில் மற்றும் உள்ளுக்குள் நிகழும் உண்மையான சம்பவங்களை பற்றி முதலாளிக்கு தெரிவிக்க வேண்டும்.

3. ஒரு முதலாளி நெறிமுறையற்றதை பின்பற்றினால், பணியாளர்கள் அவரை கவர்ந்து, புகழ்ந்து பேசி அவரை நன்நெறியை பின்பற்றும்படி செய்ய வேண்டும்.

4. பணியாளர் ஆபத்தை சந்திக்க நேர்ந்தாலும், தெரிந்த அல்லது தெரியாத ஆபத்துகளிலிருந்து முதலாளி பாதுகாக்கப்பட வேண்டும்.

5. ஒரு முதலாளியின் சந்தோஷம் மற்றும் கோபத்திற்கான காரணம் தெரிந்த பின், அவரை எப்போது நல்ல மனநிலையில் வைத்திருக்க வேண்டும்.

பலவீனமான மற்றும் முட்டாள் முதலாளியைவிட்டு விடுவது:

1. ஒரு முட்டாள் முதலாளிக்கு சேவை செய்வதை நிறுத்த வேண்டும்.

2. இதே போல், பத்து தகுதி வாய்ந்த மந்திரிகள் ஒரு முட்டாள் மற்றும் பலவீனமான அரசரை விட்டு விட்டனர். இந்த உதாரணம் சாணக்கியரால் அளிக்கப்பட்டது. அவர் இதை பற்றிய விவரமான விளக்கம் அளித்திருக்கிறார்.

3. ஆழமான கிணற்றிலிருந்து தண்ணீர் இரைக்க வேண்டியவர், ஆழமில்லாத கிணற்றிலிருந்து தண்ணீர் இரைப்பதாக அரசர் கூறியதால், மந்திரிகள் பதவியை ராஜினாமா செய்தனர்.

4. பாரத்வாஜ கோத்திரத்தை சேர்ந்த மந்திரி கர்நிக், கொக்கு இடது பக்கமாக பறந்து சென்றது என்று கேள்விப்பட்டதும் அரசரை விட்டு சென்றுவிட்டார்.

5. ஆச்சார்யா தீர்க்கநாராயண் அரசரின் கையில் ஒரு புல்லை கண்டதும் அரசரின் ஆதரவை விட்டுச்சென்றுவிட்டார்.

6. ஆச்சார்யா கோதமுக் துணிகள் சில்லென்று இருப்பதை கேள்விப்பட்டதும் அரசரை விட்டு சென்றுவிட்டார்.

7. ஆச்சார்யா கின்ஜாக் ஒரு யானையின் மேல் தண்ணீர் தெளிக்கப்படுவதை கண்டதும் அரசரை விட்டு சென்றுவிட்டார்.

8. ரத குதிரைகளை பாராட்டுவதை கேட்ட பிஷுண் அரசரின் ஆதரவை விட்டு சென்றுவிட்டார்.

9. ஆச்சார்யா பிஷுணின் மகன் அரசரின் நாய் குரைப்பதை கேட்டு அரசவையை விட்டு சென்றுவிட்டார்.

10. செல்வத்தையும், மரியாதையையும் அழிக்கும் முதலாளியிடம் வேலை செய்யவே கூடாது.

11. முதலாளி கோபமாக இருந்தால், ஒருவர் தனது விளக்கத்தை நண்பர் மூலமாக அனுப்பிவிட்டு, மரணமடையும் வரை பயனுள்ள வகையில் வேலை செய்ய வேண்டும்.

12. அடிக்கடி அலுவலகம் அல்லது நிறுவனத்தை மாற்றுவதின் விளைவு அது கெட்ட நடத்தையாக கொள்ளப்பட்டு அந்த நபர் நம்பத்தகாதவராக கருதப்படுவார். இக்காலத்தில் இது அடிக்கடி நடக்கிறது. ஆதலால், வேறு ஒரு நிறுவனத்திலிருந்து வருபவருக்கு இன்னொரு நிறுவனத்தின்

இரகசியத்தை காக்க வேண்டிய உயர் பதவி வழங்கப்பட மாட்டாது. புதிய பணியாட்களுக்கு நல்ல சம்பளம் அளிக்கப்படும். ஆனால், நல்ல நிலை இருக்காது. அதே வேளையில் அந்த நிறுவனத்தில் வேலை செய்யும் ஒருவருக்கு அதிக மரியாதை இருக்கும்.

ஆபத்தின் போது வேலை செய்யும் முறை

யாராலும் உலகின் அல்லது தெய்வீக சக்தியை புருந்துக்கொள்ள முடியாது. சில சமய்த்தில் ஒரு முதலாளி கடத்தப்பட்டு அல்லது மரணமடையும் போது தகுதியான வாரிசு தயாராகாத சந்தர்ப்பம் ஏற்படும். அப்போது பல கிளைகள் உள்ள ஒரு நிறுவனத்தை நடத்துவது சிரமமாக இருக்கும். சில தந்திரமான திட்டத்தால் இது நிகழ்ந்தால், அப்போது சபையிலுள்ள மந்திரிகளை கூட்டத்திற்கு அழைப்பது, ஆபத்தை அழைப்பது போலாகும்.

இதற்கு இரண்டு வழிகள் உள்ளன, ஒன்று ஆபத்தை மறைக்க வேண்டும் அல்லது வெளிப்படுத்த வேண்டும். ஒருவர் ஒரு நாள் சிந்தித்த பிறகு ஏதாவது ஒரு வழியை முடிவு செய்ய வேண்டும். ஆபத்தில் உள்ளவர்கள் இதை சுலபமாக ஏற்றுக்கொள்ள மாட்டார்கள் மற்றும் ஆபத்தை பற்றிய தகவல் அவர்களுக்கு அளிக்கப்பட வேண்டும். மரணத்தை புகழ முடியாது ஏனென்றால், அவர்கள் அந்த வலையில் விழுவதற்கு அஞ்சுவார்கள். திட்டத்தை தீட்டுபவர் இரகசியமாக இருக்க விரும்புவார். ஏனென்றால், அவர் வெளிப்பட்டால், எல்லா பக்கங்களிலிருந்தும் அவர் தாக்கப்படும் அச்சம் அவருக்கு இருக்கும்.

சாணக்கியர் இங்கு பயன்படுத்துவதற்கு பல்வேறு தந்திரங்களை விவரித்துள்ளார். ஆனால், இதில் முக்கியமான விஷயம் என்னவென்றால், வாரிசு தேர்ந்தெடுக்கப்பட்டு அவர் பொறுப்புகளை ஏற்றுக்கொள்ளும் வரை இவை நல்லவிதமாகவும், வெற்றிகரமாகவும் நிர்வகிக்கப்பட வேண்டும். ஒரு இளவரசர் அல்லது முதலில் பிறந்தவருக்கு இந்த பதவி அளிக்கப்பட்டால், அவரிடம் மெதுவாக பிரச்சனையை தெரிவித்து பழித்தீர்க்கும்படி கூற வேண்டும். இப்படிப்பட்ட சூழ்நிலை எழுந்தால், தயவுசெய்து ஆபத்பிரதீகார் பிரகரனை பார்க்கவும். எதை செய்ய வேண்டுமானாலும், சிரமமான நேரத்தில் தான் செய்ய வேண்டும். ஏனென்றால், சக்தி மற்றும் எதிர்த்தெழுவது கஷ்டக்காலத்தில் தான் வெளிப்படும். காலம் கடந்த பின் என்ன பயன்?

சாணக்கியர் எழுதினார்:

कालः च सकृदभ्येति यं नरं काल-कांक्षिणम्।
दुर्लभः स पुनः तस्य कालः कर्म चिकीर्षतः।

நீண்டகாலம் காத்திருந்த தருணம் ஒரு முறைதான் வரும். ஒருமுறை அது தொலைந்தால், அது நிரந்தரமாக தொலைந்துவிடும், திரும்ப வராது. பாம்பு தப்பித்த பின் தரையில் அடித்து பயனில்லை. பாம்பு அருகில் இருக்கும் போது கொல்லப்பட வேண்டும்.

ஒரு வாரிசை தயார் செய்வது

ஒரு சரியான வாரிசை தயார்படுத்துவதற்கு சரியான நேரம் அது. ஒரு இளம் மகன் அல்லது கர்ப்பிணி மனைவிக்கு முக்கியத்துவம் கொடுக்க வேண்டும். மற்றவர்களுக்கு மற்ற பதவிகள். சாதாரண பணியாட்களுக்கும், உயர் பதவியிலிருப்பவர்களுக்கும் சம்பளம் அதிகரிக்கப்பட வேண்டும். அப்போது தான் அவர்கள திருப்தியடைவார்கள்.

வாரிசு அபரிமிதமாக படித்திருக்க வேண்டும். அவருக்கு கல்வி, நல்லொழுக்கம், சட்டம், அரசியல், சமூகவியல், மற்றும் நற்பண்புகள் போன்ற சிறந்த பண்புகளில் அறிவாற்றல் இருக்க வேண்டும். அவர் அதிகாரம் பெற்றபின் தான் சூழ்நிலையை பற்றி அவருக்கு தெரிவிக்க வேண்டும். அவருக்கு செல்வம், மதிப்பு, முந்தைய தீர்மானம் எல்லாவற்றையும் பற்றி தெரிவிக்க வேண்டும்.

இவை எல்லாவற்றிற்கு பிறகும் அவருக்கு சிறிது காலம் நல்லொழுக்கம் மற்றும் தத்துவம் பற்றி ஆலோசனையளிக்கப்பட வேண்டும்.

❖❖❖

6

ஆறாம் வகை கோளத்தின் பிறப்பு

ஏழு வகை

ஏழு வகையான மனிதர்களின் ஏழு வகையான பண்புகள் கீழே கொடுக்கப்பட்டுள்ளது. அவர்களை பற்றி தெரியாமல், அவர்களுடன் உறவு வைத்துக்கொள்ளாமல், அவர்களை சந்தோஷமாக வைத்துக்கொள்ளாமல், அல்லது அவர்களுக்கு பயனளிக்காமல் இருந்தால் அவர்களை ஆட்சி செய்வது சாத்தியமில்லை. ஏழு வகையான மக்கள்: தலைவர், நிர்வாகி, பொது மக்கள், அலுவலகம், கருவூலம், படை அல்லது இராணுவம், அல்லது வேலையாட்கள், நண்பன், மற்றும் எதிரி. நண்பனும், எதிரியும் ஒரு பிரிவில் இருக்கலாம், ஆனால், அவர்களை பிரித்தால், எட்டு வகையாகும்.

1. **தலைவரின் பண்புகள்:** தலைவரிடம் கவர்ச்சி, அறிவு மற்றும் ஊக்கம் போன்ற பல பண்புகள் இருக்கும்.

   அவர் உயர் குலத்தை சேர்ந்தவர், தெய்வீக பண்புகள் உள்ளவர், வீரம் நிறைந்தவர், தொலைநோக்குள்ளவர், நியாயமானவர், உண்மையானவர், நன்றியுடையவர், உயர்ந்த சிந்தனையுடையவர், ஊக்கமுடையவர், விரைவாக பணிபுரிபவர், நேர்த்தியானவர், திறமையானவர், மற்றவர்களை கவரக்கூடியவர், உறுதியானவர், நல்ல பண்புகள் நிறைந்தவர், ஒரு குடும்பஸ்தர் மற்றும் இலக்கியங்களை பின்பற்றுபவர். இவை கவர்ச்சிகரமான பண்புகள் எனப்படும்.

   இலக்கியங்களை பற்றி அறிவாற்றல், இலக்கியங்களை பற்றி விவாதித்தல், புரிந்து கொள்ளுதல், நல்ல ஞாபக சக்தி, விஷயத்தில் உள்ள கடுஞ்சிக்கலை எட்டுதல், நெறிமுறையற்றதை விட்டுவிட்டு, நெறிமுறையானவற்றை ஆதரிப்பது. இவை அறிவுள்ள பண்புகள் எனப்படும்.

   வீரம், கோபம், வல்லமை, ஊக்கத்தின் பண்புகளாகும்.

   ஒரு மதிப்பிற்குரிய தலைவர் நல்ல பேச்சாளராக, துணிச்சலானவராக, தைரியத்துடன், சிறந்தவராக, தன்னடக்கத்துடன், மிகச் சிறப்பாக குதிரை சவாரி செய்பவர், இணைபவர், காப்பவர், கருணை மற்றும் கொடுமை இரண்டும் அறிந்தவர் மற்றும் அதற்கு தகுந்தபடி பழி வாங்குபவர், நற்பண்புள்ளவர், கஷ்டத்தில் உதவுபவர், உடன்பாட்டை புரிந்துக்கொள்பவர், யுத்தத்தில் வல்லுனர், முரண்பாட்டின் போது அறிவு கூர்மையுடையவர், எதிரிகளிடமிருந்து பலனடையும் தகுதியுடையவர், அதிகமாக நேசிக்கப்படுபவர், சினேகமானவர், தாராளமானவர் மற்றும் பெரியவர்களை மதிப்பவர்.

2. **நிர்வாகியின் பண்புகள்:** மந்திரி அல்லது நிர்வாகி, அல்லது நீதிபதி, அல்லது அமைச்சரவை மந்திரிகளின் பண்புகள் அவர்களது தேர்தலின் போது திறமையாக விவரிக்கப்படும்.

3. **பொது மக்கள் அல்லது ஜனத்தொகையின் பண்புகள்:** நல்ல மக்களின் பண்புகள் அவர்களது வருமானம் மற்றும் நடத்தையின் மூலம் தெரியும். எங்கு தானியம் நிறைய விளைகிறதோ அல்லது விவசாயம் திறமையாக செய்யப்படுகிறதோ, எந்த கிராமப்புறத்தில் பூத்துக்குலுங்கும் மரங்களும், கால்நடை வளமும் உள்ளதோ - இவை தான் நேர்த்தியான வாழ்க்கை வாழ்வதற்கு தேவையானவை. சொகுசு பொருட்கள் அல்ல. சாணக்கியர் சொகுசு பொருட்களை எந்த முறையிலும், வடிவிலும் வெறுத்தார். ஏனென்றால், சொகுசு யாரையும் ஆரோக்கியமாகவும், தூய்மையாகவும் வாழ விடுவதில்லை.

   பூமியின் சூழல் தூய்மையாகவும், மக்கள் ஆரோக்கியமாகவும் இருக்க வேண்டும். ஆரோக்கியமற்ற மக்கள் சரியாக வேலை செய்ய முடியாது அதனால் அவர்கள் கடனில் மூழ்கி இருப்பார்கள். மக்கள் ஏற்கனவே கடன் சுமையில் இருந்தால் இலாபம் இருக்க முடியாது. சாதாரண மற்றும் அசாதாரண பொருட்கள் இரண்டும் விற்பனை செய்யும் இடம் மற்றும் அன்பான மற்றும் தூய்மையான இதயம் உள்ளவர்கள் வாழும் இடத்தில் இலாபத்தை காணலாம்.

4. **ஒரு கோட்டை அல்லது அலுவலகத்தின் பண்புகள்:** ஒரு அலுவலகம் சாலைகள் கூடுமிடத்தில் இருக்க வேண்டும், தனிப்பட்ட இடத்தில் இருக்கக் கூடாது, மற்றும் அதிகமான மக்கள் நடமாட்டம் இருக்கும் இடத்தில் இருக்க வேண்டும்.

5. **கருவூலத்தின் பண்புகள்:** கருவூலம் என்பது நமது முப்பாட்டனார் மற்றும் நமது நியாயமான வருமானத்தை பாதுகாக்கும் இடமாகும். அது தங்கம், வெள்ளி மற்றும் இரத்தினங்கள் போன்றவை நிறைந்திருக்க வேண்டும். அதிலிருக்கும் செல்வம் குடும்பம், உறவினர்கள் மற்றும் வேலையாட்கள் கஷ்டத்தின் போது பயன்படுத்தக்கூடிய அளவு இருக்க வேண்டும். இதற்கு பெயர் தான் செல்வம்.

6. **படை, இராணுவம் அல்லது வேலையாட்களின் பண்புகள்:** பல தலைமுறைகளாக வேலை செய்யும் வேலையாட்கள் நல்லவர்கள், அவர்கள் நிரந்தரமானவர்கள் மற்றும் பணிவானவர்கள், அவர்கள் ஆர்வத்துடன் வேலை செய்வார்கள் மற்றும் அவர்களின் வேலையில் அறிவாற்றல் உள்ளவர்கள்.

7. **ஒரு நண்பரின் பண்புகள்:** நண்பன் என்பவன் நிலையானவன், பணிவானவன், பகை இல்லாதவன். அவன் ஊக்கம் போன்ற பண்புகள் நிறைந்தவன் மற்றும் தேவையான நேரத்தில் உதவி செய்பவன்.

8. **ஒரு எதிரியின் பண்புகள்:** நல்ல குலத்தை சேர்ந்தவன் அல்ல, பேராசைக்காரன், நெறிமுறையற்ற குடும்பத்திலிருந்து வருபவன், இலக்கியங்களுக்கு எதிராக நடப்பவன், ஆளுபவன், மற்றும் பயனில்லாதவன், தீய பழக்கங்களுக்கு அடிமையானவன், ஊக்கமில்லாதவர், மற்றும் முன்யோசனை இல்லாமல் பணியாற்றுபவன்.

ஆன்மீக அறிவாற்றல்:

நல்வாழ்விற்கு காரணம் நிம்மதி மற்றும் பொது நலத்திற்கு காரணம் உடற்பயிற்சி.

உடற்பயிற்சி தொழிலாளர்களை சுறுசுறுப்பாகவும், வளைந்துக் கொடுக்கும்படியும் வைக்கும். நிம்மதி கடும் உழைப்பால் பெறும் பலனின் பாதையில் உள்ள தடைகளை அழிக்கும்.

நிம்மதி மற்றும் உடற்பயிற்சிக்கு ஆறு பண்புகள் உள்ளன- உடன்பாடு, போர், போக்குவரத்து, பதவி, சம்பந்தம் மற்றும் இரட்டை உணர்வுகள் மற்றும் இவற்றிற்கு பின்வரும் மூன்று பலன்கள்

உள்ளன – முன்னேற்றம் அல்லது வளர்ச்சி, பின்னடைவு அல்லது அழிவு, மற்றும் சுமாரான நிலையில் தொடர்புகள்.

மூன்று பலன்கள்

1. முன்னேற்றம் அல்லது வளர்ச்சி.
2. பின்னடைவு அல்லது அழிவு.
3. சுமாரான நிலையில் தொடர்புகள்.

➢ இந்த மூன்று பலன்களை அடைவதற்கு இரண்டு முறைகள் இருக்கின்றன. இறப்பு மற்றும் இறப்பற்றது. நியாயமும், அநியாயமும் மனித செயல்களான போது அதிர்ஷ்டமும், துரதிரிஷ்டமும் தெய்வீக செயல்பாடாகும்.

➢ இந்த இறப்பு மற்றும் இறப்பற்ற செயல்பாடுகள், வாழ்க்கை தனது பயணத்தை செய்யும் இரண்டு சக்கரங்கள் ஆகும். அதிர்ஷ்டவசமாக ஒழுக்கமான மற்றும் ஒழுக்கமற்ற செயல்பாடுகளை செய்வதற்கு விதி என்று பெயர். இந்த செயல்பாடுகளின் பலன் நல்லபடியாக இருந்தால் நாம் அதை அதிரிஷ்டம் என்கிறோம். இந்த செயல்பாடுகளின் பலன் நல்லபடியாக இல்லை என்றால் நாம் அதை துரதிரிஷ்டம் என்கிறோம். நமது செயல்களுக்கு துரதிரிஷ்டமான பலன்கள் கிடைத்தால் நமது நிலை மிகவும் துரதிரிஷ்டமானது. இறப்பின் செயல்கள் செல்வாக்கின் சக்தியால், ஆலோசனையின் சக்தியால், மற்றும் ஊக்கத்தின் சக்தியால் நடை பெறுகிறது. பொதுநலம் மற்றும் சுகம் இதன் மூலமாக கிடைத்தால் அது அதிரிஷ்டம், அது கிடைக்கவில்லை என்றால் அது துரதிரிஷ்டம்.

➢ விதியின் செயல்களை புரிந்துக்கொள்வது சாத்தியமில்லை, மற்றும் அதை முயற்சிப்பது கூட முட்டாள்தனம்.

➢ தன்னம்பிக்கை நிறைந்து, செல்வத்துடன், மற்றும் ஒழுக்கத்தை பின்பற்றும் மனிதர் வெற்றியாளர் என்று அழைக்கப்படுவார். அவரை சுற்றி இருப்பவர்கள் எதிரிகள் என்றும், அவருக்கு பக்கத்தில் வசிப்பவர்கள் நண்பர்கள் என்றும் அழைக்கப்படுவார்கள்.

➢ தெளிவாக எதிரியின் பண்புகளை கொண்டவர்கள் பகைவர்கள் என்று அழைக்கப்படுவார்கள். ஒருவர் அடிமைத்தனமுள்ளவரை வெற்றி பெற வேண்டும். பலவீனமான எதிரியையும் வெற்றி பெற வேண்டும். மற்றவரை சார்ந்திருக்கும், ஆயினும், சக்தி வாய்ந்த அரசன் பல வழிகளில் சிரமப்படுத்தப்பட்டு செல்வம் மற்றும் பலம் குறைய வேண்டும்.

➢ ஒரு வெற்றியாளன் தனது வெற்றி பயணத்தின் போது எதிர்கொள்ள வேண்டிய ஐந்து வகையானவர்கள் - எதிரிகள், நண்பர்கள், சிநேகமான எதிரிகள், நண்பர்களின் நண்பர்கள், எதிரியின் நண்பர்கள். அவர் நான்கு வகையானவற்றை பிந்தள்ளுகிறார்

➢ அவை அழிவு, துக்கம், கெடுதல் மற்றும் சோகம். இந்த ஒன்பதுடன் உருவாகும் கோளம் அரச கோளம் எனப்படும்.

➢ வெற்றியாளரின் எல்லையில் உள்ள எதிரி மற்றும் எதிரி குலத்தின் வாரிசுகள் தான் உண்மையான எதிரிகள். கிளர்ச்சி செய்பவர் அல்லது மற்றவர்களை கிளர்ச்சி செய்ய வைப்பவர் போலியான எதிரி என்பபடுவார்.

➢ வெற்றியாளரின் எல்லைக்கு சற்று தொலைவில் இருப்பவர் இயற்கையான நண்பர். மற்றும் அவரது தந்தை வழி மற்றும் தாய்வழி உடன்பிறந்தவரின் மக்களும் இயற்கையான நண்பர்கள் ஆவார்கள். செல்வம் அல்லது பிழைப்பு பெறுவதற்காக உதவி நாடுபவர் இயற்கை இல்லாத அல்லது போலியான நண்பர்.

- சக்தி வல்லமை என்றும், சாதனைகள் சந்தோஷம் என்றும் அழைக்கப்படும்.
- மூன்று வகையான சக்திகள் உள்ளன – அறிவாற்றலின் சக்தி, செல்வத்தின் சக்தி, மற்றும் உடல் சக்தி.
- அதே போல் மூன்று வகையான சாதனைகள் உள்ளன – ஆலோசனையின் மூலம், குருவின் மூலம் மற்றும் ஊக்கத்தின் மூலமான சாதனைகள்.
- இந்த சக்திகளை கொண்ட மனிதர் உயர்ந்தவர் என்றும், இந்த சக்திகள் இல்லாதவர் சாதாரணமானவர் என்றும் அழைக்கப்படுவார்கள்.
- இந்த சக்திகளை கொண்ட மனிதர் உயர்ந்தவர் என்றும், இந்த சக்திகள் இல்லாதவர் சாதாரணமானவர் என்றும் அழைக்கப்படுவார்கள்.இந்த கோளத்தின் வட்டம் நண்பர்களால்
- ஆனது, தளர்ந்தவை எதிரிகள் மற்றும் வெற்றியாளரே மையக்கரு ஆவார்.ஒரு நபர் மற்றும் அவரது நண்பர்களுக்கு இடையில் தலையிடுபவர் சிரமப்பட்டு, திசை மாறுவார்.

❖❖❖

7

ஏழாவது வகை ஆறு பண்புகள்

நடவடிக்கை, இடம் மற்றும் வளர்ச்சியின் குறிக்கோள்கள் மற்றும் பலவீனங்கள்

இரண்டு நபர்கள், நிறுவனங்கள், அமைப்புகள், அல்லது மாநிலங்களுக்கு இடையில் ஏற்படும் உடன்பாடு எனப்படும் ஒப்பந்தம். ஒரு எதிரிக்கு சினமூட்டி மற்றும் தீங்கு ஏற்படுத்துவது என்பது சண்டை ஏற்படுத்துவது, ஒரு நிலை ஏற்படுத்திக்கொள்வதற்காக புறக்கணிப்பது, அவர்களை திசை திருப்புவதற்காக புகழ்வது, தொடர்பு ஏற்படுத்திக் கொள்வதற்காக பணிந்து செல்வது, அதே நேரத்தில் சச்சரவை பரப்பி உடன்பாடு ஏற்படுத்திக் கொள்வது, ஒரே சமயத்தில் இரண்டு குதிரைகளின் முதுகில் சவாரி செய்வது போன்றது.

6 நடவடிக்கைகள்

1. **உடன்பாடு:** இரண்டு நபர்கள், நிறுவனங்கள், அமைப்புகள், அல்லது நாடுகள் சில கட்டுப்பாடுகளுடன் ஒப்பந்தம் ஏற்படுத்திக்கொள்வது உடன்பாடு. ஒருவர் எதிரியை விட பலவீனமாக இருப்பதாக உணர்ந்தால் உடன்பாடு ஏற்படுத்திக்கொள்ள வேண்டும். ஒருவர் தான் விரைவாக முன்னேறி எதிரி மெதுவாக முன்னேறுவார் என்று உணர்ந்தால், தனது சொந்த தொழில் ஆர்வம் அதிகரிக்கும், எதிரியினுடையது நிலையாக இருக்கும், சமமான முன்னேற்றம் இருந்தாலும், தான் முன்னேறிக்கொண்டிருக்கும் போது எதிரி நிலையாக இருப்பது, இப்படிப்பட்ட சூழ்நிலையில் எதிரியின் முன்னேற்றம் அல்லது நிலையான தன்மையை எண்ணி வருத்தப்படக் கூடாது. முன்னேற்றம் சமமாக இருந்து, இருவரும் சமமாக சென்றுக்கொண்டிருந்தால், அப்போது எதிரியுடன் உண்டன்பாடு ஏற்படுத்திக்கொள்ள வேண்டும்.

2. **சச்சரவு:** எதிரியை துன்பப்படுத்துவதற்கு பல வழிகள் உள்ளன அவற்றில் உட்பட்டவை; அவரது நண்பர்களிடமிருந்து உதவி பெறுவது, தடைகள் ஏற்படுத்துவது,

   மற்றும் அவர்களை புறக்கணிப்பது ஆகும்.

3. **திடீர் தாக்குதல்:** தாக்குதல் அல்லது அடுத்தவர் மீது அபாண்டம் சுமத்துவது திடீர் தாக்குதல் எனப்படும். ஒருவர் எதிரியை விட தான் பலசாலி என்று உணர்ந்தால், அதிகபடியான பலத்துடன் போரிட்டு, பிறகு படையெடுக்க வேண்டும்.

4. **நிலை:** எதிரி சிநேகமாக, புறக்கணித்து அல்லது ஒதுக்கினாலும், எல்லையை கடந்த பகுதி நிலை அல்லது நிலைப்பாடு எனப்படும். எதிரியின் பலம் ஒருவரின் பலத்திற்கு சமமானதாக இருந்தால் நிலை எடுத்துக்கொள்ளப்பட வேண்டும்.

5. **இணைதல்:** எதிரியின் முன் சரணடைவது இணைதல் எனப்படும். ஒருவர் மிகவும் பலவீனமான நிலையில் இருந்தால், சரணடைவது தான் சிறந்த வழி.

6. **இரட்டை-கூர்மை அணுகல்:** எதிர்மறையான அணுகலை பயன்படுத்தி உடன்பாடு ஏற்படுத்தி மற்றும் சிரமத்தை ஏற்படுத்துவதற்கு இரட்டை-கூர்மை அணுகல் எனப்படும். ஒத்துழைப்பு கிடைத்தால் இந்த இரட்டை-கூர்மை அணுகல் நல்ல பயன் அளிக்கும்.

   ஒவ்வொரு முறையிலும், சூழ்நிலையை மதிப்பிட்டு, பலன்களை கருத்தில் கொண்டபின் தான் சூழ்நிலையை சமாளிப்பதற்கு உடன்பாடு, சிரமம் ஏற்படுத்துவது அல்லது உடன்டியாக படையெடுப்பது பலனளிக்குமா என்று தீர்மானிக்க முடியும்.

மூன்று பலன்கள்

1. **அபிவிருத்தி உதா, முன்னேற்றம்:** ஒருவர் தொழில், கருவூலம், மற்றும் தன்னை சார்ந்திருப்பவர்களின் பாதுகாப்பிற்கு மேலே விவரிக்கப்பட்டிருப்பதிலிருந்து சரியானதை தேர்வு செய்வதால், முன்னேற்றம் அடையலாம், எதிரிக்கு கஷ்டத்தை ஏற்படுத்தலாம். அவர் தான் தேர்வு செய்த முறையை கடைப்பிடிப்பதில் உறுதியாக இருக்க வேண்டும். சரியான முறையை தேர்வு செய்வதே வெற்றியை அளிக்கும்.

2. **வீழ்ச்சி உதா, அழிவு:** இவற்றில் ஒன்றை பயன்படுத்துவதால் சுய-ஆர்வம் காயப்பட்டால் அல்லது எதிரிக்கு பலனளித்தால், அப்போது அந்த பண்பு கண்டிப்பாக பயன்படுத்தப்பட கூடாது. தவறான முறையை பயன்படுத்துவதே வீழ்ச்சியை ஏற்படுத்தும்.

   அழிவானது, எதிரியின் அழிவை விட மெதுவாக இருந்தால், அதற்காக வருத்தப்படக் கூடாது. எதிரியின் அழிவு விரைவாக இருந்தால், உடன்பாடு செய்வது சரியானதாகும்.

3. **சமநிலை:** ஒரு குறிப்பிட்ட பண்பை கடைப்பிடித்து, அதனால், முன்னேற்றம் அல்லது அழிவின் தாக்கம் இல்லை என்று உணர்ந்தால், அது நிலையான சூழ்நிலை எனப்படும்.

உடன்பாடு: பலவீனமான உடன்பாடு

1. **பொறி உடன்பாடு:** ஒரு சக்தி வாய்ந்த அரசரின் படையின் கீழ் அடக்கப்பட்டிருக்கும் ஒரு பலவீனமான அரசர் விரைவாக உடன்பாடு செய்துக்கொள்ள ஆர்வமாக இருப்பார். இந்த சூழ்நிலையில் தோல்வியடைந்தவர் தனது செல்வம் மற்றும் நிலம் போன்றவற்றை இழக்க வேண்டும். அதனால், இது பொறி உடன்பாடு எனப்படும்.

2. **வித்தியாச நிலை உடன்பாடு:** ஒரு படைத்தலைவனும், இளவரசரும் உடன்பாட்டில் கையெழுத்திடுவதற்கு எதிரியின் அரண்மனைக்கு அனுப்பப்படும் போது அவர்களின் அந்தஸ்து சமமாக இருக்காது. எதிரிக்கு பிரதிநிதியாக அரசாங்க தலைவரும், அரசருக்கு பிரதிநிதியாக இரண்டாம் நிலை நிர்வாகமும் இருக்கும். இதற்கு தற்காப்பு-உடன்பாடு என்றும் பெயர். ஏனென்றால், அரசர் அபாயத்திலிருந்து பாதுகாத்துக்கொள்வதற்காக எதிரியின் அரண்மனைக்கு செல்வதில்லை.

3. **அனுகூலமான உடன்பாடு:** ஒரு அரசர் தானே செல்ல அல்லது தனது பணியாட்கள் அல்லது படை பலம் போன்றவற்றை ஒரு சக்தி வாய்ந்த அரசரின் செயல்களுக்கு உதவுவதற்கு அனுப்ப சம்மதித்தால், அது அனுகூலமான உடன்பாடு எனப்படும். அனுகூலம் ஏனென்றால், அவர் பலவீனமாக இருந்தாலும் ஒரு சக்தி வாய்ந்த அரசருடன் சிநேகமாக இருக்க முடிகிறது. இதை படையெடுப்பிலிருந்து தற்காத்துக்கொள்ளும்

உடன்பாடு என்றும் கூறலாம்.

4. **தண்டிக்கும் உடன்பாடு:** சக்தி வாய்ந்த, அவர் உடன்பாட்டின் வாக்குறுதியாக பலவீனமானவரின் மகளை திருமணம் செய்துக்கொள்வதாக நிபந்தனை விதித்தால் அது கண்டிப்பாக தண்டிக்கும் உடன்பாடாகும்.

5. **மீட்பு பண உடன்பாடு:** ஒரு சக்தி வாய்ந்த எதிரியால் கைப்பற்றப்பட்ட உயர் அதிகாரிகளை விடுதலை செய்வதற்கான உடன்பாட்டிற்கு மீட்பு பணம் அளிப்பது.

6. **சார்ந்திருக்கும் உடன்பாடு:** மீட்பு பண உடன்பாட்டில், மீட்பு பணம் தவணையில் அளிக்கலாம் என்று ஒப்பந்தம் செய்யப்பட்டிருந்தால், அது சார்ந்திருக்கும் உடன்பாடு எனப்படும்.

7. **பின்-உறுதி உடன்பாடு:** சார்ந்திருக்கும் உடன்பாட்டில், தவணைமுறையை கட்டுவதற்கு, நேரமும், இடமும் தீர்மானிக்கப்பட்டிருந்தால், அது பின்-உறுதி உடன்பாடு எனப்படும்.

8. **வரதட்சணை அல்லது தங்க உடன்பாடு:** தவணைமுறை உடன்பாட்டில் குறிப்பிடப்பட்டுள்ளது போல் கட்டப்பட்டால், அது வரதட்சணை உடன்பாடு எனப்படும். ஏனென்றால், வெற்றிப்பெற்றவரும், தோற்றவரும் நட்பு முறையில் நெருக்கமாவார்கள். ஆதலால், இது தங்க உடன்பாடு என்று சில இடங்களில் குறிப்பிடப்படும்.

9. **கபால உடன்பாடு:** உடன்பாட்டில் ஒரு சமயத்தில் முழு கட்டணமும் அளிப்பது கபால உடன்பாடு எனப்படும்.

10. **கெட்ட நோக்க உடன்பாடு:** தவறான எண்ணத்துடனான உடன்பாடு, கெட்ட நோக்க உடன்பாடு எனப்படும். இதில் பலவீனமான மற்றும் வயதான குதிரைகளும், யானைகளும் விஷம் கொடுத்து அனுப்பப்படுவதால், அவை அங்கு போய் சேர்ந்த இரண்டு அல்லது நான்கு நாட்களில் இறந்துவிடும். சொல்லப்போனால், உடன்பாட்டிற்கு ஈடாக மட்டரகமான செல்வம் அளிக்கப்படுவது.

11. **தவறான உடன்பாடு:** தொகையின் ஒரு பகுதி கொடுக்கப்பட்ட பின், எதிர் தரப்பை கொடுத்த வரை திருப்திபடும்படி கூறுவது, அல்லது மீதி தவணையை கட்டுவதற்கு ஏதாவது சாக்கு கூறுவது போன்றவற்றால் பாக்கி தொகையை கட்டாமல் இருப்பதை தெளிவாக்குவது தவறான உடன்பாடு எனப்படும்.

12. **திட்டமிட்ட உடன்பாடு:** மாநிலத்தின் பாதுகாப்பை கருதி, ஆதாரங்களும் அத பிரஜைகளும் உடன்பாட்டிற்கு ஈடாக கொஞ்சம் நிலத்தை அளிப்பது திட்டமிட்ட உடன்பாடு எனப்படும். திறமை வாய்ந்த தந்திரமான அரசர்கள் அவர்கள் அளித்த பகுதியில் தங்கள் ஒற்றர்கள் ஒளிந்திருந்து பிற்காலத்தில் சிக்கல் ஏற்படுத்தி அந்த பகுதியை மீண்டும் தங்கள் மாநிலத்துடன் சேர்த்துக்கொள்வதை உறுதி செய்வார்கள்.

13. **செழிப்பற்ற உடன்பாடு:** உடன்பாட்டின் ஈடாக வறண்ட நிலத்தை, திருப்ப பெறும் உள்நோக்கத்துடன் அளிப்பதை இப்படி கூறுவார்கள்.

14. **உற்பத்தி உடன்பாடு:** செழிப்பான நிலத்தில் விளைவதை ஈடாக கொடுக்கப்படும் போது அது உற்பத்தி உடன்பாடு எனப்படும்.

15. **மிகவும் சேதமான உடன்பாடு:** விளைவதை உற்பத்தி உடன்பாடாக அளித்தபின் இன்னும் கூடுதலாக அளிக்கப்பட வேண்டியிருந்தால், அது கொடுப்பவரின் ஆர்வத்தை மிகவும் சேதப்படுத்தும். அதனால், இப்படி கூறப்படுகிறது.

16. **நிலத்தை இழக்கும் அல்லது மாநிலத்தை இழக்கும் உடன்பாடு:** உடன்பாட்டில் நிலம் அளிப்பது குறிப்பிடப்பட்டிருந்தால், அது நிலம் இழக்கும் அல்லது மாநிலம் இழக்கும் உடன்பாடு எனப்படும்.

உடன்பாடு: பயனுள்ள உடன்பாடுகள்

கௌடில்ய அர்த்தசாஸ்திரம் அரசர்கள் மற்றும் தொடர்புடைய அரசியலுக்கு பொருத்தமாக இருந்து, மற்றும் அவற்றின் பிரச்சனைகள் மற்றும் தீர்வுகளை கவனிக்கும், மற்றும் அவற்றுடன் தொடர்புடைய கொள்கைகளை கையாளும், மற்றும் வாழ்க்கையில் எல்லா நிலைகளிலும் உள்ள மக்கள் தங்கள் சொந்த சூழ்நிலையை மதிப்பிட்டு இந்த புதையல் அகத்தில் இருக்கும் தேர்வுகளில் தங்கள் விருப்பத்தை தேர்வு செய்யலாம். இக்காலத்தில் உள்ள தொடர்பில் பகை அல்லது முந்தைய சிநேகிதம் இல்லாமல், நாடுகள், நிறுவனங்கள், அமைப்புகள் மற்றும் தனி நபர்கள் உலகின் தொலை–தூர பகுதிகளில் இருக்கிறார்கள். அவர்களுக்கு பல்வேறு நோக்கங்கள் மற்றும் தேவைகள் இருக்கின்றன மற்றும் அவற்றை எட்டுவதற்கு பல உடன்பாடுகளை ஏற்படுத்திக்கொள்கின்றனர். அவை இன்றைய சொல் வழக்கில், உடன்படிக்கை, ஒப்பந்த குறிப்பாணை, சமரசம், புரிந்துக்கொள்ளுதல், ஒப்பந்தம், ஒத்துழைப்பு அல்லது ஒருங்கிணைப்பு என்று பலவகையாக அறியப்படுகின்றன.

1. குறிப்பிடப்பட்ட மற்றும் குறிப்பிடப்படாத உடன்பாடுகள்: இவை உடன்பாட்டின் இரண்டு வகைகளாகும். குறிப்பிடப்பட்ட உடன்பாட்டில் மாநிலம், நேரம், மற்றும் செயற்படுத்த வேண்டிய செயல்பாடுகள் குறிப்பிடப்பட்டிருக்கும். இந்த உடன்பாட்டில் பல்வேறு வடிவங்களில் நல்ல அல்லது தந்திரமான எண்ணங்கள் இருக்கலாம். சிறிய வித்தியாசங்கள் இருந்தால் உடன்பாடு நிறைவேறும்.

மாநிலத்தின் பகுதி குறிப்பிடப்பட்டிருந்தால், அது குறிப்பிட்ட மாநில உடன்பாடு எனப்படும், நேரம் குறிப்பிடப்பட்டிருந்தால் அது காலநேர உடன்பாடு எனப்படும், செயற்படுத்தப்பட வேண்டிய செயல்பாடுகள் தெளிவாக இருந்தால், அது குறிப்பிட்ட–செயல் உடன்பாடு, பொதுவாக கடைசியில் உள்ளது நவீன உலகில் பிரபலமாக உள்ளது. ஒரு கணினி ஹார்ட்வேர் நிறுவனம் ஒரு சாப்ட்வேர் நிறுவனத்துடன் இணைந்து தேவைகளை அளிக்கலாம் அல்லது வேலையை பல பகுதிகளாக பிரித்து வேலையை முடிக்கலாம். ஒரு வலைதளம் உருவாக்க ஒருவர் சேவை அளிப்பவருடன் ஒப்பந்தம் அல்லது புரிந்துக்கொள்ளுதலை ஏற்படுத்திக்கொள்ள வேண்டும். இவை வேலையை வெளியில் கொடுப்பது எனப்படும்.

ஒருவர் இந்த விஷயங்களை கவனித்தால், இந்த அத்தியாயத்தில் விவரிக்கப்பட்டுள்ள உடன்பாடுகளின் அடிப்படையில் இருப்பது தெளிவாகும்.

உடன்பாட்டின் விதிமுறைகள்

உடன்பாட்டில் நான்கு விதிமுறைகள் உள்ளன. அவை, மெய்யுறுதி, கண்டிப்பான இணக்கம், சீர்குலைவு, மற்றும் தெளிவற்ற செயல்.

1. **மெய்யுறுதி:** மனப்பூர்வமான, அன்பளிப்பு, ஏற்றத்தாழ்வு, இவற்றின் அடிப்படையில் ஏற்பட்ட உடன்பாடு, மற்றும் உடன்பாட்டின் படி அவரது அதிகாரங்களை கவனித்துக்கொள்வது, சக்தி வாய்ந்ததாக இருந்தாலும், இல்லாவிட்டாலும், எண்ணத்தில் மெய்யுறுதியுடன் இருப்பது. ஆதலால், இது மெய்யுறுதி கொள்கை எனப்படும்.

2. **கண்டிப்பான இணக்கம்:** உடன்பாடு செய்துக்கொண்டபின் மனமுவந்து மற்றும் மகிழ்ச்சியுடன் விதிமுறைகளை சரியாக பூர்த்தி செய்வது தான் கண்டிப்பான இணக்கம்.

3. **இயங்கும் சீர்குலைவு:** கலகத்துடன் உடன்பாடு ஏற்படுத்தி, முடிக்கப்பட்ட மற்ற உடன்பாடுகளை முறிப்பது இயங்கும் சீர்குலைவு கொள்கை.

4. **தெளிவற்ற செயல்:** ஏதோ குற்றம் செய்து, தற்காலிகமாக நீக்கப்பட்ட பணியாளர் அல்லது நண்பருடன் உடன்பாடு அல்லது ஒப்பந்தம் ஏற்படுத்திக்கொள்வது, தெளிவற்ற செயல் கொள்கையின் அடிப்படையிலானது. இந்த செயலுக்கு நான்கு பிரிவுகள் உள்ளன. இந்த பொருள் அச்சுறுத்தி மற்றும் காயப்படுத்தவா அல்லது உண்மையில் மதிப்பானதா என்பது எதிர் தரப்பிற்கு தெளிவாக இருக்காது. இதை பற்றிய எல்லா உண்மைகளையும் பெற்று, நன்கு சிந்தித்த பிறகு தான் இந்த உடன்பாடு ஏற்படுத்தப்பட வேண்டும்.

   அ. ஒரு சூழ்நிலையில் பிரிந்து, வேறு ஒரு சூழ்நிலையில் மீண்டும் இணைவது.

   ஆ. எந்த காரணமும் இல்லாமல் பிரிந்து, பிறகு எந்த காரணமும் இல்லாமல் மீண்டும் இணைவது.

   இ. ஒரு குறிப்பிட்ட சூழ்நிலையில் பிரிந்து, எந்த காரணமும் இல்லாமல் மீண்டும் இணைவது.

எந்த காரணமும் இல்லாமல் பிரிந்து, ஒரு குறிப்பிட்ட சூழ்நிலையில் மீண்டும் இணைவது. யாரை திரும்பவும் வருவதற்கு அனுமதிக்கக்கூடாது? உங்களை துன்பப்படுத்தி எதிரியிடம் சேர்ந்தவரை, எதிரிக்கு தீங்கு இழக்காமல் திரும்பவும் ஏற்றுக்கொள்ளக்கூடாது.

யார் மற்றும் எது விட்டுக்கொடுக்கப்பட வேண்டும்? சாணக்கியருக்கு முன் சிந்தனையாளர்களும், குருமார்களும் செயல் திறனற்றவர்கள், சக்தி இழந்தவர்கள், கல்வி ஒரு பொருளாக விற்கப்படும் நாடு, மன அழுத்தம் உள்ளவர்கள், சட்டம் மற்றும் ஒழுங்குமுறை பாதிக்கப்பட்ட இடம், இப்படிப்பட்ட நாட்டை விட வேண்டும் என்று கூறி இருந்தனர். எனினும், கௌடில்யர் இந்த எண்ணத்தை ஏற்கவில்லை. அவரை பொறுத்த வரையில் கோழைகள், கோபமுடையவர் மற்றும் செயல்படாதவர்கள் விடப்பட வேண்டும் என்கிறார்.

சண்டைகளுக்கான விதிமுறைகள்

சண்டை மூன்று வடிவிலானது. திறந்த போர், மறைந்த போர் மற்றும் மாசுப்படுத்தும் போர்.

1. **வெளிப்படையான போர்:** சரியான நேரத்தை கருத்தில் கொண்ட பிறகு ஒரு நாட்டின் மீது தொடுக்கப்படும் போருக்கு வெளிப்படையான போர் என்று பெயர். மகாபாரதம் இதற்கான ஒரு பிரகாசமான உதாரணம்.

2. **மறைவான போர்:** ஒரு பகுதி பலத்தை காட்டுவது, மிகவும் அதிக அளவில் இருப்பதாக அல்லது வேறு வழிகள் மூலமாக தூண்டுதல்கள், கோட்டையை எரிப்பது, கலவரம் ஏற்படுத்துவது, படுகொலைகள் செய்வது, பல இடங்களில் தொடர்பில்லாமல் தாக்குவது மற்றும் மற்ற வகையான பிரச்சனைகளை ஏற்படுத்துவது இப்படி அழைக்கப்படும்.

   இக்காலத்தில் இது குளிர்ந்த போர் எனப்படும்.

3. **மாசுப்படுத்தும் போர்:** விஷம் அல்லது மரணம் ஏற்படுத்தும் பொருட்களை பயன்படுத்தி, மற்றும் ஒற்றர்கள் மூலம் நாசம் ஏற்படுத்துவதற்கு மாசுப்படுத்தும் போர் என்று பெயர். இதுவும் பரவலாக பெரிய அளவில் நடக்கிறது மற்றும் இதற்கு இரசாயன போர்முனை என்று பெயர்.

சமமற்ற மற்றும் சமமான உடன்பாடு

1. **சமமற்றது:** சமமற்ற உடன்பாடு ஆறு வகையானவை.

   (அ) அதிக பலம் வாய்ந்தவருடன் உடன்பாடு ஏற்படுத்தி அவருக்கு சமமான பங்கு அளிப்பது. (ஆ) அதிக பலம் வாய்ந்தவருடன் உடன்பாடு ஏற்படுத்தி அவருக்கு குறைந்த பங்கு அளிப்பது. (இ) பலவீனமானவருடன் உடன்பாடு ஏற்படுத்தி அவருக்கு அதிக பங்கு அளிப்பது. (ஈ) பலவீனமானவருடன் உடன்பாடு ஏற்படுத்தி அவருக்கு சமமான பங்கு அளிப்பது. (உ) சமமான பலமுள்ளவருடன் உடன்பாடு ஏற்படுத்தி அவருக்கு குறைந்த பங்கு அளிப்பது. (ஊ) சமமான பலமுள்ளவருடன் உடன்பாடு ஏற்படுத்தி அவருக்கு அதிக பங்கு அளிப்பது.

2. **சமமான உடன்பாடு:** இவை மூன்று வகையானவை:

   (அ) பலமுள்ள தரப்பிற்கு அதிக பங்கு அளிப்பது. (ஆ) சமமான பலமுள்ளவருக்கு சமமான பங்கு அளிப்பது. (இ) பலவீனமான தரப்பிற்கு குறைந்த பங்கு அளிப்பது.

3. **அனுகூலமான உடன்பாடு:** மேலே உள்ள இரண்டு வகையான உடன்பாட்டில் தோராயமான இலாபம் பெற்றிருந்தால், அது அனுகூலமான உடன்பாடு எனப்படும்.

மற்ற வகையான உடன்பாடுகள்

1. **நண்பருடன் உடன்பாடு:** இது சுய-விளக்கமானது.
2. **தங்க உடன்பாடு:** நண்பரிடமிருந்து செல்வம் பெறுவதற்கு ஏற்படும் உடன்பாடு, தங்க உடன்பாடு எனப்படும்.
3. **நில உடன்பாடு: பிளாட்** எல்லோருக்கும் சொந்தமாவதற்கு உருவாகியிருக்கும் நிலம். நண்பருடன் உடன்பாடு ஏற்படும் போது, ஒதுக்கப்பட்ட நிலத்தின் சரியான எண்ணும் இருக்க வேண்டும்.
4. **குடியிருப்பு இல்லாத உடன்பாடு:** நண்பருடன் உடன்பாடு ஏற்படும் போது, குடியிருப்பு இல்லாத நிலத்தில் வீடு கட்டினால், அந்த உடன்பாடு இப்படி அழைக்கப்படும்.
5. **கடமை உடன்பாடு:** ஒரு பண்ணை வீடு கட்டுவதற்கு, ஒரு புதிய தொழில் துவங்குவதற்கு, அல்லது பரஸ்பர பலனளிக்கும் திட்டத்திற்கு, இரண்டு நபர்களுக்கு இடையில் கூட்டாக ஏற்படும் உடன்பாடு. இது கடமை உடன்பாடு எனப்படும்.

நட்பு மற்றும் அவற்றின் பண்புகள்

நட்பு மற்றும் நண்பர்கள் ஆறு வகைப்படும்: சாசுவதமான, இணக்கமான அல்லது பங்களிப்பு, தற்காலிகமான அல்லது நிலையற்ற, மிகவும் பழமையான, சிறந்த, பிரிக்க முடியாத அல்லது என்றும் ஆதரவாக.

1. **சாசுவதமான:** நீண்டகால நட்பின் காரணமாக, ஒருவருக்கொருவர் பரஸ்பர பாதுகாப்பாக இருந்தால், அது பரஸ்பர நட்பு எனப்படும். இந்த நட்பு எந்த விதத்திலும் நேரடியான உதவி அளிக்கவில்லை என்றால், ஆனால், எதிரியை கொள்ளையடித்து பிழைப்பு நடத்தினால், அது பலவீனமான நீண்டகால நட்பு எனப்படும்.

2. **இணக்கமான அல்லது பங்களிப்பு:** இதுவும் மூன்று வகையாக பிரிக்கப்பட்டுள்ளது:

அ. நட்பின் முழுமையான பயன்பாடு: இதில் வல்லமை, செல்வம், விவேகம், நிலம் போன்றவற்றுடன் முழு ஆதரவு அளிப்பது.

ஆ. நட்பின் பயன்பாடு: இதில் விலையுயர்ந்த இரத்தினங்கள், கற்கள், வனவளம், நிலம் போன்றவை உதவியாக அளிக்கப்படும்.

இ. நட்பின் சிறந்த பயன்பாடு: வல்லமை மற்றும் நிலம் எல்லா ஆதரவும் உதவியாக அளிக்கப்படும்.

பேராபத்து நிர்வாகம், மற்றும் நட்பு பங்களிப்பின் உதவியின் நோக்கம் மூன்று வகைப்படும். அவை, பயனுள்ளது, மேலும் பயனுள்ளது மற்றும் அதிக பயனுள்ளது.

ஒருவருக்கு பேரழிவு அல்லது ஆபத்து நிகழ்ந்ததின் காரணமாக அவர் சந்திக்கும் சூழ்நிலையை கடப்பதற்கு சிநேகமாக அல்லது நண்பனானால், அந்த நட்பு நீண்டகால பலவீனமான நட்பு எனப்படும்.

அவர் உதவியளித்ததின் காரணமாக அவர் பங்களிப்பு நண்பராவார், ஆனால், அவர் ஆபத்தை கடக்கும் வரை தான் நட்பு இருக்கும் என்பதால் அது நீண்டகால பலவீனமான நட்பு எனப்படும்.

3. **தற்காலிகமான அல்லது நிலையற்றது:** இந்த நட்பு ஒரு குறிப்பிட்ட காலம் வரை அல்லது ஒரு குறிப்பிட்ட பணி முடியும் வரைதான் நீடிக்கும்.

4. **மிக பழைய நட்பு அல்லது சிநேகம்:** மிக பழைய குடும்ப நட்பு நிலைத்து, சக்தி வாய்ந்து மகிழ்ச்சிகரமாக இருந்தல், அது இப்படி அழைக்கப்படும்.

5. **சிறந்த நட்பு:** இது நிலையானது மற்றும் ஆன்மீகத்தை உயர்த்தும் நட்பு.

6. **இணைப்பிரியாத நட்பு:** ஒரு நண்பர் என்பவர், சுக, துக்கத்தில் பங்கு கொள்பவர், எப்போதும் தேவையான உதவி அளிப்பவர், எப்போதும் வித்தியாசமாக அல்லது குற்றம் சுமத்தாமல், இன்னலின் போது புறக்கணிக்காமல் இருப்பவர் தான் இணைப்பிரியாத நண்பர்.

அவர் எப்போதும் உதவி செய்வதற்கு தயாராக அருகில் இருப்பதால், அவர் சிறந்த நண்பர் எனப்படுவார்.

ஒருவர் தனது நண்பர் மற்றும் அவரது எதிரிக்கு உதவி செய்பவர் அல்லது விளைவுகளுக்கு அஞ்சி உதவி செய்யாதவர் அல்லது இருவருக்கும் சேவை அளிப்பவர் சமயோசித நண்பர் எனப்படுவார்.

ஆதலால், நட்டை ஏற்படுத்திக்கொள்வதற்கு முன், இந்த காரணிகள் எல்லாவற்றையும் கவனத்தில் கொள்வது முக்கியமானதாகும்.

एवं दृष्ट्वा ध्रुवे लाभे लाभांशे च गुणोदयम्।
स्वार्थ सिद्धिपरो यायात् संहित: सामवायिकै:।

ஒரு தொழில் தொடங்குவதற்கான ஆலோசனை: எங்கு மற்றும் எப்போது?

யானை மற்றும் குதிரைகளின் காலம் முடிந்துவிட்டது. மற்றும் இன்று சந்தையில் பல வகையான போக்குவரத்து முறைகள் உள்ளன. இதில் உள்ள சிரமம் என்னவென்றால், பெட்ரோல் போன்ற திரவங்கள் என்றும் நிலைத்திருக்காது, அப்போது பிரசித்தி பெற்ற வாகனங்கள் பயனளிக்காது. அதே வேளையில், இயற்க்கையான விலங்குகளுக்கு பூ மற்றும் இலைகளுக்கு பாதிப்பு ஏற்படவில்லை. வாகன தொழில் இலாபகரமானதாக அறிவிக்கப்பட்டாலும், விபத்துகள் அதிகமான மற்றும் அகால மரணங்கள் மற்றும் அதிகமாக ஊனமுற்று, செயலிழக்கும் மனிதர்களை உருவாக்குகிறது.

ஆதலால், இந்த தொழிற்துறை மற்றும் சமூகத்தின் பயன்பாடு ஒரு கேள்விக் குறியாக இருக்கிறது. எவ்வளவு காலம் நாம் இப்படி அன்றாடம் உயிர் இழப்புகளை தாங்கிக்கொள்வது?

தங்கம், வெள்ளி மற்றும் விலையுயர்ந்த இரத்தினங்களின் தொழிற்துறை அடுத்த இரண்டாவது பிரம்மாண்ட தொழிலாக கருதப்படுகிறது. பழங்கால சிந்தனையாளர்கள் சாதாரண கற்களை அளிக்கும் சுரங்களை விட, விலை உயர்ந்த இரத்தினங்களை அளிக்கும் சுரங்கங்கள் இலாபகரமானதாக எண்ணினர். ஆனால், சாணக்கியரின் கருத்துப்படி, இந்த விலையுயர்ந்த இரத்தினங்களை அரிதாக வாங்குவது சில செல்வந்தர்களே, அதே வேளையில் சாதாரண கற்களை நிரந்தரமாக வாங்கும் வாடிக்கையாளர்களின் எண்ணிக்கை அதிகமாகும். சொல்லப்போனால், சந்தையில் விலையுயர்ந்த இரத்தினங்களின் தேவையை விட சாதாரண கற்களின் தேவை அதிகமானது.

சந்தையின் முக்கியத்துவம் மற்றும் இடத்தின் அடிப்படையில் தொழில் தீர்மானம் விரைவாக எடுக்கப்பட வேண்டும். பின்னிலம் செல்வந்தர்களின் இருப்பிடமாக இருந்தால் நல்ல வர்த்தகத்திற்கு சாத்தியமுள்ளது. எனினும், ஆகாயவழி, இரயில்வழி, மற்றும் சாலைவழியின் வளர்ச்சியால் உள்ளூர் வர்த்தகர்களின் எண்ணிக்கை அதிகரித்துள்ளது. தொடர்பில்லாத பகுதிகளிலும் மற்றும் பட்டணங்கள் மற்றும் நகரங்கள் வர்த்தகம் செழிப்படைந்துள்ளது. இந்த விரைவு போக்குவரத்து முறைக்கு நன்றி.

இன்றும் கடல்வழி போக்குவரத்து நல்லதாகவும், சிக்கனமானதாகவும் கருதப்படுகிறது. கடல்வழியில் இரண்டு வகைகள் உள்ளன: ஒன்று ஓரிடத்திலிருந்து மற்றொரு இடத்திற்கானது; இதில் படகுகள் இரண்டு நகரங்களுக்கிடையில் பிரயாணித்து, இரண்டு நகரங்களின் தேவைகளையும் பூர்த்தி செய்யும். மற்றொன்று, கப்பல் முந்திட்டமிட்டப்பட்ட துறைமுகத்திற்கு செல்லும்.

சாலைகளும் இரண்டு வகைப்படும்; ஒரு தெற்கு மற்றொன்று வடக்கிற்கு செல்லும். பிரயாண வசதி மற்றும் ஜனத்தொகையை பார்த்தால், வடக்கிற்கு செல்லும் போக்குவரத்து தொழில் எப்போதும் இலாபகரமானது. கிழக்கிலிருந்து மேற்கிற்கு செல்லும் போக்குவரத்தும் இதை போல் மதிப்பிடப்பட வேண்டும்.

வருமானத்திற்கு அதிகமான செலவு இருந்தால் அது நஷ்டமாகும், அதே போல், இதன் எதிர்மறையானது இலாபம் மற்றும் முன்னேற்றம்.

அல்ப ஆகம அதி வ்யயதா க்ஷயோ: வ்ருத்தி விபர்யயே।

செலவுகளை கட்டுப்படுத்தி இலாபகரமான தொழில் செய்வதால் தான் ஒருவர் எல்லா வகையிலும் முன்னேற முடியும்.

தாழில் கூட்டாளி பற்றிய சிந்தனை

இன்றைய உலகில் சரியான கூட்டாளியுடன் சேர்வது என்பது பெரிய பிரச்சனையாகும். எல்லோரும் உற்பத்தி, விற்பனை மற்றும் இலாபத்தை அதிகப்படுத்தி பிரசுரிப்பதில் ஈடுபடுகின்றனர். இந்த நிலையில் யாருடைய உற்பத்தி பொருளை வாங்குவது அல்லது தனது உற்பத்தியை யாருக்கு விற்பனை செய்வது என்பது ஒரு பிரச்சனையக உள்ளது. உற்பத்தி செய்ததை திருப்ப பெறுவதும் மற்றும் அதிக அளவில் வைத்திருப்பதிலும் பிரச்சனைகள் உள்ளன. யாரும் நேர்மையான பாதையில் நடக்கவில்லை. ஒவ்வொரு வருடமும் பல வினியோகஸ்தர்கள் சிறப்பு பட்டியலில் இருக்கின்றனர் மற்றும் பல ஒப்பந்தக்காரார்கள் கருப்பு பட்டியலில் இருக்கின்றனர். ஆனால், நல்லொழுக்கம் இறங்கிவிட்ட காரணத்தினால் அதே வினியோகஸ்தகள் மற்றும் ஒப்பந்தக்காரர்கள் தங்கள் நிறுவனத்தின் பெயரை மாற்றிய பின் அவர்களுக்கு ஆர்டர்கள் கிடைக்கின்றன. அவர்களின் பழைய பெயருடன் "தி" அல்லது "நியூ" என்ற சொற்களை சேர்ப்பதால் அவர்களுக்கு அங்கீகார பட்டியல்

கிடைக்கிறது. ஒரு சிறிய கோட்டை தவிர்ப்பதால் அல்லது சேர்ப்பதால் அவர்களால் கணினியை ஏமாற்ற முடிகிறது. ஒரே ஒரு வார்த்தையை மாற்றுவதால் கூட அங்கீகாரம் கிடைக்கிறது!

மார்கெட்டிங் எக்ஸிக்யூட்டிவ் அல்லது ரீஜனல் மேனேஜர் மற்றும் மற்ற வாடிக்கையாளைகளின் இடையில் ஒரு தொடர்பு இருக்கின்றது. இதன் விளைவாக வினியோகஸ்தர்கள் மற்றும் ஒப்பந்தக்காரர்களின் தேர்வு தவறாகிறது. குறுகிய கால இலாபத்திற்காக தவறுகள் செய்யப்படுகின்றன. உறுதியான இலாபம் கூட விற்பனை விலையின் ஒரு பகுதியில் இல்லை. மறுபக்கத்தில், போக்குவரத்து கொள்ளளவின் அடிப்படையில் தான் விலை நிர்ணயிக்கப்படுகின்றது. அரசாங்கள் பொருளின் பொட்டலத்தில் அதிகபட்ச சில்லரை விற்பனை விலையை அச்சிடுவதை கட்டாயமாக்கியிருக்கிறது. இருந்த போதிலும், அதிகபட்ச சில்லரை விற்பனை விலை அதிகரிக்கப்பட்டிருப்பதால் மக்கள் ஏமாற்றப்படுகின்றனர். சில்லரை விற்பனையாளர்கள் அதிக இலாபம் சம்பாதிக்கும் பேராசையில் அதிக சரக்கை வைத்துக்கொள்கின்றனர். பட்டணம் மற்றும் நகரங்களில் சில்லரை விற்பனையாளர்களிடம் உற்பத்தி பொருட்கள் குவிந்திருக்கிறது. இந்த பொருட்களை அவர்கள் சேமித்து வைப்பதற்கு கூட அவர்களிடம் இடம் இருப்பதில்லை. ஜவுளி சில்லரை விற்பனையாளர்கள் அடுக்கி வைத்திருக்கும் மூட்டைகளை பிரிப்பது கூட இல்லை.

இதில் வருத்தப்பட வேண்டியது என்னவென்றால், வட்டார மொத்த வினியோகஸ்தர்கள் பொருட்களை கடனில் வாங்கி, கடனில் விற்கின்றனர். கடனை திரும்ப பெறுவதற்கு ஒரு குறிப்பிட்ட தேதியில் வசூலிக்கின்றனர். ஒவ்வொரு வாரமும் விற்பனை செய்ததின் ஒரு குறிப்பிட்ட சதவிகிதம் வசூல் செய்யப்படுகிறது. அதனால் சந்தை நிலையில்லாமல் இருக்கிறது. வாகன நிறுவனங்கள் சந்தையில் தங்களது விற்பனை மிகவும் அதிக அளவில் இருப்பதாக பெருமைப்படுகின்றனர். உண்மையில், அவர்கள் தங்களது விற்பனையில் 95% கடனில் விற்கின்றனர்.

எனினும், இந்த சீர்குலைவு சூழ்நிலையில், ஒருவர் நல்ல செயல்பாட்டை தான் எதிர்பார்க்க வேண்டும். தொழிலில் பொய்க்கு இடமில்லை. எனினும், விரல் விட்டு எண்ணக்கூடிய தொழிலதிபர்களை தான் உண்மையான பாதையில் செல்கின்றனர். மேலும், இந்த சூழ்நிலை எதிர்மறையாக உள்ளது. முன்பு தயாரிக்கப்பட்ட பொருட்கள் உறுதியாக, அதிக ஆயுட்காலத்துடன் இருந்தது. இப்போது தயாரிக்கப்படும் பொருட்கள் மூன்றிலிருந்து ஐந்து வருடங்களுக்கு மேல் தாங்குவதில்லை. ஒவ்வொரு வருடமும் கணினி தொழில்நுட்ப அடிப்படையில் மாற்றங்கள் செய்யப்படுகின்றன. நல்லொழுக்கம் குறைந்துவிட்டது. ஆண்டிவைரஸ் சாப்ட்வேர் தயாரிப்பவர்கள் தங்கள் பொருளை சந்தைப்படுத்துவதற்காக, முதலில் வைரஸை பரப்புகின்றனர், மற்றும் ஆண்டிவைரஸ் காலம்கடந்துவிடும் அதனால் தினமும் அதை புதுபிக்க வேண்டும் என்று ஒவ்வொரு 24 மணி நேரமும் முன்னறிவிக்கப்படும், இதன் சிரமம் என்னவென்றால், இண்டர்நெட் இணைப்பு இல்லாமல் கணினியை பயன்படுத்த முடியாது. வாங்கிய பொருட்களுக்கு உதிரி பாகங்கள் கிடைக்காது. இது நுகர்வோரை ஏமாற்றுவதாகும்.

தொழிலில் பங்குதாரகள் எல்லோரும், அதாவது, உற்பத்தியாளர், வினியோகஸ்தர், விற்பனையாளர், மற்றும் நுகர்வோர் பயனடைய வேண்டும். ஆனால், இது கானல் நீர் போன்றது. பொருள் வாங்கிய ஒரு வாரத்தில் விலை 50% குறைந்துவிடுகிறது. மின்னணு பொருகள் வீட்டிற்கு வந்துவிட்டால் அதற்கு மறுவிற்பனை மதிப்பு கிடையாது. இதற்கு விதிமுறைகள் மற்றும் ஒழுங்குமுறைகள் கிடையாது, வெறும் பகட்டு தான்!

சிர்கா உலக போருக்கு பின் உடனடியாக, சூழ்நிலை முற்றிலுமாக மாறுபட்டது. வாழ்க்கை தெளிவாக முன்னேற்றம் அடைந்தது. இப்படிப்பட்ட நிலையற்ற தன்மை இருக்கவில்லை. இன்று வாழ்க்கை அல்லது சந்தை நிலையாக இல்லை. பணத்தின் மதிப்பு 90% விழுந்துவிட்டது. மறுபக்கத்தில் மற்ற பொருட்களின் மதிப்பு உயர்ந்துக்கொண்டிருக்கிறது. பல மாடிக்கட்டிடங்கள், வான் உயர கட்டிடங்கள், ஒரு காலத்தில் செழிப்பான விளை நிலமாக, உணவு பயிர்களை ஈட்டிய

இடத்தை அலங்காிப்பதால், நிலத்தின் மதிப்பு மூவாயிரம் மடங்கு உயர்ந்திருக்கிறது! விலங்குகளும், பறவைகளும் அழிந்துக்கொண்டிருக்கின்றன. மனிதன் பல வழிகளில் கொல்லப்படுகிறான். அச்சு மற்றும் மின்னணு துறைகள் இந்த செய்திகளை தனிச்சிறப்பாக அறிவித்துக்கொண்டிருக்கின்றன. இறந்தவர்களுக்கு உண்மையான அனுதாபம் இல்லை. கிராமங்கள் அல்லது பட்டணம் அல்லது நகரத்தில் உயிருக்கு பாதுகாப்பு இல்லை, இங்கு மக்கள் ஈக்களை போல் ஆயுதங்கள், வாகனம், நச்சு மருந்துகள், கள்ளச்சாராயம், ஆவேசம், பேராசை மற்றும் வெறுப்பால் மரணமடைகின்றனர். பாதுகாப்பு அதிகாரிகள் மற்றும் பாதுகாப்பு பற்றி நிறைய கலந்துரையாடல்கள் நடக்கின்றன. ஆனால், கடைசி கோட்டையான பெண்டகனில் குண்டு வைத்து, அவர்களது ஜனாதிபதியின் மீது செருப்பை வீசும்போது, சாதாரண மனிதன் என்ன செய்வது?

பாதுகாப்பை மனதில் கொண்டு எதிரிகளின் முகாம்கள் ஒற்றர்களால் ஊடுறுவப்படும். இது மூன்று வகைப்படும்: எதிரியின் அருகில், எதிரியின் கோட்டைக்குள், எதிரியின் இராணுவ முகாமில். திறந்த போர், போர் முனையில் போர் நடந்தன, இவை போர் பயிற்சி என்று அழைக்கப்பட்டன. முதலில் தெய்வீக சக்திகள் தூண்டப்பட்டு, மன சக்தியால், யுத்தம் தேவைப்படாமல், இதன் விளைவாக உயிர் சேதம் ஏற்படாமல் எதிரி தோற்கடிக்கப்பட்டான். இக்கால பாணியுடன் ஒப்பிடலாம். மறைந்து கொண்டு கொல்லுவது, மக்கள் தூங்கும் போது கொல்வது, இன்று கொலையாளி, குழந்தைகள் அனாதை ஆக்கிவிட்டு மிரட்டுகிறான், கடத்தல் நாடகம் நடித்து பணம் கேட்கிறான் மற்றும் எல்லா இடத்திலும் குண்டு வைக்கிறான்.

அந்த காலத்தில், போரில் தெய்வீக சக்தி அல்லது வாக்கை தூண்டுவது முக்கியமாக கருதப்பட்டது.

தெய்வீக வாக்கு மற்றும் பிரார்த்தனையை மறைத்து வைப்பது பலனளிக்கும். சாணக்கியரை பொறுத்த வரையில், மந்திர வாக்கு மற்றும் அதன் தொடர்பான பிரார்த்தனைகள் இரகசியமாக வைக்கப்படாவிட்டால், அழிவு ஏற்பட்டும். கப்பலில் உள்ள மக்கள், கப்பல் உடைந்தால் தவிர்க்க முடியாத முடிவை சந்திப்பது போல், மந்திர வாக்கு வலுப்படுத்தப்பட்டால் அரசனும் இதே போன்ற முடிவை சந்திக்க நேரிடும்.

असंवृतस्य कार्याणि प्राप्तान्यपि विशेषतः।
निश्शयं विपद्यन्ते भिन्नप्लव इवोदधौ।

வருமானத்தை அதிகப்படுத்தும் முறைகள்

ஒரு உற்பத்தியாளர் பல நட்புள்ள வினியோகஸ்தர்களை நியமிக்கவில்லை என்றால் அவரால் வெற்றி பெற முடியாது.

படித்தவர்கள் மற்றும் சிறந்த மனிதர்களுடன் இணைவது நிச்சயமாக வெற்றிக்கு வழி வகுக்கும். ஒரு சிறந்த நண்பர் அல்லது பணியாளர் செலவை சிக்கனப்படுத்தி வருவாயை அதிகரிக்க வழி காட்டுவார். ஒரு வல்லுனர் புதுமையான புதிய பொருளை உற்பத்தி செய்து, திறமையாக நிர்வகிக்க வழிகாட்டுவார். உணவு தானியங்களை பயிரிடும் விவசாயிகளுக்கு, மழையை மட்டும் நம்பி இருப்பதைவிட வரப்பு மற்றும் கால்வாய்களை கட்டுவதற்கு உதவலாம். சுரங்கம் அதிக வருமானத்தை தரும் தொழிலாக கருதப்படுகிறது.

வன ஆதாரம் அடுத்த படியாகும். காடு மற்றும் தோட்ட செல்வத்துடன் ஆசீர்வதிக்கப்பட்ட நபருக்கு குறைந்த முயற்சியில் அதிகபட்ச வருமான கிடைக்கும்.

கால்நடை பண்ணையில் வருமானம் அதிக முயற்சி இல்லாமல் இருக்கும், இருந்த போதிலும், போதுமான அளவு இருக்காது. ஆனால், வருமானத்தை அதிகரிப்பதற்கு விவசாயம் நிறந்த

வழியாகும். ஏனென்றால், அது எல்லா உயிர்களுக்கும் அடிப்படையானது. மனிதனால் உணவு தானியங்கள், பழங்கள், காய்கறிகள், வேர்ப்பூண்டு செடிகள் இல்லாமல் இருக்க முடியாது. அது தான் அடிப்படையான உணவாகும்.

பேராசை தான் எல்லா நன்மைகளையும் அழிக்கும் காரணமாகும். மனிதன் ஒருபோதும் திருப்தியடைவதில்லை. எல்லா தொழில் கூடங்களும் தங்களது விவசாய நிலத்தில், உணவு தானிய தட்டுப்பாடு ஏற்படும் போது அடைக்கலம் புகுவதற்கு மாளிகை கட்டி, அதில் ஓய்வெடுக்க மற்றும் உடல் நலம் பெறுவதற்காக அதற்கு கௌரவமாக பண்ணை வீடு என்று பெயரிடுகின்றன. பெரும் செல்வந்தர்கள், நடிகர்கள், பாடகர்கள் எல்லோருக்கும் விவசாய நிலம் உண்டு. விவசாயிகள் தான் விவசாய நிலம் இல்லாத ஒரே குலம். அவர்களுக்கு சொந்தமான கொஞ்சம் நிலமும் வங்கி அடமானத்தில் இருக்கும்.

யாராக இருந்தாலும் அவர்களின் ஆதாரங்கள் மற்றும் வழிகளை தங்கள் உறவினர், நண்பர்களுடன் இணைந்து, கல்வி, மற்றும் பெரியவர்களின் ஆசியுடன் ஒழுங்குப்படுத்தி செல்வத்தை அதிகரிக்கலாம்.

एवं पक्षेण मन्त्रेण द्रव्येण च बलेन च।
सम्पन्नः प्रति निःगच्छेत् पर अवग्रहं आत्मनः।

இடம், பஞ்சம், மற்றும் சீரமைப்பு சூழ்நிலைகளை கருத்தில் கொண்டு, மனப்பூர்வமான பரிசு போன்றவற்றின் சரியான முறையை மதிப்பிட்டு, தகுந்த சூழ்நிலையை எதிக்கொள்வது முற்றிலும் முக்கியமானதாகும்.

बुध्दिं क्षयं च स्थानं च कर्शन उच्छेदनं तथा।
सर्व-उपायान् समादध्याद् एतान् यः च अर्थशास्त्रवित्।

இந்த முறைகளை கவனமாக பயன்படுத்தும் நிர்வாகிகள், அறியாமை மற்றும் மோகத்தில் மூழ்கியிருக்கும் அரசர்களை வெற்றி பெறலாம்.

एवं अन्यो अन्य संचारं षाड्गुण्यं यो अनुपश्यति।
स बुद्धिनिगलैः बद्धै अरिष्टं क्रीडति पार्थिवैः।

❖❖❖

8

எட்டாவது வகை சல்லாபத்திற்கு அடிமையாகுதல்

சல்லாபம் மற்றும் எதிர்தாக்குதல்

சல்லாபம் என்பது சரியான பாதையை விட்டு தவறி செல்வதாகும். சல்லாபம் தவறான பண்புகளை கொண்டது. இவை பயனளிக்காது மற்றும் நல்ல பண்புகளற்றவை. இந்த பண்புகள் தவறாக பயன்படுத்தப்படும். இவற்றின் பாவம் அதிகரிக்கும். பொறுமையின்மை அதிகரிக்கும். இதன் விளைவாக சமூக விரோத செயல்களில் சிக்கிக்கொள்வார்கள்.

மனித இனம் மற்றும் தெய்வீகம் இரண்டிற்கும் மந்தமான மற்றும் சுறுசுறுப்பன பழக்கங்கள் இருக்கும். சரியான நேரத்தில் உடன்பாடு ஏற்படுத்தாதது மந்தமான பழக்கமாகும் மற்றும் தீய சக்தியில் சிக்கிக்கொள்வது சுறுசுறுப்பான பழக்கமாகும். எந்த பழக்கம் சுறுசுறுப்பாக இருந்தாலும் அதை நல்ல பண்பின் எதிர்மறையானதால் தான் வெற்றிக்கொள்ள முடியும். ஒரு குறிப்பிட்ட பழக்கத்தால், மற்ற பழக்கங்கள் அதிகரித்தால், அப்போது அந்த குறிப்பிட்ட பழக்கம் முக்கியமாக கையாளப்பட வேண்டும்.

கெட்ட பழக்கங்களால் ஏற்படும் கோபம் இரண்டு வகையானது, மறைவானது மற்றும் வெளிப்படையானது. மறைந்திருக்கும் கோபம் மற்றதைவிட மிகவும் ஆபத்தானது.

சட்டத்தை படிக்காதவர்கள், மற்றும் அதை பற்றி அறியாதவர்கள், மற்றும் அதை படித்திருந்தும் அதிலிருந்து விலகி செல்பவர்கள், இரண்டு பேரும் தாங்களாகவே அழிவை ஏற்படுத்திக் கொள்கின்றனர்.

கெட்ட பழக்கம் என்பதே ஒரு நோய். அது ஆணவத்துடன் இணைந்திருந்தால், அது தனது சமநிலையை இழந்து மாபெரும் அழிவை நோக்கி விரைந்து செல்லும்.

க்காதவர் கெட்ட பழக்கங்களுக்கு அடிமையாகலாம். ஏனென்றால், அவருக்கு அதன் கெடுதலான தாக்கம் புரியாது. கோபம் மூன்று வகையான கெட்ட பழக்கத்தை ஏற்படுத்தும் அவை 'மும்மடங்கு' என்றும் விருப்பம் நான்கு வகையான கெட்ட பழக்கத்தை ஏற்படுத்தும் அவை 'நான்கு மடங்கு' என்றும் அழைக்கப்படும். இவை இரண்டும் ஆபத்தானவை. ஆனால், கோபத்தால் ஏற்படும் கெட்ட பழக்கம் இன்னும் ஆபத்தானது.

கோபத்தை சார்ந்த மும்மடங்கு: கெட்ட வார்த்தை, களங்கப்பட்ட செல்வம் மற்றும் உடலை வருத்திக்கொள்வது. அடுத்தவரின் பிழைப்பை பறித்துக்கொள்வது களங்கப்பட்ட செல்வம். அது மீண்டும் நான்கு வகைப்படும்: மிதமிஞ்சிய இலாபம்: வேலை நடநத பின் சரியான நேரத்தில் கூலி அல்லது சம்பளம் தராமல் இருப்பது. அதிகப்படியான இலாபம்: பாதிக்கப்பட்டவரை தண்டிக்கும் வகையில் சொத்தை அபகரிப்பது. நாசம்: தொழிலை நஷ்டப்படுத்துவதற்கு தடைகளை ஏற்படுத்துவது. செல்வத்தை இழப்பது: நியாயமான வகையில் பெற்ற செல்வத்தை பாதுகாக்காமல் இருப்பது.

விருப்பம் சார்ந்த நான்கு மடங்கு: வேட்டையாடும் துணிச்சல், சூதாட்டம், பெண்களுடன் தொடர்பு, மற்றும் குடிப்பழக்கம். இவை எல்லா ஆரோக்கியத்திற்கும், செல்வத்திற்கும் தீங்கு விளைவிப்பவை. ஒருவர் இந்த நான்கு தீயவற்றில் எதற்கு அடிமைப்பட்டிருக்கிறார் என்பதை பொறுத்து தான் எது அதிகபடியான தீங்கு ஏற்படுத்தும் என்பதை புரிந்துக்கொள்ள முடியும். இந்த நான்கு முக்கிய பலவீனங்களால் தான் விருப்பமும், கோபமும் மிகவும் வெறுக்கத்தக்க பழக்கங்களாக கருதப்படுகின்றன. ஆதலால், ஒருவர் விருப்பம் மற்றும் கோபத்தின் மீது சுய-கட்டுப்பாடு கொண்டு ஒத்த கெட்ட பழக்கங்களிலிருந்து விடுதலை பெற வேண்டும். இந்த அதிகாரம் செய்யும் பழக்கங்களால் எந்த முன்னேற்றமும், வளமும் அடைவது சாத்தியமில்லை.

तस्मात् कोपं च करमं च व्यसन आरम्भं आत्मवान।

परित्येज मूलहरं वृद्धसेवी जितेन्द्रिय:।

துன்பப்பட்ட பிரிவுகள்

தய்வீக சக்தி தனிப்பட்ட நாடு, சமூகம் மற்றும் தனி நபரின் பின்வரும் துயரத்தை களையும்:

1. தீயினால் நாசம்.
2. வெள்ளத்தால் நாசம்.
3. நோய் பரவுவதால் நஷ்டம்.
4. விஷத்தினால் மரணம்.
5. அம்மையின் சீற்றம்.

கட்ட பழக்கங்களின் ஊற்று

இரண்டு வகையான கெட்ட பழக்கங்கள் உள்ளன: உள்ளீடு மற்றும் வெளிப்பாடு.

நம்பிக்கைக்குரிய பிரிவு

பல வகையான அக்கிரமங்கள் மற்றும் வஞ்சகங்கள் இந்த பிரிவின் கீழ் வரும்:

ஒரு நிறுவனத்தின் நிர்வாகிகள், இயக்குனர்கள், மற்றும் தலைவர்கள், பங்குதாரர்கள் அவர்களை தங்கள் திருப்தி, முன்னேற்றம், அமைதி அல்லது சந்தோஷத்திற்காக அணுகாமல் இருப்பதை உறுதி செய்வது அவர்களின் தலையாய கடமையாகும். ஒரு வேளை அவர்கள் அணுகினால், அவர்களது புகார்களை துணிச்சலாக தீர்க்க வேண்டும். இது அவர்களது முக்கியமான பொறுப்பாகும். அவர்கள் பரிசோதனை செய்து திறமையாக தீர்மானிக்கும் நிலையில் உள்ளவர்கள்.

பணியாளர்கள் மற்றும் அவர்களது பலவீனத்தின் வகைகள்

கௌடில்ய அர்த்தசாஸ்திரத்தில் பல வியக்கதக்க வெளிப்பாடுகள் உள்ளன. ஆனால், இவை எதுவும் சாணக்கியரால் கையாளப்பட்டிருக்கும் பணியாட்களின் உளவியலை ஈடு செய்ய முடியாது. நவீன மனோதத்துவ நிபுணர்கள் இந்த விஷயத்தில் விரைவாக முன்னேறியிருப்பதாக கூறப்படுகிறது. ஆனால், இந்த புத்தகத்தில் இருப்பதை ஒப்பிடும் போது, மேற்கத்திய மனோதத்துவ நிபுணர்கள் இந்த பழமையான சிந்தனையாளரின் தரத்தை எட்டுவதற்கு நீண்டகாலம் ஆகலாம்.

இதிலிருந்து பணியாட்களின் மனநிலை மற்றும் நடத்தையை கருத்தில் கொண்டு, சாணக்கியர் பணியாட்களை பின்வரும் 34 குழுக்களாக்கி, மற்றும் ஒவ்வொரு குழுவிற்கும் அளிக்கப்பட வேண்டிய வேலையை பிரித்திருக்கிறார். அதனால், ஒரே வடிவில் இல்லாதவை ஒன்றாக பொருந்தாது. இக்காலத்தில், இராணுவ வீரர்கள், பணியாட்கள் மற்றும் மாணவர்கள் கூட தங்களது

அதிகாரிகள் மற்றும் உடனிருப்பவர்களை கொலை செய்வது மட்டுமல்ல, அவர்கள் தற்கொலை செய்து கொள்ளும் அளவிற்கு சென்றிருக்கின்றனர். நிர்வாகம் இந்த புத்தகத்தை படித்துவிட்டு இதில் விளக்கப்பட்டிருக்கும் முறையை கடைப்பிடிக்கலாம். தேர்வுகளில் இருக்கும் குறைபாடுகளை தடுப்பதற்கு, திறமையான பணியாட்கள் பதிலளிப்பதற்கு ஒரு கேள்வி தொகுப்பு அளிக்கப்பட்டு, அதற்கு விளக்கம் பெற வேண்டும். கேள்விகள் திறமையாக ஒன்றிணைக்கப்பட வேண்டும். அப்போது தான் பரிசோதனைக்குட்பட்டவர், பரிசோதிப்பவரின் எண்ணத்தை எளிதில் கிரகிக்க முடியாது. ஏனென்றால், ஒன்றிணைக்கப்பட்ட கேள்வி தொகுப்பை எளிதில் பிரிக்க சாத்தியமில்லை என்பது தான்.

1. தகுதியற்ற, பொய்யான பாவனை, மற்றும் தந்திரமாக தகுதியற்ற கௌரவம் பெற்று, நம்பகமற்ற முறையில் பெற்ற நியமனத்திற்கு உள்ளுக்குள் துன்பப்பட வேண்டும். அவர் நிறைய மனவருத்தத்துடன் இருப்பார்.

2. நோயுற்ற பணியாளர், விடுப்பின் காரணமாக சம்பளம் அளிக்கப்படாமல், விடுப்பு அளிக்கப்பட்டால் அவர் மீண்டும் பணியில் சேருவார். ஆனால், அவரது நோய் குணமாகாது.

3. புதிய நியமனதாரர் மற்றும் தொலைவிலிருந்து தினமும் பணியாற்றுபவர். இரண்டு பேரில் புதிய நியமனதாரர் சிறப்பானவர். ஏனென்றால், அவர் உண்மையாக வேலையை கற்றுக்கொள்ள ஆர்வம் காட்டி, வேலையில் தனது திறமையை காட்ட எண்ணுகிறார். ஆனால், தொலைவிலிருந்து பணியாற்றுபவர் கண்டிப்பாக சோர்ந்து போவார்.

4. கடும் உழைப்பு, நோயால் நலிவுற்றதால் சோம்பேறித்தனம், நாணயமின்மை. நோயினால் பாதிக்கப்பட்டவர் நோய் விடுப்பு எடுத்து நோயிலிருந்து குணமடையலாம். ஆனால், நாணயமற்றவரிடம் ஒப்படைக்கப்பட்ட வேலையை அவரால் முடிக்க முடியாது.

5. வெற்றி பெற்றவர், வெற்றி பெறாதவர், ஆர்வமுள்ளவர், ஆர்வமற்றவர். வெற்றி பெறாத நபர், தனது தோல்வியை வெற்றிகரமாக மாற்றும் முயற்சியில் ஈடுபடுவார். ஆனால், ஆர்வமில்ல்லாதவரை திருத்த முடியாது.

6. போதுமான நேரம் அல்லது முழுமையான வேலை கிடைக்காத துரதிரிஷ்ட பணியாளர். சரியில்லாத பதவி அளிப்பு. இதனால், அந்த நபருக்கு வேலை செய்வதற்கு சரியான இடம் கிடைக்காமல் இருப்பது. இங்கு துரதிரிஷ்டமான பணியாளருக்கு போதுமான நேரமும், வேளையை முடிப்பதற்கான வழியும் கிடைத்தால் அவர் சிறப்பாக செயலாற்றலாம். ஆனால், சரியில்லாத பதவியளிப்பு குறிப்பிடும்படி எதையும் நிறைவேற்ற முடியாது.

7. தெளிவான, தெளிவற்ற, மன அழுத்தம் மற்றும் மகிழ்ச்சியான, குறைந்த தலைமை ஏற்கும் திறமை. மன அழுத்தம் உள்ள பணியாளருக்கு தெளிவாக சிந்திக்கும் பாடம் அளிக்கலாம், மற்றும் குறைந்த தலைமை ஏற்கும் திறமையுள்ளவர், திறமையான மேலாளரின் கீழ் இருந்து திறமைகளை வளர்த்துக்கொள்ளலாம்.

8. விஷமம் செய்பவர், குறை கூறுபவர், மறைந்திருக்கும் பகைமை, தனது சந்தோஷத்தை மறைப்பது, ஆனால், அவரது துஷ்ட நடத்தை எந்த நேரத்திலும் அவரது நிறத்தை காட்டும், மற்றும் கொலை கூட செய்யலாம்.

9. ஆக்ரோஷத்துடன் கோபம் மற்றும் கிளர்ச்சி ஏற்படுத்தி, பிளவு ஏற்படுத்துவது. இதில் ஆக்ரோஷத்துடன் இருப்பவரை சமாளிக்கலாம். ஆனால், அவர் நல்லபடியாக வேலை செய்வார் என்று எதிர்பார்ப்பது முட்டள்தனம்

10. மன அழுத்தம் உள்ளவர், நிர்வாகத்தால் பிரச்சனை அளிக்கப்படுபவர், ஒடுக்கப்படுபவர், பலரால் துன்பப்படுத்தப்படுபவர். இவர்களில் மன அழுத்தம் உள்ளவர் சமாளிக்கப்படலாம். ஆனால், ஒடுக்கப்பட்டவர், பலரால் துன்பப்பட்டதால் அவரால் மறக்க, மன்னிக்க முடியாது.

11. எதிரியின் அருகில் என்றால், ஒருவர் எதிரியின் எல்லைக்குள் வேலை செய்பவர், கைவிடப்பட்டவர் என்றால், எதிரியுடன் நட்பு உள்ளவர். எதிரியின் எல்லைக்குள் வேலை செய்பவர் எதிரியை எதிர்ப்பதால் அனுபவம் பெறுகிறார், ஆனால், கைவிடப்பட்டவரால் பலன் எதுவும் இல்லை.

12. ஒற்றை முற்றுகை, ஒரு பக்கத்திலிருந்து தாக்கப்படுவது, பன்முனை முற்றுகை, பல திசைகளிலிருந்து தாக்கப்படுவது. ஒரு பக்கத்திலிருந்து முற்றுகையிடப்பட்டவர் அல்லது குறைந்த அளவு பிரச்சனை உள்ளவரால் அந்த சூழ்நிலையிலிருந்து மீண்டுவிட முடியும். ஆனால், பல திசைகளிலிருந்து முற்றுகையிடப்பட்டவரால் தனகு திறமை அல்லது, திட்டத்தை காட்ட முடியாது.

13. பகுதி துண்டிப்பு, சில நபர்களிடம் தனது தொடர்பை துண்டித்தவர், முழுமையாக துண்டித்தவர், தனது உறவினருடன் தொடர்பை முழுமையாக துண்டித்தவர். பகுதி துண்டித்தவர், புதிய தொடர்புகளை ஏற்படுத்திக்கொண்டு சூழ்நிலையை சமாளிக்கலாம். ஆனால், முழுமையாக துண்டித்தவர், கவலையில் மூழ்கி, சூழ்நிலையை சமாளிக்க முடியாது.

14. சொந்த பித்து, தனது பைத்தியக்காரத்தனத்தை தனது பகுதியில் மட்டும் காட்டுவது. கலவை பித்து, பல பகுதிகளில் பரவியுள்ளவர். தனது பகுதியில் மட்டும் இருப்பவர் ஒழுங்காக்கப்பட்டு, மீட்கப்படலாம். ஆனால், பல பகுதிகளில் இருப்பவர் மீட்கப்பட முடியாது.

15. எதிரியின் பக்கம், எதிரியுடன் தொடர்பு வைத்திருப்பவர், எதிரியால் தொடரப்படுபவர், எதிரி இவரை துரத்திக்கொண்டிருப்பார். எதிரியின் பக்க இருப்பவர், தனது எதிர்காலத்தை மனதில் வைத்துக்கொண்டு கடமைகளை செய்யலாம். ஆனால், எதிரியால் தொடரப்படுவர் அச்சமில்லாமல் தனது கடமையை செய்ய முடியாது.

16. குறைந்த அபாயம், தலைமை அலுவலகத்தில் இருக்கும் குறைந்த அளவு பணியாளர்கள், மேற்பார்வையற்றவர், மேற்பார்வை இல்லாமல் வேலை செய்பவர்கள். தலைமை அலுவலகத்தில் வேலையின் சுமை இருந்தால், கூடுதலான நபர்களை வைத்துக்கொண்டு வேலையை முடிக்கலாம். ஆனால், மேற்பார்வை இல்லாமல் வேலை செய்பவர்களால் எந்த வேலையையும் நேரத்தில் முடிக்க முடியாது.

17. தனிப்பட்டவர்கள், மேற்பார்வையாளர் இல்லாதவர், அறியாதவர், வேலையின் விதிமுறைகள் மற்றும் ஒழுங்குமுறையை அறியாதவர்கள்.

பணியாளர்களின் உளவியலை புரிந்துக்கொள்வது சிரமம் இல்லை, அதனால், அவர்களது ஒழுக்கத்தை பாதுகாக்க முடியும்.

நட்பை இழப்பது

சந்தர்ப்பத்தின் காரணமாக, ஒரு குறிப்பிட சூழ்நிலையில் ஒரு நண்பன் தனது தொடர்பை துண்டித்துக்கொள்ளலாம் அல்லது ஏமாற்றலாம். இதற்கு நட்பை இழப்பது என்று பெயர். நீண்டகால நட்பு, செல்வத்தின் ஆசையால், சில சமயம் அகந்தையால், சில சமயம் பொறாமையால், மற்றும் சில சமயம் எதற்காவது பழிவாங்குவதற்காக உடையலாம். அந்த நட்பை மீண்டும் சேர்பதற்கு முயற்சி செய்வது, தனது குழியை தானே பறித்துக்கொள்வது போன்றது. அந்த நட்பை நிரந்தரமாக

முறித்துக்கொள்வது சிறந்தது. தூண்டுதல், அதிகாரத்தன்மை, மற்றும் கெட்ட வார்த்தைகள் தான் நட்புறவு முறிவதற்கான காரணமாகும். ஆதலால், நட்புறவு நிலைத்திருக்க வேண்டுமானால், இப்படிப்பட்ட சந்தர்ப்பங்கள் தவிர்க்கப்பட வேண்டும்.

❖❖❖

9

ஒன்பதாவது வகை பயிற்சியின் கடமை

பலம் அல்லது சக்தி

ஒருவரின் உண்மையான சக்தி அவரது இயல்பான திறமை மற்றும் உள்ளார்ந்த சிறப்பு மட்டுமல்ல. அவரது சக்தி மேலும் பரிமாணத்தை அவரது மரபணு (அல்லது அவரது பெற்றோரிடமிருந்து), அவரது உறவினர் மற்றும் நண்பர்களுடன் அவரது சகவாசம், அவரது ஆசிரியர் மற்றும் வழிகாட்டி, அவரது முதலாளி மற்றும் அக்கம், பக்கத்தினரிடமிருந்து அனுமானம் செய்கிறது. அவரது இறுதி சக்தி இவை எல்லாவற்றின் பங்களிப்பு. இவற்றில் எந்த சக்தியையும் அவர் பயன்படுத்தவில்லை என்றால், அவர் சக்தி இழந்து, அதன் காரணமாக அதிக அளவில் குறைந்துவிடும்.

அவரது உள்ளார்ந்த சக்தி அவரது அறிவாற்றல் மற்றும் அனுபவத்தை மட்டும் கொண்டதல்ல. அவரது மன உறுதி, திடநம்பிக்கை, செல்வாக்கு மற்றும் ஈடுபாட்டையும் கொண்டது. சில சிந்தனையாளர்கள், ஈடுபாடுடையவர்கள் செல்வாக்கு உள்ளவர்களை வெல்லலாம் என்று கூறியிருக்கின்றனர். ஆனால், கௌடில்யர், செல்வாக்கு உள்ளவர்கள் ஈடுபாடு உள்ளவர்களை வெல்லலாம் என்கிறார். எனினும், அவர் பிரார்த்தனையின் சக்தி மற்றும் தோத்திரங்களை திரும்ப, திரும்ப சொல்வது செல்வாக்கின் மிகச் சிறந்த பண்பு என்று நம்புகிறார்.

ஒருவர் பிரச்சனையை சந்திக்க வேண்டியிருந்தால், அவர் மதிப்பீடு செய்து, அந்த சூழ்நிலையை சந்திக்க தேவைப்படும் பொருத்தமான பண்புகளை பயன்படுத்தி தீர்மானம் எடுக்க வேண்டும். அவரது மதிப்பீடு சரியாக இருந்தால், அவருக்கு இருக்கும் சக்தியில் கொஞ்சம் பயன்படுத்தாமல் இருந்தால் கூட பிரச்சனையை தீர்க்கலாம். ஆனால், மதிப்பீடு தவறாக இருந்தால், அவரது சக்தி முழுவதையும் பயன்படுத்தினால் கூட பலனிருக்காது.

தேசம்

தேசம் என்ற சொல், நிலத்தை அல்லது நிலத்தின் ஒரு பகுதியை விவரிப்பதற்கு பயன்படுத்தப்படும். இமய மலையிலிருந்து தெற்கத்திய பெருங்கடல் வரை பேரரசு என்று அழைக்கப்பட்டது. இந்த நிலத்தை ஆட்சி செய்யும் தலைவர், பேரரசின் அரசர் அல்லது பேரரசர் என்று அழைக்கப்பட்டார். இதில் ஒரு குறிப்பிட்ட இலாகாவை தலைமை வகிப்பவர் அந்த குறிப்பிட்ட பிரிவின் தலைவர் என்று அழைக்கப்பட்டார். ஆதலால், பரப்பளவின் இந்த பகுதி விரிவான ஆட்சிக்கு கட்டுப்பட்டது. பருவநிலை, இயற்கை ஆதாரங்கள் மற்றும் எதிர்பார்ப்புகளில் மாறுபாடு இருக்கும். இப்படிப்பட்ட சூழ்நிலைகள் நிலுவையில் உள்ளபடி, ஒவ்வொரு 20 மைல்கள் அல்லது 32 கிலோமீட்டரில் தண்ணீரின் சுவை மாறுபட்டிருக்கும், மற்றும் ஒவ்வொரு 40 மைல்கள் அல்லது 64 கிலோமீட்டரில் வேறு மொழி பேசப்படுகிறது, சில இடங்களில் பசுமையான தோட்டங்கள் மற்றும் மலைப்பகுதிகள் இருக்கின்றன, அதிக உற்பத்தி ஆகும் பகுதிகள் மற்றும் பஞ்சம் ஏற்படும் பகுதிகள், பாலைவனங்கள்,

சமவெளிகள் மற்றும் கடல் பகுதிகள் இருக்கின்றன.

சொல்லப்போனால், பூமியின் வடக்கு பகுதி வடக்கில் 8' முதல் 37' வரை பரவி இருக்கிறது. இதன் காரணமாக வடக்கு பகுதிகளில் கடுமையான குளிர் மற்றும் தெற்கே மிகவும்உஷ்ணமாக இருக்கிறது. இந்த காரணங்களால் உலகம் முழுவதும் என்ன கிடைக்கிறது மற்றும் உற்பத்தியாகிறது என்ற சிறிய உலகம் ஆகிறது. உணவு தானியங்கள்ஜவுளி மற்றும் கனிம வளங்கள் உலகின் சிறிய பகுதிகளில் கிடைக்கின்றன.

இயற்கை, நிறம், ஆடை, மொழி, தொழில் மற்றும் வாழ்க்கை முறைகள் தான் மாறுபாட்டிற்கான உதாரணங்கள்.

இந்த மாறுபாட்டின் நன்மை மற்றும் தீமைகளின் காரணமாக, நாட்டின் பல்வேறு பகுதிகள் வளமான, பின்தங்கிய மற்றும் மிதமானவை என்று வகைப்படுத்தப்படுகின்றன.

இந்த நாட்டில் அல்லது இந்த நாட்டின் ஒரு குறிப்பிட்ட பகுதியில் தொழில் தொடங்க வேண்டுமானால், ஒருவர் அந்த பகுதி, தேவைகள், நிலையான தன்மையை மதிப்பிட்டு தொழிலை தொடங்க வேண்டும். அப்போது தான் ஒருவர் வெற்றி பெற முடியும். மற்றபடி, இந்த விஷயங்களில் கவனம் செலுத்தாவிட்டால் நஷ்டம் ஏற்படும்.

காலம் அல்லது பருவம்

பருவம் மூன்றாக பிரிக்கப்படுகிறது. குளிர்காலம், வெயில்காலம், மற்றும் மழைக்காலம். இவை மேலும், பகல், இரவு, பிரிவு, மாதம், பருவம், மகசூல், நூற்றாண்டு, யுகம் மற்றும் இதர வகையாக பிரிக்கப்படுகின்றன. அவற்றிற்கு தனி அம்சங்கள் உண்டு. இவற்றின் பலன்கள் மற்றும் சிரமங்களை கருத்தில் கொண்டு, பிரிவுகள் மற்றும் பருவங்கள் சிறப்பானது, சிறப்பற்றது மற்றும் மிதமானது என்று பிரிக்கப்பட்டுள்ளன.

பல்வேறு சிந்தனையாளர்கள் நாடு, பருவம் மற்றும் பலத்திற்கு தனிப்பட்ட முக்கியத்துவம் அளித்திருக்கின்றனர். எனினும், தொழில் மற்றும் வாழ்க்கையின் மற்ற அம்சங்களில் இந்த மூன்று காரணிகளுக்கும் சமமான முக்கியத்துவம் அளிக்கப்பட்டு புதிய முயற்சிகள் தொடங்கப்பட வேண்டும். ஏனென்றால், வெற்றி பெறுவதற்கு இந்த மூன்றிலும் அவற்றின் முக்கியத்துவம் இருக்கின்றன. இந்த மூன்று காரணிகளையும் கருத்தில் கொண்டு நிலையான தீர்மானம் எடுப்பவர் தான் விரைவாக வெற்றி பெற முடியும்.

வரிவிதிப்பு மற்றும் இலாபத்தால் வருமானம்

வருமானம் மற்றும் இலாபத்திற்கு 12 சிறப்பு அம்சங்கள் உள்ளன: பொறுப்பு, பொறுப்பற்றது, ஆசீர்வாதம், தண்டனை, மாறுபாடுகள், சொந்த வரிவிதிப்பு, சிறிய இலாபம், அதிர்ஷ்டம், எதிர்கால பலன், கற்பனை, கவர்ச்சிகரமான, மற்றும் தானியக்கம்.

1. **பொறுப்பு:** சுலபமாக ஈட்டப்பட்டு மற்றும் எளிதாக பாதுகாக்கப்படும் வருமானம். எதிரியால் இணைக்க அல்லது பறிக்க முடியாததற்கு பொறுப்பு என்று பெயர்.

2. **பொறுப்பற்றது:** இது பொறுப்பான வருமானத்திற்கு எதிர்மறையானது. இது போன்ற வருமானம் பெறுபவர் அல்லது அதை சார்ந்திருப்பவருக்கு, விரைவில் செல்வம் அழிந்துவிடும்.

ஒருவர் இந்த மாதிரியான வருமானம் பெறுவதால், அவர் தனது கஜானா மற்றும் சேமித்த உணவு தானியத்திற்கு அபாயம் ஏற்படுத்துவதை புரிந்துக்கொண்டால், அவர் உணவு தானியம், இரசாயனம், உழைப்பு மற்றும் தொழில் அல்லது தொழில் முறையை தனது இருப்பில் வைத்துக்கொண்டு, இதேபோல் வருமான ஈட்ட முடிந்து, ஆதாரங்கள் உறுதியாக இருக்குமானால்,

அவரது வருமானம் பெரியதாகவும், நிலையாகவும் இருக்கும்.

3. **ஆசீர்வாதம்** (பிரசாதம்): ஒரு அரசன் ஒழுக்கமற்றவர்களை, ஒழுக்கமான முறையை பின்பற்ற வைத்து, தனக்கும் தன் மக்களுக்கும் சந்தோஷத்தை ஏற்படுத்தி, அதன் விளைவாக பெறும் இலாபத்திற்கு ஆசீர்வாதம் என்று பெயர்.

4. **தண்டனை:** ஆசீர்வாதத்தால் பெறும் இலாபத்திற்கு எதிர்மறையானது தண்டனை எனப்படும். மூன்றாம் நபரின் அறிவுரைப்படி நடப்பதால் செல்வம் குறைந்து, தவிர்க்க முடியாத செலவுகள் ஏற்பட்டால் அதுவும் ஒரு வகை தண்டனை எனப்படும். ஏமாற்றி மற்றும் தவறான வழியில் சம்பாதிப்பது எல்லாம் இந்த வகையை சேரும்.

5. **மாறுபாடு:** குறுகிய காலத்தில், குறைந்த கால இலாபம் பெறுவது மாறுபட்ட வருமானம் எனப்படும்.

6. **சொந்த வரிவிதிப்பு:** முக்கியமாக மற்ற-இனத்திலிருந்து பெறப்பட்ட வருமானம் சொந்த வரிவிதிப்பு என்ப்படும்.

7. **சிறிய இலாபம்:** ஒரு வேலை மாற்றாக உணவு மற்றும் சலுகை மட்டும் அளித்ததால் பெறப்பட்ட இலாபம், சிறிய இலாபம் எனப்படும்.

8. **அதிர்ஷ்டம்:** ஒற்றை வர்த்தகத்தில் பெறும் பெரிய இலாபம் அதிர்ஷ்டம் எனப்படும்.

9. **எதிர்கால பலன்:** இந்த இலாபம், எதிர்காலத்தில் அதிகபட்ச பலன் அளிப்பதாகும்.

10. **கற்பனை:** நிகழ்காலம் மற்றும் எதிர்காலத்தில் தடைகள் ஏற்படுத்தாத இலாபம், கற்பனை ஆதாரம் எனப்படும்.

11. **கவர்ச்சிகரமான:** ஒரு தெளிவான பலனளிக்கும் வேலையை முடிப்பதால் பெறும் இலாபம், கவர்ச்சிகரமானது எனப்படும்.

12. **தானியக்கம்:** நண்பர்கள் மற்றும் உறவினர்களிடம் எந்த கட்டுப்பாடும் இல்லாமல் வழக்கமாக பெறும் வருமானம் தானியக்கம் எனப்படும்.

இரு தப்பினருக்கும் சமமான இலாபம் ஏற்படுத்தும் எந்த பேரமும் முடிக்கப்பட வேண்டும். இதில் நாடு, பருவம், உறுதி, வழிமுறை, விருப்பம் மற்றும் விருப்பமற்றது, வெற்றி அல்லது தோல்வி போன்றவற்றை கருதக்கூடாது.

இலாபத்திற்கு தடைகள்:

1. **ஒழுக்கமற்றது:** உணர்ச்சி, கோபம், மற்றும் நேர்மையற்ற முறையில் பெற்ற இலாபத்தின் தடை, ஒழுக்கமற்ற இலாபம் எனப்படும்.

2. **வெட்கக்கேடு:** தானம் மற்றும் அவமானத்தல் பெற்ற இலாபத்தின் தடை இந்த வகையை சேரும்.

3. **மனித தன்மையற்ற உணர்வுகள்:** வஞ்சனை மூலம் பெற்ற இலாபம் ஒருவரை பயமுறுத்தும். ஆதலால், இது போன்ற சட்டவிரோதமான இலாபமே தடையாகும்.

4. **ஏற்றம்:** உயர் தோரணை உள்ள ஒருவரிடமிருந்து பெற்ற இலாபம், அவர் தாராளமான நோக்கத்துடன் கொடுத்தது இந்த ஏற்றமான எண்ணம் அழித்துவிடும்.

5. **நிலையற்ற அச்சம்:** ஒருவரின் அச்சத்தால் மட்டும் பெற்ற இலாபம், எப்போதும், நிலையற்ற அச்சத்தின் தடையாக இருக்கும்.

6. **மிகவும் நியாயமற்றது:** ஆணவம் மற்றும் நியாயமற்ற பேரத்தால் உருவான இலாபம், இந்த வகை தடையால் அவதிப்படும்.

7. **ஏற்றுக்கொள்வதின் அவமதிப்பு:** ஏழ்மை நிலை மற்றும் பொறாமையால் பெற்ற இலாபம், இந்த வகை தடையின் கீழ் வரும்.

8. **மனசாட்சிக்கு எதிரான:** சட்ட விரோதமான தொழிலால் பெற்ற இலாபம், இந்த வகையான தடையால் அவதிப்படும்.

9. **மந்தநிலை:** அவநம்பிக்கை, அச்சம் மற்றும் எதிரி வெளிப்படாததால் ஏற்படும் தடைகள் மந்தநிலை தடை எனப்படும்.

குளிர்காலம், வெயில்காலம், மற்றும் மழைகாலத்தின் கடுமையை ஒருவுரால் தாங்க முடியவில்லை என்றால் இலாபம் பாதிக்கப்படும். ஒரு முயற்சியை தொடங்குவதற்கு முன் நட்சத்திரம், நாள் மற்றும் நேரம் கவனமாக குறிக்கப்படவில்லை என்றால், அந்த முயற்சி வளம் பெறாது.

எனினும், சாணக்கியரின் எண்ணப்படி, முயற்சி வெற்றிப் பெறுவதற்கு, ஒருவரிடம் தேவையான முதலீடு, தேவையான பொருட்கள் மற்றும் மன உறுதி இருந்தால், நட்சத்திரத்தின் நிலையை பற்றி கவலை இல்லை.

नक्षत्रं अति पृच्छन्तं बलं अर्थं अति-वतति।
अथों ह्यअर्थस्य नक्षत्रं किं करिष्यन्ति तारका:।

முதலீடு மற்றும் தேவையான பொருட்கள் இல்லாமல் ஒருவர் எவ்வளவு முயற்சி செய்தாலும் அது பிரயோஜனமில்லை. பணம் பணத்தை உருவாக்கும் மற்றும் செல்வம் தான் செல்வத்தை மேலும் உருவாக்கும் வழி. யானை தான் மற்றொரு யானையை வசப்படுத்தும் அல்லது பிடிக்கும். பணம் பணத்தை உருவாக்கும் என்பது மேற்கத்திய வாக்கியம் என்று நினைக்க வேண்டாம்.

न अधना प्राप्नुवन्त्य अर्थान् नरा यत्न शतै: अपि।
अर्थै: अर्थ: प्रबध्यन्ते गजा: प्रति गजै: इव।

உட்புற மற்றும் வெளிப்புற தடைகள்

உட்புற மற்றும் வெளிப்புற தடைகள் நான்கு வகையானவை.

1. அயல் நாட்டினர் மற்றும் நமது சொந்த மக்களால் உருவாகும் தடைகள்.
2. மற்றவர்களின் துணையுடன் நமது மக்களால் உருவாகும் தடைகள்.
3. அயல் நாட்டினரால் உருவாக்கப்பட்டு மற்றும் அயல் நாட்டினரால் சுறுசுறுப்பாக பரப்பப்படுவது.
4. சொந்த மக்களால் உருவாக்கப்பட்டு மற்றும் அவர்களால் பரப்பப்படுவது.

விரோதி மற்றும் எதிரியிடமிருந்து உருவாகும் இடையூறு அல்லது தடைகள் இரண்டு வகையானவை; தூய கெடுதி மற்றும் தூய பகைமை.

கெடுதலான மற்றும் கெடுதலற்ற இடையூறுகள் கப்பட இடையூறு என்ப்படும். நண்பர் அல்லது எதிரியால் உருவாகும் இடையூறு நட்பு கலவை அல்லது எதிரி கலவை எனப்படும்.

ளிப்புற மற்றும் உட்புற இடையூறுகளின் பிரிவுகள்

1. **ஆபத்தான செல்வம்:** அறியாமையால் வீணாகி, எதிரியின் வளர்ச்சிக்கு மாற்றப்படும் செல்வம், கொடுத்த பின் திரும்பும் செல்வம், காணாமல் போய் வீணாகும் செல்வம் ஆபத்தான செல்வம் எனப்படும்.

2. **பேராபத்தான செல்வம்:** செல்வத்தால் உருவாகும் அச்சம், சுயமாக அல்லது உதவியுடன் ஏற்பட்டு, பேராபத்தான விளைவுகளை ஏற்படுத்துவது பேராபத்தான செல்வம் எனப்படும்.

3. **ஐயத்திற்குரிய செல்வம்:** செல்வத்தால் ஏற்படும் ஐயம், பாதுகாப்பாக அல்லது பேராபத்தாக இருந்து, ஒருவரை எப்போதும் நிலையில்லாமல் வைப்பது, ஐயத்திற்குரிய செல்வம் எனப்படும்.

செல்வம் மற்றும் அதன் பல்வேறு பிரிவுகள் அடிப்படையாக்கப்பட்டால் மூன்று துணை குழுக்கள் உருவாகும். அதேபோல், அவை அடிப்படையாக்கப்படவில்லை என்றால் இன்னும் மூன்று துணை குழுக்கள் உருவாகி, மொத்தம் ஆறு குழுக்களாகும். இவை அடிப்படையாக்கப்பட்ட ஆறு வகைகள் எனப்படும்:

- *அர்த்தமுள்ள செயல்: எதிரியை அழிப்பது*
- *தன்னலமற்ற செயல்: செல்வத்தால் மற்றவர்களுக்கு உதவுவது*
- *அர்த்தமற்ற செயல்: எதிரியின் நட்புறவை தவிர்ப்பது*
- *அர்த்தமுள்ள பேரினவாதம்: எதிரியின் அக்கம் பக்கத்தினருக்கு உதவுவது*
- தன்னலமிக்க பேரினவாதம்: பலவீனமான எதிரிக்கு உதவுவதாக வாக்களித்துவிட்டு, அதை நிறைவேற்றாமல் இருப்பது
- *அர்த்தமற்ற பேரினவாதம்: பலமிக்க எதிரிக்கு உதவுவதாக வாக்களித்துவிட்டு, அதை நிறைவேற்றாமல் இருப்பது*

4. **மானிய செல்வம்:** ஒரே சமயத்தில் எல்லா பக்கங்களிலிருந்தும் செல்வம் பொழிந்தால் அது மானிய செல்வம் எனப்படும்.

5. **சந்தேகமான மானிய செல்வம்:** மானிய செல்வம் பொழிவதற்கு எதிர்ப்பு இருந்தால் அது சந்தேகமான மானிய செல்வம் எனப்படும்.

6. **கடுந்துயர மானிய செல்வம்:** நான்கு பக்கங்களிலும் எதிரிகள் சூழ்ந்திருக்கும் அச்சம் என்று அர்த்தம்.

7. **சந்தேகமான கடுந்துயர மானிய செல்வம்:** எதிரிகளின் அச்சத்திற்கு கூடுதலாக, நண்பர்களும் இடையூறு செய்வதாக சந்தேகம் எழுந்தால் அதற்கு இந்த பெயராகும். இந்த இடையூறுகளை கடப்பதற்கு நண்பரை சமாதானப்படுத்துவதற்கு திறமையான வழிகளை பயன்படுத்தலாம்.

8. **செல்வத்திற்கு இரட்டை ஆபத்து:** இரண்டு பக்கத்திலிருந்தும் செல்வம் பெறுவதற்கு ஏற்படும் தடைகள் என்று அர்த்தம்.

9. **இரட்டை: செல்வம் சேர்ப்பது மற்றும் அழிவது:** ஒரு பக்கத்திலிருந்து பெறுவதற்கு, மறு பக்கதில் சமமான நஷ்டம் ஏற்படுவது என்று அர்த்தம்.

10. **இரட்டை ஐயமான மற்றும் பேராபத்தான செல்வம்:** ஒருபுறம் பேராபத்து இருக்கையில், மறுபுறம் செல்வம் பெறுவதில் சந்தேகம் ஏற்படுவது என்று அர்த்தம்.

11. **பேராபத்து மற்றும் ஐயத்திற்குரிய மானிய செல்வம்:** முந்தையதை (10) போன்ற இடையூறுகள்.

உட்புற மற்றும் வெளிப்புற சவால்களுகு தீர்வு முறைகள்

இந்த இடையூறுகளை ஒரே சமயத்தில் எதிர்ப்பது சிரமமானது, ஆதலால், இவற்றை தனித்தனியாக கவனிக்க வேண்டும். திறமை மற்றும் துணிச்சல் இரண்டும் சமமாக தேவைப்படும். மிரட்டல்களை சந்திப்பதற்கு போதுமான நடவடிக்கை எடுப்பதற்கு ஒருவர் பின்வரும் முப்பொருட்களையும் புரிந்துக்கொள்ள வேண்டும்:

அ. **செல்வத்தின் முப்பொருட்கள்:** செல்வம், கடமை மற்றும் விருப்பம்.

ஆ. **பேராபத்தின் முப்பொருட்கள்:** வக்கிரம், ஒழுக்கமின்மை மற்றும் சோகம்.

இ. **சந்தேகத்தின் முப்பொருட்கள்:** செல்வம் மற்றும் வக்கிரம், கடமை மற்றும் ஒழுக்கமின்மை, மற்றும் விருப்பம் மற்றும் சோகத்திற்கு இடையிலான வித்தியாசம் தெரியாமல் இருப்பது.

மகன், சகோதரன் மற்றும் மற்ற உறவினர்கள் மகிழ்ச்சிகரமாக கவனிக்கப்பட்டு, பரிசுகள் வழங்கப்பட வேண்டும்.

அரச குடும்ப பணியாளர்கள் மற்றும் மற்ற நபர்களுக்கு பரிசளிப்பது மற்றும் வித்தியாசம் காண்பது.

மற்றவர்களுக்கு ஏற்றத்தாழ்வு ஏற்படுத்தி மற்றும் தண்டிக்கும் முறையை பயன்படுத்தலாம்.

அ. இந்த வகையான தீர்வு நடவடிக்கை மேலெழும் முறை எனப்படும்.

ஆ. இதை மேலிருந்து கீழாக பயன்படுத்துவதற்கு இறங்கும் முறை எனப்டும்.

இ. நண்பர் மற்றும் எதிரிகளை கையாளும் போது சூழ்நிலைக்கேற்ப இந்த முறைகளை மாற்றி, மாற்றி பயன்படுத்துவது பொருத்தமாக இருக்கும். இந்த முறைகளை வரிசை மாற்றி மற்றும் ஒன்றிணைத்து பயன்படுத்துவது 'திறமையான கலவை' எனப்படும்.

எல்லா சவால்களையும் சந்திப்பதற்கு பயன்படுத்துவதற்கு கொண்டு வரப்பட்டிருக்கும் இந்த முறைகள், சிறியது அல்லது பெரியது, மீண்டும் மூன்று வகைகளாக பிரிக்கப்படுகின்றன:

அ. **கட்டாயமானது:** ஒரே ஒரு முறை, மற்ற எதுவும் இல்லை, பிரச்சனையை வெற்றிகரமாக எதிர்க்க உதவும்.

ஆ. **தேர்வுகள்:** ஒரு முறையால் பிரச்சனையை கடக்க முடியுமா, அல்லது வேறு முறைகள் கருதப்பட வேண்டுமா.

இ. **இணைப்பு:** ஒரு முறையை மற்ற தேர்வுகளுடன் இணைப்பதால் மட்டும் தான் பிரச்சனையை கடக்க முடியும். இந்த இணைப்புகள் இரண்டு அல்லது மூன்று அல்லது நான்கு குழுக்களாக, 15 நடவடிக்கைகளின் மாற்றம் மற்றும் இணைப்பு செய்யப்பட்டவை. இவை பின் வரிசையிலிருந்து கூட பயன்படுத்தப்படலாம். இந்த நடவடிக்கைகளின் மேலெழும் வரிசையை மட்டும் தான் பட்டியலிட்டிருக்கின்றோம்.

1. மனப்பூர்வமாக, பரிசு, தண்டனை, ஏற்றத்தாழ்வு.
2. பரிசு, தண்டனை.
3. பரிசு, தண்டனை, ஏற்றத்தாழ்வு.
4. மனப்பூர்வமாக, தண்டனை.
5. மனப்பூர்வமாக, தண்டனை, ஏற்றத்தாழ்வு.
6. பரிசு, ஏற்றத்தாழ்வு.
7. மனப்பூர்வமாக, பரிசு, ஏற்றத்தாழ்வு.
8. மனப்பூர்வமாக, ஏற்றத்தாழ்வு.

9. மனப்பூர்வமாக, பரிசு, தண்டனை.
10. மனப்பூர்வமாக, பரிசு.
11. தண்டனை, ஏற்றத்தாழ்வு.
12. மனப்பூர்வமாக.
13. பரிசு.
14. தண்டனை.
15. ஏற்றத்தாழ்வு.

ஒற்றை நடவடிக்கையில் நோக்கம் பெறப்பட்டால், அது ஒற்றை தீர்வு எனப்படும். இரண்டு, மூன்று, நான்கு முறைகள் பயன்படுத்தப்பட்டால், அவை முறையாக இரட்டை, மூன்று, நான்கு தீர்வுகள் எனப்படும்.

இந்த கொள்கைகள் செல்வம், கடமை, மற்றும் விருப்பத்தின் அச்சுறுத்தல்களை கடந்து வருவதற்கு வழியாக இருந்தாலும், செல்வம் தொடர்பானதை கடந்து வருவது குறிப்பிடத்தக்கதாக கருதப்படுகிறது.

தீ, வெள்ளம், நோய்கள், தொற்றும் பெரிய அம்மை, கலகம், தவறான தருமம், இராட்சத படைப்புகள் ஆகியவை மனித குலத்திற்கு தெய்வீக தடைகளாகும். இந்த சவால்களை எதிர்கொள்வதற்கு ஒருவர் தெய்வ நம்பிக்கையுடன், இந்த சக்திகளிடம் சரணடைந்து, ஒழுக்கத்தை கற்றுக்கொடுப்பதில் தேர்ச்சியடைந்த பிராமணர்களை மதிக்க வேண்டும். அதர்வண வேதத்தில் குறிப்பிடப்பட்டுள்ளதை போல் ஒருவர் அமைதி மற்றும் ஒற்றுமைக்காக உழைக்க வேண்டும். அவர்கள் புவியில் அமைதியை நீண்டகாலம் நிறுவுவதற்கு மகான்கள், ஞானிகள் மற்றும் சிறந்த மனிதர்களின் போதனையை பின்பற்ற வேண்டும்.

❖❖❖

10

பத்தாவது வகை இணைதல்

பத்தாவது அத்தியாயம் முழுவதும் போர் பற்றிய எல்லா முறைமையையும் பற்றி எழுதப்பட்டுள்ளது. இக்காலத்தில் அது போன்ற போர் நடப்பதில்லை என்பதால், அதில் எந்த பயனும் இல்லை. ஆனால், வாசகர்களின் நன்மைக்காக, இந்த அத்தியாயம் மற்றும் துணை அத்தியாயங்களில், இதில் என்ன எழுதப்பட்டுள்ளது என்பதை புரிந்துக்கொள்வதற்காக தகவல் அளிக்கப்பட்டுள்ளது.

1. இராணுவ முகாம் கட்டுவது.
2. இராணுவ முகாமின் அளவு.
3. தாக்குதலின் போது ஆயுதப்படையின் பாதுகாப்பு.
4. பல்வேறு போலியான போர் நடவடிக்கைகள்.
5. ஆயுதப்படையினரை ஊக்கப்படுத்துதல்.
6. அடுத்தவரின் ஆயுதப்படையை பயன்படுத்துதல்.
7. போருக்கு வசதியான நிலப்பகுதி.
8. ஆயுதப்படையின் பல்வேறு கிளைகளின் வேலை.
9. படைப்பிரிவு, வகை, மற்றும் யுத்த தந்திரம் உருவாக்குதல்.
10. படை பலத்தின் அடிப்படையில் ஒதுக்கீடு.
11. குதிரைப்படை பிரிவை பிரித்தல்.
12. போர் நடவடிக்கையில் நான்கு படைகளை பயன்படுத்துதல்– குதிரை, யானை, ரதம், காலாட்படை.
13. இயற்கையான யுத்த தந்திரம், மாற்றியமைக்கப்பட்ட யுத்த தந்திரம், யுத்த தந்திரத்திற்கு எதிர்ப்பு.
14. பாதுகாப்பான செயல்திட்டம், காகத்தின் செயல்திட்டம், பேரழிவு செயல்திட்டம்.

❖❖❖

11

பதினொன்றாவது வகை சமூக திட்டம்

பதினொன்றாவது முறைமை சமூகம்/மாநகராட்சியின் செயல் தொடர்புடையது, இது கௌடில்ய அர்த்த சாஸ்திரத்தில் ஏழு அத்தியாயங்களில் தொகுக்கப்பட்டுள்ளது. இது 160 மற்றும் 161 ஆகிய இரண்டு அத்தியாயங்களை கொண்டுள்ள மிகச் சிறிய முறைமையாகும். இந்த அத்தியாம் சமூகத்தின் சிறப்பை விளக்குகிறது மற்றும் அனுகூலமான சமயங்களில் சமூகம் அமைதி மற்றும் தானத்திற்கு பயன்படுத்தப்பட வேண்டும். அதே சமயத்தில், அனுகூலமற்ற நேரத்தில், மாறுபாடு மற்றும் தண்டனைக்கு பயன்படுத்தப்பட வேண்டும்.

இரகசிய சேவையை சமூகத்தின் நலனுக்காக, இராணுவத்தின் நலனுக்காக மற்றும் நண்பர்களின் நலனுக்காக எப்படி பயன்படுத்திக்கொள்வது என்பது பற்றிய கலந்துரையாடல் இருக்கிறது. தண்டனையை பற்றிய கலந்துரையாடலும் இருக்கிறது. சமூகத்தின் ஒழுக்கத்தை எப்படி குலைப்பது என்பது பற்றிய விரிவான விளக்கமும் இருக்கிறது.

❖❖❖

12

பன்னிரெண்டாவது வகை பலவீனம்

பன்னிரெண்டாது முறைமையும் சிறியது, இதில் ஒரு சக்தி வாய்ந்த அரசனால் தாக்கப்படும்போது ஓர் பலவீனமான அரசன் எப்படி நடந்துக்கொள்ள வேண்டும் என்றும், தனது தோல்விக்கு பழிதீர்த்துக்கொள்வது பற்றிய விவரமும் உள்ளது. இந்த அத்தியாயமும், துணை அத்தியாயமும் இந்த செயல் திட்டத்தை கையாளும்.

1. தூதுவரை அனுப்பும் முறை.
2. இரகசிய யுத்த தந்திரம்/நிலைக்குலைக்கும் யுத்த தந்திரம்.
3. படைத் தலைவரை கொல்லுவது.
4. அரச குடும்பத்திற்கு உதவுதல்.
5. ஆயுதங்கள், தீ மற்றும் கொல்லுவதற்கு அமிலங்களை பயன்படுத்தும் இரகசியம்.
6. சுசுசுசுசு, சாரம், மற்றும் ஒலிப்பரப்பின் நாசம்.
7. தந்திரம் மற்றும் தவறான வழியில் வெற்றி பெறுவது.
8. தந்திரத்தை சேர்த்துக்கொள்வது மூலம் வெற்றி பெறுவது.

❖❖❖

13

பதின்மூன்றாவது வகை கோட்டை/நிறுவனத்தின் ஆயுட்காலம்

சாணக்கியர் பதிமூன்றாவது அத்தியாயத்தில் மக்கள், பணியாளர்கள், மற்றும் தொடர்புடைய வர்த்தகர்களை எப்படி கட்டுப்பாட்டில் வைத்துக்கொள்வது என்று விவரித்துள்ளார், மற்றும் எதிரியை தந்திரமான யுக்தியை பயன்படுத்தி தோற்கடிப்பது எப்படி என்பதையும் விவரித்துள்ளார். அதில் ஒருவரின் தவறான தெய்வீக சக்தி, கனவில் தெய்வத்துடன் பேசுவது, தெய்வத்தை காண்பது போன்றவற்றை விளம்பரப்படுத்தி, தந்திரமான முறையில் எப்படி சேர்ப்பது என்ற விவரம் உள்ளது.

ஒரு இராஜ்ஜியத்தை சேர்ப்பதற்கு சாணக்கியர் கூறியிருக்கும் போலியான முறைகளை, ஒரு நிறுவனத்தை எடுத்துக்கொள்ளும் போது பயன்படுத்தலாம். இந்த தவறான முறைகளை பயன்படுத்தி எந்த நிறுவனத்தையும் மீட்டு எடுத்துக்கொள்ளலாம். நம்மிடம் வரலாற்று உதாரணங்கள், மகான்கள் மற்றும் ஞானிகளின் விவேகமாக கூறியவை, மற்றும் இந்த பாதையை பின்பற்றக்கூடாது என்று கூறியதற்கான சாட்சிகள் இருக்கின்றன. இதில் உடனடி இலாபம் அல்லது ஒரு நிமிட சுகம் இருக்கலாம். ஆனால், இதை பின்பற்றுபவரின் வம்சம் அழிந்துவிடும். சேர்ப்பது பற்றி பேசும்போது இது விவாதிக்கப்படாமல் இருப்பதற்கு இதுவும் ஒரு காரணமாக இருக்கலாம். இதில் உடனடி இலாபம் இருந்தால் கூட, ஒருவர் தனது மகிழ்ச்சிக்காக அல்லது தனது பலத்தை காட்டுவதற்காக ஒரு வம்சத்தை அழிக்கக்கூடாது.

சாணக்கியர் நியாயமான வழிகளை சிந்தித்தது போல் இந்த தந்திரமான வழிகளையும் ஆழமாக சிந்தித்திருக்கிறார். சாணக்கியர் தனது நியாயமான முறைமையில் ஒரு உடன்பாடு –நல்லதாக அல்லது கெடுதலாக இருந்தாலும் அது வித்தியாசமாக இருக்கும் என்று விவரித்திருக்கிறார். ஆதலால், இக்காலத்தில் சாணக்கியரின் சிறப்பம்சத்தில் பாதி அளவில் கூட யாரையும் காண முடியாது. அவர் செல்வத்தை துரத்தவில்லை, பேராசையை நெருங்க விட்டதில்லை, மற்றும் உணர்ச்சிமிக்க சுகங்களை பார்த்தது கூட இல்லை. இது தான் அவரது அபாரமான வெற்றி மற்றும் நல்லொழுக்கத்திற்கு காரணம்.

இந்த வகையில் அத்தியாயம், துணை அத்தியாயம் மற்றும் பிரிவுகள் பின்வருமாறு:

1. உருவாக்குவது, ஏமாற்றுவது.
2. தந்திரமான முறையில் அரசனை வசீகரிப்பது.
3. இரகசிய சேவையின் இருப்பிடம், மற்றும் பணி.
4. எதிரியின் கோட்டையை முற்றுகை இடுவது.
5. எதிரியை கட்டுப்படுத்துவது.
6. சித்திரக்குள்ளர்கள் அல்லது விஷத்தி பயன்படுத்துவது.
7. முற்றுகையிடுவது.

8. தைரியமிழக்க செய்தல், அழித்தல்.

9. கையகப்படுத்துதல், சமாதானப்படுத்துதல்.

கையகப்படுத்துதல் – சமாதானப்படுத்துதல்

ஜெயித்த இராஜ்ஜியத்தில் அமைதியை ஏற்படுத்துதல்.

ஒரு நிறுவனம் அல்லது தொழிலகத்தின் கட்டுப்பாட்டை ஏற்றுக்கொள்ளுதல்.

தாக்குதல் மற்றும் மீட்டு எடுப்பதின் நன்மைகள் மற்றும் சாதனைகள்

ஒரு மீட்பு ஏற்படும்போது, ஒரு நிறுவனத்தை மட்டும் எடுப்பதில்லை. அதிலுள்ள பொறுப்புகளும், கடமைகளும் எடுத்துக்கொள்ளப்படுகின்றன. இதில் குறிப்பிடத்தக்கது என்னவேன்றால் அங்குள்ள தொழிலாளர்கள் எல்லோரும் எடுத்துக்கொள்ளப்படுகின்றனர். ஒரு இராஜ்ஜியம் மீட்கப்பட்டால், அதன் மக்களும் ஏற்றுக்கொள்ளப்படுகின்றனர். இந்த மக்களின் நம்பிக்கை, விருப்பம் மற்றும் சந்தேகங்களும் ஏற்றுக்கொள்ளப்படுகின்றன. ஆதலால், நிர்வாகத்தை ஏற்றுக்கொள்ளும் நபர் இவற்றையும் மனதில் கொள்ள வேண்டும்.

ஒரு இராஜ்ஜியத்தை மீட்கும் போது தோற்ற அரசனின் தவறுகளை மறைக்க முயற்சி செய்ய வேண்டும், அல்லது ஆபத்திலிருக்கும் போது போரிடுபவரின் பண்புகளை விட இருமடங்கு அதிகமாக இவரின் பண்புகளை உணர்ச்சி பொங்க பேச வேண்டும்.

இராஜ்ஜியமும் அதன் மக்களும் நேர்மை, வேலை, ஆசீர்வாதம், மன்னிக்கும் தன்மை, கடனை தள்ளுபடி செய்தல், நன்கொடை, மரியாதை போன்றவற்றால் கட்டுப்படுத்தப்பட வேண்டும்.

ஆதரவாளர்களை எப்போதும் நம் பக்கம் வைத்துக் கொள்ள வேண்டும். ஒரு ஆதரவாளர் உதவி செய்திருக்கும் அளவை பொறுத்து, அவர் செய்த உதவியின் அளவிற்கு சமமாக திருப்பி செய்ய வேண்டும்.

ஒழுக்கம், நடத்தை, உடை, மொழி, மற்றவர் பாராட்டி, மற்றும் நம்பும் படி வெளிப்படுத்த வேண்டும்.

இதை போன்ற மீட்புகளில் மூன்று வகையான நன்மைகள் இருக்கின்றன:

1. **புதிய நன்மைகள்:** பெற்ற நன்மைகள் பாதுகாக்க பட வேண்டும் மற்றும் அந்த நன்மைகளை மேம்படுத்த முயற்சி செய்ய வேண்டும்.
2. **கடந்த நன்மைகள்:** கடந்த நன்மை என்பது, ஒருவர் நிறுவனத்தை இழந்து, நஷ்டத்தை ஈடுகட்டிய பின் அதை திரும்ப பெறுவதாகும்.
3. **தந்தைவழி நன்மை:** ஒருவரின் தந்தை அல்லது பாட்டனாருக்கு சொந்தமான இராஜ்ஜியம் அல்லது நிறுவனம் வேறு ஒருவருக்கு சொந்தமாகி, பிறகு அந்த நபருக்கு மீண்டும் கிடைத்தால் அது தந்தைவழி நன்மை எனப்படும்.

புதிய நிர்வாகி புதிய பணி இடத்தில் அல்லது நிர்வாக இடத்தில் நடைமுறையில் இல்லாத நெறிமுறை செயல்பாடுகளை வழக்கில் கொண்டு வர வேண்டும். மக்கள் நல்லொழுக்க முறைகளை பின்பற்ற ஊக்கப்படுத்தப்பட வேண்டும். நெறிமுறையற்ற நடத்தை வேரூன்ற விட அனுமதிக்க கூடாது. மற்றும் அப்படிப்பட்டவர்கள் இருந்தால் அவர்கள் சக்தி, தந்திரம் மற்றும் திறமையால் அடக்கப்பட வேண்டும்.

चरित्रं अकृतं धर्म्यं च अन्यैः प्रवर्तयेत्।
प्रवर्तयन्न च अधर्म्यं कृतं च अन्यैः निवर्तयेत्।

❖❖❖

14

பதினான்காவது வகை ஆய்வு கட்டுரை

இந்த முறைமை மற்றும் அதன் உட்பொருள் பதுங்கி இருந்து தாக்குவதை கொண்டது மற்றும் பாதுகாப்பு விஷயங்களில் தொடர்புடையது. இது விஷம்-தொடர்புடைய விஷயங்களில் சாணக்கியரின் ஆழ்ந்த அறிவாற்றலை காட்டுகிறது. சாணக்கியருக்கு விஷத்தை பற்றி இருந்த அறிவாற்றலின் அளவை இன்றைய உலகில் யாராலும் கற்பனை கூட செய்ய முடியாது. பழங்காலத்தில் கூட பல்வேறு வகையான விஷத்தை பற்றிய தகவல் இந்த அளவிற்கு யாருக்கும் இருக்கவில்லை. இந்த அத்தியாயத்தில் விவாதிக்கப்பட்டிருக்கும் மூலிகைகள் கூட இன்று இல்லை. இந்த விஷயம் விஷத்தை பற்றியது மட்டுமல்ல, இதில் மூலிகையை பற்றியும் குறிப்பிடப்பட்டிருக்கிறது, அதை உட்கொண்டால் ஒருவருக்கு 15 நாட்கள் அல்லது ஒரு மாதத்திற்கு கூட பசி எடுக்காது.

ஒருபுறம் அவர் கைவிலங்கு மற்றும் இரும்பு சங்கிலியை வலுவாக்குவதை பற்றி பேசுகிறார். மறுபுறம், இரும்பு சங்கிலியை முறிக்கும் விஷத்தை பற்றி கூறுகிறார்! சொல்லப்போனால், அவர் ஒரு குழப்பமான மற்றும் தனிப்பிறவியாவார்.

இந்த அத்தியாயம் பின்வரும் தலைப்புகள் மற்றும் இணை-தலைப்புகளை கொண்டது.

1. எதிரியை படுகொலை செய்வது.
2. மயக்கும் கலை, முக பாவனையில் மாற்றம்.
3. மருத்துவ மற்றும் மந்திர சொற்களின் பயன்பாடு.
4. பதுங்குதல் மற்றும் பாதுகாப்பின் எதிர்தாக்குதல்.

சாணக்கியரின் போதனைகளை பின்பற்றி, ஒரு நிர்வாகி, தன்னையும், தன்னை சார்ந்தவர்கள் மற்றும் அவரது பணியாளர்களை இங்கு விவாதிக்கப்பட்டிருக்கும் விஷம் மற்றும் மருந்திலிருந்து பாதுகாக்கலாம்.

அவர்கள் எதிரிகளின் மீது விஷத்தன்மையுள்ள வாயு மற்றும் தண்ணீரை பயன்படுத்தலாம்.

एतैः कृत्वा प्रतिकारं स्व सैन्यानां आत्मनः।
अमित्रंशु प्रयन्जीत विष धूमं अम्बु देषणम्।

❖❖❖

15

பதினைந்தாவது வகை கொள்கைகளின் அடிப்படை

பதினைந்தாவது முறைமையில் ஒரே ஒரு அத்தியாயம் தான் இருக்கிறது - அத்தியாயம் 180. இந்த அத்தியாயத்தில் செல்வத்தின் விஞ்ஞானத்தை பற்றிய பல்வேறு யுக்திகளின் விவரிப்புகள் மட்டுமல்ல, இரண்டு பிரகடனங்களும் இருக்கின்றன. ஒன்று சாணக்கியர் என்கிற விஷ்ணுகுப்தர் நந்த சாம்ராஜ்யத்திலிருந்து உலகத்தை மீட்டு, இந்த புத்தகத்தையும் எழுதியிருக்கிறார். இங்கு கவனிக்க வேண்டியது என்னவென்றால், சாணக்கியர் தான் நந்த சாம்ராஜ்ஜியத்தை அழித்ததாக கூறவில்லை, நந்தனிடமிருந்து பூமியை விடுவித்ததாக கூறியிருக்கிறார்! இந்த அறிவிப்பு மிகவும் பொருத்தமானதாக இருக்கிறது, ஏனென்றால், நந்த சாம்ராஜ்ஜியத்தின் எல்லா தீமைகளும், அக்கிரமங்களும் மானிய பிரபுகள் மற்றும் பெருமளவில் சமூகத்திற்கும் பரவியிருந்தது. அதனால்தான் அவர் 'அரசனை போல் மக்கள்' அல்லது 'அரசன் எவ்வழியோ, மக்களும் அவ்வழியே' என்று கூறினார்'!

येन भास्तं च शस्त्र च नन्दराजगता च भूः।
अमर्षेण उद्धृता अन्याशु तेन शास्त्रं इदं कृतम्।

அவரது இரண்டாவது பிரகடனம் என்னவென்றால், அவரது அர்த்தசாஸ்திரத்தில், அவர் வெளிப்படுத்தியிருந்த கருத்துகளில், மற்ற பண்டிதர்களுக்கு கருத்து வேறுபாடுகள் இருந்தன. அதனால், சாணக்கியர் இந்த சூத்திரங்களும் அவற்றின் விளக்கங்களையும் எழுதியிருந்தார்.

दृष्ट्वा वि प्रतिपतं बहुधा शास्त्रेशु भाष्यकाराणाम्।
स्वयं एव विष्णुगुप्तः चकार सूत्रं च भाष्यं च।

அவர் ஒரு மூன்றாவது பிரகடனமும் செய்திருந்தார், அதில், இவை மட்டும் தான் அர்த்தசாஸ்திரத்தில் அமைக்கப்பட்டுள்ள பொருட்கள் (செல்வத்தின் விஞ்ஞானம் மற்றும் அர்த்தம்), மற்றும் இந்த விஞ்ஞனத்தின் பயிற்சியில் இவை வலிமையானவை.

धर्मं अर्थं च कामं च प्रवर्तयति परति च।
अधर्म अनर्थ विद्वेषानिदं शास्त्रं निहन्ति च।

அர்த்தசாஸ்திரத்தின் செயல்திட்டம்

மனித குலத்தின் ஜீவனத்திற்கான பொருள் செல்வம். ஒருவருடன் இணைந்திருக்கும் நிலமும் செல்வம் எனப்படும். இந்த நிலத்தை பெற்று, பாதுகாக்கும் விஞ்ஞானத்தின் விவரிப்பு தான் அர்த்தசாஸ்திரம் (செல்வத்தின் விஞ்ஞானம்).

मनुष्याणां वृत्तिः अर्थः; मनुष्यवती भूमिः इति अर्थः।
तस्या पृथिव्या लाभ पालन उपायः शास्त्रं अर्थ शास्त्रं इति।

அர்த்தசாஸ்திரத்தில் பின்வரும் 32 வித்தியாசமான செயல்திட்டங்கள் உள்ளன. எழுத்தாளர்கள் இவற்றின் ஆழத்தை புரிந்துக்கொண்டு, அதை அவர்களின் இலக்கிய படைப்புகளில் பயன்படுத்துமாறு கேட்டுக்கொள்ளப்படுகிறது:

1. **அதிகார தன்மை:** அதிகாரத்துடன் அளிக்கப்படும் விளக்கம் அதிகார தன்மை எனப்படும்.
2. **வெளிப்பாடு:** விஞ்ஞானம் முழுவதையும் பல்வேறு தலைப்புகளின் அத்தியாயங்களாக பிரித்து வெளிப்படுத்துவது, வெளிப்பாடு எனப்படும்.
3. **ஒன்றிணைப்பு:** வாக்கியங்களின் திட்டம் ஒன்றிணைப்பு எனப்படும் (யோகி).
4. சாராம்சம்: ஒரு செய்யுளின் வெறும் அர்த்தம் சாராம்சம் எனப்படும்.
5. **முன்வைப்புரை:** செல்வத்தை பெறுவதற்கான ஆதாரத்தின் விவாதம் முன்வைப்புரை எனப்படும்.
6. **நோக்கம்:** சுருக்கமான வாக்கியமாக்கப்படும் அறிக்கை நோக்கம் எனப்படும்.
7. **உத்தரவு:** விவரமான வாக்கியங்களாக்கப்படும் அறிக்கை உத்தரவு எனப்படும்.
8. **ஆலோசனை:** செயல்முறையில் கண்டிப்பாக கடைப்பிடிப்பதற்கு அளிக்கப்படும் அறிக்கை ஆலோசனை எனப்படும்.
9. **மேற்கோள்:** 'இன்னார் இதை கூறினார்' என்று கூறும் அறிக்கை மேற்கோள் எனப்படும்.
10. **நிறுவுதல்:** ஏற்கனவே நிரூபிக்கப்பட்டிருப்பதில் ஒரு புதிய விவரத்தை நிறுவுவது, நிறுவுதல் எனப்படும்.
11. **பகுதி:** ஒரு புதிய விவரத்தை மேற்கொண்டு கூறுவதற்காக நிரூபிப்பது பகுதி எனப்படும்.
12. **ஒப்புமை:** ஏற்கனவே இருப்பதில் இதுவரை காணாததை நிறுவுவது, ஒப்புமை எனப்படும்.
13. **செல்வ செழிப்பு:** இது சொல்லப்படவில்லை, ஆனால், செல்வத்தால் மட்டும் பெறக்கூடியது, செல்வ செழிப்பு எனப்படும்.
14. **சந்தேகம்:** ஒரே விஷயம் எதிர் குழுவினரால் வித்தியாசமாக பார்க்கப்படுவதுசந்தேகம் எனப்படும்.
15. **தறுவாய்:** எதிர் குழுவினர் பொருளை ஒத்துக்கொள்ளுதல், தறுவாய் எனப்படும்.
16. **முரண்பாடு:** ஒரு பிரச்சனையில் முரண்பாடான அறிவுரை வழங்குவது, முரண்பாடு எனப்படும்.
17. **வாக்கியத்தின் முழுமை:** ஒரு வாக்கியத்தை பூர்த்தி செய்வது, வாக்கியத்தின் முழுமை எனப்படும்.
18. **சம்மதம்:** எதிர்க்கப்படாத வாக்கியம், சம்மதம் எனப்படும்.
19. **தெளிவாக்குதல்:** ஏற்கனவே பல்வேறு யுக்திகளால் ஒப்புக்கொள்ளப்பட்டதை வலியுறுத்துவது தெளிவாக்குதல் எனப்படும்.
20. **பேசாதது:** ஒரு சொல்லின் அர்த்தத்தை செல்வம் அல்லது கட்டாயத்தின் மூலம் நிறுவுவது, ஏனென்றால், இது விவாதம் அல்லது வேறு முறைகள் இல்லாமல் ஒப்புதலை எட்டுவதாகும்.
21. **உதாரணத்துடன் எடுத்துக்காட்டுதல்:** நில உதாரணங்களை காட்டி ஒரு விஷயத்தை நிரூபித்தல், உதாரணத்துடன் எடுத்துக்காட்டுதல் எனப்படும்.

22. **சுருக்குதல்:** ஒரு பொருள் சுருக்கப்பட வேன் டியிருந்தால், எந்த விதிமுறையையும் சுலபமாக மற்றும் எளிமையாக விளக்குவது, சுருக்குதல் எனப்படும்.

23. **தானியக்க சமிக்ஞை:** எதிர் குழுவினரால் சொல்லப்படாத அல்லது சமிக்ஞை செய்யப்படாத சொல் தானியக்க சமிக்ஞை எனப்படும்.

24. **கிழக்கு பக்கம்:** ஒரு வாக்கியத்தை மறுதலிப்பது கிழக்கு பக்கம் எனப்படும்.

25. **வடக்கு பக்கம்:** கிழக்கு பக்கம் எதிர்த்துரைக்கப்படுவது வடக்கு பக்கம் எனப்படும்.

26. **வைரம்:** எந்த நேரத்திலும், எந்த தேசத்தாலும் இழக்க முடியாத செல்வம் வைரம் எனப்படும்.

27. **நிறைவு பெறாத விளக்கம்:** பிறகு விளக்கப்படுவதாக கூறப்படுவது, நிறைவு பெறாத விளக்கம் எனப்படும்.

28. **அதிகப்படியான வெளிப்பாடு:** ஒரு விஷயம் ஏற்கனவே நிரூபிக்கப்பட்டுள்ளதாக கூறப்பட்டால், அது அதிகப்படியான வெளிப்பாடு எனப்படும்.

29. **தாறுமாறாக:** இந்த வழியில் ஒரு கொள்கை எட்டப்பட முடியாது அல்லது இது தொடரப்படக் கூடாது என்று கூறுவது தாறுமாறு எனப்படும்.

30. **தேர்வுகள்:** ஒரு குறிக்கோள் இந்த வழியில் எட்டப்படலாம் அல்லது அதையும் எட்டலாம் என்று கூறுவது தேர்வுகள் எனப்படும்.

31. **முழுமை:** ஒரு குறிப்பிட்ட கொள்கையை ஒரு குறிப்பிட்ட வகையில் அல்லது வேறு வகையில் செயலாற்றலாம் என்பதை கூறுவது முழுமையாகும்.

32. **அனுமானம்:** குறிப்பிடப்படாத ஒரு வேலையை செய்வது அனுமானம் எனப்படும்.

இது அர்த்தசாஸ்திரத்திற்கு மட்டும் உட்பட்டது அல்ல. ஒரு புத்தகம் எழுதும் போது அல்லது ஒரு உரை அல்லது சொற்பொழிவு நிகழ்த்தும் போது மேல் கூறியிருப்பதை மனதில் கவனமாக கொள்ள வேண்டும். எந்தவொரு விஷயம் அல்லது கதை அல்லது ஆய்வுக்கட்டுரையையும் எழுதும் போது, ஒரு எழுத்தாளர் இந்த 32 குறிப்புகளை மீண்டும், மீண்டும் படித்தால் மட்டும் போதாது, அவர்கள் எழுதுவதற்கு முன் அதை முழுமையாக புரிந்துக்கொண்டு மற்றும் பயிற்சி செய்ய வேண்டும். அப்போதுதான் அவர்கள ஒரு அளவில் தரம் மற்றும் பொறுப்பை அடைவார்கள். அவர்கள் புதிய பாணி எழுத்தாளர்களை பின்பற்றினால், அவர்களது எழுத்து துண்டு, துண்டாக, மொழியின் நடை பாதிக்கப்பட்டு, கொதிக்கும் பானையை போலிருக்கும், உணர்வுகள் சிதறி, வரிசை இல்லாமல் இருக்கும். சிந்தனையில் தெளிவிருக்காது, மற்றும் வெளிப்பாட்டின் போது தலைப்புகள் கலந்துவிடும். நவீன எழுத்தாளர்களால் நீண்டகாலம் ஒரு விஷயத்தில் கவனம் செலுத்த முடியவில்லை, மற்றும் அவர்களுக்கு விவாதிக்கப்பட்ட சிந்தனையில் ஆழமாக சென்று அவற்றை அவர்களது புத்தகத்தில் கொண்டு வரும் திறமை இல்லை. அவர்களது எழுத்தில் இந்த இடைவெளி ஏற்படுவதற்கு இரண்டு காரணங்கள் இருக்கின்றன. அவர்கள் அந்த விஷயம் தொடர்பானவற்றை முழுமையாக படிப்பதில்லை. அவர்களுக்கு நேரடி அனுபவம் கிடைப்பதில்லை, மற்றும் முக்கிய கருவில் போதுமான ஆராய்ச்சி செய்யாமல் எழுத தொடங்குகின்றனர். அவர்கள் மட்டும் இந்த விஷயத்தில் சாணக்கியரின் ஆராய்ச்சியை படித்திருந்தால், அவர்கள் இந்த தவறுகளை நிச்சயமாக செய்திருக்க மாட்டார்கள்.

❖❖❖

ஐந்தாவது பாகம்

அமரத்துவம் மற்றும் இரட்சிப்பு, எஞ்சிய கதை

1

சாணக்கியரின் தொடர் செயல்பாடு

இன்றைய பிரசங்க மேடையில் நின்றுக்கொண்டு நாம் கடந்த காலம் மற்று எதிர்காலத்தை புரிந்துக்கொள்ள வேண்டும். ஏனென்றால், எது நடந்தாலும் அது நிகழ்காலமாக இருக்கும். நம்மால் கடந்தகாலம் அல்லது எதிர்காலத்திற்கு செல்ல முடியாது. நாம் பெறக்கூடிய கொஞ்சம் அறிவாற்றல். சாணக்கியர் பாட்டலிபுத்திரத்திற்குச் சென்று மௌரிய அரசாங்கத்தை ஏற்படுத்தியதாகும். அதற்கு முன்பு அல்லது பின்பு நடந்த நிகழ்வுகள் அந்த சகாப்தத்தில் தோன்றிய ஒளியின் அடிப்படையில் கண்டு, கற்பனை செய்து அல்லது புரிந்துக்கொள்ளலாம். இந்த காலம் சாணக்கியரின் தொடர்ந்த தரும சிந்தனையை குறிக்கும். இதிலிருந்து ஆரம்பம் முதல் கடைசி வரை தொடர்ந்து அவர் செயல்பட்டுக் கொண்டிருந்தார் என்பது புரிந்துக்கொள்ள முடிகிறது.

சாணக்கியர் சபதம் எடுத்த பின் தனது முழு கவனம் மற்றும் சக்தியை நந்த சாம்ராஜ்ஜியத்தை அழிப்பதில் திருப்பினார். ஆனால், இந்த சபதம் கடவுளின் செயலால் செய்யப்பட்டதாகும். அவரது முந்தைய நோக்கம் எல்லா மாநிலங்களையும் ஒரு ஆட்சியாளரின் கீழ் கொண்டு வருவதாக இருந்தது. இந்த நோக்கத்தை பெற்ற பின் சாணக்கியர் அந்த திசையில் வேலை செய்ய தொடங்கினார். இப்போது அவரது படையில் ஒரு சில இளைஞர்கள் மட்டும் இருக்கவில்லை, அல்லது ஒரு இளைய படை தளபதிக்கு வரையறுக்கப்படவில்லை. இப்போது அவர் ஒரு பேரரசருக்கு மந்திரியாக, மகத சாம்ராஜ்ஜியத்தின் மாபெரும் படைக்கு பயிற்சியளித்து, கட்டளையிடும் பொருப்பில் இருந்தார்.

சாணக்கியரிடமிருந்த பயமும், சந்திர குப்தரின் சக்தி வாய்ந்த புகழும் நிறைந்திருந்ததால், யாருக்கும் அவர்களது கட்டளையை மீறும் தைரியம் இருக்கவில்லை. இப்படிப்பட்ட சூழ்நிலையை சாதமாக்கிக்கொள்வதில் சாணக்கியர் வல்லமை படைத்தவர்.

மௌரிய சாம்ராஜ்ஜியத்தின் இணைப்பு மற்றும் விரிவாக்கம்

இராஜ்ஜியம் முழுவதும் அவரது விரிவான பயணத்தால், தேசத்தின் பிரச்சனைகள் மற்றும் நிலையை நிர்வாகிகள் கவனிக்க தவறியதை அவரது கழுகு பார்வை கிரகித்தது. தன் விளைவாக அவர் தனது ஆழ்ந்த அறிவாற்றலை சாதகமாக்கிக்கொண்டு, ஒற்றர்களிடமிருந்து பெற்ற அறிக்கைகளின் துணையுடன், இராஜ்ஜியத்தை விரிவாக்கும் சந்தர்ப்பத்தை அவர் நழுவ விடவில்லை. தேசத்தை உருவாக்கி, சீரமைத்து மற்றும் வலுவாக்குவது அவரது குறிக்கோளானது. அவர் தனது குறிக்கோளை அடைவதற்கு எதையும் பணயம் வைக்க தயாராக இருந்தார்.

இந்திய வரலாற்றில், அந்த காலம், வெற்றி மற்றும் மாற்றத்தால் குறிக்கப்பட்டது. ஒரு மாநிலம் வீழ்ந்து மற்றொன்று உருவானது. அலெக்சாண்டரால் வெல்லப்பட்ட பகுதிகள் இன்னும் கிரேக்கர்களின் கீழ் இருந்தது. செலுக்கஸ் நிக்கொட்டரின் ஆட்சியின் கீழ் கிரேக்கர்கள் இன்னும் அந்த பகுதியில் வசித்து வந்தனர். அந்த பெரும் பகுதியை அவர்களின் பிடியிலிருந்து கைப்பற்றி தனது முத்திரையை பதிப்பது சாணக்கியரின் குறிக்கோளாக இருந்தது.

திருமணத்தின் மூலம் கைப்பற்றுதல்

சாணக்கியர் போரிட்டு, தன்னை பலவீனப்படுத்திக்கொண்டு, இரத்தம் சிந்துவதை விரும்பவில்லை. இதை அடைவதற்கு திருமண பந்தம் ஒரு வழியாக இருந்தது. அதனால், அவருக்கோ, அவரது மக்களுக்கோ எந்தவிதமான இழப்பும் இல்லாமல் தனது குறிக்கோளை அடைய முடியும். அவருக்கு செலுக்கஸ்ஸின் அழகிய மகள் ஹெலனை பற்றி எல்லாம் தெரியும், அவளது அசல் பெயர் கார்னிலியா. அவருக்கு சந்திரகுப்தர் கிராமத்து அழகி சித்ராவின் பக்கம் சாய்ந்தது பற்றியும் தெரியும். (கவிஞர் மற்றும் நாடக நடிகரான ஜெய்சங்கர் பிரசாத் அவரது நாடகம் "சந்திரகுப்தாவில்" இந்த காதல் கோணத்தை விரிவாக கையாண்டிருந்தார். இது ஒரு கற்பனை கதாபாத்திரமாக ஏற்றுக் கொள்ளப்பட்டிருந்தது.

இந்த தகவல்களை எல்லாம் வைத்துக்கொண்டு, மற்றும் செலுக்கஸ்ஸின் மனநிலையை புரிந்துகொண்ட சாணக்கியர், சந்திரகுப்தருக்கு ஹெலனுடன் திருமணம் நடந்தால், அவரது மாநிலம் மௌரிய சாம்ராஜ்ஜியத்துடன் இணையும் என்று தீர்மானித்தார். இதன் விளைவாக வலி இல்லாமல் வெற்றி பெறலாம்.

சாணக்கியர் தனது விருப்பத்தை தனது அன்பான சிஷ்யர் மற்றும் பேரரசரிடம் தெரிவித்தார். இந்த ஆலோசனையை கேட்ட சந்திரகுப்தர் மனமுடைந்தார். ஆனால், அவரால் தனது குருவிற்கு எதிராக எதுவும் கூற முடியவில்லை. அவர் இதிலும் தனது குருவின் பக்கம் நிற்க வேண்டியிருந்தது. சாணக்கியரிடமிருந்து எதுவும் மறைக்கப்படவில்லை என்று அவருக்கு தெரிந்தாலும், அவரிடம் எல்லாவற்றையும் தெரிவிக்க் வேண்டும் என்று நினைத்தார். அவருக்கு மிகவும் அசௌகரியமாக இருந்தது. எனினும், அவர் சாணக்கியரிடம் தன் நிலையை கூறி, முடிவை சாணக்கியரிடம் விட்டுவிட்டார். அவருக்கு ஏற்கனவே முடிவு எடுக்கப்பட்டு விட்டது என்பது தெரியும், மேலும், மகத நாட்டை தங்களது ஆட்சிக்கு கீழ் கொண்டு வருவதை சாணக்கியர் விரும்பவில்லை. அவர்களிடம் எதுவும் இல்லாத போது அவர்களுக்கு மகத நாடு கிடைத்தது. இப்போது அவர்களிடம் எல்லாம் இருந்த போதிலும் ஆசைக்கு முடிவு இருக்கவில்லை.

செலுக்கஸ் போரிடாமல் எதற்கும் சம்மதிக்க மாட்டார். அதனால் சாணக்கியர் போரிட வேண்டியிருந்தது. செலுக்கஸ் விரிவாக தோற்று, திருமணத்திற்கு சம்மதித்து, நான்கு மாகாணங்களை அளித்தார், காபுல், ஜாந்தர், ஹிரட், மற்றும் மகேரான்.

கிரேக்க வரலாற்றாளர் ஏபிஸ் போர் மற்றும் உடன்பாட்டை பற்றி தெளிவான விரிவாக்கம் அளித்திருந்தார். மெகஸ்தினிஸ் தனது புத்தகம் 'இண்டிகாவில்' மற்ற விவரங்களை அளித்தார்.

சாணக்கியர் இத்துடன் நிற்கவில்லை. அவருக்கு இன்னொரு மாநிலத்தின் மீதும் ஒரு கண் இருந்தது. அந்த அரசருக்கு தூர்த் என்ற ஒரே மகள் இருந்தாள். அவர் மீண்டும் அந்த மாநிலத்தை வரதட்சணையாக பெற்று அதற்காக திருமணத்தை முடிவு செய்தார். அவர் திருமண பரிந்துரையை அறிவித்தார். சந்திரகுப்தர் தனது கருத்தை முன்நிறுத்தி, மீண்டும் தோற்றார். சந்திரகுப்தர் தூர்தை திருமணம் செய்துக்கொண்டு, மாநிலத்தை இணைத்து, பேரரசின் பாதுகாப்பு விரிவானது.

சந்திரகுப்தர் சாணக்கியரிடம், சித்ரா இன்னும் அவருக்காக காத்திருந்து, திருமணத்தை எதிர் நோக்கி இருந்தாள் என்பதை கூறினார். அவர் சித்ராவிற்கு அளித்த வாக்கை காப்பாற்றுவதற்காக சாணக்கியரின் ஆசியுடன் அவளை மணந்தார். இப்போது சாணக்கியரின் குறிக்கோள் கிடத்தட்ட எட்டப்பட்டிருந்தது.

விளக்கம்: திருமணம் புனிதமான வாழ்நாள் முழுவதுமான உறவுமுறையாக கருதப்படுகிறது. அதனால், திருமணத்தின் மூலமாக எழும் உறவுமுறைகளும் வாழ்நாள் முழுவதும் பராமரிக்கப்பட்டன. இன்றும் கூட சிறிய அல்லது பெரிய தொழிலகங்கள் திருமணத்தின் மூலம் இணை–உரிமையாளர் அல்லது புதிய முயற்சிகளில் பங்காளியாகின்றனர்.

கருத்து: தொழில் உறவுமுறைகள் மற்றும் கூட்டமைப்புகள் நம்பிக்கையுடன் முன்னேறுவதற்கு நன்றாக நிறுவப்பட்டிருக்க வேண்டும்.

உடன்பாட்டின் மூலம் கைப்பற்றுதல்

சாணக்கியர் தனது ஆய்வுக்கட்டுரையான 'கௌடில்ய அர்த்தசாஸ்திரத்தில்' அரசர், நிறுவனம் பற்றிய கலந்துரையாடலில், உடன்பாட்டின் மூலம் கைப்பற்றுவதை பற்றி விரிவாக கையாண்டிருக்கிறார். அவரை பொறுத்தவரையில் உடன்பாடுகள் நிலைத்து நிற்பதில்லை. அவை மாறும் சூழ்நிலையின் அடிப்படையில், அரசாட்சியின் வற்புறுத்தல் மற்றும் ஆட்சியாளரை பொருத்தது. அவரை பொறுத்தவரையில், தேவை ஏற்படும்போது, ஒருவர் பலவீனத்தை பொறுத்து உடன்பாடு ஏற்படுத்திக்கொண்டு, அது முடிவடைந்ததும், ஏதாவது வழியில் அந்த மாநிலத்தில் போரிட்டு அல்லது மாநிலத்தை அவர்களுடன் இணைத்து கொள்வது.

சாணக்கியர் எல்லை பகுதிகளில் போரிட்டு, அவற்றில் சிலவற்றை வெற்றி பெற்றார். பர்வதராஜ மாநிலம் இக்கட்டாக இருந்ததால், அவருடன் நல்ல உறவுமுறை ஏற்படுத்திக்கொள்ள வேண்டியிருந்தது. இது அவருடன் போரிட்டு வெல்ல முடியாது என்ற மதிப்பீட்டின் அடிப்படையிலானது. அவரது கவனம் தனாநந்தரை வெற்றிக்கொள்வதில் இருந்ததால், அவரால் வேறு அரசருடன் பகை ஏற்படுத்திக்கொள்ள முடியவில்லை. சாணக்கியர் சமூகம், அரசியல், பொருளாதாரம், படை பலம் மற்றும் பலவீனம் பற்றிய எல்லா தகவல்களையும் சேகரித்த பின் பர்வதராஜரை சந்திப்பதற்கு இடம் மற்றும் நேரத்தை முடிவு செய்தார்.

சாணக்கியர், சந்திரகுப்தர் மற்றும் படை தளபதி பத்ரதத்துடன் அரசரை சந்தித்தார். அவர் தற்போதைய சூழ்நிலையை விளக்கி, உடன்பாட்டிற்கு தனது விருப்பத்தை வெளிப்படுத்தினார். பர்வதராஜர் இந்த பரிந்துரையை ஆழ்ந்து பரிசோதித்து இறுதியில் தனது சம்மதத்தை அளித்தார். உடன்பாடு, பரஸ்பர உதவி, ஒருவருக்கொருவர் போரிடாமல் இருப்பது, மற்றும் ஒருவருடைய படை மற்றவருடைய எல்லையை தடையில்லாமல் கடந்து செல்லும் வசதி அளித்தது. இதில் மூன்றாவது கருத்து சாணக்கியருக்கு மிகவும் முக்கியமானதாக இருந்தது.

சில வருடங்கள் கழிந்தன. மௌரிய சாம்ராஜ்ஜியம் பலமாக நிலைத்தது. பல சிறிய மாநிலங்கள் தங்கள் சொந்த விருப்பத்தால் மௌரிய சாம்ராஜ்ஜியத்தின் ஒரு பகுதியாயின. சில மாநிலங்கள் வலுக்கட்டாயமாக பணிய வைக்கப்படன. இப்போது பர்வதராஜ மாநிலம் தனியாக இருந்தது சாணக்கியரின் கண்ணை உறுத்தியது. அவரது மாநிலம் இந்த சாம்ராஜ்ஜியத்தை வலுவாக்குவதற்கான பாதையாக இருந்தது. சாணக்கியர் அந்த மாநிலத்தை கைப்பற்ற முடிவு செய்தார்.

சாணக்கியர், கோரிக்கைகள் அதிகமாக இருப்பதாகவும், தொழில் ரீதியாக இல்லை என்று வாதிட்டு உடன்பாட்டை உடைத்தார். அவர் 6 மாதங்கள் மௌனமாக இருந்தார். அதனால், அரசர் சாந்தமாகி, இது கடந்துவிடும் என்று மிரட்டலை கடுமையாக எடுத்துக்கொள்ள மாட்டார். உடன்பாட்டை உடைப்பதால் போர் ஏற்படும் என்று பர்வதராஜர் சிந்திக்கவில்லை. ஆதலால், அவர் மிரட்டலை சந்திக்க தன்னை தயாராக வைத்துக்கொள்ள தவறிவிட்டார். திடீரென்று மௌரிய சாம்ராஜ்ஜியம் அந்த மாநிலத்தை தாக்கியது. சமமற்றவர்களுக்கிடையில் போர் மூண்டது. ஒன்று போருக்கு தயாராக இருக்கவில்லை, மற்றொன்று வேகமாக, திறமையாக மற்றும் நன்கு பயிற்சி பெற்றிருந்தது. பர்வதராஜரால் விசாலமான மற்றும் திறமையான படையை, தனது படை எதிர்த்து போரிட வைக்க முடியவில்லை. அவர் வேறு வழியில்லாமல் சரணடைந்தார். அவரது மாநிலம் மௌரிய சாம்ராஜ்ஜியத்தின் ஒரு பகுதியானது.

விளக்கம்: ஒரு தொழில் நிறுவனத்தை பெறுவதற்கு முன், அதன் முழு தகவல்களான, உற்பத்தி திறன், மொத்த மற்றும் நிகர லாபம், ஆகியவற்றை மதிப்பீடு செய்து முடிவெடுக்க வேண்டும். தெளிவற்ற நிலை எதிர்மறையான விளைவுகளை ஏற்படுத்தும்.

இதை பெறுவதால் நிகர லாபம் அதிகரிக்கும், நன்மதிப்பு அதிகரிக்கும் என்பது உறுதியானால், பிறகு, சாதகமான முடிவு எடுக்கப்படலாம்.

ஒரு நிறுவனத்தை மீட்பதற்கு, அதை பலவீனப்படுத்துவது விரும்பத்தக்கது. அதனால் அதை மலிவாக கைப்படுத்தலாம். கைப்படுத்தப்படுவதின் விலை அதிகமாக இருந்தால், கடைசியாக் சந்தையில் கடன் பெறுவதால், கைப்படுத்துதலின் விலை இரட்டிப்பாகி, இதன் விளைவாக, இப்படிப்பட்ட கைப்படுத்துதலின் இலாபத்தை இழக்க நேரிடும்.

கருத்து: சந்தை பற்றிய அறிவாற்றல், வாடிக்கையாளரின் தேவை, மற்றும் விலைப் பொருளை ஏற்றுக்கொள்ளுதல் ஆகியவை நிறுவனத்தின் எதிர்காலத்தை முடிவெடுக்கும் முக்கிய காரணிகளாகும்.

சந்திரகுப்தரை பாதுகாப்பது

சாணக்கியர் தடையில்லாமல் செயல்பட்டது அவரது மெலிந்த, மென்மையான, மற்றும் ஆரோக்கியமான உடல், இதன் விளைவாக அவர் வேலையால் சோர்ந்ததில்லை என்பதை பலர் புரிந்துக்கொள்ளவில்லை.

சாணக்கியர் பலவகையிலும் மேதை, ஒப்பில்லாத ஈடுபாட்டுடன், அசைக்க முடியாத உறுதியுடன், கையில் உள்ள வேலையில் உறுதியாக கவனம் செலுத்துபவர். இதை தவிர, அவர் பக்தியுடைய ஆத்மா, அவர் ஒரு எளிமையான, நேர்மையான வாழ்க்கை வாழ்ந்தார், ஆனால், உயர்ந்த சிந்தனையில் உறுதியான நம்பிக்கை உள்ளவர். அதனால், அவர் வாழ்நாள் முழுவதும் ஆரோக்கியமாகவும், சுறுசுறுப்புடன் இருந்தார். அவரை வெல்ல முடியாது, அவர் தொடர்ந்து சந்திரகுப்தரை பாதுகாத்து, மௌரிய சாம்ராஜ்ஜியத்தை விரிவாக்கினார். அவர் மூத்த அதிகாரிகளை பணியில் அமர்த்தி, அதிகாரிகள் எப்பொழுதும் விழிப்புடன் இருக்க பயிற்சி அளித்து, மற்றும் எப்பொழுதும் பலமாக விரிவடையும் சாம்ராஜ்ஜியத்தை உருவாக்குவதில் உறுதியாக இருந்தார்.

சந்திரகுப்தரை முன் நிறுத்தி, சாணக்கியர் பின்னாலிருந்து நிர்வாகத்தை பலப்படுத்தி, நந்த சாம்ராஜ்ஜியத்தை அழித்து, அதை இந்த இராஜ்ஜியத்துடன் இணைத்தார். அத்துடன், அவர் எல்லையை முறையாக விரிவுபடுத்துவதில் ஈடுபட்டார். சிறிய மாநிலம் மற்றும் மாகாணத்தின் அரசர்களும் மௌரிய சாம்ராஜ்ஜியத்தின் ஒரு பகுதியாயினர்.

எல்லோரும் இந்த வளர்ச்சியை வரவேற்கவில்லை. ஆனால், உண்மையில் மௌரிய சாம்ராஜ்ஜியம் அவ்வளவு பலம் மற்றும் சக்திவாய்ந்ததாக இருந்ததால், யாருக்கும் அதை எதிர்த்து பேசவோ, நிற்கவோ தைரியம் இருக்கவில்லை. இது வித்தியாசங்களின் உள்ளுணர்வுகள் வளரவும், பரவுவதற்கும், செழிப்பான சந்தர்ப்பமாக இருந்தது. பலருக்கு மௌரிய சாம்ராஜ்ஜியம் மற்றும் சந்திரகுப்தரின் மீது பகை இருந்ததால், அவர்கள் சந்திரகுப்பதரை படுகொலை செய்ய திட்டமிட்டிருந்தனர்.

சாணக்கியரின் ஒற்றர் குழு மிகவும் விசாலமாக பரவியிருந்ததால், அவருக்கு உலகம் முழுவதிலிருந்தும் வளர்ச்சியின் தகவல்கள் கிடைத்தன மற்றும் அவர் அந்த சூழ்நிலைகளை எதிர்கொள்வதற்கான நடவடிக்கைகளை எடுத்துக்கொண்டிருந்தார். யாரும் அவரது கழுகு பார்வையிலிருந்து தப்பவில்லை. அவரது செயல்படும் பிரதிநிதிகள் சந்தேகத்திற்கிடமானவரின் அருகில் வைக்கப்பட்டனர். சந்தேகமில்லாமல், நந்த சாம்ராஜ்ஜியத்தில் பிழைத்திருந்தவர்களுக்கு எந்த வேளையும் செய்யாமல் நல்ல வசதிகளும், செழிப்பான வாழ்க்கை வாழ்வதற்கான செல்வமும்

அளிக்கப்பட்டிருந்தது. இருந்தபோதிலும், அவர்கள் திருப்தியடையவில்லை. அவர்கள் தங்கள் இராஜ்ஜியத்தை மீட்க திட்டமிட்டனர் மற்றும் பேரரசரை படுகொலை செய்வதில் குறியாக இருந்தனர். சாணக்கியரால் இந்த தகவலை ஜீரணிக்க முடியவில்லை.

ஒருசமயம், ஒரு அரசனின் ஒற்றன், ஒரு தூதுவனை போன்ற பாவனையில் சந்திரகுப்தரை சந்திக்க வந்தான். சாணக்கியருக்கு அந்த ஒற்றனை பற்றிய சந்தேகம் எழுந்தது. அவரது ஒற்றர்கள் இந்த போலி ஒற்றனை பற்றிய விவரமும், பேரரசருக்கு மதுவில் விஷம் கலந்து அவரை கொல்வதற்கான திட்டத்தையும் பற்றி அறிந்திருந்ததால் அவர் உண்மையை அறிந்து கொள்வதில்நேரம் கடத்தவில்லை. சாணக்கியர் அவனை கையும்-களவுமாக பிடிக்க திட்டமிட்டார்.

அந்த ஒற்றன் அரசரை சந்திப்பதற்கு ஏற்பாடு செய்யப்பட்டாலும், அவனை பிடிப்பதற்கான நடவடிக்கை எடுக்கப்பட்டது. அந்த ஒற்றன் அரசரை சந்திக்க சென்றபோது, சாணக்கியரும் அவரது ஆட்களும் ஒரு திரைக்கு பின்னால் மறைந்திருந்தனர். அவர்கள் செயல்படுவதற்கு தயாராக இருந்தனர்.

அந்த அறையில் பேரரசரும் அந்த தூவனும் மட்டும் இருந்தனர். அவர்கள் இரகசிய விஷயங்களை மனப்பூர்வமாக விவாதித்துக்கொண்டிருந்தனர். அந்த தூதுவன் தங்கள் மாநிலத்தின் பானத்தின் தரத்தை பற்றி உயர்வாக புகழ்ந்தபடி, பானமும் இரண்டு வெள்ளிக்கிண்ணங்களும் அளிப்பதை திரைக்கு பின்னால் மறைந்திருந்தவர்கள் கவனித்தனர். ஒரு கிண்ணத்தில் பானத்தை நிரப்பி அதை பேரரசருக்கு அளிக்கும் போது மோதிரத்தில் மறைத்து வைத்திருந்த விஷத்தை அதில் அமைதியாக கலந்தான். பேரரசர் அதை பெருந்தன்மையுடன் வாங்கி குடிக்க போகும் போது, சாணக்கியரும் அவரது ஆட்களும் வெளிப்பட்டு பேரரசரை தடுத்தனர். அவர் அந்த தூதுவனை கைது செய்யும்படி உத்தரவிட்டு, அரசரிடம் பானத்தை பற்றிய உண்மையை கூறினார். அந்த தூதுவன் அதே கிண்ணத்திலிருந்து பானத்தை குடிக்கும்படி கட்டாயப்படுத்தப்பட்டான். அதன் விளைவை கண்ட பேரரசர் திடுக்கிட்டார். ஆனால், சாணக்கியர் உள்ளுக்குள் கோபத்தால் கொதித்தாலும், அமைதியாக இருந்தார்.

விளக்கம்: எந்த வேலையும் செய்யும்போது மனதின் உள் பலத்தால் தான் தைரியம் ஏற்படும். ஒரு தைரியமான மனதால் தான் அவர்களுக்கு வரும் தகவலை ஆராய முடியும். அவர்களால் தெளிவாக விளக்கி, தக்க நேரத்தில் பொருத்தமான நடவடிக்கை எடுக்க முடியும். இந்த தன்மை அவர்களுக்கு விரும்பிய விளைவை ஏற்படுத்தும். அதிகமான தைரியம், அதிகமான பலனும், முடிவுகளையும் அளிக்கும்.

விளைவு: சுறுசுறுப்பான மனது, சரியான அறிவாற்றல், எச்சரிக்கையான பார்வை, மற்றும் நிலையானதன்மை கொண்ட மனதிடம் என்றும் தோற்காது.

வறுப்பை அடக்குவது: பாதுகாப்பிற்கு ஒரு கவசம்

சாணக்கியர் தனது பணியாட்கள் மற்றும் அதிகாரிகள் எதிரிகள் மற்றும் போட்டியாளர்களுடன் தொடர்பு வைத்துக்கொள்ளாமல் இருப்பதையும், அவை சதி வேலை உருவாக்குமானால், அவற்றை முளையிலேயே கிள்ளுவதற்காக, எப்போதும் விடவும் எச்சரிக்கையுடன் அவர்களை கவனித்து வந்தார். சாணக்கியரை பொறுத்தவரையில் பணியளர்களின் பதவி எதுவாக இருந்தாலும், அவர்களது சம்பளம் கூடுதலோ, குறைவோ, அவர்கள் எதிரிகள் அல்லது போட்டியாளர்களின் பக்கம் சாய்வதை தடுப்பது தலைவரின் பொறுப்பு மட்டுமல்ல, அவர்கள் அருகில் இருந்து கட்டுப்படுத்தும் மேலாளர்களிடமும் இருந்தது.

एवं स्वविषये कृत्य अनकृत्य च विच्क्षण:।
परोपजात्पात् सन्रक्षेत् प्रधानान क्षुद्रकान अपि।

இது இரகசியம் மறறவர்கள், வளமான வர்த்தகத்தின் பங்குதாரர்கள் மற்றும் மாநிலத்திற்கு, வளர்ச்சியின் வேகம் அறியாமல் இருப்பற்கும் மற்றும் இந்த அறிவாற்றலுடன் மற்றவர்களிடம் சிறந்த பேரம் செய்வதற்கும் ஆகும். முந்தைய காலத்தில் கூட மக்கள் ஒரு குழுவின் முயற்சியை தடை செய்து மற்றொரு குழுவில் சேர்ந்தனர். இக்காலத்தில் இது பெரிய அளவில் அடிக்கடி நடந்துக்கொண்டிருக்கிறது. மற்றவர்களின் பணியாட்களை கவர்ந்து தங்களிடம் வேலை செய்வதற்கு அதிக சம்பளம் மற்றும் வசதிகள் அளிப்பது அல்லது மற்றவர்களிடம் வேலை செய்யும்போது பெரிய அளவில் நடைமுறையில் இருக்கும் முக்கிய தகவல்களை அளிப்பதற்கு சம்பளம் அளிப்பது.

சாணக்கியரின் கருத்துபடி, இன்றும் சிறந்து விலங்குவதாவது, ஒரு நிறுவனம், அமைப்பு மற்றும் மேலாண்மையின் வெற்றி, தகவல்களை சேகரித்து, அதன் அடிப்படையில் சரியான மற்றும் திறமையான நடவடிக்கை எடுப்பதாகும். இது போர் காலத்தில் அல்லது புரட்சி ஏற்படுத்தும்போது அல்லது அமைதியான காலத்திலும் வளர்ச்சிக்கு சரியானதாகும்.அந்த காலத்திலும், ஒற்றர்கள் ஒரு இடத்திலிருந்து மற்றொரு இடத்திற்கு நடந்து அல்லது குதிரையில் செல்லும்போது, செய்திகளை பெறுவதற்கும், சந்தர்ப்பத்திற்கு ஏற்றபடி பதில் அளிப்பதற்கும் ஒரு விலக்க முறையை ஏற்படுத்தியிருந்தார்.

இந்த முறை பயனளிப்பதற்கு மிகவும் அவசியமானது, ஒரு உயரத்திலிருந்து இன்னொரு உயரத்திற்கு ஒளியை செலுத்துவதற்கான சௌகரியமான இடமாகும். எனினும், இந்த முறை சாணக்கியரின காலத்திற்கு முன்பே இந்தியாவில் நடைமுறையில் இருந்தது. இந்த முறையை பயன்படுத்தும்போது இருக்கக்கூடிய சிரமங்களை எதிர்கொள்வதற்கு, சாணக்கியர், இந்த முறையை மேம்படுத்தி, இன்னும் சிறப்பாக செயலாற்றுவதற்கு மாற்றங்களை ஏற்படுத்தினார்.

பாட்டலிப்புத்திரத்திலிருந்து கங்கை நதியின் வடக்கே இமயமலை அடிவாரம் வரை இந்த முறை இருந்தது. இதில் சில ஏற்பாடுகள் காலத்தால் அழியாமல் நின்ற போதிலும், சில பகுதிகல் தொலைந்துவிட்டன. கும்ஹாரார் கோட்டையிலிருந்து ஹாஜிபுர் வரை, பிறகு கேசரியா ஸ்தூபத்திற்கு, பிறகு, நந்தர்கள் வரை, பிறகு சாணக்கியர் வரை இந்த முறை இருந்தது. அரண்மனையிலிருந்து என்ன செய்தி அனுப்பப்பட்டாலும், அவை இந்த அலைவரிசையில் பெறப்பட்டு, உடனடியாக பதிலளிக்கப்பட்டன.

கும்ஹாரார் கோட்டை மூழ்கியது, அதன் விளைவாக அதன் கோபுரம் புதைந்தது. முகலாயர் காலத்தில் கூட இந்த ஏற்பாட்டின் குறிப்புகள் இருந்தன. ஆங்கிலேய ஆட்சியின் போது கூட இந்த கோபுரத்தின் சக்தி வர்த்தக பயன்பாட்டிற்காக பரிசோதிக்கப்பட்டது. பரிசோதனை வெற்றிகரமாக இருந்த போதிலும், இந்த முறை தகவல் தொடர்புக்கு நிலைக்கவில்லை.

ஒரு வாரிசின் பிறப்பு

பேரரசரை விஷம் வைத்து கொல்லும் முயற்சி பற்றி முன்பே விவாதிக்கப்பட்டுள்ளது. இதை போன்ற முயற்சிகள் அடுத்தடுத்து நடந்தது சாணக்கியருக்கு கவலை ஏற்படுத்தியது. இந்த சதி வேலைகளுக்கு முடிவு இருக்காது என்பதை அவர் உணர்ந்தார். பாதுகாப்பு செயல்பாடு அல்லது வீரத்தில் கொஞ்சம் தொய்வு இருந்தால் கூட சதிகாரர்களின் குறிக்கோள் வெற்றி பெறும். ஒரு பலமிக்க பேரரசை ஏற்படுத்துவதற்கு செலவிட்ட நேரம் மற்றும் முயற்சி வீணாகிவிடும்.

சாணக்கியருக்கு சந்திரகுப்தரின் உடல் வலிமையில் சந்தேகமில்லை, அவர் எல்லா போர் நடவடிக்கைகளிலும் வல்லவர், ஒரு படையை தனியாக நின்று அழிக்கக்கூடிய வல்லமை பெற்றவர். அவர் ஒரு வெற்றியாளராக இருப்பார் என்பதில் சந்தேகமில்லை. யாராலும் அவரை எதிர்த்து தோற்கடிக்க முடியாது. எனினும், யாராலும், சதிகாரர்களின் மனதை முழுமையாக புரிந்துக்கொள்ள முடியாது. யாராவது நம்பிக்கை துரோகம் செய்து அவரை கொல்ல நினைத்தால், அதை எதிர்ப்பது சிரமம், ஏனென்றால், இயற்கையாகவே, சந்திரகுப்தர் யாரையும் சந்தேகிக்க மாட்டார்.

இவை எல்லாவற்றையும் கருத்தில் கொண்டு, சாணக்கியர் ஒரு திட்டவட்டமான முடிவெடுத்தார். அதாவது, சந்திரகுப்தரின் உடல் எல்லாவிதமான விஷத்தையும் தாங்கிக்கொள்ளுவதற்கு, அவருக்கு தினமும் ஒரு அளவு விஷம் கொடுப்பதென்பதாகும். சாணக்கியர் தானே விஷத்தை செய்து, அதன் செயல்பாடு முழுவதையும் தலைமை சமையல்காரரிடம் விவரமாக விளக்கினார். முதலில் சில நாட்கள், எந்த தவறும் நடக்காமல் இருப்பதை உறுதி செய்வதற்கு அவரது நேரடி மேற்பார்வையில் உணவில் விஷம் கலக்கப்பட்டது, பிறகு சமையல்காரரே அதை செய்தார். பேரரசருக்கு பல வகையான விஷம் கொடுக்கப்பட்டது. ஆரம்பத்தில் சமையல்காரருக்கு அச்சமாக இருந்தபோதிலும், விஷம் பேரரசருக்கு எந்த பாதிப்பும் ஏற்படுத்தாததால் அவர் தன்நம்பிக்கையுடன் இருந்தார். இருந்தாலும், சிறிய தவறு கூட மரணமேற்படுத்தும் என்பது அவருக்கு தெரியும்.

எனினும், எதிர்பாராதவிதமாக எந்தவிதமான எச்சரிக்கையும் இல்லாமல் சில நிகழ்வுகள் ஏற்படலாம், மற்றும் மிகவும் எச்சரிக்கையாக இருப்பவரின் கை கூட நழுவலாம். சாணக்கியரும் இதிலிருந்து தப்பவில்லை, சந்திரகுப்தர் இதில் சிக்கினார். அந்த நொடியில் இழப்பு ஏற்பட்டது, அதன் தாக்கம் எதிர்காலத்திலும் உணரப்பட்டது.

சந்திரகுப்தருக்கு மூன்று அரசிகள் இருந்தனர். ஹெலன், தூர்து, மற்றும் சித்ரா. இந்த திருமணங்கள் மூன்று வித்தியாசமான சூழ்நிலைகளில் நடந்தன. சந்திரகுப்தர் சித்ராவை விரும்பியதால், அந்த திருமணம் கடைசியாக நடந்தது. செலுக்கஸ்ஸின் மகள் ஹெலனுடனான முதல் திருமணம், செலுக்கஸ் வென்ற பகுதிகளை பெறுவதற்காக நடந்தது. அடுத்து, அரச குடும்பத்தின் ஒரே இளவரசியான தூர்த்தின் திருமணம், அந்த மாநிலம் வரதட்சணையாக பெறப்பட்டு, அவள் அந்த மாநிலத்தின் அரசியாக முடிசூட்டப்பட்டாள்.

அரசி தூர்து கர்ப்பமானாள். அது அவளது கர்ப்பத்தின் ஒன்பதாவது மாதம். அரசி பலவீனமாக இருந்தாள், மற்றும் அவளது முதல் கர்ப்பத்தால் அஞ்சியிருந்தாள். அதனால், அரசர் அவளுடன் அதிக நேரம் செலவழித்தார்.அரசர் அவளை மிகவும் அக்கறையுடன் கவனித்து வந்தார். அப்போது எதிர்பாராதது நடந்தது.

வழக்கம் போல் விஷம் கலந்த உணவு அரசரை அடைந்தது. அரசியின் மீது இருந்த அதிகமான அன்பால், அரசர் உணவை பகிர்ந்துக்கொள்ளும்படி அரசியிடம் கேட்டார். இதை கண்டு தலைமை சமையல்காரர் அதிர்ச்சியடைந்தார். என்ன நடந்திருக்க வேண்டுமென்றால், அரசியின் நிலைமைக்கு தகுந்த உணவு விரைவாக வந்திருக்க வேண்டும், அல்லது அவர் தட்டின் மீது விழுந்து எல்லாவற்றையும் தட்டியிருக்க வேண்டும். அதற்கு பதிலாக, சாணக்கியரிடம் ஓடிச்சென்று அபாயத்தை பற்றி கூறினார். சாணக்கியர் ஓடி வந்தார்; அதற்குள் எல்லாம் செய்யமுடியவில்லை முடிந்துவிட்டது. அதற்குள், அரசி ஓரிரு வாய் சாப்பிட்டிருக்க வேண்டும். அவளது பலவீனமான உடல் அந்த விஷத்தை தாங்கவில்லை.

சாணக்கியர் அந்த இடத்தை அடைந்த போது அரசியின் மீது விஷத்தின் தன்மையை கண்டார். அரசியை காப்பாற்றுவது சாத்தியமில்லை என்று அவர் உணர்ந்தான். ஆனால், அவள் சுமந்துக் கொண்டிருந்த வாரிசை காப்பாற்ற வேண்டும். விஷம் வயிற்றை அடையும் முன்பு குழந்தை அகற்றப்பட வேண்டும்.

சாணக்கியருக்கு மருத்துவரை அழைக்கவும், விஷத்தை முறிப்பதற்கும் நேரமில்லை. ஒவ்வொரு நிமிடமும் விலைமதிப்பற்றதாக இருந்தது. சாணக்கியர் அறுவை சிகிச்சையின் மூலம் குழந்தையை அகற்ற முடிவு செய்தார். அரசி செயலிழந்துக்கொண்டிருந்த போது அவளது பெண் உதவியாளர்கள் தங்கள் வேலையில் மூழ்கியிருந்தனர். சாணக்கியர் எச்சரிக்கையாக இருந்தபோதும் அவரால் நடப்பவற்றை புரிதுக்கொள்ள முடியவில்லை. இப்படிப்பட்ட இக்கட்டான சூழ்நிலையில் அறுவை சிகிச்சை நடத்தப்பட்டது.

சாணக்கியர் கண்டிப்பாக அறுவை சிகிச்சை படித்திருந்தார், அதில் அவருக்கு அனுபவம் இருக்கும் சாத்தியமும் இருந்தது. ஆனால், அறுவை கிசிச்சையின் மூல ஒரு குழந்தையை பிரசவிப்பது? இந்த சூழ்நிலைக்கு அவர் புதியவர். ஆனால், சாணக்கியருக்கு அவரது பயிற்சி மற்றும் செயல்பாட்டில் நம்பிக்கை இருந்தது. அவரது கூரிய ஞாபக சக்தி மற்றும் அறிவாற்றல், நிறைய கவனத்துடன் பெற்றதால், அவர் உறுதியான கைகளால் அறுவை சிகிச்சையை வெற்றிகரமாக செய்தார். கர்ப்பத்திலிருந்து ஆண் குழந்தை எடுக்கப்பட்டது.

அரசியை காப்பாற்ற முடியவில்லை. ஒருபுறம் விஷத்தின் தன்மை, மறுபுறம் அறுவை சிகிச்சையால் பலத்த இரத்த இழப்பின் காரணமாக ஒன்றும் செய்யமுடியவில்லை.

அந்த குழந்தையும் ஒரு சொட்டு விஷம் அருந்தியிருந்தது (இந்தியில் புந்த்). ஆனால், சாணக்கியர் சிகிச்சையால் அதை சரி செய்தார். குழந்தை புந்த் உட்கொண்டதால் பிந்துசார் என்றழைக்கப்பட்டான். பிறகு அவன் பிம்பிசார், பிந்துசார் என்ற பெயர்களால் பிரபலமானான்.

சாணக்கியர் அந்த குழந்தையை வளர்த்தார். ஆன் வளர்ந்த போது அவனது கல்வி, வழிக்காட்டல் மற்றும் பயிற்சி சாணக்கியரின் நேரடி மேற்பார்வையில் நடந்தது. அவன் வளர்ந்து இளைஞனான போது, தந்தையை விட வல்லமையும், திறமையும் மிக்க பேரரசனானான். சந்திரகுப்தர் தனது உயிரான பேரரசை தனது மகனிடம் ஒப்படைத்துவிட்டு, காட்டிற்கு தவம் செய்ய சென்றுவிட்டார். பிந்துசாரும் அதே அளவு மரியாதையுடன், சாணக்கியரின் வழிக்காட்டுதலின் கீழ் ஆட்சி செய்தார்.

விளைவு: இக்கட்டான சூழ்நிலையில் எடுக்கப்பட்ட தீர்மானத்தின் தாக்கம் எதிர்கால நிகழ்வுகளிலும் இருக்கும். அந்த தீர்மானிக்கும் நொடிகளில், நிலையான மனமும், உறுதியான தீர்மானமும் மிகவும் முக்கியமான தேவையாகும்.

விளக்கம்: நெருக்கடியான நேரத்தில் எடுக்கப்படும் ஆபத்தான முடிவுகள் எதிர்காலத்திற்கு முக்கியமானது. இந்த சமயத்தில் பொருமையும், விடாமுயற்ஸியும் மிகவும் முக்கியம்.

பணியிலிருந்து ஓய்வு பெறுவது: எதிரிக்கு தேவையானதை கொடுப்பது

சாணக்கியரின் மனதில் முதன்மையாக விரிவாக்கம் மற்றும் பாதுகாப்பிற்கு இரட்டை நோக்கங்கள் இருந்தன மற்றும் அவற்றை அடைவதற்கு தேவையான முயற்சிக்கு முக்கியத்துவம் அளித்தார். அவர் மௌரிய சாம்ராஜ்ஜியத்தை ஆர்யவர்தா முழுவதும் விரிவாக்குவதிலும், அதற்கு சக்திவாய்ந்த அரசாங்கத்தின் நிலையை ஏற்படுத்தி மாநிலத்தின் அரசாங்கம் மற்றும் மக்கள் இரண்டின் பாதுகாப்பிலும் கவனமாக இருந்தார். இதை பற்றி சிந்தித்துக்கொண்டிருந்ததில் அவர் நந்த பிரதம மந்திரி சுதந்திரமாகவும், உயிருடனும் இருக்கும் வரை சந்திரகுப்தருக்கும், மௌரிய சாம்ராஜ்ஜியத்தின் பாதுகாப்பு மற்றும் முன்னேற்றத்திற்கும் அச்சுறுத்தல் இருக்கும் என்று முடிவு செய்தார்.

ஆனால், முத்ரராக்ஷஸ் நன்கு கற்றறிந்து, உயரிய நற்பண்புகள் கொண்டிருந்ததால், அவரை படுகொலை செய்வது சுலபமானாலும், அப்படியே விடப்பட்டிருந்தார். அவர் ஒருமதிப்புமிக்க பொக்கிஷம். அவருடைய திறமைமுழுமையாக பயன்படுத்தப்பட வேண்டும். முத்ரராக்ஷஸ், சந்திரகுப்தருக்கு முழுமனதாக அங்கீகாரம் அளித்தால், அவர் தனது கட்டளையின் கீழ் இருக்கும் துறைகளை மௌரிய சாம்ராஜ்ஜியத்தின் வளர்ச்சி மற்றும் பாதுகாப்பிற்கு ஆதரவாக அளிப்பார் என்பது சாணக்கியருக்கு தெரியும்.

சாணக்கியர் பணியிலிருந்து ஓய்வு பெற விரும்பினார். அவருக்கு தன் சொந்த திட்டம் இருந்தது. அவர் முத்ரராக்ஷஸ் முன்வந்து மௌரிய சாம்ராஜ்ஜியத்திற்கு சேவை செய்ய வேண்டும் என்று விரும்பினார். இதை பூர்த்தி செய்வதற்காக சாணக்கியர் வலை பின்ன ஆரம்பித்தார். உணர்ச்சிமிக்கதாக இருந்த

அந்த வலையால், அவர் சாணக்கியருடன் சேர வேண்டும் அல்லது தற்கொலை செய்துக்கொள்ள வேண்டும். விஷத்தால் உருவாக்கப்பட்ட 'முத்ரராக்ஷஸ்' நாடகம்முக்கியமாக இந்த கருப்பொருளின் அடிப்படையிலானது. கீழே விவரிக்கப்பட்டுள்ள இறுதி நொடிகள் நாடககாரரின் கற்பனையிலானது.

சாணக்கியர் இந்த செய்தியை எடுத்துச் சென்ற தனது ஒற்றருக்காக பொறுமையில்லாமல் காத்திருந்தார். அவர் பொறுமையில்லாமல் அந்த நேரத்தில் முத்ரராக்ஷஸின் எண்ணத்தை பற்றி சிந்திக்க ஆரம்பித்தார். அவரது மூளை எந்த திசையில் வேலை செய்துக்கொண்டிருக்கும். அவர் தனது ஒற்றர்மூலம் அவர் கழுத்தில் கயிற்றை இறுக்கி இருந்தார். அவர் சாணக்கியரின் இரும்பு பிடியிலிருந்து தப்பிப்பது சாத்தியமில்லை. அவர் தப்பிக்க வழி கிடையாது.

அவருக்கு மிகவும் நம்பிக்கையான ஒற்றர் தலைவர் புருஷ்தத் தொலைவில் அவரை நோக்கி வேகமாக வந்துக்கொண்டிருந்தார். சாணக்கியருக்கு இருந்த பரபரப்பில் அவரும் செய்தியை தெரிந்துக்கொள்ள ஓடினார். அவர் தாழ்ந்த குரலில், பெயர் கூறாமல், என்ன? என்ன நடந்தது? அவர் இப்போது என்ன செய்கிறார்? என்றார்.

புருஷ்தத் உறுதியான குரலில்; "அவர் இன்னும் ஒரு மணி நேரத்தில் தற்கொலை செய்து கொள்வார்' என்றார்.

சாணக்கியர் உடனே கத்தினார்,'இல்லை அவர் அப்படி செய்யக்கூடாது. அது மிகவும் மோசமான தோல்வியாக இருக்கும். அவர் என்னைவிட சிறந்த மந்திரியாவார். அவர் விலைமதிப்பற்றவர். என்னால் அவரை இழக்க முடியாது. அவர் என்னை சந்திக்க வேண்டும் என்ற செய்தியை அளித்தீர்களா?' என்றார்.

புருஷ்தத் தனக்கு தெரிந்ததை கூறினார்: உங்களது பணிவான அழைப்பு கிடைத்ததும் அவர்: அவர் என்னை கொல்லலாம். நான் தற்கொலை செய்துக் கொள்ளலாம். ஆனால், அந்த கொடுமை மற்றும் தந்திரமான சாணக்கியரை என்னால் சந்திக்க முடியாது' என்று கோபத்தில் பொங்கி கத்தினார்.

சாணக்கியர் தைரியமான மற்றும் சிந்தனைமிக்க குரலில் கூறினார்: இது என் நடத்தை அல்லது விதியை பற்றிய கேள்வியல்ல. இது அரசர், மாநிலம் மற்றும் அதன் மக்களின் பாதுகாப்பை பற்றியதாகும். என் உயிரை விட அவரது உயிர் முக்கியமானது.

புருஷ்தத் நேரடியாக கேட்டார்: 'பின் ஏன் அவரை தற்கொலை செய்துக்கொள்ள தூண்டினீர்கள்?".

சாணக்கியரின் தன்நம்பிக்கை குறைந்தது: 'அதனால் அவர் என்னிடம் வருவார் என்பதால். ஆனால், இந்த விஷயங்களை விவாதிப்பதற்கு இது நேரமல்ல. இது அவரை காப்பாற்ற வேண்டிய நேரம்'. என்றார்.

அந்த சமயத்தில் இன்னொரு ஒற்றர் வந்துக்கொண்டிருந்ததை பார்த்த சாணக்கியர் அவரை நோக்கி சென்று, "என்ன விஷயம் முகேஷ்?" என்றார்.

எனக்கு முதலில் ஒன்றும் புரியவில்லை. அவர் உங்களை பார்ப்பதற்கு இங்கு வருகிறார். அவர் கைகள் காலியாக இருக்கின்றனர். அவர் முற்றிலும் அமைதியாக இருக்கிறார். நான் அவருடன் வந்தேன். அவரை தனியாக விட முடியவில்லை. என்று முகேஷ் கூறினார்.

சாணக்கியர் மகிழ்ந்து கைகளை தூக்கி: ஆஹா! கடவுளின் கருணை! வெற்றி தேவி வாசலில் மாலையுடன் நிற்கிறாள். கடவுளை போற்றுங்கள்!. என்றார்.

அவர் வந்துவிட்டார் என்று முகேஷ் முணுமுணுத்தார்.

நீங்கள் இருவரும் சென்று அவருக்கு வரவேற்பு அளியுங்கள் என்று சாணக்கியர் உத்தரவிட்டார்.

அவர்கள் இருவரும் ஆச்சரியம் அடைந்து;"என்ன? என்றபடி எந்த பதிலையும் எதிர்பார்க்காமல் எதிர்காலத்தில் நடக்க போவதை அறியாமல் சென்றனர். பிறகு, மூவரும் திரும்பினர்.

சாணக்கியர் பணிவுடன் வணங்கி புகழ் பெற்ற முக்கியஸ்தர் முத்ரராக்ஷஸை வரவேற்றார்.

அவரை மீண்டும் வணங்கி, மாலையிட்டு கரம் கூப்பி வரவேற்றார்.

முத்ரராக்ஷஸ் அதை ஏற்றுக்கொண்டு: 'உங்கள் நடத்தை காயத்திற்கு அவமதிப்பு சேர்ப்பது போல் இருக்கிறது' என்றார்.

சாணக்கியர் அதே பணிவான குரலில்: 'நீங்கள் ஒரு நிறந்த ஆத்மா, மேதகு முத்ரராக்ஷஸே. இன்று நீங்கள் ஒருதோல்வியுற்ற நபர் அல்ல. நீங்கள்மௌரிய சாம்ராஜ்ஜியத்தின் பிரதமமந்திரி. வாருங்கள்.' என்றார்.

முத்ரராக்ஷஸிடம்மாற்றம் இல்லை. இது காயப்படுத்தும் இன்னொரு நகைச்சுவை.

சாணக்கியரின் பணிவு மாறவில்லை. 'இல்லை!இல்லை! கண்டிப்பாக இல்லை. நீங்கள் இப்போது எனக்கு பதிலாக இந்த பதவிக்கு வந்திருக்கிறீர்கள். நீங்கள் வெற்றி பெற்றுவிட்டீர்கள்'. என்றார்.

முத்ரராக்ஷஸ் தனது கோபத்தையும், ஆச்சரியத்தையும் அடக்க முயற்சிக்கவில்லை: சாணக்கியர் இருக்கும்வரை இன்னொரு வெற்றியாளர் இருக்க முடியாது.

சாணக்கியர் விளக்கினார்: சாணக்கியர் இனி காணப்பட மாட்டார். அவர் இப்பொழுது ஆலுவலகத்தின் பொறுப்பை விட்டுவிட்டு, ராக்ஷஸின் கையில் பொறுப்பை முழு மனதுடன் ஒப்படைக்கிறார். உங்கல் எதிரி சாணக்கியர் இல்லாத போது நீங்கள் மாநிலத்தின் விஷயங்களை உங்கள் விருப்பப்படி நிர்வகிக்கலாம். நீங்கள் உங்கள் தாய்நாட்டையும் அதன் மக்களையும் நேசிக்கிறீர்கள் மற்றும் நீங்கள் எப்போதும் அரசருக்கு பணிந்து செல்பவர் என்பது எனக்கு தெரியும். நீங்கள் ஆற்றிய சிறந்த சேவைகளுக்கு இது உங்களுக்கு பொருத்தமான பரிசு. என்றார்.

முத்ரராக்ஷஸ் முதல்முறையாக வாயடைத்து நின்றார்: 'என்னால் இதை நம்பமுடியவில்லை'.

சாணக்கியர் வெளிப்படையாக அவரை அழைத்தார்: 'தனி நபரின் நம்பிக்கையும், அவநம்பிக்கையும் சாதாரண விஷயங்கள். இந்த பதவியை ஏற்றுக்கொண்டு செயல்பட தொடங்குங்கள். ஆனால், அதற்கு முன் பேரரசர் சந்திரகுப்தரை சந்தித்து உங்களது நியமனம் மற்றும் அலுவலகத்தை ஏற்றுக்கொள்வதை அவரிடம் தெரிவியுங்கள். வாருங்கள் பிரதம மந்திரி'. என்றார்.

விளக்கம்: நவீன காலத்தில் ஒரு நிறுவனத்தின் தலைவர், இயக்குனர் அல்லது தலைமை செயல்பாடு அதிகாரியும் தங்கள் அலுவலகத்தை விட்டு, தனது பொறுப்பை ஒரு கடுமையாக உழைக்கும், திறமையான நபருக்கு விட்டுக்கொடுக்க விரும்ப மாட்டார்கள். தமது தொழில் மற்றும் நிறுவனதிற்கு ஏற்படும் சேதத்தை பொருட்படுத்தாமல், பதவியில் நிலைத்திருப்பதற்காக தமக்குள் சண்டையிடும் நிகழ்வுகள் உள்ளன. அவர்கள் ஏற்பட்டிருக்கும் இழப்பை தனது திறமையால் நல்லவிதமாக ஈடுகட்டலாம் என்ற நம்பிக்கையில் இருப்பார்கள். ஆனால், அவர்களது உடல் மற்றும் மன குறைகளால் அவை நடப்பதில்லை. அவர்கள் தங்களது பதவி மற்றும் அதிகாரத்தை பொருத்தமான நபரிடம் ஒப்படைக்க வேண்டும்.

விளைவு: மக்கள் பேராசை, முக்கியமாக அதிகார பேராசை இல்லாமல் இருக்க வேண்டும். தனிப்பட்ட இலாபம் நிறுவனத்தின் நன்மைக்காக விட்டுக்கொடுக்கப்பட வேண்டும். பகைவராக இருந்து விரட்டி அடிக்கப்பட்டவருக்கு, தான் வகித்த மிகவும் முக்கியமான பதவியை ஒரு தங்கத்தட்டில் வைத்து ஒப்படைப்பது என்பது மனித குல வரலாற்றில் நிகழ்ந்த ஒரு புதுமையான மற்றும் வித்தியாசமான செயலாக இருக்கும். இந்த செயலில், தனிப்பட்ட இலாபம், பகைமை, முன்பிருந்த அபிப்பிராயம், முழுமையாக ஒதுக்கப்பட்டு, அந்த நபரின் நடத்தை, தன்மைகள், திறமை, பணியின் பால் உள்ள ஊக்கம், மற்றும் நாட்டின் நலனுக்கு முக்கியத்துவம் கொடுக்கப்பட்டது. அவரது மனதில் இருந்ததை சாணக்கியர் செய்தார். அவர் அங்கிருந்து செய்ய வேண்டியவற்றை செய்வதற்காக பதவியை மிகவும் திறமைசாலியிடம் ஒப்படைத்தார். அவர் தனது சொந்த உணர்வுகளுக்கு முக்கியத்துவம்

அளிக்கவில்லை. ஏனென்றால், அவரால் மட்டும் அல்லது அவரைப் போன்றவர்களால் மட்டும் தான் தனிநபரின் நன்மை குடும்பத்தின் நன்மைக்காக, சமூகத்தின் நன்மைக்காக குடும்பத்தின் நன்மை, நாட்டின் நன்மைக்காக சமூகத்தின் நன்மையும் விட்டுக்கொடுக்கப்பட வேண்டும் என்று கூற முடியும். அந்த பதவியை தகுதியுடைய ஒரு திறமையானவர் வகிக்க வேண்டும், சாணக்கியர் அதை செய்தார்.

நவீன சமூக மக்கள் பேராசை மற்றும் பேராவலால் தூண்டப்பட்டு தங்கள் சுய ஆர்வத்தை விளம்பரப்படுத்தும் போது பதவியை விட்டுக்கொடுப்பதை ஏற்றுக்கொள்ள முடியாத போதும், எல்லோரது நன்மையையும் சிந்திக்க வேண்டியது உண்மை தான். நாடும், மற்றவர்களும் பாதுகாப்பாகவும், செழிப்பாகவும் இருந்தால், தனி நபரின் பாதுகாப்பு மற்றும் செழிப்பு தானாகவே ஏற்படும். இன்று எல்லா இடத்திலும் ஆபத்து இருக்கிறது, மனிதர்கள் வேகமான வாகனங்களால் நசுக்கப்படுகின்றனர், தோட்டாக்களால் கொல்லப்படுகின்றனர், குண்டு வெடிப்பால் அஸ்திவாரங்கள் அழிக்கப்படுகின்ற வேளையில், நாம் யாருடைய பாதுகாப்பை பற்றி பேசிக்கொண்டிருக்கின்றோம்?.

சாணக்கியரின் கூட்டமைப்பு

சந்திரகுப்தரை உறுதியான பேரரசராக நிறுவி, நாட்டை வரிசையாக ஒன்றிணைத்து, முத்ராராக்ஷசை முக்கியஸ்தராக்கி, தன்னைசேவைகளிலிருந்து விடுவித்து கொண்ட பிறகு, சாணக்கியர் எழுதுவதில் தன்னை ஈடுபடுத்திக்கொண்டார். அவர் என்றும் அழியாத முதல்தரமானவற்றை வெளிக்கொண்டு வந்தார். அவர் எல்லாவற்றையும் பார்த்திருந்தார்; தோற்றுவிப்பது, வீணாக்குவது, அழுகுவது, துர்நாற்றம், நல்ல வளர்ச்சி, நறுமணம், வளமானவை, பொறுமையற்றவை, அமைதியற்ற, விருப்பமுடைய, கட்டுப்படுத்தப்பட்ட, ஜனநாயகம், சர்வாதிகாரம், அன்னியாயம், நெறிமுறை, ஊழல், தன்னலமற்ற தனிநபர், சமூகம் மற்றும் மாநிலம். அவர் இந்த அனுபவங்களின் பொக்கிஷ காப்பகம். அவர் தத்துவம் மற்றும் தொழில் தொடர்பான விஷயம் இரண்டிலும் அறிவாற்றல் பெற்றிருந்தார். அவர் தத்துவத்தை தொழிலாக உருவாக்கி மற்றும் மறுதலையாகவும் செய்யும் திறமையும், வல்லமையும் பெற்றிருந்தார். ஏனென்றால், அவர் எப்போதும் சீற்றமிகு புயலின் மத்தியில் அல்லது வெகு அருகில் இருந்தார். மௌனமாக அல்லது செயலற்று இருப்பது அவரது தன்மை அல்ல. அவர் அருகில் சந்தடி இல்லையென்றால், அது அவரது உயர்ந்த தன்மையின் காரணமாக இருந்த அச்சம் தான்.

அவர் தான் எழுதுவதற்கு தேவையான சுற்றுசூழலை ஏற்படுத்திக்கொண்டார், மற்றும் செய்திகள் தொடர்ந்து, தடையில்லாமல் வருவதையும் உறுதிப்படுத்திக் கொண்டார்.

அவர் தனது கவிதைகள் மற்றும் இலக்கியத்திற்கு பல புனைப்பெயர்களை பயன்படுத்தினார். அவர் விஷ்ணுகுப்தர், விஷ்ணுசர்மா, வத்ஸ்யாயன், மற்றும் கௌடில்யராக இருந்தார். அவர் வேறு பெயர்களில் எழுதினாரா என்பது தெரியவில்லை. அவரது வாழ்க்கை புதிரில் மறைந்த பூடகமாக இருந்தது. அதனால், இது தொடர்பாக எதையும் உறுதியாக கூற முடியாது. இரக்கமற்று செல்லும் எழுத்தில், சில வாக்கியங்கள் சாணக்கியரால் தான் எழுதப்பட்டதா அல்லது வேறு ஒருவராலா என்பதை கூறுவது கடினமானது. சில ஆராய்ச்சியாளர்கள் சாணக்கியரின் புத்தகங்கள் மற்றவர்களால் எழுதப்படதாகவும் நம்புகின்றனர். சாணக்கியர் அக்காலத்தில் இருந்த இலக்கியங்களை படித்தார் என்றும், அவர் தனது புத்தகத்தில் அவற்றிலிருந்து சில கருத்துகளை சேர்த்தார் என்றும் ஏற்றுக்கொள்ளப்படுகிறது. அவர் பழங்கால சிந்தனையாளர்கள் உலகியல்வாதத்தை பிரசாரம் செய்தனர் என்று கௌடில்ய அர்த்தசாஸ்திரத்தில் குறிப்பிட்டிருக்கிறார். ஆதலால், மகாபாரதம், புராணங்கள் மற்றும் மநுஸ்மிரிதியிலிருந்து வாக்கியங்களை காண்பது ஆச்சரியப்படுவதற்கில்லை. சாணக்கியர் இவற்றை சேர்த்திருப்பதில் சாத்தியம் இருக்கிறது அல்லது வேறு யாராவது இதை அவர் புத்தகத்தில் சேர்த்திருக்கலாம். கீழே உள்ள வாக்கியங்கள் சாணக்கியரின் நிதிசாஸ்திரா, மற்றும் ஹிதோபதேசம், மார்கண்டேய புராணம் 37/23, பாராஹ் (பன்னிரெண்டு) புராணம் 153/26, மற்றும் மகாபாரத சாந்தி பார்யாவில் காணலாம்.

1. வேத காலத்திலிருந்து, ஹர்ஷவர்தன் காலம் வரை நல்லொழுக்க வாக்கியங்களை எழுதுவது, கற்றுக்கொடுப்பது ஒரு பாரம்பரியமாக இருந்தது. பிரம்மா, இந்திரா, விஷ்ணு, ஸ்ரீராம், ஸ்ரீகிருஷ்ணா, வேதவியாசர், பிருஹஸ்பதி, சுக்கிரன், மார்கண்டேயர், பரத்வாஜர், வைஷம்பையன், புத்தர், மஹாவீரர், முதல் சாணக்கியர் காலத்திலும், இந்த பாரம்பரியம் பத்ரஹரி வரை இருந்தது. இந்த நல்லொழுக்க வாக்கியங்கள் சமஸ்கிருதத்தின் அனுஷ்டுப் சந்தத்தில் எழுதப்பட்டிருந்தன.

இந்த கட்டத்தில் சாணக்கியரின் சாதனை, ஒரு கவிஞர்-சிந்தனையாளர் மனிதகுலம் உட்புற மற்றும் வெளிப்புற வளர்ச்சி மற்றும் தூய்மை, வாழ்க்கையில் ஒவ்வொரு சூழ்நிலையையும் வெற்றிகரமாக எதிர்கொண்டு, மற்றும் செழிப்பான, அமைதியான மற்றும் சந்தோஷமான வாழ்க்கை வாழவேண்டும் என்பது பாரம்பரிய ஒப்புதல் அளிக்கப்பட்டுள்ளது. தனது வாதத்தை நிரூபிக்க அவர் தனது எழுத்துகளை உவமைகள் மற்றும் உருவகத்தால் விரிவாக அலங்கரித்துள்ளார். அவர் ஒரு உடன்பாட்டில், மத கூட்டத்தில், மத்தியஸ்தத்தில், மற்றும் சர்ச்சையில், பல்வேறு நிலைகளை சந்திக்க வேண்டும் என்று உரிமையுடன் ஆழமாக விளக்கியுள்ளார்.

ஒழுக்கநெறி எல்லா அறிவாற்றலுக்கும் முக்கிய ஆதாரமாக கருதப்படுகிறது, மற்றும் இதை ஒன்றிணைத்த பெருமை சாணக்கியரை சேரும். பழங்காலத்தில் சிந்தனையாளர்களும், கவிஞர்களும் ஒழுக்கநெறிக்கு அடித்தளமான இந்த சிந்தனைகளை மறுபயன்பாடு செய்துள்ளனர்.

नानाशास्त्र उदधृतं वक्षये राजनीति समुच्चयम्।
सर्व-बीज इदं शास्त्रं चाणक्यं सारसंग्रहम्।

சாணக்கியரின் ஒழுக்கநெறி (நீதி சாச்திரம்) 70 அத்தியாயங்களைக் கொண்டது மற்றும் ஒவ்வொரு அத்தியாயமும் 18 முதல் 22 வாக்கியங்கள் கொண்டு, மொத்தமாக 336 வாக்கியன்கள் கொண்டுள்ளது. இந்த வாக்கியங்களின் முக்கிய அம்சங்கள் உண்மை, தெளிவு மற்றும் எளிமையாகும். எந்த நிகழ்வுகளின் குறிப்பும் இல்லாமல் அவர் தன் கருத்துகளை தான் முன் வைத்திருக்கிறார். இவை எளிமையான மற்றும் சுருக்கமானவை. இந்த தன்மைகளினால் இவை மிகவும் பிரபலமாக மற்றும் அழியாதவையாகின. அவை காலத்தால் அழியாமல் நிற்கின்றன.

சாணக்கிய நீதியின் எடுத்துக்காட்டானது, அவர் அறிவாற்றலை பகிர்ந்துக்கொள்வதில் கவனம் செலுத்தியது தான். இந்த வாக்கியங்களில் எடுத்துக்காட்டு அல்லது விளக்கம் இல்லை. கொள்கைகளின் சாரம் மட்டும் தான் அளிக்கப்பட்டுள்ளது. இந்த அறிக்கைகள் எளிமையாக மற்றும் நேர்நிலையாகவும், மிகவும் இயற்கையாக இருப்பதால், இது மனதை தொட்டு, தெளிவூட்டுகிறது, அதனால் யாராலும் இதை நிராகரிக்க முடியாது. அவற்றின் உண்மை மற்றும் தெளிவு தன்மை காலத்தை மாற்றும் சக்தி கொண்டது மற்றும் இன்றளவிலும் அவை உண்மையானவை மற்றும் எதிர்காலத்திலும் கூட இது பொருந்தும். இது அதன் நடைமுறைக்கேற்ற அணுகுமுறைக்கு மனிதாபிமானத்துடன் பாராட்டப்படுகிறது. அவர் மனிதகுலத்திற்கு போதிப்பதை தவிர, வேறு எதையும் தொடவில்லை. இது முற்றிலும் ஈடுபாடுள்ள ஒரு ஆத்மாவால் தான் முடியும்.

இது சாணக்கியரின் மிகப்பெரிய பங்களிப்பாகும். மற்றும் பழங்காலத்திலேயே. இதை படித்தால் முட்டாள் கூட ஆசான் ஆகலாம் என்பதை வலியுறுத்தப்பட்டுள்ளது.

मूलसूत्रं प्रवक्ष्यामि चाणक्येन यथोदितम्।
यस्य विज्ञान मात्रेण मूर्खो भवति पण्डित:।

2. பழைய சாணக்கியர் - பகுதி ஒன்று: பழைய சாணக்கியர் பகுதி ஒன்று, சாதாரண இலக்கிய நடையில் எழுதப்பட்டுள்ளது. இதில் 8 அத்தியாயங்கள் உள்ளன. இது சாணக்கிய நீதியின் மற்றொரு பதிப்பாக காணப்பட்டது.

3. பழைய சாணைக்கியர் - பகுதி இரண்டு: பழைய சாணைக்கியர் பகுதி இரண்டு, வழிமொழியில் எழுதப்பட்டுள்ளது. எனினும், இந்த புத்தகத்தின் கிடைக்கும் நகலில் நீதி சாஸ்திரம் கையாளப்பட்டுள்ளது.

பழைய சாணக்கியரின் இரண்டு பகுதிகளில் கிடைக்கும் நகல்களிலும், ஒழுக்கநெறியின் சூத்திரங்கள் மற்றும் நல்லொழுக்க விதிமுறைகளை நினைவுப்படுத்துவது கையாளப்பட்டுள்ளது, ஆனால், இரண்டு வெவ்வேறு புத்தகங்கள் ஒரே பொருளை கையாளுவது பொருத்தமாக இல்லை. அது அக்காலத்தில் நடந்திருக்கலாம். அசல் எழுத்துகள் கிடைக்காத நிலையில் இவை சாத்தியமாக இருந்திருக்கலாம். இவை கிட்டத்தட்ட ஒரே மாதிரி இருந்ததால் இதே சிந்தனைகள் இந்த புத்தகங்களில் கொண்டுவரப்பட்டன. சாணக்கிய வழிமொழியால் அலங்கரித்த எந்த புத்தகமும் இன்றைய தலைமுறைக்கு கிடைக்கவில்லை.

4. சாணக்கியரின் சிந்தனைகளின் தொகுப்பு: இதில் 300 அனுஷ்டுப் தொகுப்புகள் ஒவ்வொன்றும் 100 வீதம் மூன்று பாகங்களாக பிரிக்கப்பட்டுள்ளன. அரசியலை கையாளுவதுடன், இது எளிமையான வாழ்க்கையை வாழ்வதற்கு வழி காட்டுகிறது. கடைசி வாக்கியத்தில் அவர் காசியில் (பனாரஸ்) வசிப்பதை பரிந்துரை செய்துள்ளார். அவர் வாழ்க்கையின் நான்கு விதமான நிலைகளை விவரித்துள்ளார் அவை- உண்மையாக வாழ்வது, கங்கை நதிக்கரையில் வாழ்வது, சிவப்பெருமானை பூஜிப்பது, மற்றும் காசியில் வசிப்பது.

असारे खलु संसारे सारं एतत् चतु: सत्यम्।
कास्यु वास: सतां संगो गंगां भ: शंभु सेवनम्।

5. எளிமையான சாணக்கியர்: இதில் 8 அத்தியாயங்கள் உள்ளன, மீண்டும் இவற்றில் 8 முதல் 10 வாக்கியங்கள் உள்ளன. இது இந்தியாவில் கிடைக்கவில்லை, ஆனால், ஐரோப்பாவில் பிரசித்திப் பெற்றிருந்தது. இன்றும், இது இந்தியாவில் எளிதாக கிடைப்பதில்லை. கிரேக்கர்கள் பேரரசரின் அரண்மனை படையுடன் சேர்ந்தனர் அல்லது மத குருக்களுடன் சேர்ந்தனர் என்ற நம்பிக்கை அங்கு நடைமுறையில் இல்லை.

6. சாணக்கியரின் அரசியல் விஞ்ஞானம்: இதில் 534 அக்கியங்கள் உள்ளன. இது மீண்டும் 8 பாகங்களாக பிரிக்கப்பட்டுள்ளன. இந்த புத்தகம் திபெத்தில் கண்டுப்பிடிக்கப்பட்டது. மத்திய காலத்தில், இந்தியா சூறையாடப்பட்டு, கொளுத்தப்பட்ட போது பல புத்தகங்கள் காணாமல் போயின, மற்றும் பல மற்ற நாடுகளில் அல்லது இந்திய தேசத்தின் எல்லையோர நகரங்களில் கண்டுப்பிடிக்கப்பட்டன. சீனா, மங்கோலியா, ஜாவா மற்றும் பாலி வழியாக குழற்றப்பட்டு, இந்த புத்தகங்கள் மீண்டும் இந்தியாலில் தோன்றின. தலைப்பிலிருந்து கண்டுப்பிடிக்கப்பட்டுள்ளது போல் இந்த புத்தகம் அரசியலை ஆழமாக கையாளுகிறது. இது கௌடில்ய அர்த்தசாஸ்திரத்தின் முன்னோடியாக கருதப்பட்டு, பெரிய அளவில் பிரபலமடைந்து, இந்த புத்தகம் அர்த்தசாஸ்திரத்தின் ஒரு பகுதியானது.

7. சாணக்கிய சூத்திரம்: சாணக்கியரின் வாக்கியங்களால் விருத்தி செய்யப்பட்ட அறிவாற்றல், சூத்திரம் என்று கருதப்படுகிறது. இந்த பழமையான எழுத்துக்கலை பரதரால் கொடுக்கப்பட்டது, மற்றும் நாட்டின் பெருமையாகும். இந்த புத்தகத்தில் வாக்கியங்கள் 500-கும் மேற்பட்ட உள்ளன.

கௌடில்ய அர்த்தசாஸ்திரம்: கௌடில்ய அர்த்தசாஸ்திரம் உலகம் முழுவாதும் சாணக்கியரின் புத்தகமாக ஏற்றுக்கொள்ளப்பட்டுள்ளது. ஏனென்றால், சாணக்கியர் புத்தகத்தின் கடைசியில் நந்த சாம்ராஜ்ஜியத்தை பூமியிலிருந்து அகற்றியதை பற்றிய வாக்கியத்தை சுருக்கமாக பிரகடனமாக எழுதியுள்ளது அது விஷ்ணுகுப்தர் எனப்படும் சாணக்கியரை தவிர வேறு யாராலும் எழுதப்படவில்லை என்று தீர்மானிக்கப்படுள்ளது.

येन शास्त्रं च शस्त्रं च नन्दराजगता च भूः।
अमर्षेण उद्धृता अन्याशु तेन शास्त्रं इदं कृतम्।

இன்று மக்கள் மதத்திலிருந்து அரசியலை பிரிக்க ஆர்வமாக உள்ளனர். இவை வெறும் பிரகடனமாக உள்ளன. உண்மையில், அரசியலை மதத்திலிருந்து பிரிக்க முடியாது. அரசியல் தலையீட்டால் மத செயல்பாடுகள் பாதிக்கப்பட்டதால் இவை நடந்திருக்கலாம். மதம் மற்றும் அரசியலுக்கு வேறூன்றிய உறவுமுறை இருப்பதால் அதை பிரிக்க முடியாது என்பது சாணக்கியரின் உறுதியான நம்பிக்கை.

நீதித்துறை பிரதிபலிப்பு (நியாய சாஸ்திர மிமம்சா): இந்த புத்தகம் நீதித்துறையின் விஷயம் பற்றிய போதனையின் வடிவில் உள்ளது, மற்றும் இது சாணக்கியரால் எழுதப்பட்டது என்று ஏற்றுக்கொள்ளப்படுகிறது. இதை ஏற்றுக்கொள்வதா, மறுப்பதா என்பது தனி நபரை சார்ந்தது.

வத்ஸாயன காமசூத்திரம்: பிரபலமான வத்ஸாயனரின் காமசூத்திரம் சாணக்கியரால் எழுதப்பட்டது என்பது ஏற்றுக்கொள்ளப்படுகிறது. தற்செயலாக, சாணக்கியர் வத்ஸாயன பரம்பரையை சேர்ந்தவர். இந்த புத்தகத்தில் உள்ள போதனைகளை முழு மனதுடன் ஏற்றுக்கொள்ளவும் முடியாது, எளிதில் நிராகரிக்கவும் முடியாது.

பஞ்சதந்திரம்: விஷ்ணுசர்மா: பஞ்சதந்திரமும் சாணக்கியருக்கு சாட்டப்பட்டுள்ளது, இது நல்வாழ்க்கை மற்றும் நட்பிலிருந்து பெரும் நன்மைகளை பற்றிய ஆலோசனை தொடர்புடையது. இந்த புத்தகத்தின் சாரம் இப்போது வெறும் பெயரின் ஒத்திசைவாக மட்டும் எடுத்துக்கொள்ளப்படவில்லை ஆனால், மொழி மற்றும் உணர்வுகளுக்கும் விரிவடைகின்றது. கூடுதலாக, இந்த புத்தகத்தில் உதாரணமாக இல்லாமல், முக்கிய ஆதாரமாக சாணக்கியரின் பிரபலமான வாக்கிய தொகுப்புகள் உள்ளன.

இந்த புத்தகங்கள் முழுவதையும் பார்க்கும் போது சாணக்கியர் 3000-ற்கும் மேலான வாக்கியங்கள் எழுதியிருப்பது தெளிவாகிறது. இந்த வாக்கியங்களை எழுதியது யார் என்பதை கண்டுப்பிடிப்பதற்கு நமது நேரம் மற்றும் சக்தியை வீனாக்குவதில் பலனில்லை. இந்த வாக்கியங்களில் மறைந்திருக்கும் அறிவுநுட்பத்தை பெற்று, நமது வாழ்வில் பழக்கங்களை அதற்கேற்ப வடிவமைத்துக்கொள்ள வேண்டும். அது தான் முக்கியமானது.

இந்த புத்தகத்தின் ஆசிரியர் யாராக இருந்தாலும், பயிற்சிக்கு நிறைய கருத்துகள் அளிக்கப்பட்டிருப்பது உண்மை. இதை மேம்படுத்தி மற்றும் இந்த சிந்தனைகளுக்கு இன்னும் ஆழம் அளிப்பதற்காக மாற்றியமைத்திருக்க சாத்தியமுண்டு அல்லது அது திருத்தப்பட்டிருப்பதற்கும் சாத்தியமுண்டு. இந்த சிந்தனைகளில் உள்ள முதிர்ச்சி மற்றும் அதன் செயல்முறைகளும் தான் நமக்கு முக்கியமான நன்மைகளாகும். இந்த வாக்கியங்களின் ஆசிரியரை தெளிவாக அடையாளம் காணும் நமது திறமை இருந்த போதிலும், இதன் அறிவுநுட்பம் நீக்கப்படாமல் நமக்கு கிடைத்திருக்கிறது.

தனது சுறுசுறுப்பான சேவைகளிலிருந்து நிரந்தரமாக ஓய்வு பெற்றபின், அவர் தனது புத்தகங்களில் மூழ்கி, பின்வரும் சந்ததிகளுக்கு தனது அறிவுநுட்பம் மற்றும் அனுபவத்தை மரபுரிமை செய்தார். சாணக்கியராக இருந்துக்கொண்டு அவரது தொடர் செயல்பாடுகள் இத்துடன் நிற்கவில்லை. அவரது கூர்மையான மற்றும் தூக்கமற்ற கண்கள் எப்போது மௌரிய சாம்ராஜ்ஜியத்தை கவனித்துகொண்டு, அதன் பாதுகாப்பு மற்றும் வளர்ச்சியை கண்டு திருப்தியடைந்தார். அவரது ஒற்றர்கள் சுறுசுறுப்பாக இயங்கிக்கொண்டிருந்தனர். அவர் தான் இருந்த இடத்திலிருந்து அவர்களுக்கு தேவையான கட்டளைகளை வழங்கிக்கொண்டிருந்தார். அவரது இருப்பிடம் ஒரு கோட்டை அல்லது ஒரு அரச மாளிகையாக இருக்கவில்லை. ஆனால், ஒரு மாந்தோப்பிற்கு நடுவில் இருந்த ஒரு ஆலமரத்தின் நிழல் தான் அவருக்கும் அவரது வேலைக்கும் போதுமானதாக இருந்தது.

மறுபிறப்பின் சுழற்சியிலிருந்து முக்தி பெறுவதற்கு சுய-ஆர்வமில்லாமல், தனது செயல்கள் மற்றும் எழுத்துகளால் சாணக்கியர் தனது குறிக்கோளை தெளிவு படுத்தினார்

- வாழ்க்கையை பற்றி தெளிவாக புரிந்துக்கொள்ள வேண்டும்.
- எல்லோரையும் உயர்ந்த நல்லொழுக்கத்துடன் இருக்கும்படி செய்ய வேண்டும்.
- ஒரு சிறந்த சமூகத்தை உருவாக்க வேண்டும்.
- பொது மனிதனின் நன்மையை உறுதி செய்ய வேண்டும்.
- அறிவுநுட்பம் மற்றும் அறிவாற்றல் பெற்று, நமது கடமையை சரியான செயலால் நிறைவேற்றி, மற்றும் செழிப்பான வாழ்க்கை வாழ வேண்டும்.
- சந்தோஷம், அமைதி மற்றும் வளமையை நோக்கி வழி வகுக்க வேண்டும்.
- மனித குலத்தின் நன்மை மற்றும் முன்னேற்றம்.
- மனித குலத்திற்கு முக்திக்கு வழிக்காட்டுவது.

❖❖❖

2

சாணக்கியர் பிரயாணம் – முக்தி

சாணக்கியர் அரசர்களுக்கு கூறியது, அறிவாளிகளுக்கும் நல்ல விதமானவை, அது அவருக்கு கண்டிப்பாக பொருந்தும். சாணக்கியர் போதித்தது போலவே வாழ்க்கை முழுவதும் வாழ்ந்தார், தனக்காக அல்ல, ஆனால், எப்பொது மற்றவர்களுக்காக. சாணக்கியர் ஒரு அரசர் அல்லது நிர்வாகியின் சந்தோஷம் அவரது மக்களின் சந்தோஷத்தில் இருக்கிறது, அவர்களது செழிப்பில் அவரது செழிப்பும் இருக்கிறது என்று கூறினார். ஒரு அரசர் தனது சொந்த முன்னேற்றம் அல்லது செழிப்பை பார்க்க கூடாது, அதற்கு பதிலாக அவரது பிரஜைகளின் திருப்தியிலிருந்து அவரது சந்தோஷம் இருக்க வேண்டும் என்பதை உணர வேண்டும்.

சாணக்கியர் சந்திரகுப்தரை பேரரசர் ஆக்கினார். அவர் எல்லா மாநிலங்களையும் ஒரு தேசமாக்கி, முத்ரராக்ஷசை முக்கியஸ்தராக்கி, தன்னைபொறுப்புகளிலிருந்து விடுவித்துக்கொண்டு, தன்னை எழுதுவதில் ஈடுபடுத்திக்கொண்டார். அவர் பல அழியாத முதல்தரமானவற்றை உருவக்கினார். மற்றொருபுறத்தில் பொருத்தமான சீர்த்திருத்தவாதிகள் மூலம், அவர்மக்களின் நலனில் கவனம்செலுத்தினார். அதனால், அவர்கள் தங்களது ஆற்றலை உணர்ந்து, சந்தோஷம் பொங்க வாழலாம்.

மனித வாழ்க்கையின் நோக்கங்கள்–கடமை, செல்வம், விருப்பம், – மோக்ஷம்

அவர் தனது பணிகளால் தனது வாழ்நாள் முழுவதும் இந்த நோக்கங்களில் ஈடுபடுத்தினார் என்பதை உறுதி படுத்தினார். அவை; தர்மம், அர்த்தம், காமக், மற்றும் மோக்ஷம். அவற்றைமேற்கூறியது போல் மேலோடமாக தான் கூறமுடியும். அவர் வாழ்க்கையின் இந்த குறிக்கோள்களிலிருந்து விலகவில்லை. அவர் இரவும், பகலும் முழு வலிமையுடன், ஒருமுகமாக, தனது கடமைகளை பற்றி மட்டும் கவலைப்பட்டு ஈடுபாட்டுடன் செயல்பட்டார். ஒரு சாதாரண வாழ்க்கை வாழ்வதற்கு தேவையான செல்வம், பொருளாக தான் தேவைப்பட்டது, நாணயங்களை குவித்து இலாபம் காண்பதற்கு ஒன்றும் இருக்கவில்லை. அவருக்கு தன்னை நம்பி இருந்தவர்களுக்கு, எத்தனை பேரானாலும் சரி, நல்லபடியாக உணவளிக்க தேவையான எல்லா பொருட்களும் பற்றாக்குறை இல்லாமல் கிடைத்தது. செல்வம் எதுவுமில்லாத ஒருவர், எல்லோரும் செழிப்புடன் இருப்பதற்கு போதனை அளிப்பது ஆச்சரியமானது. அவர் மிகவும் எளிமையான வாழ்க்கை வாழ்ந்ததால், அவருக்கு செல்வம் தேவைப்படவில்லை. எனினும், அவருக்கு செல்வம் தேவைப்பட்டால், அவர் எங்கேயும், யாரிடமும் கேட்டால் மட்டும் போதும், தேவையான அளவு செல்வம் கிடைக்கும் என்ற நம்பிக்கை அவருக்கு இருந்தது. அவருக்கு யாரிடமிருந்து அல்லது எங்கிருந்து செல்வம் வருகிறது என்பது கூட தெரியாது. அவருக்கு தேவைபட்டால் செல்வம் கிடைக்கும் என்பது தான் முக்கியமான விஷயம். அவர் எப்போதும் தனது கடமைகளை ஆற்றி வந்தார், மற்றும் கடமை மற்றும் தர்மத்தை கவனித்து அதன் விளைவாக தனக்கு மோக்ஷம் கிடைக்கும்போதனைகளையும் அளித்தார். தகுந்த மோக்ஷம் கிடைத்த பின், சாணக்கியர் ஒரு சிந்தனை தான். தகர்த்துவிடும் அல்லது உறுதியாக

நிலைக்கும் ஒருபலமான நம்பிக்கைதான். வாழ்க்கை முறையை மாற்றக்கூடிய சாதகமான எண்ணம், மாற்றத்தை கொண்டுவரும் ஒரு எண்ணம், சக்தி அளிக்கக்கூடிய ஒரு எண்ணம், ஒரு தனிநபரை பலமிக்கவராக்க கூடிய ஒரு அரியபொக்கிஷம்.

சாணக்கியர் தனது குறிக்கோள்களை அடைந்தார். போராட்டம் இருந்தது, ஆனால், எப்போதும் அவர் வெற்றி மகுடம் சூட்டினார். அவர் ஒவ்வொரு துறையிலும் வெற்றி பெற்று தனது சிறப்பை உறுதி செய்தார். கடந்தகாலம் அல்லது எதிர்காலத்திலும் யாரும் அவருக்கு சமமாக முடியாது. அவரது போதனைகள் என்றென்றும் மனிதாபிமானத்திற்குரியது, அவற்றை காலம் அல்லது இடத்தால் கட்டுப்படுத்த முடியாது. அதனால் தான் அவை படித்து, கற்றுக்கொடுக்கப்படுகின்றன; அதனால் தான் அவை அக்காலத்திலும் பின்பற்றப்பட்டன மற்றும் இன்றும் பின்பற்றப்பட்டு, மதிக்கப்படுகின்றன.

சாணக்கியரின் பெயர் பெரும் அளவில் மதிப்பை ஏற்படுத்துகிறது. அவரது போதனைகள் எப்போதும் உலகளவில் அறிவாற்றல் மற்றும் மனதளவில் திருப்தியளித்திருக்கிறது.

சாணக்கியரின் தத்துவம் ஆழமானது, முழுமையானது, நுண்ணியமானது, மற்றும் முற்றிலும் அறிவுநுட்பம் மிகுந்தது. அவர் சிந்தனைகள் மற்றும் சட்ட நியாயங்களை தெள்ளத்தெளிவாக வெளிப்படுத்தியிருப்பது, தெரிந்தோ அல்லது தெரியாமலோ, உலகின் பல பகுதிகளின் அரசாங்கம் அவரது சிந்தனையின் அடிப்படையில் தங்களது விதிமுறைகள் மற்றும் நியதிகளை வடிவமைத்துள்ளன. அந்த காலத்து எழுத்தாளர்களின் மத்தியில் சாணக்கியரின் எழுத்துகள் அதிகமாக சிந்தனையை தூண்டுவதாக அதிகமாக போதிக்கப்பட்டு மற்றும் ஏற்றுக்கொள்ளப்பட்டதற்கு இது தான் முக்கியமான காரணமாகும். அவரது எழுத்துகள் உலகின் எல்லா மொழிகளிலும் கிடைக்கின்றன மற்றும் இலக்கிய உலகில் தொடர்ந்து புத்தகங்கள் மற்றும் கட்டுரைகள் தோன்றுகின்றன. அவர் எழுதியவை இப்போது பொருள் வாரியாக விற்கப்படுகின்றன.

பற்றற்று இருந்தாலும் ஈடுபடும் தன்மை

ஒவ்வொரு இடத்திலும், ஒவ்வொரு பணியிலும் வெற்றியாளர் சாணக்கியர்! ஒவ்வொரு சூழ்நிலையிலும் உணர்ச்சி பொங்கும் மனோபாவமுள்ள, அஞ்சாத சாணக்கியர்! கண்டிப்பான, உறுதியான மற்றும் எப்போதும் எச்சரிக்கையுடன் இருக்கும் சாணக்கியர்! அரசாட்சி மற்றும் நிறுவன குரு சாணக்கியர்! துணிச்சலான, அமைதியான, மற்றும் திறமையான சாணக்கியர்! எந்த விதமான பிரதி நலனும் இல்லாமல், எதிர்பார்ப்புகளை நிறைவேற்றும் சாணக்கியர்! தன்னிடம் இருப்பது மற்றும் சேர்ந்ததை வினியோகிக்கும் சாணக்கியர்! எல்லா பாடங்களிலும் பண்டிதர் சாணக்கியர்!

அவரது பற்றுதல் எவ்வளவு ஆழமானவை! அவர் பற்றற்று இருந்தது எவ்வளவு சிறந்தவை! அவரது நம்பிக்கை எவ்வளவு ஈடு இணையற்றவை! நம்பிக்கையின்மையின் பால் அவர் எவ்வளவு எச்சரிக்கையாக இருந்தார்! கடமையில் அவரது ஈடுபாடு எவ்வளவு ஈடு இணையற்றவையாக இருந்தன! அவரது தற்காப்பு மற்றும் தண்டனை எவ்வளவு கூர்மையானவை! மிகவும் சமமானது! மத்திய பாதையில் உறுதியானது!

ஒப்புமை இல்லாதது! ஈடு இணையற்றது! எல்லோருடனும் இருப்பது மற்றும் எல்லோரையும் வழிநடத்துவது!

பிடிவாத மரணம்

சந்திரகுப்தர் வாழ்ந்த காலத்தில் பிந்துசார் பேரரசரானார். சந்திரகுப்தர் ஓய்வு பெற்று காட்டிற்கு சென்றார். சாணக்கியரின் உறவுமுறை அவரது இரண்டாம் சிஷ்யர் பிந்துசாருடன் மாறாமல் இருந்தது. பிந்துசாரும் அவரை உயர் மதிப்பில் வைத்தார்.

சுபந்து என்ற பிந்துசாரின் மந்திரி சாணக்கியரிடம் பகை வளர்த்தார். பிந்துசாரின் பிறப்பை சுற்றி இருந்த மர்மங்கள் அவருக்கு தெரிய வந்தது. அவர் பிந்துசாரிடம், அவரது தாயின் மரணத்திற்கு சாணக்கியர் தான் காரணம் என்று தெரிவித்தார். பிந்துசார் சில பெண் உதவியாளர்களிடம் மந்திரியின் தகவலை உறுதிபடுத்திக்கொண்டார். பிந்துசார் சாணக்கியரிடம் கடும் கோபம் கொண்டார்.

சாணக்கியரின் சில ஒற்றர்கள் பேரரசர் அவர் மீது கடுங்கோபம் கொண்டிருப்பதை தெரிவித்தனர். பிறகு சாணக்கியர், பிந்துசாருக்கு, பேரரசரான அவருக்கு உண்மையை அறியும் ஆதாரம் இருக்கும் போது, அழியக்கூடிய அறிக்கையின் அடிப்படையில் அவர் ஏன் தீர்மானிக்க வேண்டும். வதந்திகளுக்கு அடித்தளம் இல்லை என்று செய்தி அனுப்பினார்.

பேரரசருக்கு செய்தி அனுப்பிய பிறகு, சாணக்கியர் மன உளைச்சலுடன் இருந்தார். பிறகு அவர் ஒரு கஷ்டமான தீர்மானத்தை சுலபமாக எடுத்தார், அது சாகும்வரை உண்ணாவிரதம். அவருக்கு மனதிற்குள் பிராயசித்த உணர்வுடன் சில வருத்தங்கள் இருந்திருக்கலாம். எனினும், அவரது சிஷ்யர் அவரை தவறாக புரிந்துக்கொண்டது அவரை வெகுவாக காயப்படுத்தியிருந்தது.

தனது பிடிவாத மரணத்தை அறிவித்து விட்டு, அவர் ஒரு பெரிய உரக் குவியலின் மீது அமர்ந்து, உணவு அல்லது தண்ணீரை தொடாத உண்ணாவிரதத்தை துவங்கினார்.

சாணக்கியரின் செய்தியை கண்ட பிந்துசார் திடுக்கிட்டார். தனது மடமையை உணர்ந்த அவர், ஒருவேளை அவரது தாயின் மரணத்திற்கு அவரது குரு பொறுப்பில்லாமல் இருந்திருக்கலாம் என்று உணர்ந்தார். அவர் இந்த விஷயத்தை விசாரிக்க தொடங்கினார். அவர் பிறந்த நேரத்தில், அறுவை சிகிச்சையின் போது அங்கிருந்த செவிலி உயிருடன் இருந்தது தற்செயலானதாக இருந்தது. அவள் விசாரிக்கப்பட்டாள். அவள், அவரது தாயாருக்கு விஷம் அளிக்கப்படவில்லை, அவள் தானாகவே தான் விஷத்தை உண்டாள் என்பதை உறுதி செய்தாள். அவள் பேரரசருடன் உணவு உண்டாள். சாணக்கியரை தவிர வேறு யாரும் அறுவை சிகிச்சை மூலம் அவரை காப்பாற்றவில்லை.

பிந்துசாரின் சீற்றம் இடக்குமுடக்கான சுபந்துவின் மீது திரும்பியது. அவர் தனது வாளால் அவர் தலையை சீவினார். அவர் குருவின் மீது அவருக்கு இருந்த கோபம் பற்றி அவருக்கு தெரிந்து, அந்த சிறந்த மனிதரின் மனதில் என்ன ஓடிக்கொண்டிருக்கும் என்று கவலையடைந்தார். தனது படைகளை தொலைவில் பின்தொடருமாறு கட்டளையிட்டு விட்டு, அவர் தனியாக குதிரை ஏறி சென்றார். விரைவில் அவரது பாதுகாவலர்கள் அவரை அடைந்தனர்.

அவர் உரக் குவியலை அடைந்த போது, காலம் கடந்துவிட்டது. சாணக்கியர் உணவு மற்றும் தண்ணீரை கைவிட்டிருந்தார். பிந்துசார் மற்றும் மற்றவர்களின் பணிவும், வாதமும் சாணக்கியரிடம் எந்த தாக்கத்தையும் ஏற்படுத்தவில்லை. அவர் தனது தீர்மானத்தில் உறுதியாக இருந்தார். அவர் தனது தீர்மானத்தை மாற்றிக்கொள்ளவில்லை.

பிந்துசார் அங்கு தங்கினார். அங்கிருந்த மரங்களை வெட்டி அந்த இடத்தை அவரது படை சுத்தம் செய்தது. இந்த செய்தி நாலா பக்கமும் பரவியது. சுற்றியிருந்த கிராமத்து மக்கள் பூக்களுடன் ஓடி வந்தனர். சிஷ்யர்கள் மாலைகளை கொண்டு வந்து அந்த குவியலை அலங்கரித்தனர். அந்த குவியலிலிருந்து எழுந்த நறுமணம் எல்லா பக்கங்களிலும் பரவியது. அந்த பூக்களின் மத்தியில் சாணக்கியர் ஆழ்ந்த நித்திரையில் சென்றார். பிறகு, கலக்கமற்ற உட்கார்ந்த நிலையில் அவர் சமாதி அடைந்தார்.

மதகுருக்கள் வேதங்களை ஓதி, மஹாமிருத்யுஞ்ஜய (மரணத்தை வெற்றிக்கொள்வது) சடங்குகளை நடத்தினர். சிஷ்யர்களும் ஓதுவதில் கலந்துக்கொண்டனர். வாத்தியக்காரர்கள் தங்களது வாத்தியங்களை கொண்டு வந்தனர். அந்த இடத்தை சுற்றி இசை எதிரொலித்தது. மேளம், ஜால்ரா, வயலின், மிருதங்கம், வீணை, சாரங்கி, மற்றும் புல்லாங்குழலின் ஒலி பிளந்தது. வாத்தியங்களின் ஒலி ஒரு கொண்டாட்டத்தின் சூழலை ஏற்படுத்தியது. இசையின் ஒலி மரணத்தின் பயத்தை போக்கி,

ஒரு புதிய ஆரம்பத்தின் நம்பிக்கையை உருவாக்கியது.

அது ஒரு கண் கொள்ளாக் காட்சியாக இருந்தது. ஒரு முதியவரின் இறுதி யாத்திரையில் வாத்தியங்களை ஒலிப்பது இந்திய பாரம்பரியத்தில் உள்ளது. ஆனால், இங்கு மரணத்திற்கு முன்பு வாத்தியங்கள் முழங்கின. அது சாணக்கியரின் வாழ்க்கையின் புனிதத்தை வெளிப்படுத்தியது. இது மரணமல்ல, ஒரு பிரயாணம் . அவர் கடைசி மூச்சு விட்டார், அவரது மூச்சு, காற்றில் கலந்து சுற்றுப்புறத்தில் இணைந்தது. அவரது ஆத்மா எந்த உலகிலும் இல்லாமல் பிரிந்தது, ஆதலால், அவரது பிரயாணம் முடிவுற்றது. அவரது ஆத்மா விடுதலை பெற்று இறுதியாக முக்தியடைந்தது.

நீதி: வாழ்க்கையின் அர்த்தம் புகழ் பெற்று, செல்வம் சேர்த்து, மற்றும் கௌரவம் சம்பாதிப்பதில் தான் இருக்கிறது. செல்வம் ஈட்டி, பொருள் சுகத்திற்கு ஆடம்பரமாக செலவழிப்பதில் எந்த அர்த்தமும் இல்லை.

படிப்பினை: ஒருவர் வாழ்வை மற்றவர்களுக்கு சேவி செய்து கழிக்க வேண்டும் மற்றும் மரணம் தொன்றுதொட்டு இருக்க வேண்டும்.

பிரயாணம்: விடுதலை, முக்தி, அழிவில்லாதது

விருப்பப்படி உடலை விட்டதால் சாணக்கியரின் பிரயாணம் முடிவுற்றது. அவர் வாழ்விலிருந்து விடுதலை பெற்று, முக்தியடைந்து, மறுபிறவி சுழற்சியிலிருந்து விடுவிக்கப்பட்டார். அவர் உடலை துறந்ததால், நம்மிடமிருந்து வெகு தொலைவில் இல்லை. அவரது எண்ணம் இன்றும் நம்மிடையே செயற்பட்டுக்கொண்டிருக்கிறது. அதுதான் அழிவற்றது - அழிவற்ற சிறப்பம்சங்கள், அழிவற்ற போதனைகள், மற்றும் அழிவற்ற அறிவுநுட்பங்கள். சாணக்கியரின் பிரிவிலிருந்து ஒரு புதிய வாழ்க்கை தொடங்குகிறது.

பச்சாதாபமற்ற காலம் மக்களை பிரிக்கிறது என்பது தவறான கருத்து. உண்மையில் காலம் மக்களை வரலாற்றின் ஒரு பகுதியானவர்கள் மற்றும் பழங்கால பாரம்பரியம் மூலம் இணைக்கிறது. அது நமது எதிர்காலம், நமது தேசம் மற்றும் தலைமுறையை இணைக்கிறது. காலம் எல்லோருக்கும் ஒரு சந்தர்ப்பம் அளிக்கிறது. நாம் ஒற்றுமையாக இல்லை, நாம் பிளவை ஏற்படுத்தியுள்ளோம், நாம் கடமைக்கு கட்டுப்படவில்லை. இந்த தவறுகளுக்கு நாம் காலத்தை குற்ற கூற முடியாது. இன்றும் நமக்கு சாணக்கியருடன் பரஸ்பர தொடர்புண்டு. இந்த தொடர்பு நாம் அறிவுநுட்பம் பெற ஊக்குவிக்கிறது. அடுத்தவரின் நிலைத்திருக்கும் புகழ் நாமும் அந்த திசையில் சென்று நிலைத்திருக்கும் புகழ் பெற ஊக்குவிக்கிறது. அதேபோல் இன்னொரு ஆத்மாவின் விடுதலை மற்றும் முக்தி நாமும் அந்த பாதையில் செல்ல ஏதுவாகிறது.

ச்ாணக்கியரின் அழிவில்லாத முறைகள் மற்றும் பேச்சின் தரத்தால், யாராவது சாணக்கியர் எடுத்துரைத்த பாதை அல்லது குறிக்கோளை வழித்தவறாமல் பின்பற்றினால், அவர்கள் ஆச்சரியப்படும் அளவில் வெற்றிப் பெற்று செல்வம் அல்லது பதவிக்கு தேவையானவர்களாவார்கள். அவர்களால் காலத்தை வெல்ல முடியும். இதை அடைவதற்கு சாணக்கியரின் எழுத்துகள் மீண்டும், மீண்டும் படிக்கப்பட்டு, அவரது கடுமையான போதனைகள் ஒருமுக ஈடுபாட்டுடன், கடின உழைப்பு மற்றும் மனவுறுதியால் தான் தேர்ச்சி பெற முடியும்.

சாணக்கியரின் நிலைத்திருக்கும் புகழ் அவரது ஆக்கபூர்வமான எழுத்தால் உறுதி செய்யப்பட்டது. அவர் எந்த காலத்தையும் சேர்ந்தவரல்ல. அவர் காலத்தை கடந்தவர். அவர் இப்போது வரும் எல்லா காலத்தையும் சேர்ந்தவர். அவர் எல்லா யுகங்கள் மற்றும் மனிதகுலத்தையும் சேர்ந்தார். அது எதுவாக இருந்தாலும் சரி. ஆதலால், அவர் காலத்தை வென்றவராகிறார்.

சாணக்கியர் உலகில் இருந்த ஒரு தனிநபர். அவர் பூமியை சுற்றினார் மற்றும் அவருக்கு ஒரு உறுதியான அஸ்திவாரம் இருந்தது. வாழ்க்கையில் அவரது அபரிமிதமான வெற்றி,

பிரபஞ்சத்தில் உள்ள கிரகங்களுக்கு இணையானது. அவர் ஒரு சிந்தனையாகி, புதையலாகி, பூமியை ஒரு மிகப்பெரிய அளவில், பலமான அடிதளத்துடன், போதனைகளை பொழிந்து சுற்றிக்கொண்டிருக்கிறார். அவர் இனி ஒரு தனிநபர் அல்ல, ஒரு இலட்சியபுருஷர்.

ज्ञानी आचार्य चाणक्य नमो नमः!

सर्वे शुभे!

❖❖❖